भारतीय अर्थव्यवस्था

भारतीय अर्थव्यवस्था

स्थूल अर्थशास्त्रीय आढावा

नीलांजन बानीक

SAGE | bhasha

www.sagepublications.com

Los Angeles • London • New Delhi • Singapore • Washington DC

Originally Published in 2015 in English by SAGE Publications India Pvt Ltd as The Indian Economy: A Macroeconomic Perspective

This edition published in 2017 by

SAGE | bhasha

SAGE Publications India Pvt Ltd
B1/I-1 Mohan Cooperative Industrial Area
Mathura Road, New Delhi 110 044, India
www.sagepub.in

SAGE Publications Inc
2455 Teller Road
Thousand Oaks, California 91320, USA

SAGE Publications Ltd
1 Oliver's Yard, 55 City Road
London EC1Y 1SP, United Kingdom

SAGE Publications Asia-Pacific Pte Ltd
3 Church Street
#10-04 Samsung Hub
Singapore 049483

Published by SAGE Publications India Pvt Ltd, Translation Project Coordinated by Sunidhi Publishers, Pune and printed at Repro India Ltd., Mumbai.

ISBN: 978-93-859-8535-5 (PB)

Translator: Dr. Manjusha Musamade, *M.A, M.Phil, Ph.D.(Economics)*
SAGE Team: Sumona Kundu, Mahesh Sachane

माझे वडील, संजू पिशि आणि ज्याने
माझ्यावर विश्वास टाकला त्या समस्त बानीक परिवारास.

अनुक्रमणिका

आकृत्यांची सूची

कोष्टकांची सूची

चौकटींची सूची

नमुना अभ्यासची सूची

प्रास्ताविक

अर्थशास्त्र हे माझे अर्थार्जनाचे साधन आहे. या पुस्तकाचे बहुतांश लेखन हे इन्स्टिट्यूट फॉर फायनान्शियल मॅनेजमेंट अॅण्ड रिसर्च अध्यापक म्हणून आणि इंडियन इन्स्टिट्यूट ऑफ मॅनेजमेंटच्या इन्दोर, रांची आणि रोहतक येथे अभ्यागत म्हणून स्थूल अर्थशास्त्र हा विषय शिकवत असताना आकाराला आले आहे. मी अर्थशास्त्राचे पध्दतशीर शिक्षण घेतले असले तरीही, शिकवत असताना अनेक वेळा वर्गात विचारल्या गेलेल्या काही प्रश्नांची उत्तरे माझ्याकडे नव्हती. यावर शून्यातून विचार करताना, मी शिकवण्याकरता जी पाठ्यपुस्तके वापरत होतो त्यांची ती मर्यादा होती, याची मला जाणीव झाली. भारतामध्ये, स्थूल अर्थशास्त्र हा विषय शिकवताना पश्चिमी युरोप आणि दक्षिणी अमेरिकेतील विकसित अर्थव्यवस्थांच्या आधारे लिहिल्या गेलेल्या पाठ्यपुस्तकांचा वापर करण्याचा प्रघात आहे. सदर पुस्तके स्थूल अर्थशास्त्र विकसनशील देशांचा कशा प्रकारे विचार करते हे स्पष्ट न करता, स्थूल अर्थशास्त्रातील सिद्धांतांवर अधिक भर देतात. भारतासारख्या विकसनशील अर्थव्यवस्थेमध्ये अर्थव्यवस्थेची भूमिका ही खचितच भिन्न आहे आणि ती स्वतंत्रपणे समजावून घेणे आवश्यक आहे. भारतासारख्या देशात स्थूल अर्थशास्त्राचा कसा वापर होऊ शकतो, याविषयीची अत्यंत मर्यादित माहिती स्थूल अर्थशास्त्रावर उपलब्ध असलेल्या प्रचलित पाठ्यपुस्तकांमध्ये असल्यामुळे मला विचारल्या गेलेल्या प्रश्नांची योग्य उत्तरं देताना मला वेळ मारून न्यावी लागली. यातूनच, भारतीय परिप्रेक्ष्यात स्थूल अर्थशास्त्रीय सिद्धांतांचे उपयोजन यावर आधारित पुस्तकाचे लेखन करावे ही संकल्पना विकसित झाली.

विद्यार्थ्यांची गरज लक्षात घेऊन या पुस्तकाचे लेखन केले आहे. माझ्या अनुभवानुसार विद्यार्थ्यांना नेहमीच आपले *फंडाज* (मूलभूत संकल्पना) स्पष्ट करून घेण्यात औत्सुक्य असते. प्रस्तुत पुस्तक हे ज्या कोणाला भारतासंबंधीच्या स्थूल अर्थशास्त्रीय संकल्पना समजावून घ्यायच्या आहेत अशा प्रत्येकाकरता आहे. सदर पुस्तक हे पदवी, पदव्युत्तर पातळीवरील विद्यार्थ्यांना तसेच अर्थशास्त्रामध्ये रस असणाऱ्या धोरणकर्त्यांना उपयुक्त ठरेल. मी भारतातील विविध स्थूल अर्थशास्त्रीय घटनाप्रसंग समजावून सांगण्याकरता राष्ट्रीय लेखे सांख्यिकी, नियोजन आयोग, रिझर्व बँक बुलेटिन, आर्थिक सर्वेक्षण अशा अनेक स्रोतांमधील तथ्यांचा वापर केला आहे. या शैलीमुळे, वाचकांना तथ्ये कशी आणि कुठून मिळवायची, त्या तथ्यांचे अर्थांकन कसे कसे करायचे आणि अशा प्रकारे वापरलेल्या तथ्यांच्या मर्यादा याविषयीची समज येईल. तसेच मी अनेक नमुना अभ्यासांचाही समावेश केला आहे, जे प्रामुख्याने मी *द फायनान्शियल एक्स्प्रेस, द हिंदू बिझनेस लाईन,* आणि *द इकोनॉमिक टाईम्स* या लोकप्रिय व्यवसाय-वृत्तपत्राकरता लिहिलेले संपादकीय लेख होते. या संपादकीय लेख/नमुना अभ्यासांच्या माध्यमातून, वाचक पुस्तकात उल्लेख केलेले सिद्धान्त आणि वास्तव जगातील अर्थशास्त्र यांची सांगड घालू शकतील.

भारतीय स्थूल अर्थशास्त्र समजावून घेण्यामध्ये ज्यांना औत्सुक्य आहे अशा सर्वांच्या गरजा लक्षात घेणे हा माझा व्यापक दृष्टिकोन असल्याने, काय/का/कसे या तत्त्वांच्या आधारे पुस्तकलेखनाचा निर्णय मी जाणीवपूर्वक घेतला. उदाहरणार्थ, प्रकरण १ची सुरुवात, 'स्थूल अर्थशास्त्रानुसार मागणी व्यवस्थापन धोरण म्हणजे काय? मागणी व्यवस्थापन धोरणाविषयी आपण काळजी घेणे का आवश्यक आहे? भारतामध्ये मागणी व्यवस्थापन धोरणे का आखली जातात?' वाचकांना, चलनवाढ आणि बेरोजगारीची कारणे, तसेच त्यावरील नियंत्रणाकरता मौद्रिक आणि आर्थिक धोरण यांचा संबंध समजून घेणे शक्य होईल. प्रकरण २ मध्ये मी वृद्धी, विकास आणि उत्पन्नाचे वाटप या तीन आंतरसंबंधी संकल्पनांची चर्चा केली आहे. वाचकांना, मानव विकास ही संकल्पना आणि नक्षलवादी (कडवे डावे) चळवळीची कारणे, समजण्यास मदत होईल. प्रकरण ३ हे मौद्रिक आणि आर्थिक अशा दोन्हींच्या मागणी व्यवस्थापन धोरणांचे सखोल विश्लेषण करते, मौद्रिक आणि आर्थिक धोरणांच्या आखणीकरिता वापरावयाची धोरणात्मक साधने, आणि भारतामध्ये राष्ट्रीय अर्थसंकल्प आणि मौद्रिक धोरण कसे तयार केले जाते याचा आढावा घेते. वस्तू आणि सेवा कर यांसारखे स्थानिक विषय आणि मौद्रिक धोरण आखणीमध्ये टेलरचा नियम कशा प्रकारे उपयोजला जातो याचीही चर्चा केली आहे. प्रकरण ४ हे भारतातील अन्नधान्यातील भाववाढीची आणि बेरोजगारांच्या संख्येतील वाढीची कारणे यासंबंधी आहे. प्रकरण ५ मध्ये मी सुधारणा आणि ढोबळमानाने, त्यांचा प्रभाव असणाऱ्या, पायाभूत सुविधा, श्रमिक, कॉर्पोरेट कायदा, सेवा, आणि न्याययंत्रणा या पाच क्षेत्रांची चर्चा केली आहे. प्रकरण ६ मध्ये मी भारतातील व्यापारविषयक आकृतिबंध आणि गेल्या काही काळात कसेकसे बदल होत गेले यावर लक्ष केंद्रित केले आहे. प्रकरण ७ मध्ये *उचित* विनिमय दराचे मोजमाप कसे करायचे आणि चलन संघर्षाची संभाव्य कारणे यावर चर्चा केली आहे. प्रकरण ८ हे भारत आणि जागतिक व्यापार संघटना (डब्ल्यूटीओ) याविषयी आहे. जागतिक व्यापार संघटनेची संरचना अभ्यासण्याव्यतिरिक्त, मी जागतिक व्यापार संघटनेमध्ये भारताने वाटाघाटीं दरम्यान घेतलेली भूमिका आणि चर्चांच्या विविध फेऱ्यांमध्ये वाटाघाटी दरम्यान साध्य केलेले यश याविषयी चर्चा केली आहे.

प्रस्तुत पुस्तक लिहावे असा विचार गेली अनेक दिवस माझ्या मनात घोळत होता. मात्र प्रत्यक्ष लेखनाकरता तुम्ही आवश्यक तेवढा वेळ आणि डोकं द्यावं लागतं. मी, विशेषत्वाने माझी पत्नी शुभ्रा हिचा या पुस्तकाचे लेखन करण्याकरता तिने मला वेळ दिला याबद्दल आभारी आहे. श्री. एन उन्नी नायर आणि श्री विवेक मेहरा यांनी या माझ्या निर्मितीवर विश्वास टाकला आणि त्याचे प्रकाशनही केले याबद्दल त्या उभयतांचे विशेष आभार.

नीलांजन बानीक

हैद्राबाद

प्रकरण १

स्थूल अर्थशास्त्राची तोंडओळख

अर्थशास्त्रच का?

भारतातील सर्वंकष आर्थिक सुधारणांचे पर्व १९९१ मध्ये सुरू झाले. या सुधारणांचे स्वरूप उदारीकरण आणि जागतिकीकरण असे होते. उदारीकरणामुळे व्याजदर कमी झाले. त्यामुळे त्यापूर्वी केवळ शासनाच्या नियंत्रणात असलेल्या उद्योग आणि सेवा क्षेत्रांत खाजगी क्षेत्राचा सहभाग वाढला. जागतिकीकरणामुळे आयातशुल्क घटले. त्यामुळे देशात विदेशी उत्पादनसंस्था मोठ्या प्रमाणात गुंतवणूक करू लागल्या.

भारताचा आर्थिक सुधारणांचा अनुभव उल्लेखनीय आहे. सुधारणापूर्व काळापेक्षा सध्याच्या काळातील सरासरी भारतीय नागरिकांची आर्थिक परिस्थिती निश्चितच सुधारली आहे. शिवाय १९९१ मध्ये सरळ-सरळ आर्थिक दिवाळखोरीच्या उंबरठ्यावर येऊन ठेपलेली भारतीय अर्थव्यवस्था आता तुलनेने कितीतरी चांगल्या आर्थिक स्थितीत आहे. वैयक्तिक आणि राष्ट्रीय अशा दोन्ही दृष्टिकोनातून आर्थिक कल्याणात सुधारणा झाली आहे. वैयक्तिक उत्पन्न, घर, भ्रमणध्वनी, आयपॅड, डिजिटल कॅमेरा, फ्रीज अशा टिकाऊ उपभोग्य वस्तूंची मालकी, बँक ठेवी, समभाग, म्युच्युअल फंडातील गुंतवणूक अशा वित्तीय मालमत्ता शिवाय सुधारलेल्या सुशासनातून आलेली सुरक्षितता यांच्या माध्यमातून व्यक्तीच्या आर्थिक विकासाची पातळी मोजता येते. तसेच सकल राष्ट्रीय उत्पादन/उत्पन्नातील (GDP/GNP) वाढ परकीय चलनाची गंगाजळी, थेट परकीय गुंतवणूका (थेपगुं), विदेशी संस्थात्मक गुंतवणूक (FII), चालू खात्यातील तूट (CAD), बेरोजगारी आणि भाववाढीचा दर अशा प्रमुख निकषांवर देशाची आर्थिक विकास पातळी मोजली जाते.

कोणत्याही सर्वसामान्य व्यक्तीला स्वतःच्या कल्याणाची, त्यावर परिणाम करणाऱ्या घटकांची काळजी वाटत असते. व्यक्तीची आर्थिक समृद्धीची कल्पना राष्ट्रीय उत्पन्नातील वृद्धी, भाववाढीची आणि बेकारीची घटती पातळी यांच्याशी निगडित असते. कारण या घटकांचा प्रत्यक्ष किंवा अप्रत्यक्ष प्रभाव त्यांच्या वैयक्तिक कल्याणावर पडत असतो. तीव्र भाववाढीच्या किंवा उच्च बेरोजगारीच्या काळात केवळ पैशांची खरेदी क्षमताच घसरत नाही, तर व्यक्तीला रोजगार मिळणेही अवघड होते. याउलट, जेव्हा भावी काळातील उत्पन्नात वाढीची अपेक्षा असते तेव्हा आणि वस्तूंच्या किमती कमी असताना लोक साधारणपणे खूश असतात. या सर्व गोष्टी विचारात घेऊन अर्थव्यवस्थेवर भाष्य करताना राज्यकर्ते, धोरणकर्ते आणि माध्यम प्रतिनिधी भाववाढ आणि बेकारीच्या दरांचा नेहमी संदर्भ देतात. यात मुळीच आश्चर्य नाही.

भाववाढ आणि बेकारीच्या निम्न पातळीच्या या बरोबरीने जर सुप्रशासन आणि कार्यक्षम बाजारपेठा (ज्यात उत्पादन संस्था मुक्तपणे वस्तू आणि श्रमिक आपले कौशल्य आाणि बँका आपले भांडवल मुक्तपणे विकू शकतात) या घटकांची भर टाकली असता एका अगदी आदर्श अर्थव्यवस्थेचे चित्र निर्माण होते. जणू तिथे जाऊन मुक्कामच करावा!

म्हणून आपल्याला भाववाढीची आणि बेकारीची कारणे तसेच राष्ट्रीय उत्पन्नात कशी वाढ करता येईल हे पाहण्याची गरज भासते. स्थूल अर्थशास्त्रावरील सिद्धान्ताचा अभ्यास आपल्याला यासाठी उपयोगी पडू शकेल. या अभ्यासातून आपल्याला आर्थिक समृद्धीला कारणीभूत असणारे घटक आणि चिरंतन विकासाच्या मार्गांची माहिती होऊ शकेल. म्हणून या दोन विषयांच्या अनुषंगाने आपण चर्चेला सुरुवात करू.

या ठिकाणी एक गोष्ट लक्षात घेण्याजोगी आहे, ती म्हणजे आर्थिक समृद्धी ही दीर्घकालीन संकल्पना आहे. अल्पकाळातील बदलांवर, चढ-उतारांवर नियंत्रण मिळवत मागणीच्या व्यवस्थापनाचे धोरण वरचेवर वेळोवेळी यशस्वीपणे केल्यास ही बाब साध्य होऊ शकते. मागणी व्यवस्थापनाचे धोरण म्हणजे काय? हे धोरण का आवश्यक आहे? यावर आता आपण चर्चा करू.

मागणी व्यवस्थापन धोरण

ज्याप्रमाणे नावातूनच स्पष्ट होते, तसे मागणी व्यवस्थापन म्हणजे दिलेल्या पुरवठ्याशी संतुलन साधणाऱ्या मागणीचे व्यवस्थापन होय. मागणीशी निगडित मुख्यत्वे पाच घटक असतात. (१) उपभोग खर्च (C), (२) गुंतवणूक खर्च (I), (३) शासकीय खर्च (G), (४) निर्यात (X), आणि (५) आयात (M). उपलब्ध पुरवठ्यापेक्षा अधिक असणाऱ्या मागणीमुळे पुरवठ्याची स्थिती टाळण्यासाठी मागणीचे व्यवस्थापन महत्त्वाचे आहे. अतिरिक्त पुरवठ्याच्या स्थितीत उत्पादन संस्था आपले उत्पादन विकण्यात अपयशी ठरतात व त्यामुळे एक तर कमी कामगारांना कामावर घेतात किंवा कामगार कपात करतात. या साऱ्यामुळे बेरोजगारीत भर पडते. म्हणून भाववाढ आणि बेरोजगारी नियंत्रित ठेवण्यासाठी मागणी व्यवस्थापनाचे धोरण महत्त्वपूर्ण ठरते.

अर्थव्यवस्थेत असलेल्या मागणी-पुरवठ्यातील असमतोलामुळे भाववाढ आणि बेरोजगारी अस्तित्वात येते. अर्थव्यवस्थेतील मागणी आणि पुरवठ्याची स्थिती ही विविध बाजारपेठांच्या एकत्रिकरणातून बनते. उदाहरणार्थ, जेव्हा आपल्याला एखादी वस्तू विकत घ्यावयाची असते, तेव्हा आपण त्या वस्तूची एक विशिष्ट किंमत देऊ करतो. या विशिष्ट वस्तूसाठी इतर अनेक इच्छुक ग्राहक आहेत आणि त्याचा पुरवठा मात्र मर्यादित आहे, असे आपल्याला वाटले तर आपण ठरल्यापेक्षा जास्त किंमत द्यायला तयारही होतो.

'ॲपल' कंपनीच्या नव्याने बाजारात आलेल्या आयफोनचे उदाहरण या दृष्टीने पाहता येईल. खुद्द ॲपल कंपनी किंवा ज्यामार्फत आयफोन बाजारात आणले गेले त्या एटी ॲण्ड टी या कंपनीलाही (American Telephone & Telegraph Co.) सुरुवातीच्या पातळीला आयफोनचे किती नग

बाजारात उपलब्ध असतील हे निश्चित करता येत नव्हते. एकूण परिस्थितीवरून पुरवठा कमी पडेल असा अंदाज काढता येत होता. आयफोनची प्रत्यक्ष विक्री सुरू होण्याच्या कितीतरी दिवस अगोदरपासून अमेरिकेच्या रस्त्यांवर आयफोन खरेदीसाठी रांगा लागल्या होत्या. शिवाय ऑनलाईन विक्री करणाऱ्या इ-बे सारख्या संकेतस्थळावर आयफोनसाठी मोठ्या प्रमाणावर पूर्वनोंदणी होत होती. आयफोनच्या या प्रचंड मागणीमुळे लोक भरपूर जादा किंमत द्यायला तयार झाले होते.

आयफोन या वस्तूची बाजारपेठ असते, तशीच शिक्षक, बँक कर्मचारी अशा सेवा पुरवठादारांची, तांदूळ, गहू अशा शेतमालाची, वाहने, कपडे या कारखानदारी मालाची, तसेच शेकडो वस्तू आणि सेवांच्या बाजारपेठाही असतात. या सर्व बाजारपेठांच्या एकूण स्वरूपावरून आपल्याला अर्थव्यवस्थेतील मागणी आणि पुरवठ्याच्या स्थितीची कल्पना येते. भाववाढ आणि बेरोजगारीसारख्या समस्या मागणी-पुरवठ्यातील असमतोलामुळे निर्माण होतात.

आकृती १.१ द्वारे मागणी व्यवस्थापनाची संकल्पना स्पष्ट करता येईल. उभ्या अक्षावर एकूण वस्तू व सेवांचे मूल्य म्हणजेच राष्ट्रीय उत्पन्न (GDP) मोजले आहे आणि आडव्या अक्षावर कालावधी मोजलेला आहे. उत्पादनाची मागणी नागमोडी रेषेने दर्शवली आहे. तर सोपेपणासाठी पूर्ण रोजगाराच्या पातळीतील पुरवठा सरळ रेषेने दर्शवला आहे. मात्र, पुरवठा पातळी कायम सरळ रेषेतच असते असे नाही. मागणी आणि पुरवठ्यातील फरक 'उत्पादन/तफावत' (Output Gap) दर्शवतो.

आकृती १.१ मागणी व्यवस्थापन

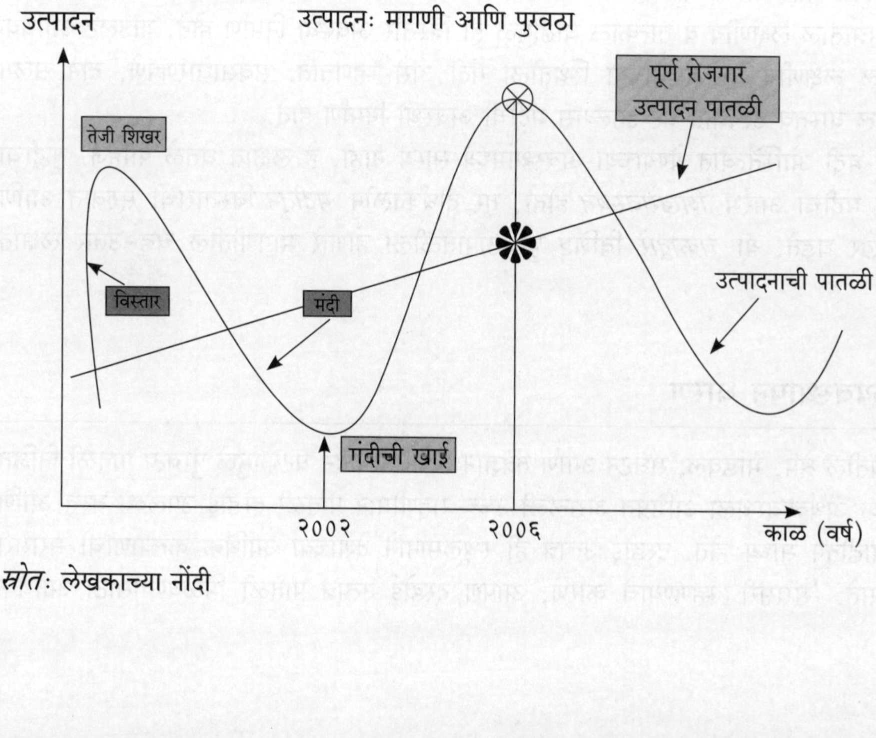

स्रोत: लेखकाच्या नोंदी

जेव्हा मागणी पुरवठ्यापेक्षा अधिक असते, तेव्हा उत्पादन तफावत धन असते. कारण अशा वेळी अर्थव्यवस्थेत किंमत वाढ होते. याउलट, अतिरिक्त पुरवठा व वाढत्या बेरोजगारी दरामुळे मंदीची परिस्थिती निर्माण होते. वित्तीय आणि मौद्रिक धोरणांच्या सहाय्याने ही उत्पादन तफावत किमान ठेवणे यालाच मागणीचे व्यवस्थापन म्हणतात.

वरील उदाहरणानुसार २००६ मध्ये उत्पादन-तफावत धन होती आणि अर्थव्यवस्थेत अतिरिक्त मागणीमुळे भाववाढ होत होती. त्याचप्रमाणे २००२ मध्ये उत्पादन-तफावत ऋण होती आणि अर्थव्यवस्थेत अतिरिक्त पुरवठ्याची परिस्थिती होती. या दोन्ही परिस्थितींमध्ये उत्पादन-तफावत कमी करण्यासाठी मागणी व्यवस्थापनाची वित्तीय व मौद्रिक धोरणांची गरज भासते.

जेव्हा आपण एखाद्या अर्थव्यवस्थेच्या वाढीचा दर असे संबोधत असतो, *तेव्हा हा वृद्धिदर वास्तव राष्ट्रीय उत्पन्नाच्या वाढीचा दर असतो*, हे ध्यानात घ्यायला हवे. पैशातील राष्ट्रीय उत्पन्न हा निकष कोणत्याही अर्थव्यवस्थेच्या वृद्धीच्या मापनासाठी विचारात घेतला जात नाही. कारण भाववाढीमुळे निव्वळ राष्ट्रीय उत्पन्नाचे आकडे फुगलेले असतात. पैशातील राष्ट्रीय उत्पन्न हे चालू बाजार किंमत पातळीवर मोजलेले असते आणि त्यात त्या वर्षीच्या किंमतपातळीमुळे झालेले बदल समाविष्ट असतात. वास्तव राष्ट्रीय उत्पन्न हे एखाद्या विशिष्ट पायाभूत वर्षाच्या किंमतपातळीवर मोजलेले असते. जर २००५ हे वर्ष पायाभूत वर्ष मानले तर, २०१० या वर्षाचे वास्तव राष्ट्रीय उत्पन्न मोजताना २०१० मध्ये खरेदी केलेल्या वस्तू आणि सेवांच्या एकूण संख्येला २००५ मधील किंमतपातळीने गुणावे लागते. २०११ मध्ये भारतीय अर्थव्यवस्थेचे आकारमान १८५ अब्ज अमेरिका डॉलर्स होते.

जेव्हा दोन सलग तिमाहींमध्ये वास्तव राष्ट्रीय उत्पन्नात वाढ होते, तेव्हा अर्थव्यवस्था 'विस्तार' होण्याच्या अवस्थेत आहे असे म्हटले जाते. आर्थिक व्यवहार औद्योगिक उत्पादन रोजगार आणि वास्तव उत्पन्नातील लक्षणीय व तात्काळ वाढीमुळे ही विस्तार अवस्था निर्माण होते. याउलट आर्थिक व्यवहारातील लक्षणीय घट होण्याच्या स्थितीला मंदी असे म्हणतात. सर्वसाधारणपणे, दोन सलग तिमाहींमधील वास्तव उत्पन्नात घट झाल्यास मंदीची अवस्था निर्माण होते.

वृद्धी व मंदी आस्तित्वात येण्याच्या अवस्थांमध्ये साम्य नाही, हे लक्षात घेतले पाहिजे. वृद्धीचा अंत आणि मंदीचा आरंभ *शिखरावस्थेत* होतो, तर दीर्घकालीन *मंदीतून* विस्ताराची सुरुवात आणि मंदीची अखेर घडते. या *चक्राद्वारे* विशिष्ट पुरवठापातळीला होणारे मागणीतील चढ-उतार लक्षात येतात.

पुरवठा व्यवस्थापन धोरण

अर्थव्यवस्थेतील श्रम, भांडवल, संघटन आणि तंत्रज्ञान अशा उत्पादन घटकांमुळे पुरवठा पातळी निश्चित होते. प्रत्येक अर्थव्यवस्थेला अभिप्रेत असलेली उच्च राहणीमान पातळी दरडोई उपलब्ध वस्तू आणि सेवांच्या वाढीतून साध्य होते. दरडोई उत्पन्न ही स्थूलमानाने देशाच्या आर्थिक कल्याणाची सरासरी पातळी असते. 'सरासरी' म्हणण्याचे कारण, आपण दरडोई उत्पन्न पातळी मिळवण्यासाठी आर्थिक

घटकांना लोकसंख्येने भागतो. उदाहरणार्थ, कोणत्याही एका वर्षाचे भारताचे दरडोई राष्ट्रीय उत्पन्न म्हणजे एकूण राष्ट्रीय उत्पन्न भागिले एकूण लोकसंख्या होय.

सन २०११ मध्ये भारताचे निरपेक्ष राष्ट्रीय उत्पन्न जागतिक पातळीवर अकराव्या क्रमांकावर होते. विविध देशांमधील राहणीमानाच्या खर्चपातळीतील तफावत लक्षात घेता, म्हणजेच खरेदीशक्तीच्या निकषावर (Purchasing Power Point - PPP) आपल्या राष्ट्रीय उत्पन्नाची जागतिक क्रमावारी अमेरिका आणि चीन खालोखाल तिसऱ्या स्थानावर होती. आपल्यासाठी ही खरोखरच आनंदाची गोष्ट आहे काय? खरे पाहता, याचे उत्तर नाही असे आहे. कारण दरडोई उत्पन्न पातळीचा विचार केल्यास भारताचे स्थान जवळपास निम्न उत्पन्न अर्थव्यवस्थांच्या गटात बसते.

जागतिक बँक अर्थव्यवस्थांचे वर्गीकरण तीन गटात करतेः निम्न-उत्पन्न, मध्यम-उत्पन्न आणि उच्च-उत्पन्न गट. २०१३ मध्ये असे १२,४७६ डॉलर्सपेक्षा अधिक दरडोई उत्पन्न असणारे देश उच्च-उत्पन्न गटात मोडत होते, तर ज्या देशाचे वार्षिक उत्पन्न २०१३ मध्ये १,०४५ अमेरिकन डॉलर्स आणि १२,४७६ अमेरिकन डॉलर्स या दरम्यान होते, ते मध्यम-उत्पन्न गटात समाविष्ट होते. ज्या देशांचे दरडोई उत्पन्न २०१३ मध्ये १,०४५ अमेरिकन डॉलर्सपेक्षा कमी होते, त्या देशांना निम्न-उत्पन्न गटात बसवले होते. कोष्टकात दाखविल्याप्रमाणे (कोष्टक १.१) २०११ मध्ये भारताचे अमेरिकन डॉलर्समधील दरडोई उत्पन्न १,८४६ अमेरिकन डॉलर्स म्हणजेच आपण निम्न-मध्यम उत्पन्न गटात जेमतेम समाविष्ट होत होते. जरी आपले उत्पन्न खरेदीशक्तीच्या निकषावर मोजले तरी आपण फार तर मध्यम-उत्पन्न गटात बसू शकतो. 'चालू किंमत पातळी' याचा अर्थ असा की उत्पन्नाचे आकडे भाववाढीच्या तुलनेत जुळवून घेतलेले नाहीत. 'विकसित' देशांच्या गटात जाण्यासाठी भारताला पूर्ण रोजगार पातळीतील दरडोई उत्पादनाचे मूल्य वाढविण्याची आवश्यकता आहे. हे लक्षात घेऊन आता, तुम्ही कोणत्याही विशिष्ट वर्षातील भारताचे उच्च, मध्यम व निम्न उत्पन्न गटांतील देशांमधील स्थान जागतिक विकास निर्देशांक, जागतिक बँकेची सांख्यिकी माहितीच्या आधारे तपासून पाहू शकता.

पूर्ण रोजगार पातळीवरील दरडोई उत्पादनाचे मूल्य वाढवणे ही दीर्घकालीन व वेळखाऊ प्रक्रिया आहे आणि ती एका रात्रीत घडून येणारी नाही. तंत्रज्ञान आणि श्रम व कौशल्य व श्रमाचा दर्जा (L) आणि भांडवलाचा साठा (K) अशा उत्पादनघटकांत वाढ होण्यासाठी दीर्घकाळ लागतो. उदाहरणार्थ, एखादे नवे उत्पादन किंवा उत्पादनप्रक्रिया शोधण्यासाठी काही काळ आवश्यक असतो. तसेच, भांडवल आणि कुशल श्रमांची उपलब्धता अचानक होत नाही. मानवी भांडवल आणि कौशल्य निर्माण करण्यासाठी वेळ लागतो आणि भांडवलाची निर्मिती करण्यासाठी उत्पादन साधनांची गरज असते. यासाठी अर्थव्यवस्थेत दीर्घकालीन वृद्धी व्हावी लागते. त्यामुळे अल्पकाळातील अर्थव्यवस्थेतील उत्पादन पातळीवर धोरणकर्त्यांचे जवळजवळ नियोजन नसते. परंतु तंत्रज्ञान विकास विशेषतः संशोधन आणि विकासाकरिता तसेच शिक्षण, आरोग्य, शाळा, पोस्ट ऑफिसेस, दवाखाने, तुरुंग अशा संस्थांच्या उभारणीतून आणि वाहतूक, दळवळण, पाणी आणि वीजपुरवठा अशा क्षेत्रांना भांडवल पुरवून धोरणकर्ते भविष्यातील उत्पादन पातळीवर प्रभाव टाकू शकतात. अशा प्रकारे पुरवठा व्यवस्थापनाची भूमिका भविष्यकाळातील देशाच्या दरडोई उत्पादनवाढीच्या धोरणाशी निगडित असते.

कोष्टक १.१ आर्थिक कल्याणाची पातळी

देश	*राष्ट्रीय उत्पन्न (२०११) (अमे. अब्ज डॉलर)*	*खरेदी क्षमता (२०११) (अमे. अब्ज डॉलर)*	*दरडोई उत्पन्न*	
			२००९ (अमे. डॉलर)	*२०१० खरेदी क्षमता (अमे. डॉलर)*
निम्न उत्पन्न देश				
बांगलादेश	११५	२८२.५	६०८	१,७००
बुरूंडी	१.७	३.६	१६३	४००
भारत	१,८४३	४,४००	१,१४०	३,७००
निकाराग्वा	७	१	१,०८८	३,२००
मध्यम उत्पन्न देश				
ब्राझील	२,२८२	२,५१८	८,२५१	११,६००
चीन	६,९८९	११,२९०	३,७४९	८,४००
मलेशिया	२४७.६	४४७	६,९०२	१५,६००
द. आफ्रिका	४२२	५५४	५,७३३	११,०००
उच्च उत्पन्न देश				
ऑस्ट्रिया	४२५.१	३५१.४	४५,६३८	४१,७००
सिंगापूर	२६६.५	३१४.२	३७,७९०	५९,९००
अमेरिका	१५,०५०	१५,०५०	४५,७९३	४८,१००
युनायटेड किंग्डम	२,२५०	२,४८०	३५,१२९	३५,९००

स्रोत: वर्ल्ड डेव्हलपमेंट इंडिकेटर्स आऊटलाईन, वर्ल्ड बँक (२०१३)

मागणी व पुरवठा व्यवस्थापनातील मेळ

धोरणकर्त्यांना दोन मुख्य भूमिका बजावाव्या लागतात. पहिली, भाववाढ आणि बेरोजगारी नियंत्रित ठेवण्यासाठी मागणीचे व्यवस्थापन करणे. दुसरी, दरडोई उत्पादनात दीर्घकालीन वाढ घडवून आणणे (चौकट १.१ पहा) मागणी व्यवस्थापन धोरणातील वित्तीय आणि मौद्रिक धोरण या दोहोंचे मिश्रण अल्पकाळात बऱ्यापैकी परिणामकारक असते. अतिशय उच्च पातळीतील भाववाढीवर (२००७ मधील किंमत निर्देशांक ६.६%) उपाययोजना म्हणून रिझर्व्ह बँक ऑफ इंडियाने (आरबीआय) व्याजदरात वाढ करून आकुंचनकारी मुद्रा धोरण अमलात आणले.[१] या धोरणामुळे भाववाढ आटोक्यात आणण्याचे

[१] वित्त मंत्रालय, आर्थिक सर्वेक्षण २००७–०८, भारत सरकार

चौकट १.१: समग्र अर्थशास्त्राचा गाभा

समग्र अर्थशास्त्र का?
मागणी बाजूः राष्ट्रीय उत्पन्न = उपभोग + गुंतवणूक + शासकीय खर्च + निर्यात - आयात
पुरवठा बाजूः राष्ट्रीय उत्पन्न = f (श्रम, भांडवल)
मागणी व्यवस्थापन धोरणः उत्पादन तफावत घटवणे
पुरवठा व्यवस्थापन धोरणः दीर्घकालीन दरडोई राष्ट्रीय उत्पन्नात वाढ करणे

उद्दिष्ट तिमाहीतच साध्य झाले आणि जुलै २००७ मध्ये भाववाढीचा दर ४.६% पर्यंत खाली आला.[२]

हे जरी खरे असले, तरीही उत्पादन वाढीच्या उपाययोजना अमलात आणण्यासाठी अधिक कालावधी आवश्यक असतो. भारताचे दरडोई वार्षिक उत्पन्न दुप्पट होण्यासाठी देशाच्या स्थूल राष्ट्रीय उत्पादनात (GDP) पुढील दहा वर्षांत सरासरी वार्षिक ९% दराने वाढ झाली पाहिजे. म्हणजे अल्पकाळात पुरवठा व्यवस्थापन फारसे परिणामकारक ठरत नाही. मात्र, दीर्घ काळात शिक्षण, आरोग्य आणि पायाभूत सुविधा यांच्यातील गुंतवणुकीद्वारे भविष्यकाळातील उत्पादन पातळीवर प्रभाव टाकता येऊ शकतो. विशेषतः हे लक्षात घेतले पाहिजे की, जरी शासन राज्य वित्तीय धोरणाची अंमलबजावणी करीत असले, तरी मौद्रिक धोरण मात्र मध्यवर्ती बँक आरबीआय अमलात आणते. राज्य वित्तीय धोरणातील दोन घटक म्हणजे शासकीय खर्च आणि कराचे दर होत, तर मौद्रिक धोरणामध्ये पैशाचा पुरवठा आणि व्याजदर यांचा समावेश होतो. जेव्हा आपण मौद्रिक व राज्य वित्तीय धोरणाची सविस्तर चर्चा करू तेव्हा या गोष्टी अधिक स्पष्ट होतील.

अर्थशास्त्रीय लेखनात उत्पादाचा जो पुरवठा होणारा भाग असतो, त्याला प्रवृत्ती निर्देशांक उत्पादन किंवा पूर्ण रोजगार पातळीतील उत्पादन असे म्हणतात. तसेच उत्पादनाची मागणी बाजू चक्रीय किंवा संक्रमणीय घटक या नावाने संबोधली जाते. भारतासारख्या देशात व्यावहारिक कारणासाठी बाराव्या वित्तीय आयोगाच्या समग्र आर्थिक धोरणाच्या आराखड्यात 'अंतर्भूत क्षमता' घटकाचा समावेश केला आहे. कारण संरचनात्मक मर्यादांमुळे पूर्ण रोजगार पातळी किंवा प्रवृत्ती निर्देशांक पातळीतील उत्पादन गाठणे शक्य नव्हते.[३] ढोबळमानाने भारतातील संरचनात्मक मर्यादांचा अर्थ उद्योग-व्यवसाय करतानाच्या अडचणी असा होतो. जागतिक बँकेच्या उद्योगधंदा कृती अहवालानुसार (२०१२) संरक्षणासाठी निवडलेल्या एकूण १८५ देशांमध्ये भारताचा क्रमांक १३२ वा आहे. भारताच्या उद्योग करण्याच्या

---

[२] तत्रैव

[३] भारताचा वित्त आयोग १९५१ मध्ये स्थापन झाला. भारतातील केंद्र आणि राज्यांमधील वित्तीय संबंध सुनिश्चित करण्यासाठी वित्त आयोगाची स्थापना करण्यात आली. जानेवारी २०१३ पर्यंत १४ वित्त आयोग स्थापन झाले होते. १२ व्या आयोगाची स्थापना २००३ मध्ये झाली.

क्षमतेमधील हे स्थान. चीन (९१), श्रीलंका (८१), बांगलादेश (१२९) किंवा पाकिस्तान (१०७) या सर्वांपेक्षा कितीतरी खालच्या पातळीवर आहे.[४] या संरचनात्मक मर्यादा दूर केल्यास भारताची उत्पादनाची पुरवठा बाजू किंवा प्रवृत्ती निर्देशक उत्पादन प्रत्यक्षात वाढू शकेल. स्थूल अर्थशास्त्र समजून घेणे म्हणजे मागणी व्यवस्थापनाचे धोरण समजून घेणे असा अर्थ असल्याने यापुढील भागात 'उत्पादन-तफावत' नियंत्रणाचे गेल्या काही काळात विकसित झालेले मार्ग सुचवणारे विविध सिद्धान्त पाहू.

उत्पादन तफावतीचे नियंत्रण: अर्थशास्त्राचा दृष्टिकोन

जर मागणीतील चढ-उतारांमुळे पूर्ण रोजगार पातळीतील उत्पादनावर परिणाम होत नसता तर मागणी व्यवस्थापन धोरण इतके महत्त्वपूर्ण ठरले नसते. परंतु मागणीत चढ-उतार झाल्याने उत्पादन तफावत निर्माण होत असल्यानेच विविध सिद्धान्त अस्तित्वात आले आहेत.

अभिजात अर्थशास्त्रातील गृहीतांनुसार जर अर्थव्यवस्थेतील उत्पादन पूर्ण रोजगार पातळीत नसेल तर, आदान-प्रदानाच्या लवचिक किमतींमुळे अर्थव्यवस्था पूर्ण रोजगार अवस्थेकडे जाण्याची प्रवृत्ती दाखवते. शासनाच्या हस्तक्षेपाची येथे काहीही आवश्यकता नसते. किंमत यंत्रणेद्वारे अर्थव्यवस्था स्वयंचलितरीत्या संतुलित होते. शासनाच्या हस्तक्षेपाशिवाय उत्पादन घटकांचा आणि उत्पादनाचा बाजारपेठेत समतोल पुनःस्थापित होतो. अभिजात अर्थशास्त्रज्ञांचा (विशेष करून हायेक, रॉबिन्स आणि शुम्पिटरसारखे ऑस्ट्रियन विचारधारेचे अर्थतज्ज्ञ) असा विश्वास होता की, तेजीतील अवाजवी गुंतवणुकीमुळे मंदी निर्माण होत असल्याने मंदीचे चक्र नैसर्गिकरीत्या पूर्ण होऊ द्यावे. धोरणकर्त्यांनी एकूण मागणी वाढवण्यासाठी हस्तक्षेप करू नये. कारण त्यामुळे परिस्थिती अधिकच बिघडेल. शासनाच्या हस्तक्षेपाशिवाय येणारी मंदी आणि योग्य हस्तक्षेपामुळे भविष्यात निर्माण होणारी मंदी यांच्यातील निवडीचा प्रश्न सध्या आहे. अभिजात विचारसरणीत बाजारपेठेतील अल्पकालीन अस्थिरतेपेक्षा भविष्यातील वृद्धीचा अधिक विचार केला जातो.

परंतु, अभिजात अर्थशास्त्रज्ञांच्या मतांप्रमाणे प्रत्यक्षात बाजारपेठा परिपूर्णता दर्शवत नाहीत. जर अभिजात गृहीतात म्हटल्याप्रमाणे वेतन-किंमत लवचिकतेची आदर्श स्थिती सत्य मानली तर महामंदीसारखी घटना जगात घडलीच नसती. जगातील तीव्र महामंदी ही १९३० मध्ये सुरू झाली आणि १९४० च्या दशकाच्या मध्यापर्यंत टिकली. महामंदीसारख्या घटनेची कारणमीमांसा केन्सने

[४] जागतिक बँक संघ, व्यवसाय कृती अहवाल (२०१२) http://www.doing business.orj/data/exploreeconomics/india इथे उपलब्ध.

या अहवालात १८५ देशांतील उत्पादनासंबंधी उद्योग नियंत्रणासंबंधित दहा क्षेत्रांच्या आधारे अर्थव्यवस्थांचे अनुक्रम ठरवण्यात आले आहेत. उद्योग स्थापना, समस्यापूरक, आंतरदेशीय व्यापार हे त्यातील काही निवडक निकष आहेत.

आपल्या 'प्रभावी मागणी' या संकल्पनेद्वारे केली. चालू किंमतपातळीला ग्राहक जितक्या वस्तू आणि सेवा खरेदी करतात त्याला प्रभावी मागणी असे म्हणतात. केन्सच्या मते, आर्थिक घटक (ग्राहक किंवा उत्पादनसंस्था) पशूंप्रमाणे वर्तन करतात. म्हणजे भविष्याविषयी अचानक एकदमच आशावादी किंवा निराशावादी होतात. सर्वसाधारणपणे जेव्हा आर्थिक घटक भविष्याबाबत निराशावादी होतात, तेव्हा ग्राहक उपभोग खर्चात कपात करतात. उत्पादनसंस्था उत्पादनात घट करतात आणि अर्थव्यवस्था मंदीमध्ये प्रवेश करते. केन्सवादी प्रारूपाकडे मागणी बाजूच्या घटकांवर भर दिलेला आहे.

एका उदाहरणाने हा मुद्दा स्पष्ट होईल. आर्थिक सुधारणा करण्यापूर्वी म्हणजे १९९१ पूर्वी, सामान्यतः पदवीधर युवकांना संघटित खाजगी क्षेत्रामध्ये रोजगार मिळणे अवघड होत असे. मात्र आता ही परिस्थिती बदलली आहे. आर्थिक सुधारणांमुळे तरुण पदवीधरांना नोकरी मिळणे सोपे झाले आहे. सुधारणापूर्व काळातील तरुणांपेक्षा आजचे तरुण भविष्याबद्दल अधिक आशावादी आहेत असे ढोबळमानाने म्हणता येईल.

केन्सवादी विचारांनुसार, अर्थव्यवस्थेला मंदीच्या अवस्थेतून पूर्वपदावर आणण्यासाठी, मागणी व्यवस्थापन धोरणाद्वारे शासनाचा सक्रीय हस्तक्षेप आवश्यक असतो. एकूण मागणीत वाढ करण्यासाठी शासकीय खर्च वाढला पाहिजे आणि उत्पादन संस्थांची गुंतवणूक वाढण्यासाठी मध्यवर्ती बँकेने विस्तारवादी धोरण अवलंबून भांडवल स्वस्त केले पाहिजे. केन्सचे अर्थशास्त्र मिश्र अर्थव्यवस्थेचा पुरस्कार करते. यात प्रबळ खाजगी क्षेत्राबरोबरच शासन आणि सार्वजनिक क्षेत्राची महत्त्वपूर्ण भूमिका असते. कारण आर्थिक घटकांचे काही निर्णय (उदाहरणार्थ, उद्योगसंस्थांनी याबद्दलचे निर्णय न घेणे) कधीकधी समग्र पातळीवरील अकार्यक्षमता निर्माण करण्यास कारणीभूत ठरतात. ही कार्यक्षमता दूर करण्यासाठी शासनाच्या राज्य वित्तीय धोरणाद्वारे आणि मध्यवर्ती बँकेच्या मौद्रिक धोरणाद्वारे सक्रीय हस्तक्षेप करून पूर्ण रोजगाराच्या पातळीवरील उत्पादनस्थिती पूर्ववत आणावी लागते.

एका उदाहरणाद्वारे उद्योगसंस्थांचे समन्वयातील अपयश स्पष्ट करता येईल. जर उद्योगसंस्थांना भविष्यातील मंदीची चाहूल लागली तर त्यावर प्रतिक्रिया म्हणून काही उत्पादनसंस्था कामगार कपात करतील. त्यामुळे इतर काही उत्पादनसंस्थांच्या मागणीत घट होईल आणि त्याला प्रतिसाद म्हणून त्या संस्था आपल्या काही कामगारांना कामावरून काढून टाकतील. अशा रीतीने मंदी आपोआप पद्धतीने पसरत जाईल आणि शासनाच्या हस्तक्षेपाची गरज भासू लागेल. नवअभिजातवादी विचारसरणीतील 'तर्कसंगत अपेक्षा' या संकल्पनेत वरील प्रकारे वर्तनाच्या गृहीतावर प्रश्न उपस्थित केला आहे, हे आपण नंतर पाहू.

केन्सने अर्थव्यवस्थेत पूर्ण रोजगार उत्पादन पातळीची पुनर्स्थापना करण्यासाठी शासनाच्या हस्तक्षेपाचा पुरस्कार केला. मात्र, अगदी पूर्ण रोजगार पातळीलाही काही लोक एक नोकरी सोडून दुसरी मिळवण्याच्या प्रक्रियेत असल्याने काही प्रमाणात बेरोजगारी अस्तित्वात असेलच हे लक्षात घेतले पाहिजे. पूर्ण रोजगार पातळीशी निगडित असणाऱ्या अशा बेरोजगार स्थितीला *बेरोजगारीचा नैसर्गिक दर* असे म्हणतात.

अभिजातवादी अर्थशास्त्र आणि केन्सवादी संकल्पना यांच्या संयोगाला *नवअभिजात संयोग* म्हणतात.[५] हा दृष्टिकोन १९७० च्या दशकाच्या आरंभाच्या काळापर्यंत मुख्य अर्थशास्त्रीय प्रवाहात वर्चस्व गाजवणारा ठरला. दुसऱ्या महायुद्धानंतर अमेरिकन शासनाने आणि पश्चिम युरोपियन देशांच्या सरकारांनी उत्पादनातील तफावतीवर नियंत्रण ठेवण्यासाठी प्रामुख्याने सक्रीय शासनाच्या हस्तक्षेपाचे धोरण राबवले. सुरुवातीला केन्सने सुचवलेले एकूण मागणीचे व्यवस्थापन राज्यवित्तीय धोरणाच्या बाजूने झुकलेले होते. सन १९५८ मध्ये ए. डब्ल्यू. फिलिप्स यांनी वेतनदारातील वाढ आणि बेरोजगारी यांच्यातील व्यस्त संबंध दर्शविला.[६] उच्च पैशातील वेतनदरामुळे निर्माण होणारा भाववाढीचा परिणाम म्हणून बेरोजगारीचा दर घटतो. फिलिप्स या योगदानानंतर केन्सवादी अर्थतज्ज्ञांनी उत्पादन-तफावत नियंत्रित करण्यासाठी राज्यवित्तीय धोरणाबरोबरच मौद्रिक धोरणालाही महत्त्व देण्यास सुरुवात केली. केन्सवादी दृष्टिकोनातील मौद्रिक आणि राज्यवित्तीय धोरणांचा संयोग IS-LM प्रारूपाद्वारे विकसित झाला. हे प्रारूप १९६० च्या दशकात मोठ्या प्रमाणात वापरले गेले.

मात्र १९७० च्या दशकाच्या सुरुवातीला केन्सवादी राज्यवित्तीय आणि मौद्रिक धोरणाद्वारे मागणी व्यवस्थापनाच्या संकल्पनेवर तीव्र टीका करण्यात आली. सन १९७३ मध्ये तेल उत्पादक राष्ट्रांच्या संघटनेतील देशांनी कडक निर्बंधांचे धोरण स्वीकारले. या देशांचा अमेरिका आणि पश्चिम युरोपिय देशांवरील बहिष्कार देशांनी इस्रायल आणि इजिप्तच्या योम किपूर (Yom Kippur) युद्धात इस्रायलला पाठिंबा दिल्याबद्दल घातला गेला होता. या निर्बंधामुळे क्रुड तेलाची १९७३ मध्ये प्रती बॅरल तीन अमेरिकन डॉलर असणारी किंमत १९७४ मध्ये प्रति बॅरल १२ अमेरिकन डॉलर इतकी प्रचंड प्रमाणात वाढली. याचा परिणाम म्हणून जागतिक पातळीवर इंधनतेलाच्या किमती वाढून अतिभाववाढ झाली आणि क्रुड तेल आयात करणाऱ्या देशात प्रचंड बेरोजगारी निर्माण होऊन तीव्र आर्थिक मंदीची परिस्थिती झाली.

केन्सवादी अर्थतज्ज्ञ गटाच्या मते, मंदी आणि तेजी ह्या परस्परांशी संबंध नसलेल्या स्वतंत्र घटना आहेत. परंतु १९७० च्या दशकातील वाढत्या तेलाच्या किमतीमुळे अमेरिका आणि इतर पाश्चिमात्य देशांच्या मंदीयुक्त तेजीची परिस्थिती (Stagflation) निर्माण झाली. मूळच्या फिलिप्स वक्रामध्ये एकाच वेळी तीव्र भाववाढ आणि बेकारी यांचा विचारच नसल्याने केन्सवादी अर्थतज्ज्ञ गोंधळात पडले.

या मंदीयुक्त तेजीच्या परिस्थितीचे स्पष्टीकरण देण्यात केन्सवादी अर्थशास्त्राला अपयश आल्यामुळेच १९७० च्या दशकात नवअभिजात विचारसरणी उदयाला आली. या नवअभिजातवादी अर्थशास्त्रज्ञांची विचारधारा सनातन मौद्रिकवादी विचारसरणीशी मिळतीजुळती होती. यामध्ये उत्पादन-तफावत घटवण्यासाठी मागणी व्यवस्थापन धोरणासाठी काहीही भूमिका नव्हती. मौद्रिक धोरणवाद्यांच्या मते, विकसनशील आणि विशेषतः अविकसित देशांच्या संदर्भात राज्यवित्तीय धोरणाची परिणामकारता नगण्य

---

[५] 'नवअभिजातवादी संयोग' ही संज्ञा सॅम्युअल्सनने १९५५ मध्ये प्रसिद्ध केलेल्या आपल्या *इकॉनॉमिक्स* या पुस्तकात सर्वप्रथम प्रचलित केली.

[६] इंग्लंडमधील बेरोजगारी आणि पैशातील वेतनदरामध्ये झालेले बदल यांचा परस्पर संबंध १८६१-१९५७ *इकॉनॉमिका*, खंड २५, क्र. १००.

असते. कारण जेव्हा एखादी अर्थव्यवस्था अविकसित असते, तेव्हा तिथे भांडवल टंचाई असते तेव्हा शासकीय कर्ज मोठे असते व व्याजदरही चढे असतात. परिणामस्वरूपी प्रभावी खाजगी गुंतवणूक जवळजवळ शून्याप्रत येते व पूर्ण रोजगारस्थितीकडे जाण्याची आर्थिक प्रक्रिया मंद गतीने होते.

शिवाय जर शासनाने कर्जाचा कार्यक्षम वापर केला नाही आणि यंत्रणेत भ्रष्टाचार होत असेल तर वाढत्या शासकीय व्यवहारांमुळे भाववाढ होईल. याशिवाय उत्पादन-तफावतीचे नेमके मापन करणे अवडघ असल्याने मागणी व्यवस्थापन धोरणामुळे प्रत्यक्षात अर्थव्यवस्था समतोलापासून दूर जाईल.

मिल्टन फ्रीडमन आणि रॉबर्ट लुकास (ज्यू) हे नवअभिजात अर्थतज्ज्ञांमधील दोन प्रमुख विचारवंत होत. मिल्टन फ्रीडमनच्या दोन प्रभावशाली लेखनांमुळे मौद्रिकनीतिवादाचे पुनरुज्जीवन झाले.[७] उत्पादन-तफावत नियंत्रित करण्याच्या दृष्टीने पैशाचा पुरवठा कोणतीही भूमिका बजावत नाही, असे फ्रीडमन यांनी प्रतिपादन केले. फिलिप्स यांनी सुचवल्याप्रमाणे भाववाढ आणि बेरोजगारी यांच्यात दीर्घकाळात कोणताही विरोध नसतो. जर भाववाढ दीर्घकाळ सुरू राहिली तर वेतनदराबद्दल बोलणी करताना कामगार आणि उत्पादन संस्था या तीव्र भाववाढीचा अवश्य विचार करतील, असे फ्रीडमन यांनी म्हटले. यामुळे कामगारांचे वेतन, पर्यायाने उत्पादन संस्थांचा आदानखर्च वाढून पुन्हा भाववाढ होईल, वस्तूंच्या किमती आणि वेतनदर या दोहोत वाढ होत असल्याने वास्तव वेतनदरात बदल होणार नाही आणि अधिक कामगारांना कामावर घेण्यास उत्पादनसंस्थांना प्रेरणा मिळणार नाही. म्हणून बेरोजगारीत घट न होता, किमतीत वाढ होत राहील.

या उदाहरणात भाववाढ आणि बेरोजगारीतील विरोधी संबंध आस्तित्वात नसल्याने मूळच्या अंतर्वक्र वक्राऐवजी फिलिप्स वक्र उभी सरळ रेषा असेल. सन १९७० च्या दशकारंभी भाववाढीच्या उच्च पातळीलाही बेरोजगारी न घटण्याच्या आर्थिक परिस्थितीचे सुयोग्य स्पष्टीकरण दिल्यामुळे फ्रीडमनचे संशोधन अतिशय महत्त्वपूर्ण ठरले. फ्रीडमन यांनी हे स्पष्ट केले की जर मौद्रिक नीतिद्वारे नैसर्गिक बेरोजगारी पूर्ण रोजगार उत्पादन पातळीतील बेरोजगारीच्या दरापेक्षा कमी पातळीत बेरोजगारी आणण्याचा प्रयत्न केला गेला तर भाववाढीत प्रस्फोटक वाढ होईल.

बेरोजगार दर नैसर्गिक बेरोजगारी पातळीपर्यंत पुनर्स्थापित करण्यात मौद्रिक नीतीच्या अकार्यक्षमतेबाबत फ्रीडमनने केलेल्या लेखनाला रॉबर्ट लुकास (ज्यू) यांचा पाठिंबा मिळाला. केन्सवादी विचारसरणीमध्ये मूलभूत दोष आहेत, असा हल्ला लुकास यांनी या विचारसरणीवर केला. केन्सवादी सिद्धान्त सूक्ष्म पातळीच्या पायावर आधारित नाहीत, तर महत्तम उपयोगितेचे उद्दिष्ट असणारे आर्थिक घटक संपूर्ण समग्र अर्थव्यवस्थेच्या पातळीवर तार्किक पद्धतीने पर्याप्त निर्णयाप्रत येतात. अशा सूक्ष्म पातळीच्या पायावर केन्सचा सिद्धान्त उभा नाही. केन्सवादाने आर्थिक घटकांच्या स्वतंत्र अंतर्जात अपेक्षांचा विचार केलेला

---

[७] मिल्टन फ्रीडमन आणि ॲना जे स्वार्टझ् (१९६३), *अ मॉनिटरी हिस्टरी ऑफ द युनायटेड स्टेटस्* १८६७-१९६०, प्रिन्स्टन, एन जेः प्रिन्स्टन युनिव्हर्सिटी प्रेस. अधिक पहा, मिल्टन फ्रीडमन (१९६८), द रोल ऑफ मॉनिटरी पॉलिसी, *द अमेरिकन इकॉनॉमिक रिव्ह्यू*, खंड. ५८, क्र. १ पृ.१-१७.

नाही, अशी लुकास यांनी टीका केली. अगोदर चर्चा केल्याप्रमाणे अपेक्षा बहिर्जात पद्धतीने ठरतात व त्यामागे पशुवृत्ती असे केन्सने मानले.

लुकास यांनी असे म्हटले की, शासन उत्पादन संस्था आणि ग्राहक अशा आर्थिक घटकांना अर्थव्यवस्थेच्या कार्यशैलीबद्दल अपुरी माहिती असते.[८] भाववाढीसारख्या एखाद्या चलाबद्दल भविष्यातील अपेक्षा किंवा पूर्वअंदाज व्यक्त करताना विवेकी आर्थिक घटक भाववाढीवर परिणाम करू शकणाऱ्या बाबींविषयी उपलब्ध माहितीचा योग्य वापर करतात. वैयक्तिक पातळीवरील आर्थिक घटकाच्या महत्तम उपयोगिता उद्दिष्टाच्या वर्तनाशी विवेकी सुसंगती दर्शवणाऱ्या अपेक्षा गृहीत धरल्या जातात. परंतु, माहिती मिळवणे खर्चिक असते आणि बरेचदा खूप प्रयत्न करूनही पुरेपूर माहिती मिळणे शक्य नसते.

उदाहरणार्थ, शासनाचे मौद्रिक व राज्यवित्तीय धोरण राबवण्याबाबतचा निर्णय अर्थवस्थेच्या कार्यशैलीविषयीच्या वर्तनाबाबत जी गृहीते आहेत, त्यावर आधारित असतो. ही वर्तनवादी गृहीते लोकांच्या बचत व उपभोगाच्या सवयी किंवा उत्पादनसंस्थांच्या गुंतवणुकीच्या आकृतिबंधाशी निगडित असू शकतात. जर शासनाने (मध्यवर्ती बँकेने) सीमान्त उपभोग प्रवृत्तीविषयी (MPC) काही विशिष्ट गृहीते मानून राज्यवित्तीय धोरण (मौद्रिक धोरण) राबवले आणि जर ही गृहीते खरी असतील तर उत्पादन-तफावत नियंत्रित करण्यात यश येऊ शकेल. मात्र, जर ही गृहीते चुकीची असतील म्हणजे एखाद्या अर्थमितीतज्ज्ञाने चुकीचे आकडे वापरले किंवा एखाद्या हुशार आर्थिक घटकाने आपली आर्थिक वर्तणूक बदलली म्हणजे *कालविसंगत वागणूक* स्वीकारली तर मागणी व्यवस्थापन धोरण अयशस्वी होईल आणि प्रत्यक्षातील उत्पादन तफावतीतील बदल आणखीनच वाढतील. *हीच लुकासची सुप्रसिद्ध टीका होय.*

शिवाय जर देशाची मध्यवर्ती बँक शासनाच्या आदेशानुसार दरवर्षी विशिष्ट प्रमाणात पैशाच्या पुरवठ्यात वाढ करण्याचे नियमाधारित मौद्रिक धोरण अमलात आणत असेल, तर चलाख आर्थिक घटक आपल्या वर्तनात बदल घडवून शासनाच्या निर्णयप्रक्रियेवर कुरघोडी करण्याचा प्रयत्न करतील. त्यामुळे शासनाचे उत्पादन-तफावत नियंत्रणाचे उद्दिष्ट यशस्वी होईलच असे नाही.

१९८० च्या दशकारंभी उत्पादन-तफावतीचे स्पष्टीकरण देण्याचा एक नवीन दृष्टिकोन उदयाला आला. एफ. इ. किललँड, इ. सी. प्रेस्कॉट[९], जे. बी. लाँग आणि सी. आय प्लॉसर[१०] यांच्या लिखाणातून निर्माण झालेल्या या दृष्टिकोनाला वास्तव व्यापारचक्र सिद्धान्त (Real Business Theory) या नावाने ओळखले जाते. उत्पादन-तफावत असणे अगदी नैसर्गिक आहे असे वास्तव व्यापारचक्र सिद्धान्ताने प्रतिपादन केले.

---

[८] रॉबर्ट इ. लुकास (ज्यू) १९७२ – एक्सपेक्टेशन अँड द न्यूट्रालिटी ऑफ मनी, *जर्नल ऑफ इकॉनॉमिक थेअरी*, खंड ४, एप्रिल, पृ. १०३-२४.

[९] एफ. इ. किडलँड आणि इ. सी. प्रेस्कॉट (१९८२), टाइम टू बिल्ड अँड ॲग्रीगेट फ्लक्चुएशन्स, *इकॉनॉमेट्रिका*, खंड ५०, क्र. ६, पृ. १३४५-७०.

[१०] जे. बी. लाँग आणि सी. आय. प्लॉसर (१९८३) रियल बिझिनेस सायकल्स *जर्नल ऑफ पॉलिटिकल इकॉनॉमी*, खंड ९१, क्र. १ पृ. ३९-६९.

हे केन्सवादी आणि नवअभिजात दृष्टिकोन या दोहोंशी विरोधी आहे. कारण या दोन्ही दृष्टिकोनांमध्ये बेरोजगारीच्या नैसर्गिक पातळीहून भिन्न पातळी ही असमतोलाची स्थिती मानली जाते. या विचारसरणीत असे मानले जाते, की जेव्हा अर्थव्यवस्थेत पूर्ण रोजगार उत्पादन पातळी गाठली जाते, तेव्हा रोजगारात वाढ आणि भाववाढीत घट होत जाते. शासन आणि मध्यवर्ती बँक या दोहोंचीही मागणी व्यवस्थापनाचे धोरण राबवण्यात महत्त्वपूर्ण भूमिका असते. नवअभिजात दृष्टिकोनानुसार, बाजारपेठा स्वतःच नियंत्रण करतात व निर्माण होणारा असमतोल आपोआप दुरुस्त होतो. त्यात शासकीय हस्तक्षेपाची गरज नसते.

याउलट वास्तव व्यापारचक्र सिद्धान्ताच्या विचारसरणीचे असे प्रतिपादन आहे की, तेजी किंवा मंदी अशा कोणत्याही व्यापारचक्राच्या अवस्थेत समतोल होऊ शकतो. जरी मंदीची अवस्था सर्वांना नकोशी असली आणि मंदीमध्ये लोकांच्या अडचणीत वाढ होत असली तरी, त्या त्या परिस्थितीत बाजारपेठांचा कार्यक्षम प्रतिसाद दिसत जातो आणि यथोचित उद्दिष्ट गाठण्यात समाजाला यश मिळते. वास्तव व्यापारचक्र सिद्धान्तानुसार चक्रातील कोणताही बिंदू हा समतोल अवस्थाच दर्शवतो. वास्तव तंत्रज्ञानातील धक्क्यांना जो परेटो पर्याप्त प्रतिसाद होय, तो म्हणजे उत्पादन आणि रोजगारातील चढउतार (चौकट १.२ पहा). कोणत्याही विशिष्ट काळात अर्थव्यवस्थेच्या अनुभवाला येणाऱ्या तंत्रज्ञानातील धन सकारात्मक आणि ऋण नकारात्मक बदलांचा परिणाम म्हणून व्यापारचक्रे निर्माण होतात. सकारात्मक (नकारात्मक) तंत्रज्ञान बदलांना आर्थिक घटक श्रमाच्या पुरवठ्यात वाढ (घट) करून प्रतिसाद देतात.

चौकट १.२: तंत्रज्ञान धक्के

सकारात्मक विरुद्ध नकारात्मक तंत्रज्ञान धक्के

सकारात्मक तंत्रज्ञान बदल:

१९७० च्या दशकापासून १ मेगाहर्त्झ संगणन शक्तीचा खर्च ७६० डॉलरहून १७ सेंट्स इतका घटला. तसेच १ मेगाबाईट माहिताचा साठा करण्याचा खर्च ५,२५७ डॉलरवरून केवळ १७ सेंट्स इतका झाला. १०० अब्ज बिटस् माहिती हस्तांतरणाचा खर्च १,५०,००० डॉलर्सवरून १२ सेंट्स इतका कमी झाला.

गॉर्डन इ मूरल (सुप्रतिष्ठ अध्यक्ष, इंटेल)

नकारात्मक तंत्रज्ञान बदल ९/११ हल्ला

- हल्ल्यामुळे न्यूयॉर्कमधील रोजगार घटः १,४६,१००
- न्यूयॉर्क शेअर बाजार बंद पडलेले दिवसः ६
- न्यूयॉर्क शेअरबाजार पुन्हा सुरू झाल्यानंतर दाऊ जोन्स औद्योगिक सरासरी निर्देशांकात झालेली घट (बिंदू): ६८४.८१
- हल्ल्यानंतर एक महिन्यात न्यूयॉर्कचा आर्थिक तोटाः १०५ अब्ज डॉलर्स

कारण, सकारात्मक (नकारात्मक) तंत्रज्ञान बदलांमुळे श्रमांची सीमान्त उत्पादकता वाढते (घटते) आणि त्यानुसार त्यांचे वेतनदर बदलतात. सकारात्मक तंत्रज्ञान बदलाचे एक उदाहरण म्हणजे संगणक क्रांती होय, तर नकारात्मक तंत्रज्ञानातील बदलाचे उदाहरण ११ सप्टेंबर २००१ रोजी अल् कायदा या दहशतवादी संघटनेने अमेरिकेवर केलेला हल्ला हे देता येईल. जेव्हा अर्थव्यस्थेत सकारात्मक तंत्रज्ञान बदल होतात, तेव्हा विस्तार अवस्था निर्माण होते आणि नकारात्मक तंत्रज्ञान बदलांच्या वेळी अर्थव्यवस्था मंदीला सामोरी जाते.

वास्तव व्यापारचक्र सिद्धान्ताने सुचवलेले तंत्रज्ञान बदल हे बहिर्जात (exogenous) घटक आहेत आणि त्यामुळे शासन (किंवा मध्यवर्ती बँक) त्यांच्यावर नियंत्रण ठेवू शकत नाहीत. म्हणजे अनपेक्षित राज्यवित्तीय किंवा मौद्रिक धोरणांमुळे निर्माण झालेले मागणीच्या बाजूचे बदलांचे नियंत्रण शासन यशस्वीपणे करू शकेल, परंतु पुरवठा बाजूने होणारे बदल नियंत्रित करण्यात फारसे प्रभावी ठरणार नाही. कारण पुरवठा बाजूच्या सकारात्मक किंवा नकारात्मक बदलांना आणि सापेक्ष किंमत बदलांना प्रतिसाद म्हणून विवेकी आर्थिक घटक आपल्या श्रम आणि विश्रांती (किंवा उपभोग) पुरवण्यात बदल करतील. याचा अर्थ असा, की उत्पादनातील चढ-उतारांना पूर्ण रोजगार पातळीतील उत्पादनाचे चढ-उतार मानावे पण दीर्घकालीन कल दाखवणारी उत्पादन पातळी आहे त्यापासूनचे विचलन मानले जाऊ नये. म्हणून उत्पादन-तफावत अस्तित्वात नसते.

वास्तव व्यापारचक्र सिद्धान्ताने परिपूर्ण जगाचे गृहीतक मानल्याची टीका केली गेली. म्हणजे यात आर्थिक घटकांना संपूर्ण ज्ञान आहे. उत्पादन घटक व उत्पादनाच्या बाजारपेठेत पूर्ण स्पर्धा आहे आणि भांडवल आणि भूमी यासारख्या उत्पादनघटकांची सर्वसमावेशक बाजारपेठ आहे असे गृहीत धरले आहे. मात्र, १९८० च्या दशकातील आणि १९९० च्या दशकारंभीच्या काळातील युरोपातील दीर्घकालीन बेरोजगारीच्या स्थितीने 'अर्थव्यवस्था नेहमीच संतुलित असते' या फसव्या गृहीतावर प्रश्न उपस्थित केले. यातूनच केन्सवादी अर्थतज्ज्ञांचा एक नवा गट तयार झाला. त्वरित पुनर्समतोल करण्यातील अपयशाचे स्पष्टीकरण देण्याचा त्यांनी प्रयत्न केला. या गटामध्ये (ग्रेगरी मन्कीव, लॉरेन्स समर्स, ऑलिव्हर ब्लँकर्ड, एडमंड फेल्स, जॉन टेलर इत्यादींचा) समावेश होतो. या तज्ज्ञांच्या मते, पुनर्समतोल निर्माण न होण्यामागील कारण वेतनदर व किंमत पातळीतील ताठरता हे आहे.

अशा प्रकारे नवअभिजात आणि नवकेन्सवादी विचारसरणीतील प्राथमिक भेद *वेतनदर व किंमत पातळीतील लवचिकता* यावर आहे. नवकेन्सवाद्यांचा पूर्ण वेतन व किंमत पातळीतील लवचिकेतेवर विश्वास नाही. नवअभिजात अर्थतज्ज्ञ मात्र या मताचे नव्हते. महत्तम उपयोगिता आणि विवेकी अपेक्षांचे गृहीतक असणाऱ्या सूक्ष्म अर्थशास्त्राच्या पायावर आधारित नवकेन्सवादी अर्थतज्ज्ञांनी वेतन व किंमत पातळीतील ताठरतेमुळे बाजारपेठांमध्ये पुनर्समतोल स्थापित होऊ शकत नाही, हे दाखवून दिले.[११] खरे

---

[११] तार्किक अपेक्षा गृहीतकात आर्थिक घटक महत्तम उपयोगितावादी वर्तन स्वीकारून विवेकी अपेक्षा करतात असे मानले जाते. उदाहरणार्थ, जर एखाद्याला मध्यवर्ती बँकेच्या मौद्रिक विस्तार धोरणामुळे भाववाढ होईल अशी अपेक्षा असेल तर भविष्यकाळातील भाववाढीच्या दराबाबत अंदाज करण्यासाठी तो मौद्रिक विस्तारासंबंधी उपलब्ध असलेल्या सर्व माहितीचा पर्याप्त उपयोग करेल.

पाहिल्यास, किंमत ताठरतेमुळे विवेकी आर्थिक घटकांमधील समन्वय साधला न जाऊन परिस्थिती अधिक बिकट बनत जाते.

किंमत ताठरतेची कारणे बाजारपेठांमधील वाढते खर्च आणि अपूर्ण संरचनेत आहेत. कामगार संघटना या वेतनदरातील ताठरतेला कारणीभूत आहेत, हे मला स्पष्ट करता येईल. किंमत ताठरता अस्तित्वात येते, कारण किंमत बदलायची झाल्यास उत्पादनसंस्थेला आपल्या ग्राहकांना विक्री विभागातील कर्मचाऱ्यांना नवे छापील दरपत्रक पाठवावे लागते. उपहारगृहांना नवे दरपत्रक छापून घ्यावे लागते. एका विशिष्ट उत्पादन संस्थेच्या पातळीवर हा खर्च (menu cost) किरकोळ असला, तरी जेव्हा आपण संपूर्ण अर्थव्यस्थेचा एकत्रित विचार करू तेव्हा तो प्रचंड असतो.

त्याचप्रमाणे कामगार संघटनांच्या अस्तित्वामुळे वेतनदरातील ताठरता निर्माण होते. भिन्न भिन्न देशांमध्ये वेतनकराराचा कालावधी आणि त्याच्या नूतनीकरणाचा कालावधी भिन्न भिन्न असतो. उदाहरणार्थ, जपानमध्ये वेतन कराराचे नूतनीकरण दरवर्षी होते, तर अमेरिकेमध्ये दर तीन वर्षांनी नवा वेतनकरार केला जातो. जेव्हा वेतनदर आणि किंमतपातळीत एकाच वेळी बदल होत नाहीत, तेव्हा पैसा 'तटस्थ' राहत नाही. जसे धक्के बसत असताना एकामागून एक वेतनकरार होत असतात, पण पैशातील वेतन जवळपास ताठरच राहते. नवीन माहिती वापरून जरी पुन्हा सर्वत्र करार करीत गेले तरी असे घटत राहते. अशामुळे बाजाराची जलद जुळवाजुळव होत नाही आणि सरकारच्या हस्तक्षेपाची परिस्थिती निर्माण होते.

वेतनदरातील ताठरतेमुळे विविध उत्पादन संस्थांमधील समन्वयातही बाधा येते. उदाहरणार्थ, रिझर्व्ह बँकेच्या मौद्रिक संकोच धोरणाला अनुसरून मारुती सुझुकी कंपनीने किमती घटवण्याचा निर्णय घेणे सोपे राहात नाही. मुद्रासंकोच धोरणामुळे व्याजदरात वाढ होईल, ज्यामुळे गुंतवणुका घटतील आणि पर्यायाने कार खरेदी करण्यास आवश्यक असे लोकांचे वास्तव उत्पन्न घटेल. वास्तव उत्पन्नातील घटीला पूरक अशी किंमत घट करणे हे मारुती सुझुकी उत्पादनसंस्थेसाठी आदर्श धोरण असेल.

जर केवळ मारुती सुझुकी उत्पादनसंस्थेने किंमत घट केली तर कार ग्राहकांचे वास्तव उत्पन्न वाढून ते फोर्ड आणि ह्युंदाई या इतर कार कंपन्यांचीही उत्पादने खरेदी करू शकतील. परंतु, तार्किकदृष्ट्या पाहिल्यास मारुती सुझुकी कंपनी इतर कंपन्यांच्या लाभासाठी काहीही करणार नाही, म्हणून इतर संस्थाही किमतीत घट करणार नाहीत, हे मानून मारुती सुझुकी कंपनीने किंमत घट न करणे श्रेयस्कर ठरेल. अशाप्रकारे नवअभिजातवादी विचारसरणीनुसार बाजारात अपेक्षित जुळवाजुळव न झाल्याने घटत्या वास्तव उत्पन्न पातळीला उचित किंमतबदल करण्याचे गृहीत प्रत्यक्षात यशस्वी होत नाही.

थोडक्यात, बाजारपेठा अपूर्ण असल्याने अभिजात दृष्टिकोनात दिल्याप्रमाणे उत्पादन तफावत नियंत्रित करण्यासाठी निर्हस्तक्षेपाचे तत्त्व उपयोगी पडणार नाही, असे नवकेन्सवादी सिद्धान्त सुचवतो. दरपत्रक बदलाचा खर्च, वेतन किंमत, समायोजनाचा आणि एकरंदरीत समन्वयाचा अभाव यामुळे वास्तवातील त्या आर्थिक घटना आभिजातवादी गृहीत धरतात, परिस्थितीप्रमाणे नसतात. किंमत लवचिकतेच्या आधारे अर्थव्यवस्थेत पूर्ण रोजगार उत्पादनापातळीची पुनर्स्थापना करण्यावर भर देण्यापेक्षा शासन आणि मध्यवर्ती बँकेकडून हस्तक्षेप केला जाण्याची आवश्यकता असते.

स्थूल राष्ट्रीय उत्पादनाचे परीक्षण

उत्पादन-तफावतीचे नियमन करण्याच्या दृष्टीने विविध समग्रलक्षी आर्थिक धोरणे कशी वापरावीत याचे सविस्तर विवेचन पाहिल्यानंतर आता आपण या विभागात उत्पादन आणि उत्पादनाच्या निरनिराळ्या घटकांचे मापन कसे करावयाचे याची चर्चा करूया. एखाद्या देशात तयार झालेले उत्पादन स्थूल राष्ट्रीय उत्पादन या परिमाणाने मोजले जाते. विशिष्ट आर्थिक वर्षात एखाद्या देशात उत्पादित झालेल्या अंतिम वस्तू आणि सेवांचे बाजारमूल्य म्हणजे स्थूल राष्ट्रीय उत्पन्न होय. येथे अंतिम हा शब्द महत्त्वाचा आहे.

एखादी अंतिम 'तयार' (उपभोगक्षम) वस्तू किंवा सेवा म्हणजे, जी अंतिम ग्राहक खरेदी करतो आणि दुसऱ्या एखाद्या वस्तू किंवा सेवेचे उत्पादन करण्यासाठी जी वापरली जात नाही, अशी वस्तू किंवा सेवा होय. शिवाय सफरचंदे आणि संत्री अशा भिन्न स्वरूपाच्या वस्तूंची संख्या एकत्रित मोजण्यातील अडचण टाळण्याच्या दृष्टीने स्थूल राष्ट्रीय उत्पादन मूल्याच्या म्हणजे पैशाच्या परिमाणात मोजली जाते. गुजरातमधील टाटांचे कार उत्पादन आणि पश्चिम बंगालमधील शेतकऱ्याने उत्पादित केलेले क्विंटलभर बटाटे यांची बेरीज करण्यात काहीच अर्थ नसतो. अशा भिन्न वस्तूंचे मूल्य लक्षात घेऊन त्यांची बेरीज केल्यास अर्थपूर्ण आकडेवारी मिळते. याला पर्यायी पद्धतीत आपण अर्थव्यवस्थेतील एकूण वेतन, व्याज, खंड आणि नफ्याचे घटक म्हणजेच एकूण उपभोगक्षम वस्तू आणि सेवांचे उत्पादन करण्यासाठी खर्च केलेल्या एकूण पैशाची मोजणी करून राष्ट्रीय उत्पन्न काढू शकतो.

अर्थव्यवस्थेतील उत्पादनाचे एकूण मूल्य आणि एकूण निर्माण झालेले उत्पन्न हे एकमेकांबरोबर असले पाहिजे. भारतात सांख्यिकी व कार्यक्षम अंमलबजावणी मंत्रालयाच्या अखत्यारीतली केंद्रीय सांख्यिकी संघटना (CSO) स्थूल राष्ट्रीय उत्पादनाशी निगडित माहिती संकलित करते.

स्थूल देशांतर्गत उत्पादनापेक्षा स्थूल राष्ट्रीय उत्पादन संकल्पना काहीशी निराळी आहे. साधारणतः स्थूल राष्ट्रीय उत्पादन म्हणजे अर्थव्यस्थेतील एकूण वस्तू व सेवांचे मूल्य होय. याउलट, स्थूल राष्ट्रीय उत्पादन म्हणजे भारतीय नागरिकाने किंवा उत्पादनसंस्थेने उत्पादित केलेल्या वस्तू आणि सेवांचे मूल्य होय. मग या वस्तू आणि सेवा भारताबाहेर उत्पादित झाल्या असतील तरीही त्यांचा समावेश स्थूल राष्ट्रीय उत्पादनामध्ये केला जातो. उदाहरणार्थ, समजा जर व्हिडिओकॉनचा एखादा जुळणी प्रकल्प अमेरिकेमध्ये असेल तर अमेरिकेत उत्पादित झालेल्या टीव्ही संचाचे मूल्य भारताच्या स्थूल राष्ट्रीय उत्पादनामध्ये धरले जाईल आणि त्याचबरोबर अमेरिकेच्या स्थूल देशांतर्गत उत्पादनात त्याचा समावेश होईल. याचप्रकारे भारतात उत्पादित झालेल्या फोर्ड मोटारींचे मूल्य भारताच्या स्थूल देशांतर्गत उत्पादनात समाविष्ट होईल.मात्र भारताचे स्थूल राष्ट्रीय उत्पादन मोजताना, त्यांचा समावेश होणार नाही. म्हणजेच स्थूल राष्ट्रीय उत्पादनात भारतीय उद्योगसंस्थांचे परदेशातील उत्पादन जमेला धरले जाते, तर परदेशी उद्योगसंस्थांचे भारतात केलेले उत्पादन वगळले जाते.

स्थूल राष्ट्रीय उत्पादनाचे मागणी – बाजूचे घटक

मागणीचे पाच घटक असतात. याचा उल्लेख आपण मागेच केलेला आहे. यातील प्रत्येक घटकाकडे आता आपण बारकाईने पाहूया.

उपभोग खर्च (C). आपल्या दैनंदिन गरजा भागवण्यासाठी आपल्यातला प्रत्येकजण काही वस्तू आणि सेवांचा उपभोग घेत असतो. या उपभोग वस्तू स्थानिक किराणा दुकानदाराकडून विकत घेतलेल्या वाणसामानापासून ते फ्रीज, कार, टीव्ही संच, आयपॉड, डिजिटल कॅमेरा अशा दीर्घकाळ टिकणाऱ्या उपभोग्य वस्तूंचाही समावेश होतो. तसेच, दूरसंचार, बँका, खाजगी आरोग्यसुविधा यांचा उपभोग्य सेवांमध्ये समावेश होतो. येथे उपभोग्य वस्तूंबाबत लक्षणीय मुद्दा असा की, त्या अंतिम वापराच्या वस्तू असतात. उदाहरणार्थ, आपण पीटर इंग्लंडचा शर्ट म्हणजे अंतिम उत्पादन विकत घेतो व वापरतो. आणि कापूस किंवा विणलेले कापड म्हणजे शर्टच्या उत्पादनादरम्यान प्रक्रियेतील वस्तू घेत नसतो. स्थूल राष्ट्रीय उत्पादनाच्या मागणी बाजूच्या घटकांमध्ये उपभोग खर्च हा सर्वांत मोठा घटक आहे, हे लक्षात घेतले पाहिजे. राष्ट्रीय उत्पादनातील याचा वाटा ६०% ते ७०% च्या दरम्यान असतो.

सन २०१०-११ मध्ये भारताच्या स्थूल राष्ट्रीय उत्पादनात उपभोग खर्चाचे प्रमाण ६१.६% होते. आर्थिक सर्वेक्षण आणि राष्ट्रीय लेखा सांख्यिकी (National Account Statistics) सारख्या शासकीय दस्तावेजामध्ये उपभोगखर्चाचा उल्लेख खाजगी अंतिम उपभोग खर्च (PFCE) असा केला जातो. या गटात भूमी, इमारत आणि एक वर्षापेक्षा कमी टिकाऊ अशा कोणत्याही वस्तू आणि नाशवंत सेवा वगळून इतर नाशवंत वस्तू व सेवांचा यात समावेश होतो हे लक्षात घेणे महत्त्वाचे आहे. निवासी इमारतींचे बांधकाम किंवा खरेदी खाजगी अंतिम उपभोग खर्च (PFCE) गटात समाविष्ट होत नसले तरी स्थूल भांडवल निर्मितीत त्यांचा समावेश होतो. एका वर्षापेक्षा अधिक काळ वापरात असणाऱ्या वस्तूंना टिकाऊ वस्तू असे म्हणतात. उदाहरणार्थ, कपडे धुण्याचे यंत्र, टीव्ही, वाहने इत्यादी. या वस्तू खाजगी गुंतवणूक खर्चात मोडतात. खाजगी अंतिम उपभोग खर्च गटातील नाशवंत वस्तूंमध्ये प्राथमिक क्षेत्रातील उत्पादने म्हणजे शेतमाल, मत्स्यउत्पादने, जंगलातून मिळणाऱ्या वस्तू आणि दुग्धोत्पादने, पेसिन्ल, पेन, शर्ट अशा कारखान्यात तयार झालेल्या वस्तू आणि मोलकरीण, वाहनचालक, परिचारिका, डॉक्टर्स अशा सेवांचा समावेश होतो. जर घर स्वच्छता, मुलांचे संगोपन किंवा स्वयंपाक व वाहन चालवण्याच्या सेवा कुटुंबातील कुणीतरी पुरवल्या तर कुटुंबाला या सेवांवर पैसा खर्च करावा लागत नाही. म्हणून या सेवा उपभोग खर्चात समाविष्ट होत नाहीत.

मूल्यवान रत्ने, दागिने, कलात्मक वस्तू खरेदी करणे याबाबत काय सांगता येईल? त्यांचा समावेश (PFCE) खाजगी अंतिम उपभोग खर्च गटात होत नाही. अशा मूल्यवान वस्तू अतिशय गहाग आणि दीर्घकाळ टिकणाऱ्या असून उपभोग किंवा उत्पादनासाठी वापरल्या जात नाहीत, तर दीर्घकालीन टिकाऊ मूल्यासाठीच घेतल्या जातात. जरी अशा वस्तूंच्या मालकीबद्दल मालकाला समाधान मिळत असले, तरी कार, टी.व्ही संच, संगणक, इतर कोणत्याही टिकाऊ उपभोग्य वस्तूंप्रमाणे त्यांचा वापर होत नाही.

गुंतवणूक खर्च (I). खाजगी उत्पादनसंस्था आणि घरगुती कुटुंबसंस्थांनी केलेल्या गुंतवणुकांचा या घटकात समावेश होतो. कुटुंबसंस्थांची गुंतवणूक सदनिका, घरे, जमीन आणि एक वर्षांहून अधिक काळ आयुष्य असणाऱ्या इतर उपभोग्य वस्तू तसेच समभाग अशा प्रकारची असते. याउलट, उत्पादनसंस्थांची गुंतवणूक कुटुंबसंस्था आणि इतर उद्योगसंस्था उपभोगासाठी वापरत असणाऱ्या अंतिम वस्तूंचे उत्पादन करण्यासाठी आवश्यक असणाऱ्या उत्पादन घटकांमध्ये असते. उदाहरणार्थ, जॉन प्लेअर्स या ब्रँडच्या पुरुषांच्या कपडे उत्पादन प्रक्रियेत आयटीसी सारखी भारतीय पब्लिक लिमिटेड बहुउत्पादन कंपनी सर्वप्रथम कापूस उत्पादक शेतकऱ्यांकडून कापूस खरेदी करते, त्यावर विणण्याची प्रक्रिया करून कापड तयार करते. या कापडापासून शर्ट बनवते आणि सर्वांत शेवटी जॉन प्लेअर्स या ब्रँड नावाने सुती शर्टांची बाजारपेठ विक्री करते. या उत्पादन प्रक्रियेतील प्रत्येक टप्प्यात जो खर्च होतो त्याला गुंतवणूक खर्च असे म्हणता येईल. आयटीसी कंपनी ही सर्व खर्च तयार शर्ट विकून नफा कमवायच्या उद्दिष्टाने काम करत असते. म्हणजेच आयटीसीसारख्या खाजगी उद्योगकंपन्यांनी नफ्याच्या अंतिम उद्दिष्टाने केलेल्या गुंतवणुकीला गुंतवणूक खर्च असे म्हटले जाते. पुढील विभागात आपण ज्याची चर्चा करणार आहोत, त्या शासकीय खर्च घटकांपेक्षा हा घटक भिन्न असतो.

शासकीय खर्च (G). खाजगी गुंतवणुकीच्या बरोबर विरुद्ध प्रकारचा हा खर्च महत्तम सामाजिक कल्याणाच्या उद्देशाने केलेला असतो. प्रामुख्याने सार्वजनिक वस्तूंची तरतूद करण्यासाठी शासन खर्च करीत असते. सार्वजनिक वस्तूंचे स्वरूप अस्पर्धात्मक आणि ज्याचा वापर कोणालाही न वगळता करण्याजोगे (Non-Excludable) असते. म्हणजेच, एका व्यक्तीने अशा वस्तूचा उपभोग घेतल्याने इतर व्यक्तींच्या या वस्तूच्या उपभोगाच्या प्रमाणात काहीही घट होत नाही. शिवाय कोणा विशिष्ट व्यक्तीला त्या वस्तूचा वापर करण्याच्या दृष्टीने प्रत्यक्षात रोखता/वगळता येत नाही (शाळा, महाविद्यालये, दवाखाने इत्यादी) अशा सामाजिक सोयीसुविधा, (रस्ते, विमानतळे, पाणी व आरोग्य सुविधा, इत्यादी) अशा भौतिक सुविधा, न्यायालये, नियमन संस्था, लेखापरीक्षण संस्था, पोलीस इत्यादी संस्थात्मक सुविधा आणि संरक्षण अशा बाबींचा सार्वजनिक वस्तूंमध्ये समावेश होतो. या व्यतिरिक्त समाजातील नागरिकांमधील उत्पन्नाच्या वितरणात सुधारणा करण्यासाठीही शासन खर्च करते. अनुदाने, दारिद्र्यरेषेखालील व्यक्तींना रोजगार पुरवणे, नैसर्गिक आपत्तिग्रस्त व्यक्तींना अर्थसहाय्य करणे इत्यादी बाबी या उद्देशाने राबवल्या जातात. शासकीय खर्च कोणत्याही थेट आर्थिक उद्दिष्टपूर्तीसाठी नाही तर नागरिकांचे एकूण कल्याण वाढविण्याच्या उद्देशाने केला जातो. या कारणामुळेच काही वेळा शासनाला 'कल्याणकारी राज्य' असेही संबोधले जाते.

जर शासनाने मोबदला न घेता सार्वजनिक सुविधा पुरवल्या तर अशा शासकीय खर्चाचे मापन कसे केले जावे, हा अगदी स्वाभाविक प्रश्न झाला. शासकीय खर्चाचे मापन करण्याच्या पद्धतींवर अर्थतज्ज्ञांमध्ये वाद आहेत. शासकीय सेवांची *विक्री होत नसल्याने* शासनाला शिक्षक, डॉक्टर, शासकीय व्यवस्थापनातील कर्मचारी, सशस्त्र सेना इत्यादी सेवा आणि विविध विभाग व आस्थापने कार्यरत ठेवण्यासाठी ज्या वस्तू आणि इतर घटक विकत घेण्यासाठीच्या खर्चाचे पैशातील मूल्य विचारात घ्यावे लागेल.

निर्यात (X). देशांतर्गत उत्पादित झालेल्या परंतु परदेशातील उपभोक्त्यांनी उपभोग घेतलेल्या वस्तू आणि सेवा म्हणजे निर्यात होय. कोणतीही अर्थव्यवस्था व्यापारी वस्तू आणि सेवांची निर्यात करू शकते. उदाहरणार्थ, जर टाटांनी भारतात उत्पादित केलेल्या मोटारगाड्या युरोपातील लोकांनी खरेदी केल्या तर याचा अर्थ टाटांनी युरोपला निर्यात केली असा होतो, आणि या निर्यातीचे मूल्य भारताच्या एकूण निर्यातीमध्ये समाविष्ट होईल. हे वस्तुरूप निर्यातीचे उदाहरण झाले. भारत सेवांची निर्यातही करू शकतो. उदाहणार्थ, जर इन्फोसिस कंपनीने आपल्या अमेरिकेतील ग्राहकाला संगणक संबंधित सेवा पुरवल्या तर या निर्यातीचे मूल्य भारताच्या एकूण सेवा निर्यातीमध्ये गणले जाईल. भारताच्या प्रमुख वस्तुरूप निर्यातीमध्ये शुद्ध पेट्रोलियम उत्पादन, धातू, यंत्रे, उपकरणे, परिवहन यंत्रे अशा अभियांत्रिकी वस्तू, रत्ने आणि दागिने, रसायने, वस्त्रे, कातडी, हस्तकला वस्तू आणि शेतमालाचा समावेश होतो.[१२] त्याचप्रमाणे भारताच्या निर्यात सेवांमध्ये प्रामुख्याने पहिल्या आणि चौथ्या गटांतील सेवांचा समावेश होतो.[१३]

आयात (M). परदेशात उत्पादित झालेल्या आणि आपल्या देशातील ग्राहकांनी उपभोग घेतलेल्या वस्तू आणि सेवांना आयात असे म्हणतात. भारताची आयात व्यापारी वस्तू आणि सेवा अशा दोन्ही प्रकारची आहे. भारताच्या एकूण आयातीमध्ये २५ ते ३०% वाटा क्रूडतेलाचा आहे. हे प्रमाण तेलाच्या जागतिक किंमत पातळीवर अवलंबून असते. इतर महत्त्वाच्या वस्तुरूप आयातीमध्ये सोने, चांदीसारखे धातू, विद्युत आणि बिगरविद्युत यंत्रे, परिवहन सामग्री आणि रसायने, लोह खनिज यांसारख्या भांडवली वस्तूंचा समावेश होतो. भारताच्या आयात सेवांमध्ये प्रमुख वाटा व तिसऱ्या गटातील (प्रकार २ आणि प्रकार ३) सेवांचा समावेश होतो. [१४]

निव्वळ निर्यात (X-M). एकूण निर्यात वजा एकूण आयात म्हणजे निव्वळ निर्यातीतून अर्थव्यवस्थेच्या खुल्या व्यापाराचे स्वरूप लक्षात येते. अर्थव्यवस्था जितकी खुल्या स्वरूपाची असेल तितकी राष्ट्रीय उत्पन्नातील आयात आणि निर्यातीची टक्केवारी अधिक असेल. व्यापारातील खुलेपणा मोजण्याची ढोबळ पद्धत म्हणजे राष्ट्रीय उत्पादन (GDP) किंवा (GNP) एकूण निर्यातीच्या गुणोत्तराला १००ने

---

[१२] वित्त मंत्रालय, आर्थिक सर्वेक्षण २०१०-११ भारत शासन नवी दिल्ली.

[१३] प्रकार १ सेवांना सीमापार पुरवठा असेही म्हणतात. ज्यात आंतरराष्ट्रीय दूरध्वनी सेवा, बिझनेस प्रोसेस आऊटसोर्सिंग (कॉल सेंटर्स, हिशेब व लेखा, मानवी संसाधन) अशा सेवा ज्या उच्च खर्चिक देशांनी कमी खर्चिक देशात खर्चात कपात करण्यासाठी स्थापन केलेल्या सेवा केंद्रांद्वारे पुरवल्या जातात. प्रकार ४ गटात माहिती-तंत्रज्ञान व्यावसायिक, शास्त्रज्ञ आणि इतर तज्ज्ञ व्यावसायिक आपल्या देशातून दुसऱ्या देशातील भ्रमणाचा समावेश होतो.

[१४] प्रकार २ गटात आपल्या देशातील नागरिक किंवा उद्योग संस्थांनी परदेशात उपभोग घेतलेल्या सेवांचा समावेश होतो. उदाहरणार्थ, आरोग्य सेवा, शिक्षण आणि पर्यटन. प्रकार ३ गटामध्ये परकीय कंपन्यांनी आपल्या सेवा पुरवण्यासाठी स्थापलेल्या उपकंपन्या किंवा शाखांचा समावेश होतो. उदाहरणार्थ, बँकिंग व वित्तीय सेवा, दूरसंचार सेवा.

गुणणे होय. ही संख्या जितकी मोठी असेल तितकी अर्थव्यवस्था अधिक खुली असते. सिंगापूरसारख्या काही देशांचा हा निर्देशांक १०० पेक्षा मोठा आहे. कारण सिंगापूरसारख्या देशात प्रमुख आर्थिक व्यवहार म्हणजे कच्च्या किंवा अर्थकच्च्या स्वरूपाच्या वस्तूंची आयात करून त्यांची जुळणी करून तयार वस्तूंची निर्यात करणे हाच आहे. निर्देशांकाचे मूल्य १०० पेक्षा अधिक येण्याचे कारण म्हणजे उत्पादनाचे मूल्य नेहमीच उत्पादन किंवा जुळणी प्रक्रियेत वापरलेल्या भांडवल आणि श्रमांच्या मूल्यावर (मूल्यवर्धित) निश्चित केले जाते, तर निर्यातीचे मूल्य निर्यात वस्तूंच्या एकूण मूल्यावर आणि त्यासाठी वापरलेल्या आयात घटकांच्या मूल्यावर आधारित असते. निर्देशांकाचे मूल्य १०० पेक्षा अधिक असणे याचा अर्थ निर्यात व्यापार मूल्य त्या तयार वस्तू निर्यातीच्या उत्पादन-प्रक्रिये दरम्यान घडलेल्या एकूण मूल्य वाढवण्यापेक्षा (मूल्यवर्धित) अधिक आहे.

भारताच्या राष्ट्रीय उत्पन्न मागणीच्या बाजूने कोणते घटक उपलब्ध आहेत ते आता पाहू. भारत सरकारच्या वित्त मंत्रालयाने प्रसिद्ध केलेल्या आर्थिक सर्वेक्षणाच्या दस्तावेजात या घटकांची आकडेवारी दिलेली आहे (कोष्टक १.२).

कोष्टक १.२ दृष्टिक्षेपात भारताची समग्रलक्षी आर्थिक आकडेवारी २०१०-११

घटक खर्चानुसार राष्ट्रीय उत्पादन (चालू किमतीनुसार रुपये कोटीमध्ये)	७,१५७,४१२
बचत	राष्ट्रीय उत्पन्नाच्या ३२%
गुंतवणूक	राष्ट्रीय उत्पन्नाच्या ३५%
उपभोग	राष्ट्रीय उत्पन्नाच्या ६२%
चालू खात्यावरील शिल्लक	राष्ट्रीय उत्पन्नाच्या -२.७%
निर्यात	राष्ट्रीय उत्पन्नाच्या १५%
आयात	राष्ट्रीय उत्पन्नाच्या २३%
घाऊक किंमत निर्देशांक	९.६%
उपभोक्ता किंमत निर्देशांक औद्योगिक कामगार	१०.४%

स्रोतः आर्थिक सर्वेक्षण २०१०-११, भारत सरकार

आर्थिक सर्वेक्षण २०१०-११ मध्ये प्रसिद्ध झालेली ही आकडेवारी काय दर्शवते? किंवा आपण या आकडेवारीचे वाचन कसे करावे?

प्रथमतः दिसून येते की राष्ट्रीय उत्पन्नाच्या मागणी बाजूच्या घटकात उपभोग खर्चाचा सर्वाधिक हिस्सा आहे. त्यामुळे जेव्हा अर्थव्यवस्था विस्तार अवस्थेतून जात असते, तेव्हाच्या मागणी व्यवस्थापन धोरणात उपभोग खर्च हा महत्त्वाचा घटक असतो. उदाहरणार्थ, कराचे दर वाढवल्यास निव्वळ उत्पन्न घटेल आणि त्यामुळे उपभोग खर्चही आवरता घेतला जाईल. तसेच, व्याजाच्या दरात वाढ केल्यास कर्जाऊ भांडवल महाग होऊन सदनिका, मोटारगाड्या अशा टिकाऊ उपभोग्य वस्तूंच्या विक्रीत घट

होईल. अशा वाढीव व्याजदरामुळे उद्योगप्रेरणेवर नकारात्मक परिणाम होऊन गुंतवणूक घटेल हे निराळे सांगण्याची गरज नाही.

दुसरे, परकीय व्यवहार नसलेल्या *बंदिस्त* अर्थव्यवस्थेच्या आकृतिबंधात, गुंतवणुकीसाठी अंतर्गत बचती हाच केवळ एक स्रोत असतो. त्यानुसार सर्व बचती गुंतवल्या जाऊन गुंतवणुका आणि बचती समान असणे अपेक्षित असते. वरील संदर्भात मात्र राष्ट्रीय उत्पन्नातील बचत आणि गुंतवणुकीच्या प्रमाणात तफावत आढळते. भारत परकीय उलाढाली मान्य असणारी *खुली* अर्थव्यवस्था असल्याने ही तफावत वास्तवात आढळून येते. अर्थातच अर्थव्यवस्था जितक्या प्रमाणात *खुली* असेल तितकी ही तफावत मोठी असेल. जर गुंतवणुकीपेक्षा बचती अधिक असतील तर तो देश निव्वळ धनको/कर्ज दाता आहे, असा त्याचा अर्थ होतो. याउलट जर बचतींपेक्षा गुंतवणूक अधिक असेल तर देश निव्वळ कर्जदार असतो. वस्तू आणि सेवांची सर्व प्रकारची आवज-जावक नोंदणारी चालू खात्यावरील शिल्लक बचत आणि गुंतवणुकीतील तफावत दर्शवते हे लक्षात घेतले पाहिजे.

तिसरा मुद्दा भावावाढ संकल्पनेविषयी आहे. स्वाभाविकपणे उपभोक्ता किंमत निर्देशांक (CPI) आणि घाऊक किंमत निर्देशांक यांच्या आधारे भाववाढीचे मोजमाप केले जाते. भाववाढीविषयी आपण नंतर चर्चा करणार आहोतच. उपभोक्ता किंमत निर्देशांक हा अंतिम वस्तू आणि सेवांच्या किमतीतील बदल दर्शवतो हे सध्यापुरते लक्षात घेऊ. म्हणजे उपभोक्त्याच्या दृष्टिकोनातून भाववाढीकडे बघण्याचा हा मार्ग आहे. याउलट अंतिम उपभोग वस्तूंचे उत्पादन करण्यासाठी वापरात आणलेल्या अंतरिम घटकांच्या किमतीतील वाढ घाऊक किंमत निर्देशांक दर्शवतो. म्हणजेच घाऊक किंमत निर्देशांक हा उत्पादकाच्या दृष्टिकोनातून भाववाढीकडे पाहण्याचा मार्ग असतो.

निरनिराळ्या वर्षांतील भाववाढीच्या रुपयातील मूल्याची तुलना करण्यासाठी आपण *निर्देशांक* ही संकल्पना वापरत आहोत. उदाहरणार्थ, १९९७ मध्ये १०० रुपयांची खरेदी क्षमता २०११ मधील खरेदी क्षमतेहून निश्चितच अधिक असणार आहे. १९९७ मध्ये ग्राहक किंमत निर्देशांक (ग्रा.किं.नि.) ९० असेल आणि २०११ मध्ये जर तो १२० झाला असेल तर १२०/९० = १.३ पटीने सरासरी किंमत पातळी वाढली असे म्हणता येईल. म्हणजेच १९९७ मध्ये १०० रुपयाच्या एका नोटेतून जेवढी खरेदी करता आली असती, त्यासाठी २०११ मध्ये १०० × १.३ = १३३ रुपये खर्चावे लागतील. घाऊक किंमत निर्देशांक आणि उपभोक्ता किंमत निर्देशांक (WPI & CPI) या व्यतिरिक्त मूळ भाववाढीशी निगडित आणखी एक संकल्पना आहे, भाववाढीच्या पातळीतील हंगामी बदलांशी समायोजन करणारी अशी ही संकल्पना आहे. साधारणतः सणसमारंभ आणि सुगीच्या काळात होणारी किंमतवाढ मागणी आणि पुरवठ्यातील असंतुलनामुळे होत नसते. अशाप्रकारे सणसमारंभ आणि सुगीचा काळ अशा हंगामी घटकांकडे न पाहता केवळ मागणी आणि पुरवठ्यातील असंतुलनाच्या दृष्टिकोनातून भाववाढीकडे पाहिल्यास भाववाढीची गाभ्यातील संकल्पना लक्षात येते. ही मूळ भाववाढ दीर्घकालीन भाववाढ सूचित करीत असते व तिचे पूर्वकथन करीत असते. भारतात घाऊक किंमत निर्देशांक पातळी केंद्रीय सांख्यिकी विभाग निश्चित करत असतो. या निर्देशांकाची प्रमुख मर्यादा अशी की यात सेवांच्या किमती लक्षात घेतल्या जात नाहीत. उपभोक्ता किंमत निर्देशांक आणि राष्ट्रीय उत्पन्न जुळवताना मात्र सेवांच्या किमतीचा विचार केला जातो. भाववाढीवरील प्रकरणात आपण या सर्व परिमाणांचा सविस्तर परामर्श घेऊ.

चौथे, जेव्हा जेव्हा राष्ट्रीय उत्पन्नाची आकडेवारी दिली जाते तेव्हा ती एक तर *घटकखर्चाधारित* राष्ट्रीय उत्पन्न (GDP at factor cost) किंवा *बाजार किमती*नुसार राष्ट्रीय उत्पन्न (GDP at market price) अशी सांगितली जाते. *घटकखर्चाधारित* राष्ट्रीय उत्पन्न म्हणजे शासनाच्या कर आणि अनुदाने वगळून देशात उत्पादित झालेल्या सर्व वस्तू आणि सेवांचे मूल्य होय. उदाहरण पहा – ग्राहकांनी निरनिराळ्या वस्तू आणि सेवांसाठी दिलेले मूल्य आणि उत्पादकांची विक्री प्राप्ती समान नसतात. ग्राहकांनी दिलेली किंमत आणि उत्पादकांची प्राप्ती यात लागू झालेले कर आणि मिळालेली अनुदाने यामुळे तफावत येते. *बाजार किमती म्हणजे ग्राहकांनी दिलेले मूल्य अशाप्रकारे घटकखर्चाधारित राष्ट्रीय उत्पन्न म्हणजे बाजार किमतीनुसार राष्ट्रीय उत्पन्न वजा कर अधिक उत्पादनावरील अनुदाने होय.* २०१३–१४ च्या पहिल्या तिमाहीत भारताचे घटकखर्चाधारित राष्ट्रीय उत्पन्न ४.४% दराने वाढले. परंतु चालू किमतीनुसार राष्ट्रीय उत्पन्नात केवळ २.४% वाढ झाली. वरील स्पष्टीकरणाच्या आधारे असे म्हणता येईल की, या उदाहरणात भारतात एकतर अनुदानांचे प्रमाण वाढले किंवा विक्रीशी संबंधित करांचे प्रमाण घटले. आंतरराष्ट्रीय नाणेनिधी (IMF) द्वारे केल्या जाणाऱ्या जागतिक वृद्धी अनुमानात राष्ट्रीय उत्पन्नाची चालू किमतीनुसार गणना केली जाते, तर भारतात साधारणतः वृद्धीचे मोजमान घटकखर्चाधारित राष्ट्रीय उत्पन्नानुसार केले जाते.

नमुना अभ्यास १.१ नुसार विशिष्ट आर्थिक निकषांच्या/परिमाणांच्या आधारे कोणत्याही अर्थव्यवस्थेचे मूल्यमापन कसे करता येईल हे कळते.

नमुना अभ्यास १.१: प्रशासन आणि अर्थव्यवस्था *

ब्राझील, रशिया, भारत, चीन आणि द.आफ्रिका (ब्रिक्स) अर्थव्यवस्थांची २००६–२०१० कालावधीतील कामगिरी

आर्थिक निर्देशक	*भारत*	*ब्राझील*	*रशिया*	*द.आफ्रिका*	*चीन*
वस्तू व सेवांच्या निर्यातीतील (वार्षिक वृद्धी %)	१३.०	३.८	३.८	१.५	१५.७
वस्तू व सेवांची आयात (रा. उ.%)	२४.८	११.८	२१.७	३१.५	२८.०
अंतिम उपभोग खर्च (रा. उ.%)	६८.२	८०.८	६७.७	८१.८	४८.८
थेट परकीय गुंतवणूक (रा. उ.%)	२.२	२.३	३.३	१.८	४.०
वार्षिक रा. उ. वृद्धी	८.५	४.०	४.०	३.७	११.२
स्थूल भांडवल निर्मिती (रा. उ.%)	३५.८	१८.०	२२.२	२०.०	४४.५
स्थूल अंतर्गत बचती (रा. ऊ. %)	३१.८	१९.२	३२.३	१८.२	५१.२
कुटुंबाच्या अंतिम उपभोग खर्चातील वार्षिक वृद्धिदर (%)	८.३	५.७	७.७	४.०	८.०

(नमुना अभ्यास १.१ पुढे चालू)

(नमुना अभ्यास १.१ पुढे चालू)

आर्थिक निर्देशक	*भारत*	*ब्राझील*	*रशिया*	*द.आफ्रिका*	*चीन*
परकीय कर्जावरील व्याज (वस्तू, सेवा तसेच उत्पन्नाशी%)	२.२	७.७	४.०	२.०	१.०
परकीय पर्यटनाद्वारे उत्पन्न (अमेरिकी डॉलर्स)	११.८	५.३३	११.९२	९.३७	४१.१७
चालू खात्यावरील शिल्लक (रा.ऊ. %)	–१.८	–०.५	७.०	–४.८	७.३
भाववाढ ग्राहक किमतीनुसार	७.८	५.२	१०.८	६.३	२.७
२०१२ मधील देशाचा गुणानुक्रम	BBB-	BBB	BBB	BBB+	AA-

स्रोत: वर्ल्ड डेव्हलपमेंट इंडिकेटर्स (२०१३) वर्ल्ड बँक

आपणा सर्वांना वैयक्तिक आर्थिक कल्याणाची संकल्पना ठाऊक आहेच. जेव्हा आपल्याला आपल्या उत्पन्नात वाढ करण्याची घर, भ्रमणध्वनी, आयपॉड, डिजिटल कॅमेरा, एअर कंडिशन अशा उपभोग्य वस्तू घेण्याची अतिरिक्त उत्पन्न बँक ठेवी समभाग, म्युच्युअल फंड अशा मार्गाने बचत करण्याची आणि सुरक्षित, पारदर्शक कमी भ्रष्ट आणि सुप्रशासित समाजात राहायला मिळण्याची संधी मिळते, तेव्हा आपण अतिशय आनंदी होतो.

वैयक्तिक कल्याणाची गोळाबेरीज केली तर आपल्याला अर्थव्यवस्थेच्या कामगिरीची कल्पना येते. जेव्हा अर्थव्यवस्थेच्या राष्ट्रीय उत्पन्न, बचती, गुंतवणुका, उपभोग खर्च, थेट परकीय गुंतवणूक चालू खात्यावरील तूट आणि भाववाढीचा दर या सर्व मूलभूत आर्थिक निकषांत सुधारणा झाली तर अर्थव्यवस्थेची कामगिरी चांगली आहे असे म्हणता येईल.

इतर उदयोन्मुख किंवा नवऔद्योगिक अर्थव्यवस्था ज्यांना ब्रिक्स देश असे म्हटले जाते, अशा देशांच्या तुलनेत भारताची आजवरची वरील आर्थिक निकषांतील कामगिरी उल्लेखनीय झालेली आहे. ब्रिक्स अर्थव्यवस्थांमध्ये या आर्थिक निकषांनुसार क्रमवारी लावायची झाल्यास भारताचा क्रमांक चीन खालोखाल दुसरा येतो.

परंतु मार्च २०१२ नंतर भारताचे स्थान अचानक ढासळायला सुरुवात झाली. स्टँडर्ड ॲण्ड पुअरने भारताला BBB गुणानुक्रमावरून अगदी निम्न पातळीत ढकलल्याने प्रत्येकजण अर्थव्यवस्थेविषयी नितीत झाला आहे.

(नमुना अभ्यास १.१ पुढे चालू)

* लेखकाकडून पूर्वप्रकाशित – *द हिंदू बिझनेस लाईन* (जुलै २०१२).

(नमुना अभ्यास १.१ पुढे चालू)

अर्थव्यवस्था मंदीच्या दिशेने जात असल्याची सध्या भावना आहे. उत्पन्नाच्या संधी कमी झाल्या आहेत, उपभोग घटला आहे. मागणीत घट झाली आहे, त्यामुळे गुंतवणुकीची प्रेरणाही कमी झाली आहे. औद्योगिक उत्पादन निर्देशांक कुंठीत असल्याने सामान्य माणूस वाढत्या बेरोजगारीच्या भीतीने काळजीत पडला आहे.

सध्या भारत भाववाढयुक्त मंदीच्या (Stagflation) अवस्थेतून जात आहे. या अवस्थेत भाववाढीच्या बरोबरीने बेरोजगारी वाढत असते. या स्थितीमुळे मध्यवर्ती बँकेने आपल्या १९ जून २०१२ रोजी जाहीर केलेल्या धोरणात व्याजदरात कपात केली नाही.

आपत्ती – उपद्रवी घटक

अचानक हे दिवस कसे बदलले? अनेकांच्या मते चुकीची धोरणे आणि धोरण लकवा ही त्याची मुख्य कारणे आहेत. शिवाय सुप्रशासनाअभावी होणारा भ्रष्टाचार हे घटकही याला कारणीभूत आहेत.

मार्चनंतरच्या काळात घडलेल्या काही घटनांमुळे भारताची गुंतवणूक अनुकूल अशी असलेली प्रतिमा डागाळली गेली. त्यातील पहिली म्हणजे बहुचर्चित व्होडाफोन प्रकरण होय. यात केंद्रशासनाने इंग्लंडच्या या बलाढ्य दूरसंचार कंपनीवर करधोरण बदलून पूर्वलक्षी प्रभावाने कर लादण्याची शिक्षा दिली. दुसऱ्या घटनेत २जी मोबाईल परवाने रद्द करून आंतरराष्ट्रीय उद्योगजगताला भारतातील धोरण अनिश्चिततेची चुणूक दाखवली गेली. या सर्वांवर कडी म्हणजे general anti-avoidance rules (GAAR) कायदा मागील अंदाजपत्रकात जाहीर केल्याने विदेशी गुंतवणूकदारांचे धाबे दणाणले.

यात भर म्हणजे धोरण लकवा! यामुळे आर्थिक सुधारणांच्या पुढल्या टप्प्यांत अडथळे निर्माण झाले. कर सवलत मिळवण्याच्या वाटाघाटीत पश्चिम बंगालच्या मुख्यमंत्री श्रीमती ममता बॅनर्जी यांनी (ज्यांचा पक्ष केंद्र शासनाच्या आघाडीत महत्त्वाचा घटक पक्ष होता). आपल्या मागण्या मान्य होईपर्यंत निवृत्ती वेतन, विमा, किरकोळ विक्री क्षेत्रांतील थेट परकीय गुंतवणूक, विमानवाहतूक अशा आर्थिक सुधारणांच्या विकासातील महत्त्वाची विधेयके मंजूर करण्यात अडथळे आणले.

गुंतवणूक तूट

भारताच्या अंदाजपत्रकातील तूट ही वित्त व्यवस्थापनाच्या चिंतेचा विषय आहे. जेव्हा अंदाजपत्राकातील तुटीचा काही भाग कृषी कर्जमाफी, आर्थिक घोटाळे अशा अनुत्पादक बाबींमुळे

(नमुना अभ्यास १.१ पुढे चालू)

(नमुना अभ्यास १.१ पुढे चालू)

असतो तेव्हा उच्च दराने होणारी भाववाढ आश्चर्यकारक नसते. मागील तीन वर्षांत मार्च २००९ ते मार्च२०१२ दरम्यान ग्राहक किंमत निर्देशांक वार्षिक ११% दराने वाढला.

२ जी घोटाळा, उत्तरप्रदेशातील ग्रामीण आरोग्य मोहीम आणि 'कोलगेट' घोटाळ्यातील गुंतलेला शासनाचा पैसा नरेगा (NREGA - नॅशनल रुरल एम्प्लॉयमेंट गॅरंटी ॲक्ट) आणि अन्नधान्य अनुदानावर खर्च केलेल्या दिलेली आश्वासने पूर्ण करण्यात शासनाला संपूर्ण अपयश आले. वित्त मंत्रालयाने वित्तीय वर्ष २०१२ मध्ये अंदाजपत्रकातील तूट ४.६% इतकी मर्यादित राहील असे जाहीर केले. मात्र प्रत्यक्षात ही तूट ५.९% झाली.

२०११ च्या रेल्वे अंदाजपत्रकात, रेल्वे मंत्रालयाने १०७५ किमी नवीन रेल्वे मार्ग बांधण्याचे आणि ८६७ किमी रेल्वे मार्गाचे दुपदरीकरण करण्याची योजना जाहीर केली. एका वर्षानंतर त्यापैकी फक्त १८० किमी लांबीचे नवे रेल्वे मार्ग बांधले गेले होते आणि केवळ २४९ किमी रेल्वे मार्गाचे दुपरीकरण झाले होते.

मूळच्या नियोजित तुटीपेक्षा अधिक तूट अंदाजपत्रकात होणे याचा अर्थ शासनाचे अंतर्गत कर्ज वाढते आहे. कर्जरूपी पैशाचा साठा मर्यादित असल्याने शासनाच्या या अतिरिक्त मागणीमुळे व्याजदरात वाढ होते. व्याजदरात वाढ होणे ही भविष्यातील गुंतवणूक आणि रोजगारनिर्मितीसाठी हानीकारक आहे.

शिवाय अंदाजपत्रकातील तूट भरून काढण्यासाठी शासनाला भविष्यकाळात निगम करात वाढ करावी लागेल. ज्यामुळे पुन्हा गुंतवणुकविषयक प्रेरणा कमी होतील. पुरवठ्याच्या बाजूने पाहिल्यास जर पूर्ण न झालेल्या पायाभूत सुविधांवर खर्च केल्यास भाववाढ होत राहील.

या सर्व गोष्टींमुळे विदेशी गुंतवणूकदार भारतात गुंतवणूक करण्यास उत्सुक नाहीत. यात काहीच आश्चर्य नाही. जेव्हा विदेशी गुंतवणूकदार भारताच्या धोरण अनिश्चितीमुळे आणि भाववाढीमुळे आपली डॉलर्समधील गुंतवणूक परत काढून घेतात, तेव्हा रुपयाचे अवमूल्यन होण्याशिवाय काही पर्याय नसतो. एप्रिल–मे (२०१२) दरम्यान विदेशी गुंतवणूकदारांनी ४०० दशलक्ष अमेरिकन डॉलर्स एवढी गुंतवणूक परत काढून नेली. त्यामुळे रुपयाबरोबर शेअरबाजारही कोसळला.

युरोपातील फसगत

युरोपातील आर्थिक आपत्तीमुळे भारताच्या विदेशी व्यापारात तूट येत असल्याचे कारण सांगून शासन स्वतःचा बचाव करण्याचा प्रयत्न करत आहे.

परंतु सत्य हे आहे की, आपल्या एकूण निर्यातीपैकी केवळ २०% निर्यात युरोपियन देशांना होते. मार्चपासूनच्या काळात रुपयाचे अवमूल्यन केवळ डॉलरच्याच नव्हे रेनमिन्बी (चीन), येन,

(नमुना अभ्यास १.१ पुढे चालू)

(नमुना अभ्यास १.१ पुढे चालू)

ऑस्ट्रेलियन डॉलर, कॅनेडियन डॉलर, सिंगापूर डॉलर, अशा आणि इतर चलनांच्या तुलनेतही अवमूल्यन झाले आहे.

याचाच अर्थ रुपयाच्या अवमूल्यनामुळे आपली स्पर्धात्मकता वाढून निर्यातीतील वाढीद्वारे आपली व्यापारतूट घटली असणार. मात्र, प्रत्यक्षात सातत्याने होणाऱ्या रुपयाच्या अवमूल्यनाने ही गोष्ट स्पष्ट झाली आहे की, ही समस्या परकीय नसून देशांतर्गत आहे.

या सर्व त्रुटींवर, अडथळ्यांवर उपाययोजना केली गेली नाही तर, स्थैर्य पुनर्स्थापनेच्या मोदींच्या सकारात्मक धोरणाकडून फारशी आशा बाळगता येणार नाही.

राष्ट्रीय उत्पन्नाचे पुरवठा बाजू घटक

अतापर्यंत आपण राष्ट्रीय उत्पन्नातील मागणी बाजूच्या घटकांविषयी चर्चा केली. आता राष्ट्रीय उत्पन्नातील पुरवठा घटकांकडे आपण लक्ष वळवू. एखाद्या उत्पादनाचा पुरवठा कसा निश्चित होतो, हे स्पष्ट करण्याचा प्रयत्न अर्थतज्ज्ञांनी दीर्घकाळ केलेला आहे. काही महत्त्वाच्या योगदानाची आपण चर्चा करू.

हॅरॉड-डोमर प्रारूप. पुरवठा बाजू अर्थशास्त्रातील अगदी सुरुवातीच्या योगदानात रॉय हॅरॉड (१९३९) आणि एव्हसे डोमर (१९४६) या दोन अर्थशास्त्रज्ञांनी स्वतंत्रपणे केलेल्या लेखनकार्याचा समावेश होतो. केन्सवादी प्रारूपाला गतिशील स्वरूप देण्यात हॅरॉड-डोमर प्रारूपाची समर्पकता दिसून येते. केन्सचे प्रारूप स्थितिशील प्रारूप आहे. त्यात अल्पकाळात एकूण मागणीचा उत्पादन तफावतीवर होणारा परिणाम यावर भर दिलेला आहे. याउलट, हॅरॉड-डोमर प्रारूपात दीर्घकाळात गुंतवणूक-खर्चामुळे एकूण मागणीवर प्रभाव पडून अर्थव्यवस्थेची उत्पादनक्षमता कशी वाढू शकेल यावर भर दिला गेला आहे. म्हणजेच, त्यांचा भर पुरवठा बाजूवर आहे. कोणत्याही अर्थव्यस्थेतील एकूण बचतीवर वृद्धीचा दर अवलंबून असतो. बचती अधिक असल्या तर गुंतवणूक क्षमता अधिक असते आणि भांडवलाची उत्पादकता पातळी अधिक असते, तेव्हा वृद्धी अधिक प्रमाणात होते. याच्या उलट अतिरिक्त लोकसंख्या वाढ आणि यंत्रसामग्रीच्या घसाऱ्याच्या मोठ्या दरामुळे आर्थिक वृद्धी मंदावते. लोकसंख्या अधिक असल्यास सरासरीने लोकांची बचत कमी होईल व म्हणून गुंतवणूक क्षमताही कमी असेल. तसेच, यंत्रसामग्रीचा घसारा मोठा असेल तर भविष्यात गुंतवणूक योग्य वाढावा कमी राहून भांडवलनिर्मिती घटेल. या प्रारूपात असे प्रतिपादन केले आहे की, बचत आणि गुंतवणूक वाढीतून आणि तंत्रज्ञानाच्या प्रगतीद्वारे गुंतवणूक अधिक कार्यक्षमतेने वापरण्याच्या गुंतवणूक धोरणांवर आर्थिक वृद्धी अवलंबून असते. हॅरॉड-डोमर प्रारूपाचे एक महत्त्वाचे गृहीतक किंवा मर्यादा अशी की, वृद्धी आणि गुंतवणूक यामध्ये अतिशय निकटचा संबंध असतो, हे त्यांनी गृहीत धरले आहे. परंतु, १९९१ पूर्वीच्या भारतासारख्या अनेक विकसनशील देशांमध्ये वेगवान वृद्धी न होण्याचे कारण कमी बचती हे नसून भांडवलाची उत्पादकता अतिशय कमी असणे हे होते. शासनाने मोठ्या प्रमाणात सार्वजनिक क्षेत्रांत गुंतवणूक केली

होती. त्यापैकी बहुतेक उपक्रम अतिशय अकार्यक्षम होते. त्यामुळे भांडवलाची उत्पादनक्षमता घटली. या प्रारूपाची आणखी एक मर्यादा म्हणजे श्रम आणि भांडवल समप्रमाणात (म्हणजे या दोहोंचे मूल्य समप्रमाणात) उपयोगात आणले जातात असे मानले जाते. श्रमाची विपुलता असणाऱ्या विकसनशील देशांमध्ये किंवा तुलनेने भांडवल विपुलता असणाऱ्या विकसित देशांमध्ये हा वास्तवात असणार नाही. वास्तविक पाहता, दीर्घकाळात कोणत्याही प्रकारच्या अर्थव्यवस्थेत श्रमाच्या तुलनेत भांडवलाची किंमत घटत गेलेली आढळून येते.

सोलोचे वृद्धी प्रारूप. हॅरॉड-डोमर प्रारूपातील मर्यादा दूर करण्याच्या हेतूने १९५० च्या दशकात रॉबर्ट सोलो यांनी आपले वृद्धी प्रतिमान मांडले.[१५] सोलो यांनी उत्पादन घटकांच्या बाजापेठेत पूर्ण स्पर्धेचे गृहीत मानले. ज्यात नियोजित बचती आणि नियोजित गुंतवणुका समान असतात. मात्र ही समानता वास्तवात येण्यासाठी ज्या समग्रलक्षी आर्थिक स्वरूपाच्या तडजोडी आवश्यक असतात, त्यांचा मात्र विचार केलेला नाही. सोलो यांनी निरनिराळ्या देशांमध्ये वृद्धी आणि दरडोई उत्पन्नातील बदलांचे स्पष्टीकरण देण्यासाठी एका साध्या उत्पादन फलनाच्या सूत्राची मांडणी केली. $Y = f(L, K)$ सोलोच्या या सूत्रात उत्पादन (Y) आश्रित चल आहे, तर भांडवलाचा साठा (K) आणि श्रम (L) स्वतंत्र चले आहेत. ज्या देशाकडे कुशल श्रमाचा आणि वस्तूरूप भांडवलाचा आर्थिक पुरवठा असेल त्या देशाचे दरडोई उत्पन्न या घटकांचा पुरवठा कमी असणाऱ्या देशांपेक्षा अधिक असेल इतर परिस्थिती कायम असताना, बचतीत वाढ झाल्यास दरडोई उत्पन्नात वाढ होईल. (बचतीपासून गुंतवणुकद्वारे वस्तुरूप भांडवलाची उपलब्धता वाढेल या गृहीतांच्या आधारे) किंवा लोकसंख्या वाढ आणि भांडवलाचा घसारा दर घटला तरी हे साध्य होईल. दीर्घकाळात सर्व देशांच्या दरडोई उत्पन्नातील वाढ लोकसंख्या वाढीच्या दराइतकी होते. यातील महत्त्वाचे गृहीत असे आहे, की सुरुवातीच्या काळात देशांकडे विपुल भांडवलाचा साठा आणि कमी प्रमाणात श्रमाची उपलब्धता असते. त्यामुळे देशातील लोकसंख्या वाढीनुसार दरडोई उत्पन्नात वाढ होते. मात्र वृद्धीची ही प्रक्रिया जोपर्यंत भांडवलाचा पुरवठा श्रमाच्या पुरवठ्याला समान होतो तोपर्यंतच चालू राहू शकते. त्यामुळे दीर्घकाळात (ज्याला अर्थशास्त्रीय लेखनात वृद्धिदराची स्थिर अवस्था - Steady state growth rate - असे म्हणतात) लोकसंख्या वाढीच्या दराने अर्थव्यवस्थेत वृद्धी होते.

कोणत्याही अर्थव्यवस्थेतील भांडवलवाढीच्या दरानुसार वृद्धी होत नसते, कारण देशातील श्रमिक ज्या बचती करतात, त्यातून गुंतवणूक होऊन भांडवलनिर्मिती होत असते. जोपर्यंत श्रमिक नवी गुंतवणूक शक्य होण्याइतकी बचत करत राहतात, तोपर्यंत दरडोई उत्पन्न वाढत जाते. जेव्हा अर्थव्यवस्था एका स्थिर अवस्थेला पोहोचते, तेव्हा कोणतीही नवी गुंतवणूक केली जात नाही. झीज-घसाऱ्यामुळे नष्ट

---

[१५] रॉबर्ट सोलोच्या निष्कर्षासारखेच प्रारूप ट्रेव्ह विंचेस्टर स्वान या ऑस्ट्रेलियन अर्थतज्ज्ञाने मांडले. स्वानचे हे लेखन १९५६ डिसेंबरच्या 'इकॉनॉमिक रेकॉर्ड'मध्ये प्रसिद्ध झाले, तर सोलोचे प्रारूप फेब्रुवारी १९५६ मध्ये *क्वार्टरली जर्नल ऑफ इकॉनॉमिक्स* मध्ये प्रकाशित झाले. सोलोचे प्रारूप 'सोलो स्वान वृद्धी प्रारूप' या नावानेही ओळखले जाते.

झालेल्या पातळीइतकीच भांडवलनिर्मिती होते. श्रमिकांची बचत दरडोई उपलब्ध भांडवल स्थिर ठेवण्याइतकेच होते. हे प्रारूप विकसित देशांमध्ये अतिरिक्त भांडवलाद्वारे घडणाऱ्या वृद्धीप्रक्रियेला अधिक सुसंगत आहे, हे समजण्याजोगे आहे. विकसनशील किंवा अविकसित देशांच्या वृद्धीप्रक्रियेचे पूर्वकथन या प्रारूपात नाही, असे म्हणता येईल का? होय. काही प्रमाणात हे खरे आहे. कारण अशा अर्थव्यवस्थांमध्ये थोड्या प्रमाणात का होईना परंतु उत्पादनासाठी आवश्यक कुशल श्रम व यंत्रे उपलब्ध असतात. या साध्या प्रारूपाद्वारे सोलो विविध देशांमधील उत्पन्नातील तफावतीचे स्पष्टीकरण देण्यात निम्म्याहून अधिक प्रमाणात यशस्वी झाले आहेत. ज्याचे या प्रारूपात स्पष्टीकरण नाही अशी म्हणजे श्रम व भांडवलाद्वारे होणाऱ्या वृद्धीव्यतिरिक्त जी वृद्धी घडते, तिचे कारण तंत्रज्ञान हे आहे. अर्थशास्त्रात, स्पष्टीकरण नसलेल्या या वृद्धीला 'सोलोची बाकी शिल्लक' असे संबोधले आहे.

परंतु, सोलो प्रारूपाच्या काही मर्यादा आहेत. पहिली म्हणजे वृद्धीचा महत्त्वाचा घटक असणारे तंत्रज्ञान या प्रारूपात समाविष्ट नाही. तंत्रज्ञान, बचतीचा आणि लोकसंख्या वाढीचा दर हे प्रारूपा बाह्य घटक आहेत, असे गृहीत धरणारे हे एक सोपे प्रारूप आहे. तंत्रज्ञान किंवा तंत्रज्ञानातील वाढीला इतर कोणते घटक कारणीभूत आहेत यावर हे प्रारूप कोणतेही भाष्य करत नाही.

दुसरे, प्रारूपात असे म्हटले आहे की, निरनिराळ्या देशातील दरडोई उत्पन्न पातळी बचतीचा दर आणि तंत्रज्ञानाची उपलब्धता जरी निरनिराळी असली तरी त्यांचा वृद्धीचा दर समान असू शकतो. प्रत्यक्षात जगातील विभिन्न देशांतील वृद्धीचा दर वेगवेगळा आहे.

सोलोनंतर विकसित होणाऱ्या इतर वृद्धी प्रारूपांनी तंत्रज्ञानाच्या उपलब्धतेला कारणीभूत घटक आणि विविध देशांतील वृद्धीच्या दरातील भिन्नता यांचे स्पष्टीकरण देण्याचा प्रयत्न करून सोलो प्रारूपाच्या मर्यादांवर मात केली आहे.

अंतर्जात वृद्धी प्रारूप. पॉल रोमर नावाच्या अर्थशास्त्रज्ञाने १९८० च्या दशकात हे प्रारूप विकसित केले.[१६] या प्रारूपात तंत्रज्ञानाचा समावेश, तो अंतर्भूत घटक असा केलेला आहे. या सिद्धान्ताने सूक्ष्मदर्शी अर्थशास्त्रीय पायावर समग्रलक्षी प्रारूपाद्वारे सोलो प्रारूपातील तंत्रज्ञानाला बाह्य घटक मानण्याच्या मर्यादेवर मात करण्याचा प्रयत्न केला आहे. व्यक्ती उत्पन्नाच्या मर्यादेत महत्तम उपयोगिता तर उत्पादनसंस्था महत्तम नफा मिळवण्याचे गृहीतक यात आहे. तंत्रज्ञान हा बहिर्जात घटक नसून उत्पादकतेला कारणीभूत असणाऱ्या मानवी भांडवलातून निर्माण होते. एका श्रमतासातून निर्माण होणाऱ्या वस्तू आणि सेवांच्या परिमाणाने उत्पादकता मोजली जाते. तंत्रज्ञान एकूण घटक उत्पादकता पातळीला समानार्थी संकल्पना आहे. ज्या देशांकडे कुशल श्रम अधिक प्रमाणात आहेत आणि जे देश संशोधन आणि विकासात गुंतवणूक करतात, त्यांचे मानवी भांडवलाची उपलब्धता अधिक असल्यामुळे त्यांची वृद्धी जलद होते. मानवी भांडवलाद्वारे ज्ञानाची देवाणघेवाण वाढून उत्पादकतेत वाढ होण्यास मदत होते.

---

[१६] पॉल रोमर (१९९०), इंडीजिनस टेक्नॉलॉजिकल चेंज *जर्नल ऑफ पोलिटिकल इकॉनॉमी*, खंड ९८, क्र. ५, एस ७१ – एस १०२

ज्ञानाची देवाणघेवाण ही सकारात्मक बाह्यता आहे. उत्पादनादरम्यान माहितीची देवघेव होते व श्रमिक अधिक चलाख आणि कार्यक्षम होतात. औषध कंपन्यांची संशोधन आणि विकासातील गुंतवणूक हे याचे चांगले उदाहरण आहे. एखाद्या कंपनीने एकदा का औषधाचे नवे मिश्रण शोधून काढले की त्वरित ते मूलभूत होते. यामुळे संपूर्ण अर्थव्यवस्थेतील औषध उत्पादनाच्या खर्चात घट होते व समाजाचा लाभ होतो. दुसरे उदाहरण रेडिओचे आहे. निर्वात नलिकेचा शोध अमेरिकेत लागल्याने सर्वप्रथम रेडिओ तेथे विकसित झाला. मात्र दुसऱ्या महायुद्धानंतर निर्वात नलिका उत्पादनाचे तंत्रज्ञान झपाट्याने पसरले आणि सर्वसामान्य लोकांना रेडिओ उपलब्ध होऊ शकला.

सुरुवातीच्या संशोधानातून विकसित झालेले उत्पादन किंवा उत्पादनाची पद्धत बऱ्यापैकी खर्चिक असते आणि नंतरच्या काळात कितीतरी कमी खर्चात ती सर्वांना उपलब्ध होत असते. हे माहीत असूनही उत्पादन संस्था संशोधन आणि विकासासाठी गुंतवणूक का करतात हे जाणून घेण्याचे कुतूहल प्रत्येकाला असू शकेल. याचे उत्तर, शासनाकडून शोधकर्त्याला दिले जाणारे स्वामित्व हक्क अणि इतर कायदेशीर हक्क हे आहे. औषध कंपन्यांचेच उदाहरण घ्यायचे झाल्यास जर एखाद्या औषध कंपनीने एड्सवरील औषध विकसित केले आणि या औषधनिर्मितीचे स्वामित्व हे औषध बनवण्यास प्रतिबंध करू शकेल. साधारणपणे वीस वर्षांच्या कालावधीसाठी स्वामित्व हक्क दिले जातात. शिवाय संशोधन आणि विकास खर्चावरील थेट अनुदाने, कर सवलती, कमी व्याजदराची कर्जे, शिक्षण, आरोग्य यातील गुंतवणूक अशा मार्गांनी श्रमाची उत्पादकतेत वाढ होते.

सोलो प्रारूपात मांडल्याप्रमाणे दीर्घकाळात सर्व अर्थव्यस्थांमध्ये एका स्थिर दराने वृद्धी होते असे न मानता अंतर्जात वृद्धी सिद्धान्ताने विविध देशांचा दीर्घकालीन वृद्धिदर भिन्न असू शकतो, हे मान्य केले आहे. हे या सिद्धान्ताचे मोठेच योगदान आहे. उत्पादन घटकांमधील घटते फल आणि उत्पादन फलनातील स्थिर प्रमाणफलाच्या वस्तुस्थितीमुळे सोलो प्रारूपात विविध देशांचा वृद्धिदर दीर्घकाळ निरनिराळा असत नाही. सोप्या शब्दांत याचा अर्थ असा की, जर भांडवल स्थिर ठेवून श्रमात वाढ केली तर प्रत्येक वाढीव श्रमाच्या नगाची सीमान्त उत्पादकता वाढत्या उत्पादनाबरोबर घटत जाईल. उदाहरण इन्फोसिस कंपनीमध्ये जर १० संगणकावर १० जण सांकेतिक संगणक प्रणाली लिहीत असतील तर सोलो प्रारूपानुसार संगणकाची संख्या न वाढवता जर अकरावा कर्मचारी कामावर घेतला तर त्याची सीमान्त उत्पादकता घटेल. प्रत्येक वाढीव कर्मचाऱ्यामुळे सरासरी उत्पादकता हळूहळू घटत जाईल. परंतु, रोमर यांच्या सूत्रानुसार सर्व संगणक कर्मचारी नवीन कर्मचाऱ्याबरोबर आपल्या ज्ञानाची देवघेव करतील आणि त्यामुळे अकराव्या कर्मचाऱ्याची उत्पादकता घटणार नाही. ज्ञानाच्या देवाणघेवाणीतील या सकारात्मक परिणामामुळे सर्वच कर्मचाऱ्यांच्या कार्यक्षमतेत सरासरी वाढ होईल. उत्पादन घटकांच्या उत्पादकतेतील घटीमुळे कालांतराने लोकसंख्यावाढीच्या दराइतका दरडोई उत्पादन वाढीचा दर होईल. सोलोच्या प्रारूपात वृद्धीच्या वाढत्या दराला जागा नसणे याचे हेच कारण आहे. त्यामुळे कालांतराने सर्वच देशांचे दरडोई उत्पन्न त्यांच्या लोकसंख्येच्या वाढीच्या दराइतके वाढत जाते. अर्थातच, प्रत्येक देशाच्या दरडोई उत्पन्नाची पातळी भिन्न असू शकते. ज्या देशांचा बचतीचा दर कमी आहे त्या देशाचे दरडोई उत्पन्नही कमी असते. अशा प्रकारे विविध देशांचा राष्ट्रीय उत्पन्नातील वाढीचा दर भिन्न असू

शकतो, हे विचारात घेतल्यामुळे अंतर्जात वृद्धीचे प्रारूप तुलनेने अधिक वास्तव आहे. तंत्रज्ञानातील बदलाच्या कारणाचे येथे स्पष्टीकरण दिलेले आहे.

नमुना अभ्यास १.२ मध्ये मानवी भांडवलनिर्मितीला आणि तंत्रज्ञानातील नवोन्मेषाला पोषक अशा भारतातील उच्च शिक्षणाची परिस्थिती विशद केलेली आहे.

नंतरच्या काळात विकसित झालेल्या रॉबर्ट इ. हॉल, चार्ल्स आय. जॉन्स आणि रॉबर्ट फॉगेल यांच्या विकास प्रारूपाच्या वृद्धीवर परिणाम करणाऱ्या इतर घटकांचा वापर केला गेला. हॉल आणि जोन्स यांनी वृद्धीसाठी अत्यंत महत्त्वाचा घटक या दृष्टीने सामाजिक पायाभूत सुविधांवर भर दिला होता. सामाजिक पायाभूत सुविधांमध्ये न्यायदान, कायद्याची अंमलबजावणी आणि देशाचे एकंदर आर्थिक वातावरण निश्चित करणारी इतर शासकीय धोरणे यांचा समावेश होतो.[१७] सन १९९० च्या दशकात असे अढळून आले की, कायद्याचे पालन अतिशय काटेकोर करणाऱ्या २० देशातील वास्तव दरडोई राष्ट्रीय उत्पन्न कायद्याचे पालन निम्न पातळीवर केले जाणाऱ्या इतर २० देशांच्या तुलनेत सहा पटीने वाढले. त्याचप्रमाणे रॉबर्ट फॉगेल या अर्थशास्त्रज्ञाने आरोग्य आणि आर्थिक वृद्धी यांच्यातील परस्परसंबंधावर संशोधन केले. ज्या देशात आरोग्यक्षेत्रात गुंतवणूक केली जाते, त्या देशातील श्रमिकदल अधिक सशक्त आणि उत्पादक असते आणि त्यामुळे अशा देशांची आर्थिक वृद्धी ज्या देशात श्रमिकदल तुलनेने कमी आरोग्यसंपन्न असेल, अशा देशांपेक्षा वेगाने होते. अगोदरच्या वृद्धी प्रारूपामध्ये ज्या घटकांचा विचार करण्यात आलेला नव्हता, अशा घटकांचा नंतरच्या काळातील वृद्धी प्रारूपानी समावेश केला आहे. हे लक्षात घेणे महत्त्वाचे आहे. सोलोच्या 'अवनिष्ट' घटकांचे किंवा श्रम आणि भांडवल या घटकांशिवाय ज्यांचे स्पष्टीकरण वृद्धीच्या दृष्टीने दिले गेले नव्हते, त्यांचे स्पष्टीकरण देणे हे या प्रारूपाचे उद्दिष्ट होते.

आपण स्थूल राष्ट्रीय उत्पन्न कसे मोजतो?

उत्पादनाच्या दृष्टिकोनातून आणि उत्पन्नाच्या दृष्टिकोनातून मोजमाप करणे हे स्थूल राष्ट्रीय उत्पन्न मापनाचे दोन प्राथमिक मार्ग आहेत. ह्या दोन्ही मार्गांचे स्वरूप वर्तुळाकार आहे. उत्पादनाच्या टप्प्यावर जेव्हा उद्योगसंस्था वस्तू आणि सेवांचे उत्पादन करण्यासाठी भांडवल आणि श्रम वापरतात त्या टप्प्यावर मोजणीची सुरुवात होते. या वस्तू आणि सेवांच्या एकूण मूल्याला आपण राष्ट्रीय उत्पन्न किंवा उत्पादन असे म्हणतो. याचे थोडे अधिक स्पष्टीकरण करूया. उत्पादनाच्या प्रक्रियेतून उत्पन्न निर्माण होते आणि ते प्रामुख्याने श्रम आणि भांडवल या उत्पादन घटकांमध्ये त्यांचा वाट जितका असेल त्या प्रमाणात या मार्गाने राष्ट्रीय उत्पन्नाचे मापन करणे म्हणजे उत्पादन घटकांच्या हिश्श्याची मोजणी करणे होय. श्रमिकांच्या उत्पन्नात वेतन, निवृत्ती लाभ, बोनस, अडती (कमिशन) किंवा उद्योजकाने पैशाव्यतिरिक्त इतर माध्यमातून दिलेल्या पूरक मोबदल्यांचा समावेश होतो. लोकांनी मिळवलेले उत्पन्न वस्तू आणि सेवांची खरेदी आणि

[१७] आर. इ. हॉल आणि सी. आय. जोन्स (१९९९), 'व्हाय डू डोम कंट्रीज प्रोड्यूस सो मच मोअर आउटपूट पर वर्कर्स दॅन अदर?' *क्वार्टरली जर्नल ऑफ इकॉनॉमिक*, खंड ११४, क्र. १, पृ. ८३-११६.

नमुना अभ्यास १.२: उच्च शिक्षणातील गुणात्मक सूट *

ऑर्गनायझेशन फॉर इकॉनॉमिक को-ऑपरेशन अ‍ॅण्ड डेव्हलपमेंट (OECO) सचिवालयाच्या आंतरराष्ट्रीय विद्यार्थी मूल्यमापन योजनेच्या (PISA) वार्षिक चाचणीत एकूण ७३ देशांमध्ये भारताचा क्रमांक शेवटून दुसरा आला आहे. भारताच्या विज्ञान आणि तंत्रज्ञान क्षेत्रातील मनुष्यबळाच्या कौशल्यावर अवाजवी विश्वास असणाऱ्यांसाठी हा घृणास्पद धक्काच होता. मात्र, या घटनेकडे तीन दृष्टिकोनातून पाहता येईल. पहिली गोष्ट, गुणवान शिक्षण असूनही भारतीय विद्यार्थी हुशार नाहीत. दुसरी गोष्ट, म्हणजे भारतीय विद्यार्थी हुशार आहेत, परंतु दर्जेदार शिक्षणाअभावी त्यांची कामगिरी फारशी चांगली होऊ शकत नाही. तिसरी शक्यता अशी की, समजा भारतात दर्जेदार शिक्षण आणि हुशार विद्यार्थी दोन्ही आहेत, परंतु आपले हे हुशार विद्यार्थी उच्च शिक्षण आणि नोकरीसाठी भारताबाहेर जाण्याला प्राधान्य देतात आणि भारतात तुलनेने कमी दर्जाचे विद्यार्थी उरतात.

मागणी, पुरवठा घटक

मागणीच्या बाजूने असे म्हणता येईल की, दर्जेदार शिक्षणामुळे भारताच्या उद्योगजगताला आवश्यक असे कुशल आणि रोजगारक्षम पदवीधर मिळू शकतील. परंतु भारतात डॉक्टर्स, इंजिनियर्स किंवा अगदी एमबीए पदवीधर अशा कुठल्याही क्षेत्रात दर्जेदार व्यावसायिकांची वानवा आहे. नेमक्या याच कारणामुळे दरवर्षी इन्फोसिससारख्या सेवाउद्योग, आयटीसीसारखी उपभोग उत्पादने बनवणारी कंपनी, अपोलोसारखी वैद्यकीय क्षेत्रातील कंपनी आणि एल अ‍ॅण्ड टी अभियांत्रिकी क्षेत्रातील कंपनी अशी काही उदाहरणादाखल नावे पाहिल्यास असे दिसते की, एक तर या कंपन्यांमध्ये व्यावसायिकांच्या नेमणुका रिक्त राहतात किंवा या कंपन्या भारतीय पदवीधर नेमण्याऐवजी परदेशी पदवीधारकांना प्राधान्य देतात. होय, भारतात आयआयटी, आयआयएम, एआयआयएम इत्यादी दर्जेदार शिक्षण संस्था आहेत, हे मान्य करावे लागेल. परंतु या संस्थांमधून बाहेर पडणाऱ्या विद्यार्थ्यांची संख्या किरकोळ आहे किंवा हे विद्यार्थी उच्च शिक्षण आणि रोजगारासाठी परदेशातच जाण्याचा निर्णय घेतात.

पुरवठ्याच्या बाजूने पाहिल्यास, दर्जेदार शिक्षण, संशोधन आणि विकासात योगदान देत असल्याचे दिसते. म्हणजेच उत्पादनकांना वस्तू आणि सेवांचे अधिक कार्यक्षमतेने उत्पादन करण्यासाठी आवश्यक त्या नव्या तंत्रज्ञानाच्या विकासाची पहिली प्रयोगशाळा म्हणून शिक्षणसंस्था कार्य करत असतात. महाविद्यालये आणि विद्यापीठांनी मिळवलेले पेटंट (स्वामित्त्व हक्क) आणि

(नमुना अभ्यास १.२ पुढे चालू)

* लेखकाकडून पूर्वप्रकाशित – *द हिंदू बिझनेस लाईन* (१९ जानेवारी २०१२).

(नमुना अभ्यास १.२ पुढे चालू)

प्रसिद्ध केलेल्या संशोधनपर लेखांच्या संख्येवरून याची साक्ष पटते. जरी भारतीय पेटंट आणि संशोधनपर लेखांच्या संख्येत वाढ होत असली तरी इतर अधिक विकसित देशांच्या तुलनेत हे प्रमाण अतिशय कमी आहे.

कोणत्याही देशाचे दरडोई उत्पन्न वाढवायचे झाल्यास एक तर त्या देशातील श्रमदलाचा सहभाग वाढवावा लागेल किंवा/आणि तंत्रज्ञानात बदल करावा लागेल, या गोष्टीची नोंद घेतली पाहिजे. तैवान, दक्षिण कोरिया, सिंगापूर आणि हाँगकाँगसारख्या आशिया खंडातील नवऔद्योगिक देशांची विकासातील कामगिरी रोजगारक्षमता वाढविणाऱ्या अभ्यासक्रमाद्वारेच झाली आहे. रोजगारक्षम पदवीधरांची संख्या वाढवून वृद्धीमध्ये वाढ करण्याचे हे प्रारूप श्रमवर्गाच्या सहभागातून वृद्धी शक्य असल्याचे दर्शवते. याउलट पाश्चिमात्य देशांतील वृद्धी प्रक्रियेचे श्रेय तंत्रज्ञानातील नवोन्मेषाकडे जाते.

भारताकडे दर्जेदार शिक्षणसंस्था आणि गुणवान शिक्षक या दोहोंची कमतरचा आहे. अमेरिकेतील आयव्ही लीग बिझनेस स्कूलच्या अधिष्ठातापदी भारतीय वंशाच्या व्यक्तीची नेमणूक झाल्याची बातमी भारतातील प्रमुख वृत्तपत्रांत प्रामुख्याने झळकली. नव्याने स्थापन झालेल्या आयआयएम आणि आयआयटी या संस्था प्राध्यापकांच्या शोधात आहेत. खरे तर या नव्या संस्था भारतातील विद्यापीठे आणि इतर शैक्षणिक संस्थामधून आमंत्रित केलेल्या प्राध्यापकांच्या नेमणुकांद्वारेच टिकून राहिल्या आहेत.

बौद्धिक निःसारण

बहुतांश विद्यार्थी शिक्षणाकडे इतर एखाद्या वस्तूप्रमाणे पाहतात. दर्जेदार शिक्षण घेणे हे खर्चिक काम आहे. उदाहरणार्थ, शैक्षणिक कर्ज घेणारे एमबीएचे अनेक विद्यार्थी आपल्या पदवीनंतर मिळणाऱ्या नोकरीकडे गुंतवणूक खर्चाचा परतावा या दृष्टीने पाहतात. अशा प्रकारे बहुतेक शैक्षणिक संस्था विशेषतः एमबीए पदवी देणाऱ्या संस्थांचे रूपांतर नोकरी देणाऱ्या प्रथितयश संस्थांमध्ये झाले आहे. जर या संस्थांनी नोकरीची हमी दिली नाही, तर तिथे अतिशय कमी विद्यार्थी जातात.

आयआयटी आणि आयआयएम संस्थांना प्राधान्य देण्यामागचे कारण या शिक्षणाद्वारे उत्तम परतावा मिळतो, हे आहे. मोठ्या उद्योग कंपन्या आयआयएम व आयआयटीमधून आपले मनुष्यबळ मिळवण्याचा प्रयत्न करतात. त्यामागे त्यांचा विचार तेथील पेटंटस किंवा संशोधनलेखांचे प्रकाशन हा नसून आपले विद्यार्थी निवडताना या संस्था जी अतिशय चोखंदळ छाननी करतात. त्यामुळे दर्जेदार विद्यार्थीच प्रवेश घेऊ शकतात, हे असते.

मंदीच्या काळात दुसऱ्या फळीतील संस्था आपल्या विद्यार्थ्यांना आणि कंपन्यांना चांगली संधी मिळवून देतात. व्यवस्थापन संस्थांमध्ये शिक्षण कसलेही असो, कंपन्यांची त्यांची अशी स्वतःची

(नमुना अभ्यास १.२ पुढे चालू)

(नमुना अभ्यास १.२ पुढे चालू)

प्रशिक्षण पद्धत असते. मंदीमध्ये कंपन्या पहिल्या दर्जाच्या शिक्षणसंस्थांमधील पदवीधरांना देण्यात येणाऱ्या मोबदल्यापेक्षा तुलनेने कमी खर्चात दुसऱ्या दर्जाच्या संस्थांमधील विद्यार्थ्यांना कामावर घेतात. त्यामुळेच अलीकडच्या काळात आयआयएमला आपल्या विद्यार्थ्यांना नोकऱ्या पुरवण्यात अडचणी आल्या तर दुसऱ्या दर्जाच्या व्यवस्थापन संस्था १००% विद्यार्थ्यांना नोकऱ्या मिळवून देण्यात यशस्वी झाल्या.

ज्यांना खरोखरच शिक्षणाची कळकळ आहे आणि जे शिक्षणाकडे वस्तूप्रमाणे परताव्याच्या दृष्टीने पहात नाहीत असे अगदी थोडे गुणवान विद्यार्थी उच्च शिक्षणासाठी अमेरिका, ऑस्ट्रेलिया किंवा पश्चिम युरोपातील देशात जातात. भूतपूर्व सोव्हिएट युनियनमधील देशांतील वैद्यकीय महाविद्यालयातील रिक्त जागा मिळवण्यासाठी आपले विद्यार्थी जातात आणि अगदी तेथील स्थानिक भाषांमधून वैद्यकीय शिक्षण घेतात असेही हल्ली आढळले आहे. या सर्वांचा एकंदरीत परिणाम म्हणजे भारतात पुरेश्या शैक्षणिक सुविधांअभावी अजूनही बौद्धिक गळती होते आहे.

गुदमरवणारे नियंत्रण

उच्च शिक्षणक्षेत्रातील शासनाच्या नियंत्रणामुळे दर्जेदार शिक्षण मिळवण्यात अडथळे येतात. परदेशी संस्थांशी सहकार्य असो की, शिक्षणशुल्क निश्चिती असो, शासनाचे निर्बंध सर्वत्र पसरलेले आहेत. एक अभियंता होण्याचा वार्षिक खर्च सुमारे ६ लाख रुपये आणि एक डॉक्टर तयार करण्याचा वार्षिक खर्च १० ते १२ लाख रुपयांच्या दरम्यान असेल, तर खाजगी शिक्षणसंस्थांना शासनाने निर्धारित केलेल्या शुल्कांची सक्ती करणे अव्यवहार्य आहे. यामुळे खाजगी क्षेत्रातील विद्यापीठांना दर्जेदार शिक्षक मिळवणे तर सोडाच, परंतु टिकून राहणे कठीण होते.

अशा परिस्थितीत खाजगी संस्थांना गरजू, गुणवान विद्यार्थ्यांना शिष्यवृत्ती देणे बंधनकारक करता येईल. खरे पाहता अमेरिकेमध्ये बहुतेक चांगल्या यशस्वी शिक्षणसंस्था खाजगी क्षेत्रांत आहेत. अमेरिका आणि कॅनडामधील विद्यापीठांशी सहकार्य करून चीनमधील अनेक व्यवस्थापन संस्था वाढत आहेत व दर्जेदार शिक्षण देत आहेत. हे भारतामध्ये शक्य नाही. एखादी खाजगी संस्था स्थापन करताना एक खिडकी योजना पद्धतीऐवजी राज्यशासन राज्यातील विद्यापीठे आणि विद्यापीठ अनुदान आयोग, आखिल भारतीय तंत्रशिक्षण संस्था अशा अनेक शासकीय नियमन संस्थांकडून 'ना हरकत' प्रमाणपत्र मिळवावे लागते.

खोटी आश्वासने देणाऱ्या विद्यापीठांचे परवाने रद्द करणे किंवा त्यांच्यावर कारवाई करणे, तक्रार निवारण कक्ष उभारणे अशा मार्गांनी शासन अधिक चांगले नियंत्रण करू शकेल. त्यामुळे खोट्या बोगस शिक्षणसंस्था तग धरू शकणार नाहीत आणि निरोगी स्पर्धा निर्माण होऊ शकेल. विद्यार्थ्यांनाच शिक्षणाबाबतचे निर्णय घेऊ द्या. यामुळे दर्जेदार शिक्षण संस्था मनुष्यबळ संसाधन आणि भारताचा दीर्घकालीन विकास साध्य होईल अशी आशा वाटते.

उपभोग घेण्यावर खर्च होते. वितरित न केलेले उत्पन्न उत्पादनसंस्थांकडे व्यवहारजन्य वाढाव्याच्या स्वरूपात जमा होत जाते. या वाढाव्यातील काही भाग उद्योगसंस्था स्वतःकडे ठेवून त्यातील थोडा भाग भविष्यातील गुंतवणुकीसाठी वापरतात. ज्यातून त्यांच्या भौतिक उत्पादन साधनांमध्ये वाढ होते. उर्वरित शिल्लक लाभांश, व्याज आणि खंड या स्वरूपात वितरित केली जाते. भारतीय संदर्भात खंड हा भूमी आणि इमारतीचा मोबदला असतो. जर एखादी व्यक्ती स्वतःचे किरणा दुकान चालवण्यासाठी स्वयंरोजगार करत असेल तर अशा वेळी रोजगारातून मिळालेले उत्पन्न आणि शिल्लक वाढावा असा फरक करता येत नाही. अशा उत्पन्नांचे वर्गीकरण मिश्र उत्पन्न असे केले जाते. अशा रीतीने, उत्पादन घटकांचा हिस्सा या स्वरूपात जे उत्पन्न मिळते, त्यात वेतन, व्याज, खंड, लाभांश, वितरित न केलेला नफा आणि स्वयंरोजगारी व्यक्तीचे मिश्र उत्पन्न या साऱ्यांचा समावेश होतो.

उत्पादनाच्या दृष्टिकोनातून राष्ट्रीय उत्पन्नाचे मोजमाप करण्यासाठी साधारणतः संपूर्ण अर्थव्यवस्थेचे आर्थिक व्यवहारवर आधारित निरनिराळे विभाग पाडले जातात. यातील एकूण उत्पादन आणि उत्पादनासाठी वापरल्या गेलेल्या उत्पादनघटकाचे मूल्य विचारात घेतले जाते. प्रत्येक विभागातील उत्पादनाचे एकूण मूल्य वजा कच्चा माल व सेवांचे मूल्य असे वाढावा-मूल्य काढले जाते. सेवांच्या बाबतीत, वाढावा मूल्याचे मोजमाप करण्यासाठी सेवांकरिता दिल्या गेलेल्या एकूण मूल्यातून वाहतूक, जाहिरात आणि इतर किरकोळ खर्च वजा केले जातात.

कोष्टक १.३ मध्ये वाढावा मूल्य ही संकल्पना स्पष्ट केली आहे.

उदाहरणार्थ, पीटर इंग्लंड कंपनी आपल्या तयार कपड्यांच्या उत्पादनासाठी आवश्यक कापसाचे स्वतः उत्पादन करत नाही, तर एक तर कापूस उत्पादक शेतकऱ्यांकडून विकत घेते किंवा कापड कारखानदारांकडून विणलेले सुती कापड खरेदी करते. कच्चा कापूस किंवा विणलेले सुती कापड या मध्यस्थ वस्तू आहेत, तर पीटर इंग्लंडचे शर्ट ही अंतिम उपभोग वस्तू आहे. राष्ट्रीय उत्पन्नाचे मोजमाप करताना आपण कापसाचे किंवा विणलेल्या सुती कापडाचे मूल्य विचारात घेतल्यास त्यामुळे दुहेरी गणना होईल. त्याप्रमाणे राष्ट्रीय उत्पन्नातील घटकात समावेश मूल्यवर्धनाच्या स्वरूपातच होऊ शकतो.

कोष्टक १.३ राष्ट्रीय उत्पन्नाचे मापन

राष्ट्रीय उत्पन्नाचे मापन (मूल्यवर्धित)		
कापूस उत्पादक	कापसाचे मूल्य = रु.१००	मूल्यवर्धनः १०० रुपये
कापड गिरणी	कापसापासून कापड विणणे = रु.३००	मूल्यवर्धनः रु.३०० - रु.१०० = रु.२००
शर्ट उत्पादक कंपनी	कापडापासून शर्ट बनवणे = रु.४००	मूल्यवर्धनः रु.४०० - रु.३०० = रु.१००
पीटर इंग्लंड	पीटर इंग्लंड शर्ट = रु.६००	मूल्यवर्धनः रु.६०० - रु.४०० = रु.२००
	एकूण मूल्यवर्धन	रुपये ६००

स्रोत: लेखकाच्या नोंदी.

आपल्या उदाहरणात (कोष्टक १.३) गुंतवणूक खर्चातील मूल्यवर्धन रुपये १००+२००+१००=४०० रुपये असे आहे आणि उपभोग खर्चामधील मूल्यवर्धन २०० रुपये इतके आहे.

राष्ट्रीय उत्पादनाकडे उत्पन्नाच्या बाजूने पाहणे हा राष्ट्रीय उत्पन्न मोजणीचा दुसरा पर्यायी मार्ग आहे. राष्ट्रीय उत्पन्नाची मोजदाद करताना केंद्रीय सांख्यिकी संघटना दुहेरी नोंद पद्धत वापरते. ज्यात ताळेबंदातील खर्च आणि उत्पन्नाच्या बाजू समान असतात.

जेव्हा जेव्हा उत्पादनात वाढ होऊन पीटर इंग्लंडच्या शर्टच्या संख्येत वाढ होते, तेव्हा कंपनीच्या उत्पादन खर्चात होणारी वाढ खर्चाच्या बाजूने नोंदवली जाते. त्याचबरोबर प्राप्तीतील वाढ उत्पन्नाच्या बाजूने नोंदवली जाते. दुहेरी नोंदणी पद्धतीने मोजलेल्या राष्ट्रीय उत्पन्नपातळीत उत्पन्न आणि खर्चात समानता असण्याची खात्री असते.

पीटर इंग्लंडचा शर्ट खरेदी करण्यासाठी आपण खर्चलेला प्रत्येक रुपया कुणाचे तरी उत्पन्न असतो. हे उत्पन्न साधारणपणे वेतन, व्याज, खंड आणि नफ्याच्या स्वरूपात असते. पुन्हा एकदा हेच उदाहरण घेतल्यास, पीटर इंग्लंडचा शर्ट विकत घेण्याने कंपनीला नफा आणि कंपनीच्या दुकानात काम करणाऱ्या कर्मचाऱ्यांना वेतन मिळते. शिवाय शर्ट उत्पादकाला विणलेले सुती कापडे पुरवणाऱ्या कारखानदाराने कापड विणण्यासाठी जर यंत्रे भाड्याने घेतली असतील तर त्याला ते भाडे यंत्राच्या मालकाला द्यावे लागेल. जर कारखानदाराने (उत्पादकाने) भाड्याने यंत्रे घेतली नसतील, तर मिळणारे सर्व उत्पन्न तो आपला नफा म्हणून ठेवू शकेल. या उदाहरणात, खंड नफ्याच्या स्वरूपात असेल, तसेच जर कापूस उत्पादक शेतकरी खंडाने जमीन कसत असेल तर त्याला जमिनदाराला खंड द्यावा लागेल.

जर कापूस उत्पादनासाठी आवश्यक उत्पादन घटक घेण्यासाठी सावकाराकडून कर्जाऊ पैसे घेतले असतील तर, त्याला व्याज द्यावे लागेल. म्हणजेच, कुठल्याही उत्पादन प्रक्रियेतून वर उल्लेखिलेल्या चार उत्पन्नांची निर्मिती होते. उत्पादनाचे एकूण मूल्य आणि एकूण उत्पन्नाची पातळी समान असते. म्हणूनच, उत्पादनाच्या किंवा उत्पन्नाच्या बाजूने मोजले तरी राष्ट्रीय उत्पन्न समानच असते. निवृत्तिवेतन, शैक्षणिक अनुदाने, बेरोजगार भत्ता आणि बक्षिसे/देणग्या यांचा समावेश उत्पादन सेवांमध्ये केला जात नाही, हे लक्षात घेतले पाहिजे. यांना बदली उत्पन्न (transfer income) असे म्हणतात.

राष्ट्रीय उत्पन्नावर परिणाम करणारे घटक

'नवीन' वस्तू आणि सेवांची निर्मिती करण्यात पैसा खर्च केल्यास राष्ट्रीय उत्पन्नाचे मूल्य बदलेल. 'नवीन' हा शब्द इथे महत्त्वाचा आहे. जर एखाद्या व्यक्तीने कुणीतरी अगोदरच खरेदी केलेली जुनी कार किंवा जुनी सदनिका विकत घेतली तर राष्ट्रीय उत्पन्नावर काहीही परिणाम होणार नाही. कारण जेव्हा ती कार किंवा घर पहिल्या वेळेस विकत घेतलेले असते, तेव्हाच त्याचे मूल्य राष्ट्रीय उत्पन्नात समाविष्ट झालेले असते. परंतु, ज्या व्यक्तीने ती गाडी किंवा सदनिका विकली त्याने जर मिळालेले उत्पन्न नव्या वस्तू किंवा सेवा खरेदी करण्यासाठी वापरले तर चालू वर्षीच्या राष्ट्रीय उत्पन्नात त्याची गणना होईल. आणखी काही उदाहरणांनी हे स्पष्ट होईल.

पुन्हा एकदा त्सुनामी. त्सुनामीसारख्या नैसर्गिक आपत्तींमुळे भौतिक आणि मानवी भांडवलाचा विध्वंस होतो आणि ज्यावेळी अशा आपत्ती उद्‌भवतात, त्या वेळची अर्थव्यवस्थेची उत्पादक क्षमता निश्चितच ढासळते. परंतु राष्ट्रीय उत्पन्न ही वार्षिक संकल्पना आहे. वर्षअखेरीपर्यंत जर शासनाने उत्पादन वाढ करण्यासाठी खर्च करून भांडवल साठा वाढवला तर, राष्ट्रीय उत्पन्न वाढेल. म्हणून त्सुनामीसारख्या नैसर्गिक आपत्तींमुळे राष्ट्रीय उत्पन्नाचे मूल्य घटेलच असे नाही.

उत्पादन साठ्यातील बदल. उत्पादन साठा म्हणजे न विकले गेलेले उत्पादन. उत्पादन साठ्यात घट होणे म्हणजे राष्ट्रीय उत्पन्नात वाढ होणे. जर हा उत्पादन साठा विकल्याने नफा झाला, तर मूळ किंमत अधिक झालेल्या नफ्याच्या प्रमाणात राष्ट्रीय उत्पन्नात वाढ होईल.

समभाग मूल्यातील बदल. २०१४ मध्ये भारतीय शेअरबाजाराने मोठीच उसळी घेतली. आपल्या समभागांवरील परतावा पाहून भारतीयांमध्ये उत्साह संचारला होता. राष्ट्रीय शेअरबाजार दररोज वर-वर जात होता आणि जवळजवळ प्रत्येक जण समभाग गुंतवणूक करू इच्छित होता. शेअरबाजारातील नफा जोपर्यंत नवीन वस्तू आणि सेवांच्या खरेदीसाठी वापरला जात नाही, तोवर त्यामुळे चालू राष्ट्रीय उत्पन्नात भर पडत नाही. मात्र, लाभांशातील वाढ ही उत्पादनसंस्थांच्या नफ्यातील वाढीमुळे होते आणि त्यामुळे राष्ट्रीय उत्पन्नातही वाढ होते.

आर्थिक कल्याणाचा मापक या दृष्टीने राष्ट्रीय उत्पन्नाला काही मर्यादा आहेत. उदाहरणार्थ, जर एखाद्या व्यक्तीने उत्पन्नातील वाढीमुळे श्रम करणे किंवा उत्पादन आणि सेवांच्या निर्मितीत योगदान देणे बंद केले, तर त्यामुळे राष्ट्रीय उत्पन्न पातळी घटेल. यातील विरोधाभास असा आहे की, विश्रांती घेण्याने त्या व्यक्तीच्या कल्याणात मात्र भर पडेल. या उदाहरणात राष्ट्रीय उत्पन्नात विश्रांती किंवा फावल्या वेळेचे सुख मिळण्याचे स्वातंत्र्य ही संकल्पना समाविष्ट नसल्याचे दिसून येते. यातूनच विकास या संकल्पनेकडे आपण जातो.

प्रकरण २

वृद्धी, विकास आणि उत्पन्न विभाजन

वृद्धी आणि विकास

मागील प्रकरणात आपण प्रामुख्याने वृद्धी आणि वृद्धीच्या विविध घटकांची चर्चा केली. या प्रकरणामध्ये आपण वृद्धीच्या इतर दोन संलग्न पैलूंविषयी चर्चा करूया.

हे दोन घटक म्हणजे विकास आणि उत्पन्न विभाजन होत. 'वृद्धी म्हणजेच विकास नव्हे' किंवा 'वृद्धीमुळे उत्पन्नाचे विषम विभाजन होते. गरीब ज्या वेगाने श्रीमंत होतात त्याहून अधिक वेगाने श्रीमंत अधिक श्रीमंत होतात.' असे आपण बऱ्याचदा ऐकत असतो. या दोन परस्परांशी निगडित संकल्पना समजून घेण्यासाठी आपण प्रथम विकास संकल्पनेबद्दल बोलूया.

वृद्धी आणि विकास यात फरक आहे. वृद्धी ही पूर्णतः दरडोई उत्पन्न किंवा राष्ट्रीय उत्पन्नातील वाढीनुसार मोजलेली स्वतंत्र एकसुरी संकल्पना आहे, तर एखाद्या प्रदेशातील सामान्य नागरिकांच्या जीवनमानाच्या गुणवत्तेतील होणाऱ्या वाढीशी विकासाचा संबंध असतो. विकासाची संकल्पना बहुमुखी व्यामिश्र स्वरूपाची आहे. संयुक्त राष्ट्रांचा विकास कार्यक्रम एखाद्या देशाचा किंवा प्रदेशाचा विकास मानव विकास निर्देशांकाद्वारे मोजते. मानव विकास निर्देशांकाचे मापन देशाच्या आरोग्याची निदर्शक असणाऱ्या एकूण आयुष्यमानाची सर्वसाधारण सरासरी, साक्षरतेची निदर्शक शिक्षणपातळी आणि उत्पन्नपातळीची निदर्शक म्हणून दरडोई उत्पन्न याच्या सहाय्याने केले जाते. त्यामुळे विकास ही वृद्धीपेक्षा बरीच व्यापक संपल्पना आहे. जर एखाद्या देशातील नागरिकांना चांगल्या आरोग्यसुविधा, शिक्षण आणि सुशासन उपलब्ध होत असेल आणि उत्पन्न/रोजगार मिळवण्याच्या संधी असतील तर आपण त्या देशाला विकसित अर्थव्यवस्था असे म्हणतो. उदाहरणार्थ, अमेरिका खंडातील देश (अमेरिका, कॅनडा) विकसित आहेत, कारण तेथील नागरिक अधिक शिक्षित, अधिक निरोगी आहेत. त्यांना कार्यक्षम न्याय व अंतर्गत सुरक्षा व्यवस्था उपलब्ध आहे आणि उपसहारा प्रदेशातील सोमालिया आणि चाड या अविकसित मानल्या जाणाऱ्या आफ्रिकन देशांपेक्षा उत्पन्न कमावण्याच्या अधिक चांगल्या संधी त्यांना उपलब्ध आहेत. या उपसहारा प्रदेशातील देशांमध्ये लोकांना अगदी हातातोंडाची लढाई करत जगावे लागत असल्याने तिथे गुन्हे आणि अत्याचाराचे प्रसंग सर्रास अनुभवाला येतात.[1]

---

[1] भारतातील प्रादेशिक विकास पातळीची कल्पना द इंडिया ह्युमन डेव्हलपमेंट सर्वे (IHDS) पाहून येऊ शकते. आयएचडीएस हे राष्ट्रव्यापी विविध विषयांशी निगडित आणि देशातील १५०३ खेडी आणि ९७१

प्रा. अमर्त्य सेन यांच्या शब्दांत सांगायचे झाल्यास, विकास स्वातंत्र्याला समानार्थी आहे. दारिद्र्य, निरक्षरता, बालमृत्यू यांपासून मुक्ती आणि राजकीय प्रक्रियेत भाग घेण्याचे स्वातंत्र्य ही काही त्यापैकी उदाहरणे होत. जर उत्पन्नाच्या संधी उपलब्ध असतील तर आपण दारिद्र्यापासून मुक्ती मिळवू शकू. जर लोक शिक्षित झाले तर, निरक्षरतेपासून सुटका होईल. जर आरोग्यसोयी आणि पुरेशी इस्पितळे उपलब्ध असतील तर, बालमृत्यूपासून मुक्ती मिळेल आणि जर सुशासन असेल तर राजकीय प्रक्रियेत सहभागाचे स्वातंत्र्य मिळेल. दारिद्र्य, अशिक्षितता, कुपोषण, राजकीय अस्थैर्य आणि लिंगभेद असे समाधान मिळवण्यातले अडथळे टाळू शकणारा समाजच स्वतःला विकसित म्हणवून घेऊ शकतो.

एखाद्या देशात वृद्धीची क्षमता असेल परंतु विकासाकडे जर त्याने दुर्लक्ष केले तर दीर्घकाळात असा देश कधीही प्रगत होऊ शकणार नाही. केवळ वाढत्या वृद्धिदरामुळे राहणीमानाच्या दर्जात सुधारणा होईलच याची हमी नसते. उदाहरणार्थ, १९६० आणि १९७० च्या दशकात ब्राझिलमध्ये मोठी वृद्धी घडून आली, परंतु उत्पन्नाचे विभाजन आणि आरोग्य, शिक्षण यांसारख्या गुणात्मक जीवनमानाच्या अनेक निर्देशांकांकडे दुर्लक्ष झाल्याने तेथील धोरणकर्त्यांना सत्ता गमाविण्याच्या भीतीपोटी लोकप्रिय धोरणांचा अवलंब करावा लागला. यामुळे ब्राझिलच्या आर्थिक सुधारणा कार्यक्रमांना खीळ बसून पूर्ण रोजगार उत्पादन पातळी गाठण्यात अडचणी आल्या. कमी विकास पातळी आणि बहुतांश लोकांकडे दुर्लक्ष झाल्यामुळे तेथील सत्ताधारी पक्षांना वारंवार सत्ता गमवावी लागली. त्यामुळे सुरुवातीच्या काळातील सुधारणा प्रक्रियेद्वारे जी वृद्धी झाली होती, ती टिकू शकली नाही. म्हणून वृद्धीबरोबरच राज्यकर्त्यांना समाजाच्या विकासाची हमी देता आली पाहिजे. म्हणजेच, नागरिकांना उच्च दर्जाचे जीवनमान उपलब्ध करून दिले पाहिजे.

वृद्धी आणि विषमता

आता आपण वृद्धी आणि विषमता याकडे लक्ष देऊया. जेव्हा आर्थिक संधीमध्ये वाढ होते, तेव्हा अधिक कुशल लोकांना त्यापासून अधिक लाभ मिळू शकतील, हे अगदी स्वाभाविक आहे. त्यातूनच विषमता निर्माण होते. यात प्रथमतःच समानता आणि समता या दोन गोष्टींमधील भेद स्पष्ट करणे महत्त्वाचे आहे. आदर्श उत्पन्न विभाजन कसे असावे याबद्दल काही न बोलता गिनी सहगुणकाच्या साहाय्याने उत्पन्न विभाजनाचे दाखले देणारी विश्लेषणात्मक अर्थशास्त्रातील संकल्पना म्हणजे समानता होय. याउलट, समता ही मूल्यनिर्देशक संकल्पना आहे. ज्यात आदर्श उत्पन्नविभाजन कसे असावे, याविषयी चर्चा केली जाते. सोप्या भाषेत सांगायचे झाल्यास, समानता ही उत्पन्नाच्या समानतेशी निगडित असते, तर समता उत्पन्न मिळवण्याच्या *संधीतील समानतेशी* संबंधित असते.

शहरी विभागातील ४१,५५४ कुटुंबाचे सर्वेक्षण आहे. सर्वेक्षणाची पहिली मुलाखत फेरी २००४–०५ मध्ये पूर्ण झाली. २०११–१२ मध्ये आयएचडीएस ची दुसरी मुलाखत फेरी घेण्यात येऊन वेगवान आर्थिक वृद्धीच्या काळातील बदलांचे परीक्षण करण्यात आले. ही माहिती http://www.icpsr.ymich.edu/icpsrweb/DSDR/studies/22626 येथे उपलब्ध आहे.

उत्पन्नातील विषमता एक तर परिस्थितीजन्य कारणाने किंवा धोरणातील अपयशामुळे निर्माण होते. परिस्थितीजन्य कारणे हे बाह्य घटक असतात. म्हणजेच धोरणात्मक उपाययोजनांद्वारे त्यांचे नियंत्रण करता येत नाही.

परिस्थितीमुळे दारिद्र्य निर्माण होण्याची उदाहरणे पुढीलप्रमाणेः (१) जात, (२) नैसर्गिक आपत्ती (३) लिंग आणि (४) युद्ध. उदाहरणार्थ, भारतात अनुसूचित जमाती किंवा मागासवर्गीय जातींमध्ये जन्माला आलेल्या लोकांना कमी संधी उपलब्ध असतात आणि त्यामुळे ते गरीब राहतात. तसेच बांग्लादेशातील पूर आणि वादळांसारख्या वारंवार उद्भवणाऱ्या नैसर्गिक आपत्तींमुळे भौतिक भांडवल व उत्पादन साधनांची हानी होते आणि तेथील लोक गरीबच राहतात. दुसरे उदाहरण, लिंगभेदाचे देता येईल. २००३ पूर्वीच्या दशकात २०० दशलक्ष महिला जागतिक श्रमिकदलात समाविष्ट असल्या तरीही सर्वांत दरिद्री एक अब्ज लोकांमध्ये ६०% स्त्रिया आहेत (मानव विकास अहवाल UNDP, २००७). युद्धामुळेही मानवी आणि भौतिक संपत्तीचा नाश होतो. १९८० च्या दशकातील व्हिएतनामच्या राष्ट्रीय उत्पन्नातील क्षुल्लक वाढ आणि अलीकडच्या काळात इराकच्या दरडोई उत्पन्नातील घट युद्धे आणि त्यानंतरची आर्थिक आणि राजकीय कोंडीमुळे झाली.[२]

दारिद्र्यरेषेखालील (BPL) लोकांचे वर्गीकरण निरनिराळ्या देशांत निरनिराळ्या प्रकारे केले जाते. साधारणपणे, देशाच्या अधिकृत उत्पन्न पातळीपेक्षा ज्यांचे उत्पन्न कमी असते, अशांचा समावेश यात होतो. उत्पन्नविषयक माहिती मिळवणे कठीण असल्याने अनेक देशांमध्ये उत्पन्नाऐवजी खर्च किंवा अन्नातील उष्मांक लक्षात घेतले जातात. उदाहरणार्थ, भारतात नियोजन आयोग खर्चाच्या आधारे दारिद्र्याची पातळी मोजतो. राष्ट्रीय नमुना पाहणी संघटनेच्या ५५व्या फेरीच्या (जुलै १९९९ ते जून २०००) आधारे उपभोग खर्चाच्या विस्तृत नमुना पाहणीनुसार दारिद्र्य रेषेखाली राहणाऱ्या लोकांची १९९९-२००० मध्ये ग्रामीण भागात २७.०९%, शहरी भागात २३.६२% आणि संपूर्ण देशाच्या पातळीवर २६.१०% होती.[३] उपभोग खर्चाची ही आकडेवारी लोकांना किमान उष्मांक मिळवण्यासाठी कराव्या लागणाऱ्या खर्चाची निर्देशांक आहे.

जगण्यासाठी आवश्यक असणाऱ्या अन्नामधील किमान उष्मांकाची पातळी मिळवण्यासाठी लागणाऱ्या उत्पन्नाशी निगडित दारिद्र्यरेषा ठरवताना शहरी भागात २१०० उष्मांक तर ग्रामीण भागात २४०० उष्मांक पातळी निश्चित केली गेली. राष्ट्रीय नमुना पाहणीच्या (NSS) १९७३-७४ मधील कुटुंबाचा उपभोग खर्च आवश्यक उष्मांकाला आर्थिक समकक्ष दृष्टीने मोजला गेला. या आकडेवारीतून असे दिसून

---

[२] एन. बानीक (२००९) *ट्रेड ॲण्ड सोशल डेव्हलपमेंट, द केस ऑफ एशिया*, एशिया-पॅसिफिक रिसर्च ॲण्ड ट्रेनिंग नेटवर्क ऑन ट्रेड, वर्किंग पेपर क्र. ६८ - युनायटेड नेशन्स ESCAP.

[३] राष्ट्रीय नमुना पाहणी संघटनने १९५० पासून ग्रामीण आणि शहरी भागाची सामाजिक-आर्थिक राष्ट्रव्यापी नमुना पाहणी केलेली आहे. भारतातील दारिद्र्य मापन उपभोग खर्चाच्या आधारे केले जाते. उपभोगाचे सर्वेक्षण दरवर्षी लहान नमुन्याच्या आधारे आणि पाच वर्षांनी प्रचंड नमुन्याच्या आधारे केले जाते. प्रकाशित अहवाल http://mospi.nic.in//Mospi_New/site/home.aspx येथे उपलब्ध आहे.

आले की, १९७३-७४ मध्ये दरडोई दर महिना सुमारे ४९ रुपये सरासरी खर्च करू शकणारे किमान उष्मांकांचा उपभोग घेऊ शकत होते. शहरी भागासाठी हे प्रमाण साधारण ५६.५० रुपये इतके होते. यानंतर १९७३-७४ मधील ग्रामीण आणि शहरी दारिद्र्यरेषा पातळी ठरवली गेली. नंतरच्या काळातील दारिद्र्यरेषा पातळी मिळवण्यासाठी या आकडेवारी योग्य त्या उपभोक्ता किंमत निर्देशांकाच्या प्रमाणात वाढवली गेली.

२०११ मध्ये भारताची दारिद्र्यरेषा पातळी नव्याने ठरवण्यात आली. अन्न, आरोग्य आणि शिक्षणावर शहरी भागात दररोज ३१ रुपये आणि ग्रामीण भागात २५ रुपयांपेक्षा कमी खर्च करू शकणारे गरीब मानले गेले. २००४-०५ मधील दारिद्र्यरेषा पातळीच्या आकडेवारीला शहरी भागासाठी औद्योगिक कामगारांच्या उपभोक्ता किंमत निर्देशांकाने तर ग्रामीण भागासाठी शेतमजुरांच्या उपभोक्ता किंमत निर्देशांकाने गुणून ही आकडेवारी मिळवली गेली होती. २००४-०५ मध्ये हे प्रमाण शहरी भागात २० रुपये आणि ग्रामीण भागात १५ रुपये इतके होते. पंतप्रधान मनमोहन सिंग यांनी २००९ मध्ये स्थापन केलेल्या अर्थतज्ज्ञ सुरेश तेंडुलकरांच्या अध्यक्षतेखालील तेंडुलकर समितीने वरील आकडेवारी काढताना अन्नधान्य, मनोरंजन, शालेय शिक्षण आणि आरोग्यावरील दरमहा केला जाणारा खर्च आणि एनएसएसच्या २००४-०५ च्या उपभोग खर्च सर्वेक्षणाचा आधार घेतला होता. या समितीने दारिद्र्यमापनासाठी स्वीकारलेल्या उष्मांक निकषाचा त्याग करण्याची सूचना केली. मात्र, उष्मांक निकषावर आधारित यापूर्वीच्या शहरी दारिद्र्यरेषा पातळी समितीने कायम ठेवून केवळ ग्रामीण दारिद्र्यरेषा पातळीत वाढ केली. यालाच तेंडुलकर दारिद्र्यरेषा असे म्हणतात आणि नियोजन आयोगाची सर्वांत अलीकडील दारिद्र्य रेषा पातळी यावरच आधारलेली आहे. जागतिक बँकेने निरनिराळ्या देशातील क्रयशक्तीमधील फरक लक्षात घेण्यासाठी 'दररोज एक डॉलर' एवढ्या उपभोग खर्चाला जो निकष सुचवला होता त्याच्याशी तेंडुलकर दारिद्र्यरेषा पातळीची तुलना करता येईल. या निकषानुसार शहरी गरिबांना अन्नाधान्यावरील दररोजचा कमाल खर्च १२.१६ रुपये तर ग्रामीण गरिबांसाठी १०.२४ रुपये इतका होता. आरोग्य आणि शिक्षणावरील दरडोई दररोजचा खर्च २ रुपयांपेक्षा कमी होता. म्हणजे, शहरी गरीब व्यक्ती दररोज २१०० उष्मांकाचे अन्न खरेदी करू शकत होती, तर ग्रामीण गरिबाला केवळ १७७६ उष्मांकच परवडू शकत होते. गरिबांचे वर्गीकरण करण्याची जागतिक बँकेची आपली अशी पद्धत आहे. ज्या व्यक्तीचे दररोज उत्पन्न (१९९३ च्या किंमतपातळीनुसार) एक अमेरिकन डॉलरपेक्षा कमी असेल आणि खरेदी क्षमतेच्या (PPP) निकषानुसार दोन अमेरिकन डॉलर्सपेक्षा कमी असेल तर त्या व्यक्तीला दारिद्र्यरेषेखाली मानण्यात येते.

विषमतेवरील आपल्या विश्लेषणाचा विचार करताना सुदैवाने असे दिसून येते की, विषमतेची बहुतेक इतर कारणे अंतर्गत स्वरूपाची आहेत आणि योग्य धोरणाद्वारे ती नाहीशी करता येतील. उदाहरणार्थ, आशिया खंडातील बऱ्याच देशातील बहुसंख्य लोकसंख्या शेतीवर अवलंबून आहे आणि गरीब आहे. म्हणून शेतीची उत्पादकता वाढवून आणि पुरवठा साखळी व्यवस्थापनेत सुधारणा करून या लोकांच्या उत्पन्नात वाढ करता येईल. उदाहरणार्थ, व्हिएतनाममध्ये १९८६ मध्ये सुरू झालेल्या आर्थिक सुधारणा प्रक्रियेने देशांतर्गत कॉफी आणि तांदळाची बाजारपेठ आंतरराष्ट्रीय बाजारपेठेशी जोडली गेल्याने ग्रामीण

भागातील मजुरांना त्याचा लाभ मिळाला. ग्रामीण आणि शहरी श्रम बाजारपेठेतील समन्वय आणि ग्रामीण वित्त बाजाराच्या सुविधांमुळे बांग्लादेशातील आर्थिक वृद्धी दारिद्र्य निर्मूलक ठरली.

मात्र, अजून बरेच काही करण्याची गरज आहे. आंतरराष्ट्रीय नाणेनिधी आणि आशियाई विकास बँक या दोन प्रमुख संघटनांच्या प्रकाशित अहवालानुसार १९९६ नंतर आशियायी देशांमध्ये विषमतेत वाढ झाली आहे. उदाहरणार्थ, आंतरराष्ट्रीय नोणेनिधीच्या प्रादेशिक आर्थिक अवलोकन अहवालात म्हटले आहे,

'गेल्या दहा-एक वर्षांत पाहणी केलेल्या १८ आशियायी देशांपैकी १३ देशांमध्ये (या देशांची सांख्यिकी माहिती उपलब्ध आहे.) ५ ते ३५% या प्रमाणात विषमतेत वाढ झाली आहे.[४] आशियाई विकास बँकेच्या २०१२ च्या 'कम्फ्रंटिंग रायझिंग इनक्वालिटी इन एशिया (आशियातील वाढत्या विषमतेला सामोरे जाताना) या अहवालात आशियातील वाढत्या विषमतेबाबत 'गरीब ज्या वेगाने श्रीमंत होत आहेत, त्याहून अधिक वेगाने श्रीमंत अधिक श्रीमंत होत आहेत' असे म्हटले आहे.
या अहवालानुसारः

> 'पाहणी केलेल्या २८ देशांपैकी ११ देशांमध्ये विषमतेत वाढ झाली आहे. यात चीन, भारत आणि इंडोनेशिया या सर्वाधिक लोकसंख्या असणाऱ्या आणि आशियायतील वेगाने वृद्धी होणाऱ्या तीन देशांचाही समावेश आहे. १९९० च्या दशकाच्या पूर्वाधापासून ते २००० च्या दशकाच्या अखेरीपर्यंत विषयमतेच्या गिनी सहगुणकानुसार चीनमध्ये ३२ वरून ४३ भारतात ३३ वरून ३७ आणि इंडोनेशियात २९ वरून ३९ इतकी वाढ झाली. संपूर्ण आशिया खंडाचा एकत्र विचार केल्यास या काळात गिनी सहगुणक ३९ वरून ४६ इतका झाला.[५]

विषमता समजून घेताना

उत्पन्नाचे विभाजन किती सम किंवा विषम प्रमाणात आहे, हे निश्चित करण्यासाठी आपल्याला संभाव्यता घनता फलन (Probability Density Function) संकल्पनेचा आधार घेऊ शकतो. आडव्या अक्षावर उत्पन्न आणि उभ्या अक्षावर उत्पन्न विभाजनाची संभाव्यता मोजून घनता फलन काढता येईल. जर उत्पन्नाचे विभाजन सम असेल तर उत्पन्नाचा बहुलक (Mode) म्हणजेच बहुसंख्य लोकसंख्येचे उत्पन्न उत्पन्नपातळीच्या सरासरी इतके येईल. अर्थात काहीजणांचे उत्पन्न सरासरीपेक्षा जास्त तर काहीजणांचे सरासरीपेक्षा कमी असू शकेल. परंतु सर्वसाधारणपणे उत्पन्नाचे विभाजन सम असेल.

आकृती २.१ मध्ये हे स्पष्ट केलेले आहे. या आकृतीचे तीन विभाग आहेत. प्रत्येक विभागात उत्पन्न (*एक्स*) आडव्या अक्षावर आणि संभाव्यता उभ्या अक्षावर असून उत्पन्न घनता फलन दाखवलेले

---

[४] IMF (२००६) *आयएमएफ रिजनल इकॉनॉमिक आऊटलूक, २००६*, वॉशिंग्टन डी. सी.: इंटरनॅशनल मॉनेटरी फंड पृ. ६३

[५] ADB (२०१२) *एडीबी इकॉनॉमिक आऊटलूक, २०१२*, मेट्रो मनिलाः एशियन डेव्हलपमेंट बँक, पृ. xviii

आहे. एकूण आकृतीमध्ये आडव्या अक्षावर उत्पन्नाची एकत्रित टक्केवारी आणि उभ्या अक्षावर एकूण लोकसंख्येशी त्या त्या उत्पन्न पातळीला असणारे लोकसंख्येचे प्रत्येक विभागातील प्रमाण आमने–सामने मांडलेले आहे.

इथे आपल्याला तीन दृश्ये दिसतात. आकृती २.१ब मध्ये घनता फलन एखाद्या घंटेच्या आकाराप्रमाणे समरूप वक्र आहे. याला सर्वसाधारण घनता फलन असेही म्हणतात. या स्थितीत उत्पन्नाचे सरासरी मूल्य उत्पन्नाच्या बहुलक (mode) मूल्य आणि मध्यगा (median) मूल्याइतके असते. बहुतांशी लोकसंख्येचे उत्पन्न या बहुलक पातळीला असते.

मात्र जेव्हा उत्पन्नाचे विभाजन विषम असते, तेव्हा उत्पन्न घनता फलनाचा बाक किंवा असमरूपता यातून आपल्याला बहुतांश उत्पन्न गरीब आणि श्रीमंतांमध्ये किती प्रमाणात विभागले गेले आहे याची कल्पना येते. २.१ अ मध्ये बहुसंख्य लोकसंख्येकडे उत्पन्नाचा बहुतांश भाग (बहुलक) विभाजित आहे हे दिसून येते. अशा स्थितीतील समाजात अतिशय कमी लोकसंख्या कमी उत्पन्न मिळवणारी आहे. त्यामुळे या उदाहरणात घनता फलनाचा बाक ऋण आहे. याउलट, जर बहुसंख्य लोकसंख्या कमी उत्पन्न मिळवत असेल आणि काही मोजक्या भाग्यवान लोकांजवळ उत्पन्नाचा बहुतांश भाग असेल तर त्याला आपण धन उत्पन्न विभाजन असे म्हणतो. आकृती २.१ क मध्ये बहुतांश लोकसंख्येचे उत्पन्न म्हणजेच उत्पन्नाचा बहुलक उत्पन्नाच्या सरासरीपेक्षा कमी आहे. बहुतेक उत्पन्नपातळी आणि उत्पन्नाचा मध्यग हा सरासरी उत्पन्न पातळीच्या डावीकडे आहे. उत्पन्नाची सरासरी पातळी उजवीकडे कललेली आहे. कारण अंबानी, बिर्ला, टाटा यांसारखे श्रीमंत लोक समाजात अतिशय कमी आहे. अशा स्थितीत आकृती २.१ ब मध्ये दाखवलेले आदर्श समान उत्पन्न विभाजन घडवून आणण्यासाठी धोरणकर्त्यांनी विशेष प्रयत्न करायला हवेत.

आकृती २.१ उत्पन्न वितरण

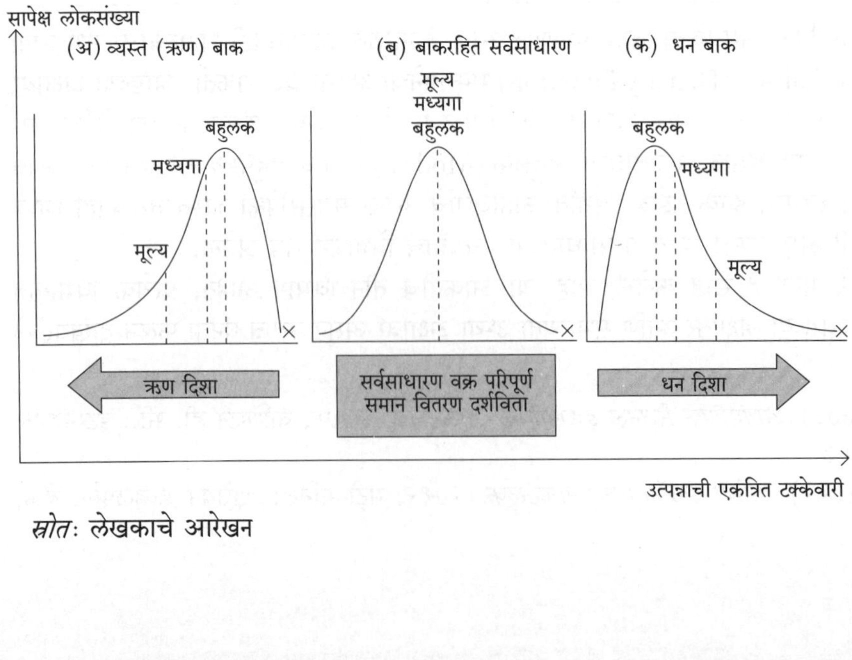

स्रोत: लेखकाचे आरेखन

विषमतेचे मापन

उत्पन्न विषमता गिनी सहगुणकाद्वारे मोजली जाते. यात शून्य ते एक अशी मूल्ये असतात. गिनी सहगुणक लॉरेंझ वक्रांवर आधारित गणिती पद्धतीने काढला जातो. लॉरेंझ वक्रात उभ्या अक्षावर उत्पन्नाचे लोकसंख्येत विभागलेले प्रमाण उभ्या अक्षावर तर आडव्या अक्षावर उत्पन्नाच्या तळपातळीतील लोकसंख्येची क्ष टक्केवारी दर्शवलेली असते.

आकृती २.२ विषमतेचे मापन

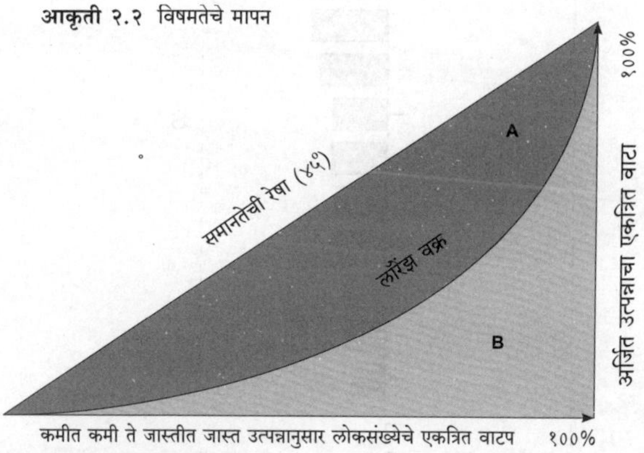

स्रोत: लेखकाचे आरेखन

आकृती २.२ मध्ये गिनी निर्देशांकाची संकल्पना स्पष्ट केलेली आहे. अर्थव्यस्था एकूण चार किंवा कितीही प्रभागात विभाजित आहे आणि उत्पन्नाच्या समान विभाजन अवस्थेत यातील प्रत्येक प्रभागातील लोकसंख्या समान आहे. म्हणजे, एकूण लोकसंख्येची पहिली २०% लोकसंख्या एकूण उत्पन्नापैकी २०% उत्पन्न कमावते, तर लोकसंख्येपैकी दुसऱ्या टप्प्यातील २०% लोकांकडे एकूण उत्पन्नाचा पुढील २०% वाटा आहे. अशा प्रकारे शेवटपर्यंत आरंभबिंदूपासून ४५° कोनाची सरळरेषा उत्पन्नाचे पूर्णपणे सम विभाजन दर्शवते. या पातळीत प्रत्येकाचे उत्पन्न समान असते. विषम उत्पन्न विभाजनात प्रत्येक विभागातील उत्पन्न पातळी भिन्न असते. उत्पन्नाचे विभाजन जितके विषम असेल त्याप्रमाणात लॉरेंझ वक्र आदर्श समानतेच्या रेषेपासून दूर जाईल. लॉरेंझ वक्र आणि आदर्श समानता (संपूर्ण समानता) रेषेमधील भाग (आकृतीतील A भाग) आणि संपूर्ण समानता रेषेखालील भागाच्या (आकृतीतील B भाग) गुणोत्तराला गिनी सहगुणक म्हणतात. म्हणजे गिनी निर्देशांक $(G) = A/(A + B)$. G चे मूल्य जितके अधिक असेल तितक्या प्रमाणात उत्पन्नाचे विभाजन विषम असेल.

आकृती २.३ मध्ये १९९०च्या दशकाच्या मध्यापासून २०००च्या दशकाअखेरीच्या बारा वर्षांच्या काळात आशिया खंडातील २८ देशांच्या गिनी सहगुणकातील बदल दर्शवले आहेत. बहुतेक विकसनशील आशियायी देशांच्या विषमतेत वाढ झाल्याचे दिसून येते. परंतु, भूतान, मालदिव आणि उझबेकिस्तान या देशांमधील विषमतेत घट झाली आहे. भारत आणि चीन या आशियातील सर्वाधिक वेगाने विकसित होणाऱ्या देशांमध्ये विषमतेत निश्चितच वाढ झाली आहे.

आकृती २.३ १९९० च्या दशकाच्या मध्यापासून २००० च्या दशकाअखेरीच्या काळात अशिया खंडातील २८ देशांच्या गिनी सहगुणकातील बदल

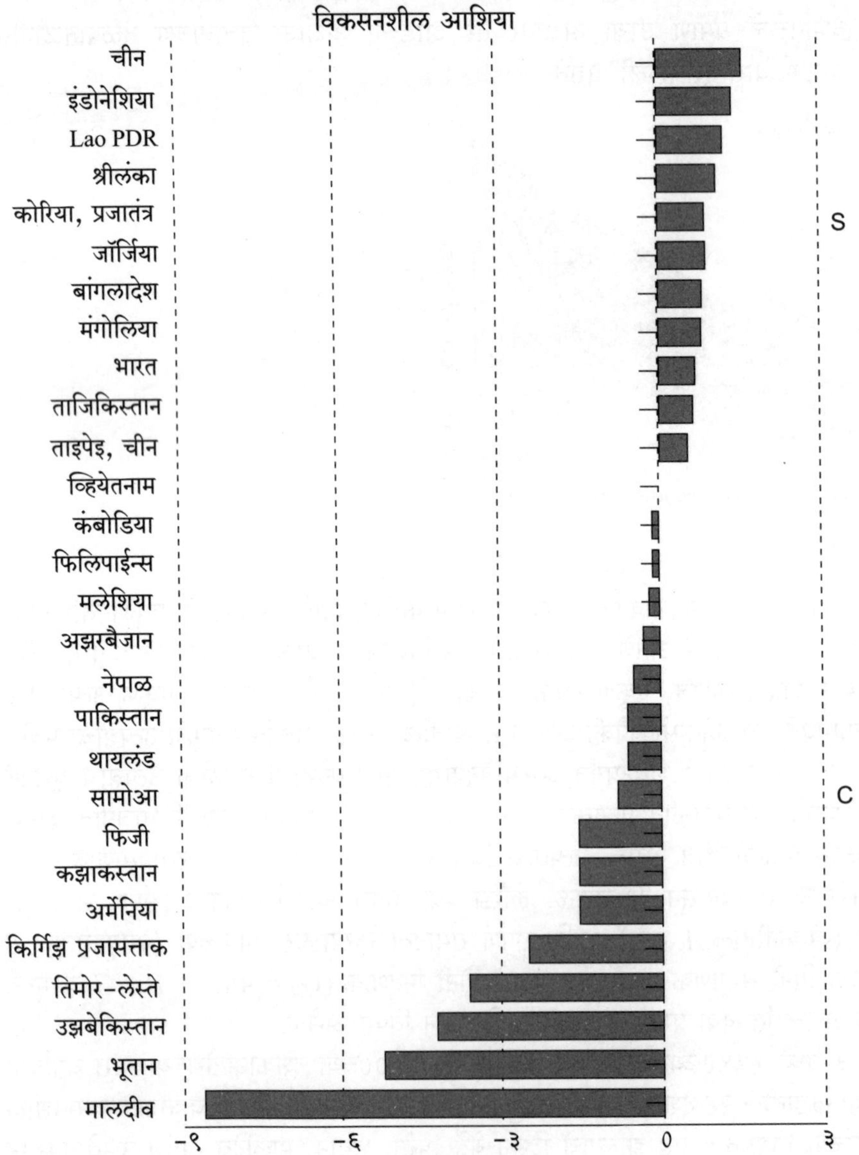

स्रोत: आशिया विकास अहवाल, २०१२ (पृ. ५१)

आशियाई विकास अवलोकन २०१२ च्या अहवालात या वाढत्या विषमतेची अनेक कारणे दिली आहेत. चीनमधील बाजाराधिष्ठित सुधारणेमुळे किनारी भागातील प्रदेशात ग्रामीण पठारी प्रदेशांच्या तुलनेत गुंतवणूक एकवटली आणि उत्पन्नाचे विभाजन विषम झाले. भारतातील शिक्षणपातळीतील असमानतेमुळे कुशल कामगारांना अशिक्षित/अकुशल कामगारांच्या तुलनेत जागतिकीकरणाच्या नव्या वातावरणात अधिक संधी मिळाल्या. शिवाय जातीधिष्ठित समाजरचनेमुळेही भारतात विषमतेत वाढ झाली. भारताच्या अनेक प्रदेशात अजूनही उच्चजातीय लोक म्हणजे सुसंस्कृत, शहरी सुशिक्षित आणि श्रीमंत अशा सर्व गुणांनी युक्त असतात, तर निम्न जातीचे लोक काळे, गावंढळ अशिक्षित आणि गरीब अशा दुर्गुणांनी भरलेले असतात. असा अपसमज रूढ आहे. व्हिएतनामच्या गिनी सहगुणकांत किरकोळ बदल झालेला असला तरी औद्योगिकदृष्ट्या पुढारलेल्या दक्षिण व्हिएतनाममधून शेतीप्रधान उत्तर व्हिएतनामकडे झालेल्या चिनीवंशाच्या लोकांच्या प्रचंड प्रमाणातील स्थलांतरामुळे उत्पन्न विषमतेत वाढ झाली. इंडोनेशियामध्ये भांडवलप्रधान क्षेत्राचा वेगाने विस्तार झाला, तर खाण उद्योगांसारखे श्रमप्रधान क्षेत्र मंद गतीने वाढले. मोठ्या प्रमाणात रोजगार पुरवणाऱ्या खाण उद्योगाचा राष्ट्रीय उत्पन्नातील वाटा १९८० च्या दशकापासून घटत गेला शिवाय इंडोनेशियाची अर्थव्यवस्था खुली झाल्यामुळे तेथील भांडवल जकार्तासारख्या शहरांकडे वळले तर जावा आणि बालीसारखी खाणी असणारे प्रांत मागास राहिले. थोडक्यात उद्योग आणि सेवा क्षेत्रांच्या तुलनेने मंद गतीने वाढणाऱ्या कृषिक्षेत्रामुळे उत्पन्न क्षमता चीन आणि भारतातील ग्रामीण लोकांची उत्पन्न क्षमता शहरी भागातील लोकांपेक्षा कमी असते.

जागतिक अर्थव्यवस्थेतील मंदीच्या संभाव्य धोक्यामुळे उत्पन्न विषमतेच्या चर्चेला वाढते महत्त्व आले आहे. मंदीचा दुष्परिणाम श्रीमंतांपेक्षा रस्त्यावरच्या सामान्य माणसांवर आणि गरिबांवर अधिक होतो. गेल्या वीस वर्षांत आशिया खंडातील श्रीमंत आाणि गरिबांमधील दरी वाढली आहे. आशियातील सर्वाधिक श्रीमंत एक टक्का कुटुंबे ६ ते ८% उपभोगखर्च करतात (आशिया विकास अहवाल २०१२). चीन, भारत आणि इंडोनेशिया या आशियातील सर्वांत वेगाने वाढणाऱ्या तीन देशांमधील उत्पन्न विषमतेत वाढ झाली आहे. आशिया खंडाचा गिनी सहगुणक ३९% वरून ४६% इतका वाढला आहे हे या आधीच सांगितले आहे. गिनी सहगुणक स्थिर राहिला असता तर सुमारे २४० दशलक्ष लोक दारिद्र्याच्या कचाट्यातून मुक्त झाले असते.

आर्थिक संधींमधील तफावत अधिक चिंताजनक आहे. गरीब कुटुंबात जन्माला आलेल्या बालकांना मृत्यू येण्याचा धोका श्रीमंत कुटुंबातील बालकांपेक्षा दहा पटीने अधिक असतो. सर्वाधिक गरिबांची एकपंचमांश मुले माध्यमिक शाळेत न जाण्याची शक्यता श्रीमंत मुलांच्या तुलनेत पाच पटीने अधिक असते. तर विद्यापिठीय शिक्षण घेता न येण्याची शक्यता वीस पटीने अधिक असते. त्यामुळे त्यांच्या व्यावसायिक विकास आणि आर्थिक स्थैर्यात अडथळे येतात (आशिया बिकास अहवाल २०१२).

खरे पाहता, उत्पन्न, आरोग्य आणि शिक्षण हे विकासाचे तीन महत्त्वाचे घटक परस्परांशी निगडित आहेत. अधिक शिक्षित माणसाला व्यायामशाळेत जाणे परवडू शकेल अशी नोकरी मिळण्याची शक्यता अधिक असते आणि त्यामुळे तो आरोग्यदायी आयुष्य मिळवू शकेल. तसेच निरोगी मनुष्य अधिक उत्पादक, चलाख असण्याची शक्यता अधिक असल्याने नोकरी मिळवण्यासाठी तो अधिक लायक

ठरेल. २००२ ते २००८ या काळातील २९ विविध देशांतील आकडेवारीवरून उत्पन्न आणि आरोग्य या दोन घटकातील सम संबंधांचा पुरावा मिळतो (पहा आकृती २.४).

आकृती २.४ उत्पन्न आणि आरोग्यातील सहसंबंध

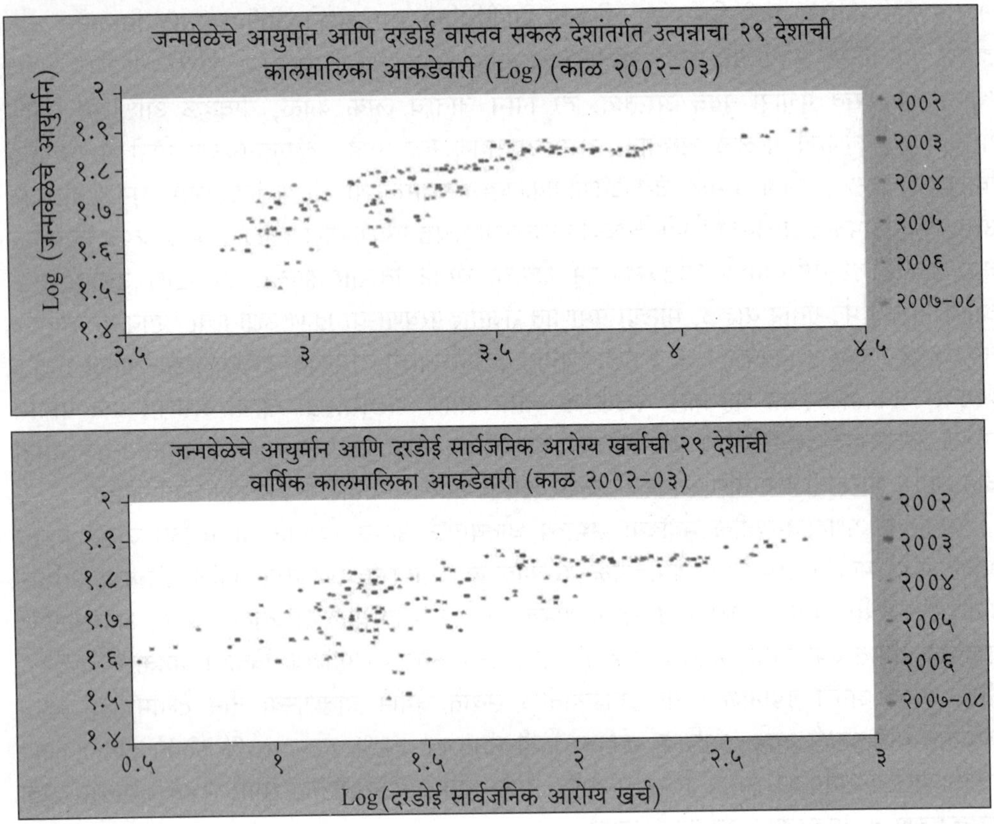

स्रोतः लेखकाच्या स्वयंनोंदी

तसेच शिक्षण जितके अधिक असेल तितकी उत्पन्न मिळवण्याची लोकांची संधी अधिक असेल. आशिया विकास अहवाल २०१२ (पृ. ६५) वर दर्शवल्याप्रमाणे 'एकूण उत्पन्न विषमतेपैकी जवळजवळ २०% विषमतेचे कारण शैक्षणिक विषमता हे असते आणि हे प्रमाण ढोबळमानाने वाढते आहे.'

आकृती २.५ मध्ये दाखविल्याप्रमाणे शिक्षणाच्या पातळीतील फरकांमुळे निर्माण झालेली विषमता सगळ्या देशांत, खास करून चीन आणि भारतामध्ये वाढली आहे.

तंत्रज्ञानातील प्रगती, जागतिकीकरण आणि बाजाराधिष्ठित सुधारणा या आशिया खंडातील वेगवान वृद्धीला चालना देणाऱ्या प्रमुख घटकांमुळे उत्पन्नातील विषमतेत वाढ झाल्याची विसंगती दिसून येते.

आकृती २.५ शैक्षणिक विषमता

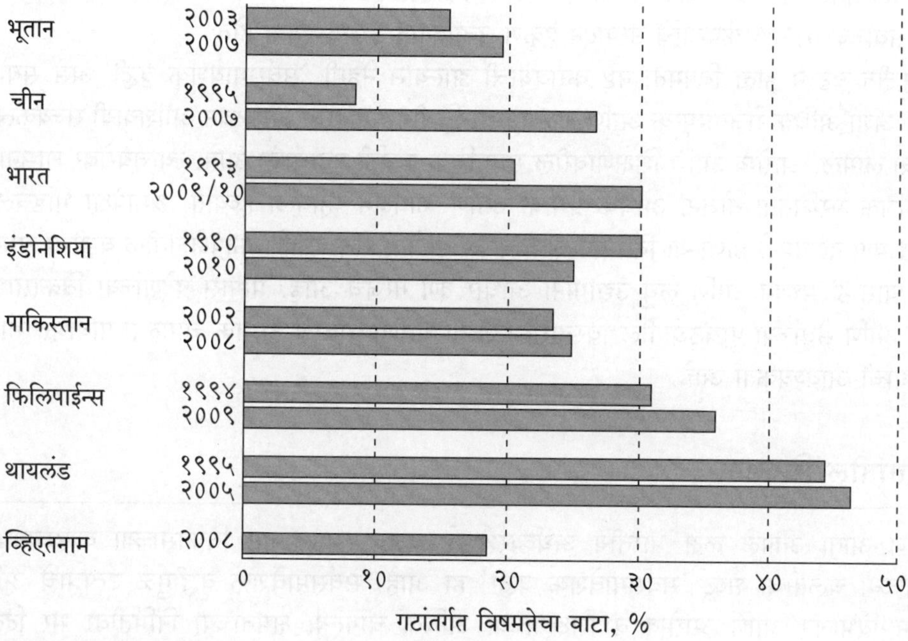

स्रोत: आशिया विकास अहवाल, २०१२ (पृ. ६५)

तंत्रज्ञान, व्यापार, वित्त आणि बाजाराधिष्ठित सुधारणांमुळे कुशल कामगारांच्या मागणीत वाढ झाली आहे. पदवीधरांच्या वेतनातील वाढ जेमतेम शिक्षण असलेल्यांच्या वेतनापेक्षा कितीतरी अधिक आहे.

श्रमिकांच्या विपुलतेमुळे वेतनात घट झाली आहे. भांडवलामुळे आशिया खंडातील विकासाच्या पातळीत अप्रमाणशिरता आढळते. १९९० च्या दशक-मध्य ते २००० च्या दशक-मध्य या काळात चीनमधील श्रमिकांच्या वेतनाचे एकूण वस्तुनिर्माणाशी असणारे प्रमाण ४८% वरून ४२% इतके घसरले, तर भारतात हे प्रमाण ३७% वरून २२% इतके झाले. आशियायी देशातील शहरे आणि समुद्रकिनारी प्रदेश वाढत्या संधींना प्रतिसाद देण्यात अधिक यशस्वी ठरले. या देशातील उत्पन्न विषमतेपैकी ३० ते ५०% विषमता केवळ भौगोलिक कारणांमुळे निर्माण झाली आहे.

उद्योगासाठी आवश्यक असणारे भांडवल केवळ काही नशिबवान लोकांनाच मिळत असल्याने अगदी भांडवल बाजारही परिपूर्ण नाही. हे उदाहरण पहा - भारतातील एकूण नफ्यापैकी ४% नफा हा तेल, कोळसा, पोलाद आणि इतर धातुनिर्मिती करणाऱ्या सार्वजनिक क्षेत्रातील १०० कंपन्यांचा असतो. संस्थात्मक भागधारकांकडून नियंत्रित केल्या जाणाऱ्या आयटीसीसारख्या बलाढ्य कंपन्या आणि युनिलिव्हरसारख्या विदेशी कंपन्यांचा एकत्रित नफा एकूण नफ्याच्या केवळ १८% आहे. उरलेल्यांपैकी सुमारे ४१% नफा हा कुटुंबसंचलित किंवा संस्थापक नियंत्रित कंपन्यांचा आहे. भारतीय शेअरबाजारातील

७०% वाटा मुंबई शेअर बाजारामध्ये (BSE) नोंदणी असलेल्या ३० सुस्थापित कंपन्यांचा आहे. सेवा क्षेत्रातील सुमारे दोन लाख कंपन्यांच्या २००७ मध्ये घेतलेल्या शासकीय सर्वेक्षणाचा निष्कर्ष असा आहे की, सर्वोच्च ०.२% कंपन्यांचे उत्पादन एकूण उत्पादनात ४०% इतके होते.[६]

वृद्धीत घट न होता विषमता नष्ट करावयाची झाल्यास नेहमी 'सर्वसमावेशक वृद्धी' असे संबोधले जाते. अशा अधिक रोजगारपूरक आणि लक्ष्यानुसार वित्तीय धोरणांचा अवलंबन आशियायी राज्यकर्त्यांना करावा लागेल. आरोग्य आणि शिक्षणावरील सामाजिक खर्चही महत्त्वाचा आहे. त्याचबरोबर शासनाच्या सामाजिक सुरक्षितता योजना अधिक प्रभावी आणि कार्यक्षम व्हायला हव्यात. श्रमापेक्षा भांडवलाला झुकते माप देण्यामुळे होणाऱ्या विषमता कमी करून उद्योग, सेवा आणि कृषिक्षेत्रातील वृद्धीचा समतोल साधण्यासाठी मध्यम आणि लघु उद्योगांना आधार देणे गरजेचे आहे. मागास प्रदेशांच्या विकासासाठी वस्तू आणि सेवांच्या पुरवठ्यातील विस्तारासाठीच्या धोरणांबरोबरच अधिक चांगल्या पायाभूत सोयी-सुविधांची आवश्यकता आहे.

भारतातील विषमता

आपण आता आपले लक्ष भारतीय अर्थव्यस्थेकडे वळवू. भारताच्या विकासाच्या व्यूहरचनेबाबत सध्याच्या चलतीचा शब्द 'सर्वसमावेशक वृद्धी' हा आहे. सर्वसमावेशक वृद्धीमुळे उत्पन्नाचे अधिक समान विभाजन आणि आरोग्य व शिक्षणाच्या अधिक चांगल्या क्षमतांच्या निर्मितीवर भर दिलेला असतो. जर लोकप्रिय वृत्तपत्रीय लेखांचा संदर्भ घ्यायचा झाला तर असे दिसून येते की, की सर्वसम ावेशक वृद्धीविषयी प्रसिद्ध झालेल्या बहुतेक लेखांमध्ये शासनाच्या दारिद्र्यनिर्मूलनाच्या प्रभावी विकास योजनांची चर्चा केलेली असते.[७] शिवाय आर्थिक सुधारणांच्या अंमलबजावणीमुळे आर्थिक विषमतेत वाढ होण्यासारखे नकारात्मक परिणाम झाले आहेत का, यावरही हे लेख असतात.[८] बाजार यंत्रणेवर संपूर्णपणे अवलंबून राहिल्याने वरच्या उत्पन्नगटातील लोकांच्या उपभोगपातळीत अवाजवी वाढ होईल आणि विकासाला पूरक अशा क्षेत्रात गुंतवणुकीचे प्रमाण आवश्यकतेपेक्षा कमी राहील या भीतीपोटी शासकीय हस्तक्षेप केला जातो. जेव्हा विषमता मापनाचा विचार येतो तेव्हा विविध राज्ये आणि जिल्ह्यातील *प्रादेशिक उत्पन्न विषमता* आणि एखाद्या प्रदेशातील श्रीमंत म्हणजे *वैयक्तिक उत्पन्न विषमता* असे दोन प्रकार असतात. याची नोंद घेतली जावी. आर्थिक सुधारणांमुळे केवळ श्रीमंतांचाच लाभ झाला आहे. अशा चर्चेमध्ये वैयक्तिक उत्पन्नाशी विषमतेचा संदर्भ असतो. रालोआ शासनाचा पाडाव करून

---

[६] *द इकॉनॉमिस्ट* (२०११) 'बिझनेस इन इंडिया' *द इकॉनॉमिस्ट*, २२ ऑक्टोबर २०११.

[७] *द इकॉनॉमिक टाइम्स* (२०११) 'पॉव्हर्टी रेट ड्रॉप्स', रुरल वेजेस ड्युरिंग सिक्स इअर्स ऑफ युपीए रूल' *द इकॉनॉमिक टाइम्स*, १६ जुलै २०११.

[८] *द इकॉनॉमिक टाइम्स* 'टॉक ऑफ एन्क्ल्युझिव्ह ग्रोथ, रिच गेटींग रिचर फास्टरः रिपोर्ट' *द इकॉनॉमिक टाइम्स*, १ फेब्रुवारी २०११

संपुआ आघाडीचे सरकार प्रथम २००४ मधील आणि त्यानंतरच्या २००९ मधील निवडणुकांत सत्तेवर येण्यामागे हे प्रमुख कारण होते. 'इंडिया शायनिंग' ही रालोआ शासनाची घोषणा त्यांच्यावरच उलटली. श्रीमंतांना गरिबांपेक्षा अधिक संधी मिळून विषमतेत होणारी वाढ रोखण्याच्या दृष्टीने संपुआ शासनाने बाजारयंत्रणेत हस्तक्षेप करायला सुरुवात केली[९] मनरेगा (महात्मा गांधी नॅशनल रुरल एम्प्लॉयमेंट गॅरंटी ॲक्ट) सारखी योजना ज्यात गरिबांना शंभर दिवस रोजगार पुरवण्याची हमी दिली जाते. हे बाजारपेठीय हस्तक्षेपाचे उत्तम उदाहरण आहे. २०१०-११ या आर्थिक वर्षांत शासनाने मनरेगा योजनेसाठी ४०,००० कोटी रुपयांची तरतुद केली होती. माध्यान्ह भोजन योजना, इंदिरा आवास योजना आणि प्रधानमंत्री ग्राम सडक योजना अशा अनेक योजनांचा संपुआ शासनाने वर्षाव केला. भांडवल बाजारातील हस्तक्षेपासाठी सूक्ष्म-वित्त योजना आणली गेली. या योजनांविषयी आपण पाचव्या प्रकरणात सविस्तर पाहू.

म्हणजे व्यक्ती-व्यक्तींमधील विषमता घटली आहे का? याबाबतीतील अभ्यासाचे निष्कर्ष मिश्र स्वरूपाचे आहेत. राष्ट्रीय सांख्यिकी सर्वेक्षणाच्या (NSS) कौटुंबिक उपभोगखर्चावरील आकडेवारीवर आधारित भल्ला यांच्या पाहणीमध्ये १९९३-९४ ते १९९९-२००० या काळातील शहरी आणि ग्रामीण गिनी सहगुणकात घट झाल्याचे दिसून आले.[१०] भल्ला यांच्या मते, ते या काळात भारतातील प्रमुख १६ राज्यांपैकी १५ राज्यांतील ग्रामीण विषमतेत घट झाली आहे, तर १७ राज्यांपैकी ८ राज्यांमधील शहरी विषमता घटली आहे. यामुळे आर्थिक सुधारणेनंतरच्या काळात भारतातील विषमतेत वाढ झालेली नाही, असा त्यांचा निष्कर्ष आहे.

भारत सरकारने प्रसिद्ध केलेल्या राष्ट्रीय मानव विकास अहवालात (NHDR 2001) उत्पन्न विषमता वाढल्याचा कसलाही पुरावा नाही. या अहवालात १९८३, १९९३-९४ आणि १९९९-२००० या वर्षांचे राज्यांचे गिनी सहगुणक दिलेले आहेत. राष्ट्रीय सांख्यिकी सर्वेक्षणाने घेतलेल्या कौटुंबिक उपभोग खर्चाच्या ३८, ५० आणि ५५व्या पाहणी फेरीवर आधारित हे गिनी सहगुणक आहेत. १९९३-९४ आणि १९९९-२००० मधील ३२ राज्ये आणि केंद्रशासित प्रदेशांमधील विषमतेची तुलना करता असे अढळून आले की, सात राज्यातील ग्रामीण भागातील तर १५ राज्यांतील शहरी भागातील विषमतेत वाढ झालेली आहे. पाच राज्यात ग्रामीण व शहरी अशा दोन्ही विषमता वाढल्या आहेत. ही पाचही राज्ये इशान्येकडील आहेत. ग्रामीण भागातील विषमतेत वाढ झालेली राज्ये व केंद्रशासित प्रदेश म्हणजे आसाम, मणिपूर, मिझोराम, नागालँड, सिक्कीम, चंदीगड, दादरा-नगर हवेली आणि अरुणाचल प्रदेश होत. आसाम, बिहार, गुजरात, हरियाणा, कर्नाटक, मणिपूर, मिझोराम, नागालँड, पंजाब, सिक्कीम, तामिळनाडू, त्रिपुरा, उत्तर प्रदेश, दमण-दीव या राज्ये, आणि केंद्रशासित प्रदेशांत शहरी विषमता

---

[९] जरी केंद्रातील संपुआ शासनाला अशा कल्याणकारी योजनांचे श्रेय दिले जात असले तरी यात डाव्या विचारसरणीच्या राजकीय पक्षांची 'डावी आघाडी'ने रोजगार हमी योजना सुरू करण्यात महत्त्वपूर्ण भूमिका बजावली. शिवाय छत्तीसगढमधील भाजप शासनाला संपुआ केंद्र शासनाअगोदरच अन्नसुरक्षा विधेयक अमलात आणण्याचे श्रेय आहे.

[१०] एस भल्ला (२००३) रिकाऊंटिंग द पुअर पॉव्हर्टी इन इंडिया १९८३-९९, इकॉनॉमिक अँड पॉलिटिकल विकली, जानेवारी पृ. ३३८-४९.

वाढली. तर आसाम, मणिपूर, मिझोराम, नागालँड आणि सिक्कीम या राज्यातील ग्रामीण आणि शहरी विषमतेत वाढ झाली.

आर्थिक सुधारणा काळात भारतातील शहरी विषमता ग्रामीण विषमतेपेक्षा कितीतरी अधिक होती. हे लक्षात घेतले पाहिजे. एकूर ३२ पैकी ३१ राज्ये आणि केंद्रशासित प्रदेशात शहरी विषमता अधिक प्रमाणात होती. एकूण देश पातळीवरही विचारात घेतलेल्या काळात शहरी विषमतेचे प्रमाण ग्रामीण विषमतेपेक्षा अधिक होते. १९८३ ते २००० या काळातील ग्रामीण आणि शहरी भारतातील गिनी सहगुणकात विचार केल्यास ग्रामीण विषमतेत हळूहळू घट होत असल्याचे, तर शहरी विषमता वाढल्याचे दिसून येते (आकृती २.६ पहा).

आकृती २.६ ग्रामीण आणि शहरी गिनी सहगुणक

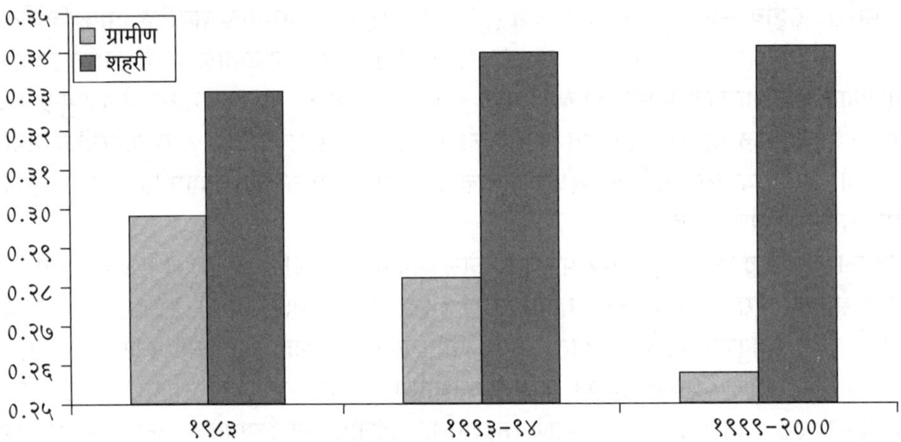

स्रोतः राष्ट्रीय मानवी विकास अहवाल (२००१), भारत सरकार.

आर्थिक सुधारणाकाळात उत्पन्न विषमता घटली हे मान्य नसणाऱ्या पाहणी अभ्यासकांच्या मते राष्ट्रीय सांख्यिकी सर्वेक्षणाच्या (NSS) ५५ व्या पाहणी फेरीची त्या अगोदरील पाहणी फेरीशी तुलना करण्यात काही अडचणी होत्या. सेन यांनी असे दाखवून दिले आहे की, एनएसएसच्या ५५ व्या फेरीतील उपभोग खर्च सर्वेक्षणाचा संदर्भ कालावधी अन्न उपभोगासाठी विचारल्या गेलेल्या त्यापूर्वीच्या सर्वेक्षणातील तीस दिवसांहून ७ ते ३० दिवस असा बदलला गेला. वस्त्र, पादत्राणे, शिक्षण, संख्यात्मक आरोग्य सुविधांवरील खर्च आणि इतर टिकाऊ वस्तूंचा उपभोगावरील प्रश्नांचा संदर्भ कालावधी ३६५ दिवस इतका केला गेला.[११] क्वचित उपभोग घेतल्या जाणाऱ्या या वस्तूंचा संदर्भ कालावधी ३०

---

[११] अमर्त्य सेन (२००१) *एस्टिमेटस् ऑफ कंझ्युमर एक्स्पेंडिचर अ‍ॅण्ड इंम्प्लीमेंटेशन फॉर कंपेरेबल पॉवर्टी एस्टिमेटस आफ्टर द एनएसएस ५५वी राऊंड*, एनएसएस इंटरनॅशनल सेमिनारमध्ये सादर केलेला शोधनिबंध, नवी दिल्ली, मे.

दिवसांवरून ३६५ दिवस केल्याने कदाचित गरिबी आणि विषमतेची पातळी कमी आली असावी. कालावधी वाढल्याने या वस्तूंवरील सरासरी खर्चात घट झाली, परंतु या दीर्घ कालावधीत उपभोग घेतलेल्या लोकांच्या नोंदीच्या प्रमाणातही वाढ झाली. उपभोगखर्चाची सर्वांत निम्न पातळी वर खेचली गेली आणि त्यामुळे विषमता आणि गरिबी या दोहोत घट झाली. यामुळे जरी एसएसएस ५० वी फेरी (१९९३-९४) आणि ५५ वी फेरी (१९९९-२०००) यामधील जुळवलेल्या आकडेवारीतून उत्पन्न विषमता घटल्याने आढळले तरी, या दोन फेऱ्यांमधील न जुळवलेल्या आकडेवारीच्या तुलनेतून या कालावधीत विषमतेत वाढ झाल्याचे सूचित होते.[१२]

नमुना लोकसंख्येच्या उपभोग खर्चाच्या वास्तव सरासरी निर्देशांकावर आधारित सेन आणि हिमांशू यांनी दाखवून दिले की, १९९० च्या दशकात ग्रामीण लोकसंख्येच्या सर्वोच्च उत्पन्न गटातील २०% लोकांच्या उपभोगात जरी वाढ झाली असतली तरी तळातल्या ८०% ग्रामीण लोकसंख्येच्या उपभोगात या काळात घट झाली.

पुढील भागात आपण प्रादेशिक उत्पन्न विषमता प्रादेशिक गटातील वंचिततेमुळे निर्माण होणाऱ्या आंतर-वैयक्तिक उत्पन्न विषमतेच्या चर्चेला सुरुवात करू. नक्षलवादाचे मूळ कारण हेच आहे. नमुना अभ्यास २.१ मधून भारतातील दारिद्र्यरेषा कशी मोजली जाते याची कल्पना येते.

नमुना अभ्यास २.१: दारिद्र्यरेषेशी अटीतटीचा सामना *

सध्या भारतातील धोरणविषयक चर्चा नवीन दारिद्र्यरेषा आणि अन्नसुरक्षा विधेयक याभोवती केंद्रित झाली आहे. टीकाकारांच्या मते युपी सरकार दारिद्र्यरेषेखालील लोकांच्या संख्येत घट झाल्याचा दावा करून आपली राजकीय स्थिती बळकट करण्याचा प्रयत्न करत आहे. याच युपीए शासनाचे अन्नसुरक्षा विधेयकांतर्गत भारतातील जवळजवळ दोन तृतीयांश लोकसंख्येला अनुदानित दराने अन्नधान्य पुरवण्यासाठीच्या मोजमापाचे निकष निराळे आहेत. जर भारताच्या ७०% लोकसंख्येला शासन अनुदानित दराने गहू आणि तांदूळ पुरवण्याची योजना आखत असेल तर त्याचवेळी २००४-०५ मधील ३७.२% दारिद्र्यरेषा पातळीत २०११-१२ मध्ये २२% पर्यंत घट झाल्याचा दावा करत असेल, तर येथे काही तरी चुकते आहे.

(नमुना अभ्यास २.१ पुढे चालू)

* लेखकाकडून पूर्वप्रकाशित *द फिनान्शियल एक्स्प्रेस* (जुलै २०१२).

---

[१२] ए. डेटन अॅण्ड जे ड्रेस (२००२) पॉव्हर्टी अॅण्ड इनइक्वालिटी इन इंडियाः अ रि-एक्झामिनेशन, *इकॉनॉमिक अॅण्ड पॉलिटिक्स विकली*, ७ सप्टेंबर. पृष्ठ ३७२९-४८. आणखी पहाः ए. सेन अॅण्ड हिमांशू (२००५) 'पॉव्हर्टी अॅण्ड इनइक्वॉलिटी इन इंडियाः गेटींग क्लोजर टू द ट्रूथ' - इन ए डेटेन अॅण्ड व्ही कोसेल (संपा.) *डाटा अॅण्ड डोग्माः द ग्रेट इंडियन पॉव्हर्टी डिबेट*, नवी दिल्लीः मॅकमिलन पृ. ३०६-७०.

(नमुना अभ्यास २.१ पुढे चालू)

साधारणपणे दारिद्र्याचे मापन अधिकृत उत्पन्न पातळीपेक्षा ज्यांचे उत्पन्न कमी आहे, अशा लोकांचे एकूण देशाच्या लोकसंख्येशी असणारे प्रमाण अशा पद्धतीने केले जाते. उत्पन्नविषयक आकडेवारी मिळवणे अवघड असल्याने अनेक देशात उपभोग खर्चविषयक किंवा अन्नाच्या उष्मांकाविषयक सांख्यिकी माहिती वापरली जाते. भारतात नियोजन आयोग उपभोग खर्चाच्या आकडेवारीवर आधारित दारिद्र्याचे गुणोत्तर प्रमाणाचे मापन करतो. एनएसएसओच्या ५५व्या पाहणीफेरीवर (१९९९ जुलै ते २००० जून) आधारित दारिद्र्यरेषेखालील लोकसंख्येचे प्रमाण ग्रामीण भागात २७.०९% तर शहरी भागात २३.६२% आणि संपूर्ण देशपातळीवर २६.१०% असे मोजले गेले आहे. प्रत्येक व्यक्तीला दर दिवशी ग्रामीण भागात किमान २४०० उष्मांक व शहरी भागात २१०० उष्मांकाशिवाय उदरनिर्वाहाच्या पातळीवरील वस्त्र व निवारा मिळवण्यासाठी कराव्या लागणाऱ्या खर्चाच्या रकमेचे मापन या आकडेवारीतून मिळते.

२०११ मध्ये भारताने नवी दारिद्र्यरेषा जाहीर केली. शहरी भागात दरडोई ३२ रुपये आणि ग्रामीण भागात अन्न आरोग्य आणि शिक्षणावर किमान २६ रुपये खर्च न करू शकणाऱ्यांना 'गरीब' म्हटले गेले. ही पातळी निश्चित करण्यासाठी तेंडुलकर समितीने २००४-०५ मधील एनएसएसच्या उपभोग खर्चाच्या पाहणीमधील दरमहा अन्न, करमणूक, शालेय शिक्षण आणि बिगरसंस्थात्मक आरोग्य सुविधांवरील खर्च लक्षात घेतला होता.

पद्धत कोणतीही असो, दारिद्र्यरेषेखालील लोकांची निव्वळ संख्या घटली आहे हे प्रत्येकजण मान्य करेल. जसजसा भारतीय अर्थव्यवस्थेचा विकास होत जाईल, तसतशी आपण दारिद्र्य मापनाची मात्रा अधिकाधिक कडक केली पाहिजे. उदाहरणार्थ, अमेरिकेमध्ये वार्षिक २३,००० डॉलर्सपेक्षा कमी उत्पन्न असणारे चौघांचे कुटुंब दरिद्री मानले जाते. अमेरिका विकसित असल्यामुळे दारिद्र्याचे मापन उच्च पातळीला करू शकते त्यामुळे दारिद्र्यमापनाची अचूक पद्धत कोणती यावर चर्चा करण्यात काहीच अर्थ नाही.

या ऐवजी दारिद्र्याचे मापन करताना उष्मांकाच्या बरोबरीने इंधन, वीज अशा ज्यांच्याशिवाय गरीब जगू शकणारे नाहीत, अशा इतर कोणत्या घटकांचा समावेश केला जावा, यावर चर्चा होणे संयुक्तिक ठरेल. हे घटक विशेष करून गरिबांना रोजच्या जीवनात आवश्यकच असतात. उत्पन्न विभाजनाच्या विविध गतिमान पैलूंकडेही खास लक्ष देणे गरजेचे आहे. मुळात उत्पन्न विभाजानाद्वारे एकूण लोकसंख्येचे विभाजन सगळ्यांत कमी उत्पन्न पातळीपासून कोट्याधिशांच्या गटातील पातळीपर्यंत कसे झाले आहे हे समजून येते. धोरणाच्या दृष्टिकोनातून योग्य दारिद्र्यरेषा कोणती असावी यावरील चर्चेपेक्षा उत्पन्नाचे समान विभाजन अधिक महत्त्वाचे आहे.

मग, उत्पन्न विभाजानाचे विविध पैलू आपल्याला काय सांगतात? जिल्हा पातळीवरील दरडोई उत्पन्नविषयक आकडेवारी अभ्यासली असता कोणत्याही विशिष्ट जिल्ह्यातील गरीब आणि श्रीमंत

(नमुना अभ्यास २.१ पुढे चालू)

(नमुना अभ्यास २.१ पुढे चालू)

गटातील उत्पन्न विषमतेत वाढ झाल्याचे दिसून आले. परंतु नोंद घेण्याजोगी आश्चर्याची बाब अशी आहे की, एका जिल्ह्यांतर्गत उत्पन्न विषमतेत वाढ झाली असली तरी विविध जिल्ह्यांमधील उत्पन्न विषमतेत घट झाली आहे. (अनुराग बॅनर्जी आणि नीलांजन बानीक, फेब्रुवारी २०१४, रिव्ह्यू ऑफ डेव्हलपमेंट इकॉनॉमिक्स) भारताचे उच्च, मध्यम आणि निम्न उत्पन्न प्रदेशांमध्ये वर्गीकरण केले असता, आम्हाला असे दिसून आले की मध्यप्रदेश, ओरिसा आणि राजस्थानातील काही जिल्हे निम्न उत्पन्न गटातून मध्यम उत्पन्न गटात गेले आहेत. सर्वाधिक वेगाने वाढणाऱ्या राज्यांमध्ये बिहार, मध्यप्रदेश, राजस्थान आणि उत्तर प्रदेश या तत्कालीन 'बीमारू' (BIMARU) राज्यांचा समावेश होता. या अभ्यासात शेजारील राज्यांचा होणारा विस्तारक (परिणामही आढळून आला. १९९९-२००० ते २००४-०५ या काळातील दरडोई जिल्ह्याचे उत्पन्न अभ्यासताना आम्हाला असे दिसून आले की, जेव्हा एका जिल्ह्याच्या उत्पन्नात १००% वाढ झाली, तेव्हा शेजारच्या राज्याच्या उत्पन्नात १०% वाढ झाली. इतर विकास निर्देशांकाच्या बरोबरीने बंदिस्त मलनिःसारण व्यवस्थेमुळे त्या विशिष्ट जिल्ह्याच्या आणि शेजारील जिल्ह्याच्या उत्पन्नवाढीवर स्वपरिणाम व विस्तारक परिणामांमुळे सर्वाधिक परिणाम झाला. स्वपरिणाम (Own Effect) म्हणजे विकास निर्देशांकाद्वारे मिळवलेल्या विकासाच्या पातळीमुळे त्या विशिष्ट जिल्ह्याच्या उत्पन्नावर आढळून येणार परिणाम होणे. बंदिस्त मलनिस्सारणं व्यवस्थेतील १% वाढीमुळे उत्पन्नात ०.९६% ते २.५८% वाढ होते. पेयजलाची उपलब्धता हा दुसरा महत्त्वाचा घटक आहे. घरांना नळ योजनेद्वारे मिळणाऱ्या पाण्यातील १% वाढीमुळे उत्पन्नात ०.१६% ते १.३०% अशी वाढ होते.

भारतातील अनेक जिल्ह्यात योग्य मलनिःस्सारण व्यवस्था आणि पुरेशा पेयजलाचा अभाव आहे. अयोग्य मलनिःस्सारण व्यवस्थेमुळे पाणी तुंबून डासांची उत्पत्ती होते. यामुळे मलेरिया आणि दूषित पाण्यामुळे होणारे रोग वाढतात व उत्पन्नावर नकारात्मक परिणाम होतो. तसेच, योग्य पेयजल व्यवस्थेमुळे सार्वजनिक आरोग्य पातळीवर सकारात्मक परिणाम होतो. जर लोक निरोगी असतील तर ते अधिक काम करू शकतील आणि त्यांच्या ज्ञानप्राप्तीची कार्यक्षमता वाढून उत्पन्नातही वाढ होईल.

या निष्कर्षावरून तीन महत्त्वाचे धडे घेता येतील.

पहिला, जसजसा भारताचा विकास आणि शहरीकरणात वाढ होत जाईल, स्वच्छता आणि शाळा, दवाखाने यांसारख्या विकासाच्या इतर घटकांना समान महत्त्व दिले गेले पाहिजे. काही वेळा, चुकीच्या धोरणांमुळे अपेक्षित परिणाम साधला जात नाही. उदाहरणार्थ, प्राथमिक शिक्षणातील विद्यार्थ्यांची संख्या वाढवण्यात यश आले असले तरी अजूनही कृषिक्षेत्रातील लोकसंख्येचे प्रमाण प्रचंड आहे. खरे तर ७५% बेरोजगारी कृषिक्षेत्रात आहे.

(नमुना अभ्यास २.१ पुढे चालू)

(नमुना अभ्यास २.१ पुढे चालू)

दुसरा – जिल्ह्यांतर्गत वाढत्या उत्पन्न विषमतेसाठी शासनाच्या अधिक प्रभावी हस्तक्षेपाची गरज आहे. जरी संपुआ शासनाने मनरेगा (श्रमबाजारातील हस्तक्षेप) एनआरएचएम (दुर्बल गटांच्या आरोग्य सुधारणांमधील हस्तक्षेप) अशा अनेक रूपाने बाजारपेठेत हस्तक्षेप करण्यास सुरुवात केली असली तरी कदाचित या योजनांची सदोष/अयोग्य अंमलबजावणी आणि भ्रष्टाचारामुळे अपेक्षित परिणाम मिळाला नसावा. थेट रोख हस्तांतरणासारख्या योजनांमुळे गुंतवणुकीतील गळती थांबून अंमलबजावणीत सुधारणा होऊ शकेल, अशी आशा आहे.

तिसरा, प्रादेशिक उत्पन्न विषमतेत झालेल्या घटीमुळे विकासप्रक्रिया सर्वत्र सारख्या पातळीत होते आहे, असे दिसून येते. ज्या भागात उत्पादन घटकांवरील खर्च कमी आहे अशा प्रदेशात भांडवल आणि श्रमाचे स्थलांतरण करण्यात खाजगी क्षेत्र शासनावर फार अवलंबून न राहता पुढाकार घेत आहे. म्हणजेच खाजगी क्षेत्र मागास जिल्ह्यात आणि दुसऱ्या व तिसऱ्या श्रेणीच्या शहरांमध्ये मोठी गुंतवणूक करत आहे. यामुळे भारतभरात सारख्या प्रमाणात वृद्धी घडून येण्यास मदत होईल. या वृद्धीच्या जोडीला चांगल्या सुप्रशासनाची गरज आहे.

प्रादेशिक उत्पन्न विषमता

आर्थिक सुधारणांनंतरच्या काळात प्रादेशिक उत्पन्न विषमतेत घट झाली का ते आता आपण तपासून पाहू. भारत शासनाच्या १९९१ च्या जनगणनेच्या आधारे असे पुराव्यानुसार दिसून येते की, लिंगगुणोत्तर (दर हजार पुरुषांमागे स्त्रियांची संख्या) स्त्रीसाक्षरता, बालमृत्यू आणि पायाभूत सुविधांच्या विकासाच्या पातळीतील प्रादेशिक विषमतेत वाढ झाली आहे. आंध्र प्रदेश, गुजरात, हरियाना, कर्नाटक, केरळ, महाराष्ट्र, पंजाब आणि तामिळनाडू ही पुढारलेली राज्यांची कामगिरी उच्च दरडोई उत्पन्नाच्या जोरावर आसाम, बिहार, राजस्थान, उत्तरप्रदेश आणि पश्चिम बंगाल या दरडोई उत्पन्न कमी असणाऱ्या मागास राज्यांच्या तुलनेत सरस आहे. नियोजन आयोगाकडील २000 मधील आकडेवारीवरून असेही दिसून येते की, प्रादेशिक विषमता राज्याच्या सर्व प्रकारच्या विभागांमधून प्रकर्षाने जाणवते. एखाद्या राज्याची एकूण कामगिरी विकासाच्या विविध निकषांवर अतिशय चांगली असेल, तरीही त्या राज्यातले काही जिल्हे एकूण देशाच्या पातळीवर पूर्णतः वंचित असू शकतात किंवा एखाद्या राज्याचा एखाद्या विशिष्ट विकास निर्देशांकातील कामगिरी उच्च पातळीची असेल, परंतु सर्वच निकषांमध्ये ती असेलच असे नाही.[१३]

---

[१३] ए. के. मेहता (२००३) *मल्टिडायमेन्शनल पॉव्हर्टी इन इंडियाः डिस्ट्रीक्ट लेवल एस्टिमेटस्,* सीपीआरसी इंडिया वर्किंग पेपर पृ. ३३९-५९. मँचेस्टर इन्स्टिट्यूट फॉर डेव्हलपमेंट पॉलिसी ॲण्ड मॅनेजमेंट

परंतु २००० पासून नंतर प्रादेशिक विषमतेत घट झाल्याचे सूचित होते आहे. कमी उत्पन्नाचे जिल्हे खरोखरच मागास राहिले आहेत का हे तपासून पाहण्यासाठी आपण भारतातील उत्पन्न विभाजनाची गतिकी लक्षात घेऊ.[१४] जर सुधारणा श्रीमंतांना अनुकूल मानल्या तर उच्च उत्पन्न आणि कमी उत्पन्न असणाऱ्या जिल्ह्यांच्या गटांची दोन शिखरे आपल्याला दिसतील. याउलट पूर्ण भारताच्या पातळीवरील विकासात जर एकसमानता असेल, तर असे निरनिराळे गट आढळणार नाहीत. सन १९९९-२००० आणि २००४-०५ या कालावधीतील नियोजन आयोगाच्या *जिल्हा पातळीवरील दरडोई उत्पन्ना*च्या आकडेवारीवरून असे दिसते की, उत्पन्न विभाजन आकृतिबंधात बदल झालेले नाहीत. म्हणजेच आर्थिक सुधारणांमुळे केवळ श्रीमंतांचा लाभ झाला या समजाला आकडेवारीची पुष्टी मिळत नाही. २००४-०५ या वर्षातील सर्व जिल्ह्यांची आकडेवारी उपलब्ध न झाल्याने नोंदीच्या संख्येत लक्षणीय घट झाली. शिवाय अनेक नव्या जिल्ह्यांची निर्मिती झाली आणि या जिल्ह्यांच्या दरडोई उत्पन्नाची त्यापूर्वीच्या वर्षांमधली माहिती उपलब्ध झाली नाही.[१५] म्हणून मोठ्या प्रमाणातील निष्कर्षात एकसमानता येण्यासाठी आम्ही १९९९-२००० ते २००४-०५ हा कालावधी लक्षात घेतला आहे.

१९९९-२००० ते २००४-०५ या कालावधीत सरासरी आधारित उत्पन्न विभाजन फलनात सांख्यिकी फरक नसल्याचे निष्कर्षातून सूचित हाते. प्रत्येक जिल्ह्याची उत्पन्नपातळी सरासरी उत्पन्न पातळी घटवण्याचे कारण म्हणजे त्यामुळे आपल्याला उत्पन्नात खरोखरच वास्तव वाढ झाली आहे का ते कळू शकेल. भाववाढीमुळे उत्पन्नाचे पैशातील मूल्य वाढते, हे आपल्याला माहीत आहे. पैशातील उत्पन्नाला सरासरी उत्पन्न पातळीवर आणण्याने त्या उत्पन्नाची खरेदी क्षमता मोजता येऊ शकेल.

२००४-०५ मधील उत्पन्न घनता फलन १९९९-२००० पेक्षा बऱ्यापैकी एकसमान होते. याचा अर्थ आंतरजिल्हा दरडोई उत्पन्नातील तफावत पातळीत घट झाली आहे. उत्पन्नविषयक माहितीमध्ये उच्च उत्पन्न जिल्हे आणि निम्न उत्पन्न जिल्हे असे दोन टोकाचे गट भारताच्या पातळीत असल्याचे पुरावे आढळत नाहीत. उत्पन्नातील विभागवार वाढ परस्परांशी निगडित आहे. म्हणजे एका जिल्ह्यातील उत्पन्नवाढीतून दुसऱ्या जिल्ह्यातील उत्पन्नवाढ होते आणि भारतातील विविध जिल्ह्यांतील उत्पन्न विषमता कमी झाली आहे. यातून असे दिसून येते की, शासनावर अवलंबून न राहता खाजगी क्षेत्राने उत्पादन घटकांचा खर्च कमी असणाऱ्या प्रदेशात भांडवल आणि श्रमाचे स्थलांतर केले आहे. म्हणजे, मागास जिल्ह्यांमध्ये किंवा दुसऱ्या व तिसऱ्या श्रेणीच्या शहरांमध्ये मोठ्या गुंतवणुकीद्वारे संपूर्ण भारतातील

---

[१४] या विषयावरील सविस्तर चर्चेसाठी पहा – एन बानीक ॲण्ड ए. बॅनर्जी (२०११), *द रिच किप गेटिंग रिचर इन इंडिया! सेज हू?* एशिया-पॅसिफिक रिसर्च ॲण्ड ट्रेनिंग नेटवर्क ऑन ट्रेड वर्किंग पेपर नं. १०५, युनायटेड नेशन्स इएससीएपी, सप्टेंबर

[१५] २०११ मध्ये भारतात ६२७ जिल्हे होते, त्यातल्या अनेक नव्या जिल्ह्यांची उत्पन्नविषयक आकडेवारी उपलब्ध झाली नाही. दिल्लीचे उदाहरण इथे देता येते. २००१ च्या जनगणनेत उत्तर ईशान्य, वायव्य, दक्षिण, आग्नेय, पश्चिम, पूर्व आणि मध्य दिल्लीची अनेकांगी माहिती होती. मात्र दरडोई उत्पन्न विषयक माहिती विभागवार नसून संपूर्ण दिल्ली पातळीवर होती. स्रोतः नियोजन आयोग, भारत शासन http://districts.nic.inldstats.aspx (२ एप्रिल २००१ रोजी).

विकास प्रक्रिया समान होण्यास मदत झाली आहे. खरे पाहता, पुणे, इंदोर, पाटणा, लखनऊ अशा दुसऱ्या श्रेणीची शहरे उद्योजकांची गुंतवणुकीसाठीची आवडती ठिकाणे बनली आहेत. शहरीकरणाचा वेग वाढतो आहे, असेही आढळून आले आहे. १९०१-२००१ या दरम्यान २५०० पेक्षा कमी शहरे उदयाला आली.[१६] परंतु २००१ आणि २०११ दरम्यान २५०० पेक्षा अधिक शहरे अस्तित्वात आली. १९५१ मध्ये केवळ १७% लोकसंख्या शहरात राहात होती, परंतु २०११ मध्ये हे प्रमाण ३१% झाले. भारतात पहिल्यांदाच शहरी लोकसंख्यावाढीचा दर ग्रामीण भागापेक्षा अधिक झाला. २०११ मध्ये सुमारे ३८० दशलक्ष लोक शहरांमध्ये राहत होते. वेगवान शहरीकरण आणि लहान शहरांमधील वाढत्या गुंतवणुकीमुळे आंतर-प्रादेशिक उत्पन्न विषमतेत घट झाली.

जरी विभिन्न जिल्ह्यांमधील दरडोई उत्पन्न विषमतेत बदल झालेला आपल्याला आढळून आला नाही, तरी प्रत्येक जिल्ह्यातील श्रीमंत आणि गरिबांमधील उत्पन्न विषमता वाढल्याचे दिसून येते.

आकृती २.७ मध्ये दर्शवल्याप्रमाणे २००४-०५ मध्ये वैयक्तिक आणि संचयीत घनता फलन (PDF व CDF) उजवीकडे हलले आहे. याचा अर्थ उत्पन्नात वाढ झाली आहे. CDF द्वारे दिसणाऱ्या उत्पन्न विभाजन फलनात ढोबळमानाने वाढ झाली आहे.

२००४-०५ मधील उत्पन्न विभाजन फलन २००१-०२ मधील विभाजन पातळीच्या खाली उजवीकडे आहे. जर पहिल्या पातळीवर (२००४-०५) मधील विशिष्ट उत्पन्नपातळीची संचयित टक्केवारी दुसऱ्या पातळीपेक्षा (२००१-०२) कमी असेल तर उत्पन्न विभाजन फलान ढोबळमानाने अधिक झालेले असते. जर पहिल्या पातळीपेक्षा दुसऱ्या पातळीतील उत्पन्न विभाजन फलन ढोबळमानाने अधिक असेल तर त्या फलनातील गरिबीचे प्रमाणही पहिल्या फलनापेक्षा जास्त असते. तसेच २००१-२००० आणि २००४-०५ दरम्यान गरिबी घटली आहे. पाचव्या प्रकरणात स्वतंत्रपणे आपण गरिबीविषयी चर्चा करू.

कोष्टक २.१ दरडोई उत्पन्न सारांश आकडेवारी (१९९९ मधील)

	१९९९-२०००	२००१-२००२	२००४-२००५
सरासरी रुपये	१५,५१२.३	१६,८८२.७	१९,६००.८
मध्यगा रुपये	१४,०२९.५	१५,१५४.५	१७,०८४.५

स्रोत: स्वतः लेखकाच्या नोंदी/आकडेवारी

हा निष्कर्ष आश्चर्यकारक नाही. कोष्टक २.१ नुसार असे दिसून येते की जिल्ह्याच्या सरासरी व मध्यगा पातळीतील दरडोई उत्पन्नात सातत्याने वाढ झाली आहे. जेव्हा आर्थिक वृद्धी घडून येते, तेव्हा निव्वळ गरिबीत घट होते हा सर्वमान्य निष्कर्ष आहे.

[१६] २०११ च्या जनगणनेने शहरांची व्याख्या - 'नगरपालिका, महानगरपालिका, कँटोनमेंट बोर्ड असणारी ठिकाणे' अशी केली आहे. याशिवाय शहराचे पुढील निकष आहे. (१) किमान ५००० लोकसंख्या (२) अकृषिक्षेत्रातील किमान ७५% कामकरी लोकसंख्या आणि (३) लोकसंख्येची दर वर्ग किमी घनता किमान ४०० असणे.

पुरेशा आकडेवारीच्या अभावी आपल्याला जिल्हा पातळीवरील उत्पन्नाचे विश्लेषणचा २००५ नंतरच्या काळासाठी विस्तार करणे शक्य होत नाही. मात्र यापुढील काळात जिल्हा पातळीवरील उत्पन्न विषमतेत आणखी घट झाली असावी ही अपेक्षा आहे. कारण २००५ नंतर शासनाने मनरेगा प्राथमिक शाळेतील मुलांसाठी माध्यान्ह भोजन योजना, इंदिरा आवास योजना, आरोग्य योजना (NRHH), प्रधानमंत्री ग्राम सडक योजना, स्वर्णजयंती ग्राम स्वयंरोजगार योजना आणि इतर सूक्ष्मवित्त योजना सुरू करून श्रमबाजार आणि भांडवल बाजारात सक्रिय हस्तक्षेप करायला सुरुवात केली. २००१-१२ मध्ये शासनाच्या अशा २०० योजना होत्या. म्हणून जर या योजना सुरू होण्यापूर्वीच्या काळात विविध जिल्ह्यांमधील उत्पन्न विषमतेत घट झाली असेल तर या योजनांमुळे जिल्हावार उत्पन्न निर्मिती प्रक्रियेला निश्चित चालना मिळाली असणार.

आकृती २.७ मध्यगा-अनुकूल (Log) उत्पन्नाची घनता आणि विभाजन १९९९-२०००, २००१-०२ आणि २००४-०५

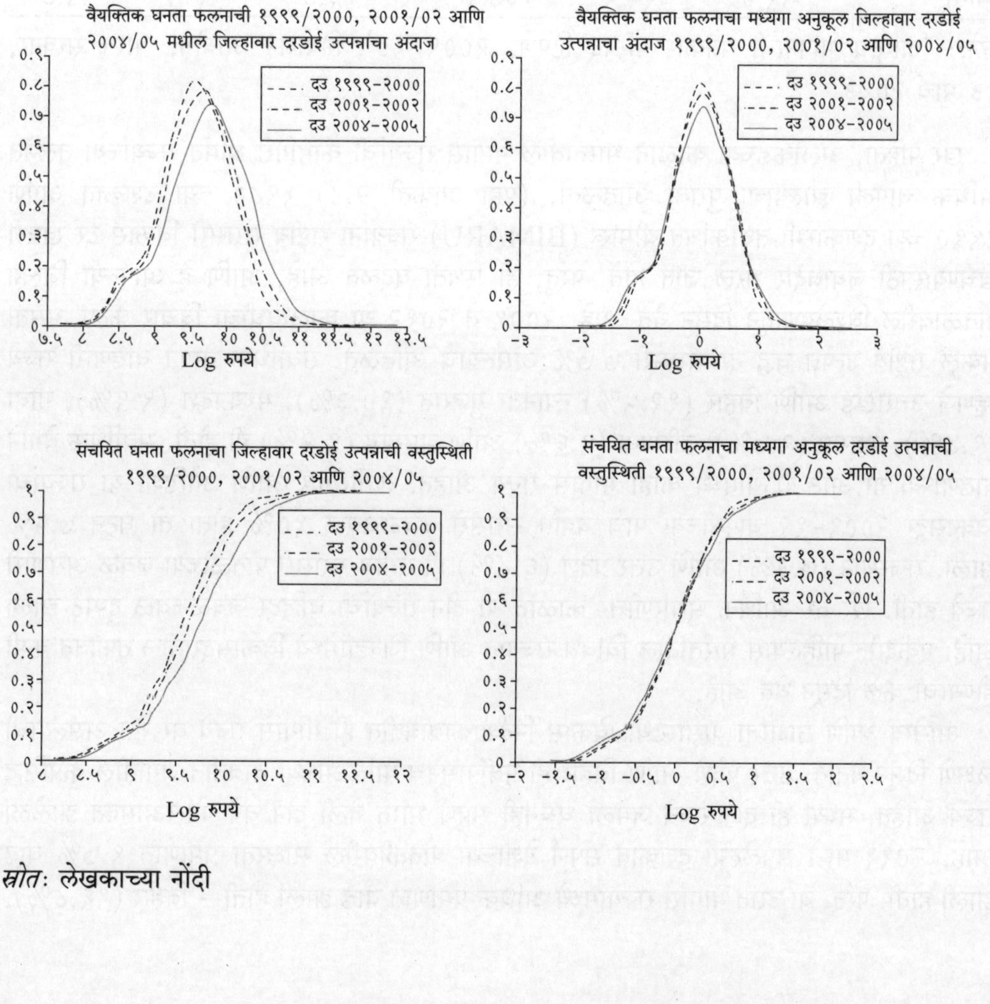

स्रोत: लेखकाच्या नोंदी

कोष्टक २.२ दारिद्र्य दर (तेंडुलकर पद्धत)

(एककः %)

राज्य	२००४-०५ ग्रामीण	२००४-०५ शहरी	२००४-०५ एकूण	२००९-१० ग्रामीण	२००९-१० शहरी	२००९-१० एकूण
बिहार	५५.७	४३.७	५४.४	५५.३	३९.४	५३.५
दिल्ली	१५.६	१२.९	१३.०	७.७	१४.४	१४.२
हरयाना	२४.८	२२.४	२४.१	१८.६	२३.०	२०.१
पंजाब	२२.१	११८.७	२०.९	१४.६	१८.१	१५.९
उत्तरप्रदेश	४२.७	३४.१	४०.९	३९.४	३१.७	३७.७
पश्चिम बंगाल	३८.२	२४.४	३४.२	२८.८	२२.०	२६.७
भारत	४२.०	२५.५	३७.२	३३.८	२०.९	२९.८

स्रोतः 'दारिद्र्य मापनाची पत्रकार परिषद टिपणे, २००९-१०', नियोजन आयोग, भारत सरकार, १३ मार्च २०१३

खरे पाहता, अलीकडच्या काळात भारतातील मागास राज्यांची कामगिरी श्रीमंत राज्यांच्या तुलनेत अधिक चांगली झाल्याचा पुरावा आढळतो. (पहा आकृती २.८) १९८० च्या दशकात आणि १९९० च्या दशकारंभी तथाकथित बीमारू (BIMARU) राज्यांना राष्ट्रीय सरासरी विकास दर खाली खेचण्यासाठी जबाबदार धरले जात होते. परंतु, ही स्थिती बदलत आहे, आणि हे आपल्या जिल्हा पातळीवरील विश्लेषणातून दिसून येत आहे. २००९ ते २०१२ या कालावधीचा विचार केला असता सकल राष्ट्रीय उत्पन्न वृद्ध दर सरासरी ७.७% असल्याचे आढळते. सर्वाधिक वेगाने वाढणारी राज्ये म्हणजे उत्तराखंड आणि बिहार (१२.५%) त्यानंतर गुजरात (१०.३%), मध्यप्रदेश (९.९%), गोवा (९.८%), महाराष्ट्र (९.७%), हरियाना (९.६%) आणि झारखंड (९.२%) ही होती. सर्वाधिक वेगाने वाढणाऱ्या या आठ राज्यांमध्ये काही मागास राज्ये आहेत. छत्तीसगड आणि ओडिशा या राज्यांचा विकासदर २००९-१२ यापूर्वीच्या पाच वर्षांत सरासरी जवळजवळ १०% होता तो घटून ७.५% झाला. राजस्थान (७.३%) आणि उत्तर प्रदेश (६.८%) ही राष्ट्रीय सरासरी पातळीच्या जवळ असणारी राज्ये होती. खरे तर आर्थिक सुधारणोत्तर काळात या दोन राज्यांचा वृद्धिदर जवळजवळ दुप्पट झाला आहे. एकंदरीत पाहिल्यास भारतातील विविध राज्यांत आणि जिल्ह्यांमध्ये विकासदरातील तफावत कमी होण्याचा कल दिसून येत आहे.

आरोग्य आणि साक्षरता यासारख्या विकास निर्देशांकाबाबतीत ही मागास राज्ये वर येत असल्याची लक्षणे दिसून येतात. उत्तर प्रदेश आणि बिहार ही पूर्वीपासूनच पोलिओच्या बाबतीत जगातील कुप्रसिद्ध राज्ये आहेत. सध्या ही दोन राज्ये जमेला धरूनही संपूर्ण भारत गेली दोन वर्षे पोलिओमुक्त झालेला आहे. २०११ मध्ये संपलेल्या दशकात संपूर्ण देशाच्या पातळीवरील साक्षरता प्रमाणात ९.७% वाढ झाली होती. परंतु, या दरात मागास राज्यांमध्ये अधिक प्रमाणात वाढ झाली होती – बिहार (१६.८%),

आकृती २.८ भारताचा नवा वृद्धी नकाशाः देशातील २० सर्वाधिक मोठ्या अर्थव्यवस्था आणि त्यांचा सकल राष्ट्रीय उत्पन्नाशी निगडित सरासरी वृद्धिदर, २००७-१३

स्रोत: लेखकाचे आरेखन या नकाशासाठीची सांख्यिकी माहिती स्रोत नियोजन आयोग, भारत हा आहे.
टीप: या नकाशात देशांतर्गत व बाह्य सीमा अचूक असल्याचा दावा नाही. हा नकाशा प्रमाणबद्ध नाही आणि केवळ स्पष्टीकरणाच्या हेतूने दिला आहे.

उत्तर प्रदेश (११.५%) आणि ओडिशा (१०.४%), स्त्री साक्षरतेची आकडेवारी अधिकच लक्षणीय आहे. - बिहार (२०.२%), उत्तर प्रदेश (१७.१%), झारखंड (१५.९%) आणि ओडिशा (१३.९%) (आर्थिक जनगणना २०११, भारत सरकार).[१७]

सुधारणोत्तर काळातील अशा वेगवान आणि व्यापक, प्रादेशिक वृद्धीमुळे दारिद्र्यात घट झाली. सातव्या पंचवार्षिक योजना काळात भारताच्या राष्ट्रीय उत्पन्नातील वार्षिक वाढ ५.५% च्या आसपास होती, हे लक्षात घेतले पाहिजे. आठव्या पंचवार्षिक योजना काळात (१९९२-९६) सकल राष्ट्रीय

[१७] आणखी पहा - स्वामिनाथन एस. ए. अय्यर (२०१२) 'बॅकवर्ड स्टेटस सर्ज इव्हन अॅज इंडिया स्लोज डाऊन' *टाइम्स ऑफ इंडिया*, ४ नोव्हेंबर

उत्पन्नातील वाढीचा दर ६.५% पर्यंत वाढला आणि दहाव्या पंचवार्षिक योजना काळात (२००२-०६) हा दर ७.७% इतका झाला.[१८] संपूर्ण देशाच्या पातळीवर दरडोई गरिबीच्या गुणोत्तरात (Head count ratio - HCR)[१९] १९९३-९४ मध्ये ३६% वरून २००४-०५ मध्ये २७.५% अशी घट झाली.[२०] २००४-०५ पूर्वी दरवर्षी सरासरी ०.७% दराने दारिद्र्यात घट होत असे. परंतु २००४-०९ दरम्यान ही घट दुपटीने म्हणजे वार्षिक १.५% दराने झाली. २००४-०५ ते २००९-१० या दरम्यान गरिबांच्या एकूण संख्येत ५२ दशलक्ष इतकी मोठी घट झाली. २००९-१० हे पाहणी वर्ष तीव्र दुष्काळाचे असल्याने ही मोठी घट तुलनेने कमीच प्रमाणात झाली असे म्हणता येईल.

भारतातील उत्पन्न विषमता वाढली आहे, अशा ADB ने केलेल्या पाहणी विरोधी आपले हे निष्कर्ष आहेत काय? याचे उत्तर नकारार्थी आहे. अगोदर उल्लेख केल्याप्रमाणे विविध जिल्ह्यांतर्गत उत्पन्न विषमतेत घट झाली आहे. परंतु एखाद्या विशिष्ट जिल्ह्यामधील उत्पन्न विषमता वाढली आहे, असेच आपले निष्कर्ष दर्शवतात. (पहा आकृती २.९) एखाद्या विशिष्ट राज्याची सर्व विकास निकषांनुसार कामगिरी अतिशय उत्तम नसली तरी त्या राज्यातील काही जिल्हे देशातील सर्वांत वंचित (दरिद्री) असू शकतील किंवा एखाद्या राज्याची कामगिरी काही विशिष्ट निकषांनुसार उच्च पातळीवर असली तरी सर्वच निकषांबाबतीत ती तशीच असेल असे नाही. उदाहरणार्थ, महाराष्ट्र आणि तामिळनाडूसारख्या वेगाने वाढणाऱ्या राज्यांमध्ये आपल्याला विदर्भ आणि धर्मापुरीसारखे मागासलेले प्रदेश आढळतात, जरी विविध राज्यांमधील वृद्धिदरात एकसमानता आढळून येत असली तरी अनेक वंचित प्रदेशही अस्तित्वात आहेत.

लाल पट्ट्यातील प्रदेशांमध्ये[२१] (Red Corridor Region) जेथे माओवादी चळवळींशी संबंधित उद्रेकांचा जोर आहे, तेथे वंचितता अधिक तीव्रतेने आढळते. (पहा आकृती २.१०) स्वातंत्र्यप्राप्तीपासूनच्या काळातील येथील सामाजिक-आर्थिक विकास अतिशय खालच्या पातळीत आहे. त्यामुळे या प्रदेशातील उपेक्षित वंचित गटातील लोकांचा विश्वास संपादून त्यांना शासन विरोधी बंड पुकारण्यासाठी संघटित करण्यात माओवाद्यांना शक्य झाले.

वंचिततेच्या निकषावर तपासून पाहिले असता उर्वरित भारताच्या तुलनेत लाल पट्ट्यातील प्रदेश खरोखरच मागास आहेत, असे आढळून आले.[२२] आरोग्य, शिक्षणाच्या सोयी, भांडवलाची उपलब्धता,

---

[१८] नोंदणी महानिरीक्षक आणि जनगणना आयुक्त, भारत सरकार यांचे कार्यालय.

[१९] HCR चे मापन दारिद्र्यरेषेखालील लोकसंख्येच्या प्रमाणाशी निगडित आहे. १९९३-९४ मध्ये भारताची अधिकृत दारिद्र्यरेषा २०५.८४ रुपये (ग्रामीण) आणि २८१.३३ रुपये (शहरी) अशी होती. २००४-०५ मध्ये ती ३५६.३० रुपये आणि ५३८.६० रुपये (अनुक्रमे ग्रामीण व शहरी) होती.

[२०] ग्रामीण विकास मंत्रालय, भारत सरकार.

[२१] लाल पट्ट्यातील प्रदेशात आंध्र प्रदेश, बिहार, छत्तीसगड, झारखंड, मध्यप्रदेश, ओडिशा, उत्तर प्रदेश आणि पश्चिम बंगाल अशा नक्षलवादी कारवायांनी ग्रस्त राज्ये येतात.

[२२] जे. पी. मुखोपाध्याय आणि एन. बानीक (२०१५), 'मिझरी ऑफ द रेड कॉरिडॉर रिजन ऑफ इंडियाः व्हॉट डू डाटा टेल अस?' संपा. आर. भट्टाचार्य. *रिजनल डेव्हलपमेंट ॲण्ड पब्लिक पॉलिसी चॅलेंज इन इंडिया* स्प्रिंगरः नवी दिल्ली

आकृती २.९ भारतातील असमतोल

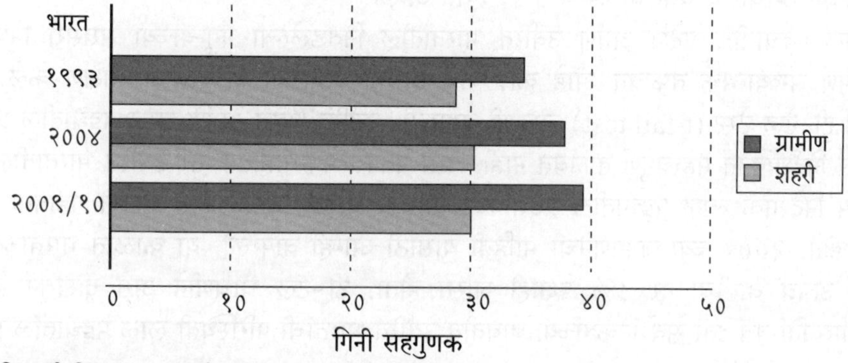

स्रोत: अशियाई विकास अवलोकन, २०१२ (पृ. ४८).

आकृती २.१० भारतातील लाल पट्ट्याचा प्रदेश

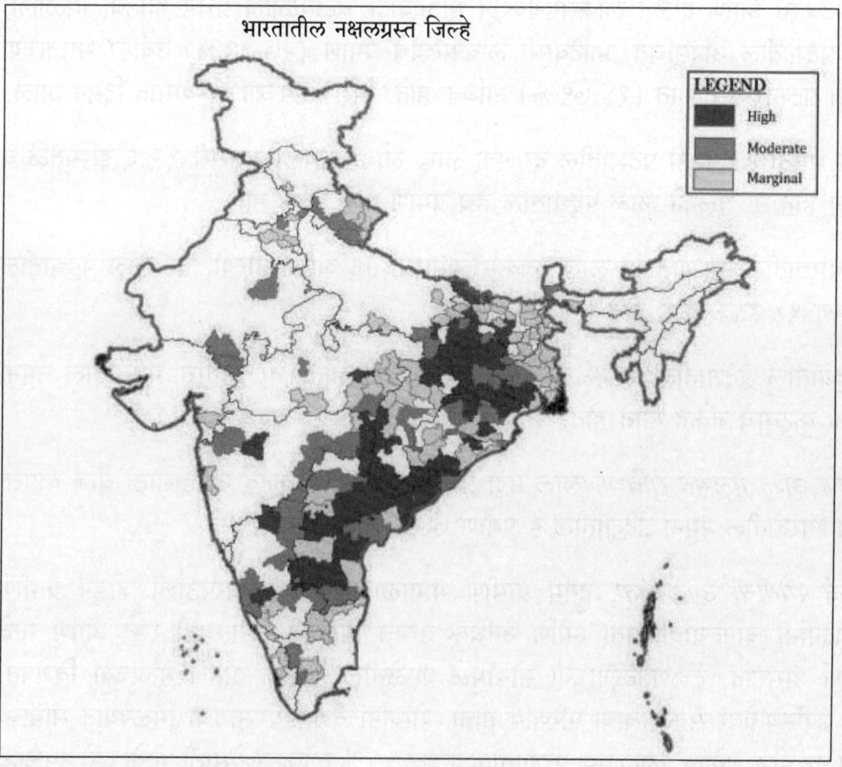

स्रोत: लेखकाचे आरेखन

टीप: या नकाशात देशांतर्गत व बाह्य सीमा अचूक असल्याचा दावा नाही. हा नकाशा प्रमाणबद्ध नाही आणि केवळ स्पष्टीकरणाच्या हेतूने दिला आहे.

दळणवळण व इतर सुविधा रोजगाराचे स्वरूप, स्वस्त राहणीमानाचा दर्जा आणि गरिबी या सात निकषांच्या आधारे वंचिततेचा अभ्यास करण्यात आला.

लाल पट्ट्यातील प्रदेश आणि उर्वरित भारतातील निवडलेल्या नमुन्याच्या सरासरी निष्कर्षामध्ये महत्त्वपूर्ण संख्यात्मक तफावत आहे का, याचे आम्ही आमच्या अभ्यासात परीक्षण केले. यासाठी आम्ही टी-टेल टेस्ट (t-tail test) चाचणी वापरली. उर्वरित भारत आणि लाल पट्ट्यातील प्रदेशातील विकास निर्देशांकात महत्त्वपूर्ण तफावत नाही, असे नकारात्मक गृहीतक तर उर्वरित भारतातील सरासरी विकास निर्देशांक लाल पट्ट्यातील प्रदेशांपेक्षा अधिक चांगला आहे, असे पर्यायी गृहीतक मानण्यात आले होते. २००१ च्या जनगणनेची माहिती यासाठी आम्ही वापरली. या काळात भारताच्या सकल राष्ट्रीय उत्पन्न वाढीचा दर ८% पेक्षाही जास्त होता. टी-टेल चाचणीने असे दाखवून दिले की, शिक्षणाव्यतिरिक्त इतर सर्व निकषांच्या बाबतीत उर्वरित भारताची परिस्थिती लाल पट्ट्यातील प्रदेशांच्या तुलनेत चांगली होती.

पाहणी निष्कर्षाचा सारांश पुढीलप्रमाणेः

लोकसंख्या. आदिवासी आणि दलित लोकसंख्येकडून माओवादी चळवळीला प्रचंड पाठिंबा मिळाला. लाल पट्ट्याच्या प्रदेशातील अनुसूचित आदिवासी लोकसंख्येचे प्रमाण (२७.३९%) उर्वरित भारताच्या निवडलेल्या नमुना प्रदेशांच्या तुलेनत (१४.७९%) अधिक होते, असे आमच्या अभ्यासात दिसून आले.

आरोग्य. उर्वरित भारताच्या नमुना प्रदेशातील दर एक लाख लोकसंख्येला सरासरी १२.६ इस्पितळे व दवाखाने उपलब्ध होते तर तुलनेने लाल पट्ट्यातील हेच प्रमाण पाच इतके होते.

शाळा. उर्वरित भारतातील नमुन्यात दर लाख लोकसंख्येमागे १०६ शाळा होत्या, तर लाल पट्ट्यातील प्रदेशात हेच प्रमाण ९८ इतके कमी होते.

बँका. लाल पट्ट्यातील प्रदेशातील २७% कुटुंबांचे बँकेत खाते होते, तर उर्वरित भारतातील नमुना प्रदेशातील ४०% कुटुंबांचे बँकेत खाते होते.

वीज, दळणवळण अशा मूलभूत सुविधा. लाल पट्टा प्रदेशातील २८% कुटुंबे उजेडासाठी वीज वापरत होते, तर उर्वरित भारतातील नमुना प्रदेशातील हे प्रमाण ७७% इतके होते.

रस्ते आणि रेल्वे सोयींची उपलब्धता. दुर्गम ग्रामीण भागाला मोठ्या बाजारपेठांशी जोडून ग्रामीण कुटुंबाच्या उत्पादनांना चांगल्या किमती आणि अधिक उत्पन्न मिळवून देण्यासाठी रस्ते आणि रेल्वे सुविधा महत्त्वपूर्ण असतात. दळणवळणाच्या सोयींमुळे शाळेतील शिक्षक आणि मुलांच्या विशेषतः पावसाळ्यातील उपस्थितीवर सकारात्मक परिणाम होतो. रोग्यांना वैद्यकीय सुविधा मिळण्यात साहाय्य होऊन मृत्युदरात घट होऊ शकेल. लाल पट्टा प्रदेशातील केवळ ४५% लोकसंख्येसाठी पक्के रस्ते उपलब्ध होते, तर उर्वरित भारतात हे प्रमाण ६०% होते असे अभ्यासात आढळले. उर्वरित भारतात बससेवेचा लाभ घेण्यासाठी दहा कि.मी.पेक्षा अधिक प्रवास करावा लागणाऱ्या केवळ २% लोकसंख्येच्या तुलनेत

लाल पट्टा प्रदेशातील १५% लोकसंख्येला असा प्रवास करावा लागतो. रेल्वे वाहतुकीच्या बाबतीत अधिकच दारुण स्थिती आहे. उर्वरित भारतातील ५३% लोकसंख्येला तर लाल पट्टा प्रदेशातील ६५% लोकसंख्येला रेल्वेसेवेसाठी १० किमीपेक्षा अधिक प्रवास करावा लागतो.

सीमान्त कामगार. सन २००१ च्या जनगणनेतील व्याख्येनुसार जर एखाद्या सर्वेक्षणाच्या म्हणजे साधारणपणे एक वर्षाच्या काळात जर सहा महिन्यांपेक्षा अधिक काळ काम मिळाले तर तो रीतसर कामगार होय. जर सहा महिन्यांपेक्षा कमी काळ काम मिळाले तर त्यास सीमान्त कामगार संबोधावे. सीमान्त श्रमिकांचे लाल पट्टा प्रदेशातील सरासरी प्रमाण (३२%) हे उर्वरित भारताच्या तुलनेत (२२%) अधिक आहे.

राहणीमानाची पातळी. निवासी घरांचा विचार केल्यास कच्च्या घरांच्या तुलनेत पक्की (क्रॉंक्रिट) घरे, उच्च राहणीमान दर्शवतात. पक्क्या घरात राहणाऱ्या लाल पट्टा प्रदेशातील १६% लोकसंख्येच्या तुलनेत उर्वरित भारतातील हे प्रमाण ४२% इतके आहे.

गरिबी. लाल पट्टा प्रदेशातील ३९% एवढ्या लक्षणीय प्रमाणातील लोकसंख्या दारिद्र्यरेषेखाली आहे. उर्वरित भारतात हे प्रमाण १६% आहे. ही आकडेवारी २००४ मधील आहे.

अलीकडील काळात लाल पट्टा प्रदेशातील परिस्थितीत सुधारणा झाली आहे का? होय. २०११ ची अलीकडील जनगणनेची आकडेवारी असे सुचवते. वीज आणि दळणवळणासारख्या मूलभूत सुविधांच्या पातळी २००१ मधील २८% वरून २०११ मध्ये ४४% अशी सुधारली आहे. बँका आणि पक्क्या घरांच्या सुविधांच्या पातळीत २००१ ते २०११ दरम्यान अनुक्रमे २७% वरून ५०% आणि १६% वरून २३% अशी वाढ झाली आहे. विविध सामाजिक योजना आणि सार्वजनिक सुविधांमधील विशेषतः कृषी व संलग्न क्षेत्रांमधील गुंतवणुकीद्वारे शासनाने केलेल्या हस्तक्षेपाचा विकासावर सकारात्मक परिणाम झाला आहे.

विषमता वाईट का आहे?

भारतात नक्षलवादासारख्या सामाजिक उद्रेकांचा उगम होत असल्यामुळे विषमता अनिष्ट आहे.[२३] जेव्हा लोकांच्या एखाद्या गटाला इतरांच्या तुलनेत आर्थिक, सामाजिक आणि राजकीय संधी अत्यल्प प्रमाणात मिळतात, तेव्हा असा 'वंचित अपेक्षित' गट शासनविरोधात बंड पुकारेल यात आश्चर्य नाही. जर गरीब आणि निष्पाप लोकांचे शोषण होत राहिले तर कोणत्याही देशाच्या दीर्घकालीन विकासावर परिणाम होऊ शकेल. उत्तर आणि दक्षिण अमेरिकेतील अनुभवाने हे सिद्ध होते. दक्षिण अमेरिकेत जमिनीची मालकी आणि राजकीय सत्तेचे अतिशय केंद्रीकरण झाले होते. मूळ अमेरिकन रहिवासी

[२३] भूमिहीन मजूर आणि विस्थापित आदिवासींचे सशस्त्र क्रांतीसाठी संघटन करून भारतीय शासन उलथून टाकून शासनविरहित आणि वर्गविरहित समाज निर्माण करण्यासाठीची चळवळ म्हणजे नक्षलवाद. नक्षलवाद आणि माओवाद या दोन्ही संज्ञा समानार्थी मानून वापरण्यात आल्या आहेत.

आणि आफ्रिकन अकुशल कामगार प्रचंड मोठ्या संख्येने होते. त्यांचा वापर खाणी आणि मळ्यांच्या शेतीसाठी केला जाई. यातून श्रेणीबद्ध आणि शोषक समाजरचनेचा उगम झाला. याउलट उत्तर अमेरिकेत श्रमिकांची टंचाई होती. श्रमबाजारातील स्पर्धेमुळे कमी विषय जमिनमालकी रचना, (भूमिधारणा पद्धत), मताधिकाराचा वेगवान विस्तार आणि प्राथमिक शिक्षण आणि साक्षरतेत जलद वृद्धी घडून आली. या सर्वांचा दीर्घकालीन वृद्धीवर सकारात्मक परिणाम होऊन दक्षिण अमेरिकेतील अर्थव्यवस्थांच्या तुलनेत उत्तर अमेरिका पुढे आली, हे आपण जाणतोच.

आर्थिक आणि राजकीय संस्थांच्या जडणघडणींच्या माध्यमाद्वारे विषमतेचा दीर्घकालीन विकासावर आणखी एका प्रकारे परिणाम होत असतो. संस्थांमुळे लोकांच्या प्रेरणा आणि मर्यादा तसेच बाजारपेठांच्या कार्यशैलीची पद्धती निश्चित होतात. समाजातील विविध व्यक्ती आणि गटांच्या राजकीय लाभ आणि प्रभाव दर्शवणाऱ्या गुंतागुंतीच्या ऐतिहासिक प्रक्रियाचा परिपाक म्हणजे संस्था होत. या दृष्टिकोनातून पाहिले असता बाजारपेठांमधील अपूर्णता केवळ योगायोगाने नव्हे तर उत्पन्न आणि सत्तेचे विभाजन संस्था ज्याप्रकारे करतात त्यातून निर्माण होतात हे लक्षात येते. त्यामुळे संस्थांचे नियंत्रण विशिष्ट प्रकारे करण्यासाठी सामाजिक संघर्ष होईल. या सगळ्यात कळीच मुद्दा असा की, सत्तेच्या वाटपात विषमता असल्याने पुन्हा सत्ता, प्रतिष्ठा आणि संपत्तीच्या वाटपातही विषमता दिसून येते. त्यामुळे गुंतवणूक नवोन्मेष व धोका पत्करण्याची क्षमता यांवर प्रतिकूल परिणाम होतो. खरे पाहता, दीर्घकालीन अभिवृद्धीसाठी त्यांची नितांत गरज असते.

चांगल्या आर्थिक संस्था मूलभूतरीत्या सकारात्मक समानता निर्माण करतात. समृद्धीसाठी समाजातील बहुसंख्य लोकांमध्ये गुंतवणूक आणि नवोन्मेषाची प्रेरणा उत्पन्न झाली पाहिजे. परंतु सत्तेचे विभाजन जर अति विषम नसेल आणि अधिकाऱ्यांच्या सत्ताधारणेवर अंकुश असेल तरच त्या परिस्थिती समानतापूरक आर्थिक संस्थांचा गट उदयाला येऊ शकेल. राजकीय सत्तेच्या अनुचित केंद्रीकरणाच्या जोडीला अतिशय विषम संपत्तीच्या अधिकारांची विस्तारपूर्वक अंमलबजावणी करण्यात संस्थांना अडथळे होतात, आणि त्यातून अकार्यक्षमता निर्माण होते.

सर्वसाधारणपणे गरिबांचे उत्पन्न कमी आणि त्यांचा आवाजही फारसा ऐकला जात नाही. त्यामुळे उत्पन्नाचे विभाजन अधिक समानतेने होण्याची गरज आहे. सार्वजनिक सुविधा वापरण्यासाठी कोणतेही शुल्क द्यावे लागत नसल्याने गरीब लोक त्यावर अधिक अवलंबून असतात (परिणामतः त्यांचा आवाजही क्षीण असतो). त्यामुळे सार्वजनिक सुविधांचा दर्जा व त्यांचे वितरण करणारी यंत्रणा यामुळे खूप फरक पडू शकतो. जेव्हा अधिक संधी निर्माण होऊन समाजात समानता येऊ लागते, तेव्हा गरिबांना याचा दोन प्रकारे लाभ होतो. पहिला, वाढत्या संधींच्या लाभामुळे गरिबांना विकासाच्या प्रक्रियेत थेट प्रत्यक्ष सहभागी होता येते. दुसरा, अधिक समानतेमुळे चांगल्या संस्था, अधिक कार्यक्षम संघर्ष व्यवस्थापन आणि गरिबांच्या एकूण समाजाच्या - त्यात गरीब आलेच, संभाव्य उत्पादक घटकाच्या क्षमेतचा अधिक चांगला वापर होऊन खुद्द विकासाची प्रक्रिया अधिक यशस्वी आणि *लवचिक* होऊ शकते. प्रभावी संस्था आणि सशक्त सुशासनाद्वारे अधिकाधिक समान उत्पन्न विभाजन कसे साधता येईल, यावर भर द्यायला हवा.

प्रभावी संस्थांच्या बरोबरीनेच बाजारपेठांमधील अपूर्णता नष्ट करण्याची गरज आहे. वैयक्तिक संबंध, जात, धर्म आणि लिंगभेदावर आधारित आरक्षणामुळे श्रमबाजार परिपूर्ण होत नाही हे निश्चित. जमीन मालकांच्या सदोष नोंदी जमीन मालकीच्या केंद्रीकरणाची परंपरा आणि खंड बाजारातील अपूर्णतेमुळे जमिनीच्या बाजारपेठेत अपूर्णता असते. या भावी लाभार्थींना भांडवलाचे मर्यादित वाटप आणि भिन्न भिन्न ऋणको व धनकोंमधील वेगवेगळे व्याजदरामुळे ऋणकोच्या अपेक्षित परताव्यावर परिणाम करणाऱ्या आर्थिक घटकांमुळे समन्वयाचा अभाव होतो व त्यामुळे भांडवल बाजार परिपूर्ण असत नाही. उदाहरणार्थ, – केरळ आणि तामिळनाडूमध्ये जोखमीतील फरकामुळे नव्हे तर कर्जाऊ रकमेच्या प्रमाणात व्याजदर घटत जातो.

या सर्वांचा सारांश असा की, अजूनही बाजारपेठा परिपूर्ण नाहीत[२४] आणि गरीब व वंचितांच्या भल्यासाठी बाजारपेठेने काम करावे म्हणून एकंदर उत्पादकतेत अनेक प्रकारे वाढ करता येऊ शकेल. श्रम आणि भांडवल बाजारातील अपूर्णतेमुळे उत्पन्न विभाजनावर परिणाम होतो. वस्तू बाजारपेठेतील अपूर्णतेमुळे उत्पन्न मिळवण्याच्या संधीमध्ये अडथळे येतात. न्यायव्यवस्थेतील अपूर्णतेचा अर्थ वंचितांना शोषण आणि भेदाभेदांविरुद्ध कायदेशीर हक्क नाहीत आणि अभिजन सत्ता काबीज करतो, असा होतो. अनेकदा बाजारपेठा अस्तित्वातच नसतात, आणि अशावेळी गरिबांना बाजारव्यवस्थेत सहभागी करून घेण्यासाठी सार्वजनिक वस्तू पुरविण्याची जबाबदारी केंद्र आणि राज्य शासन या दोहोंचीही असते.

सुमार दर्जाच्या रस्ते, वीजपुरवठा इत्यादी सुविधा आणि शिक्षण, आरोग्यसुविधा अशा सेवांच्या अकार्यक्षम पुरवठ्यामुळे गरिबांना या सुविधा बाजारपेठेत अधिक महागदराने घ्याव्या लागतात. शिवाय अकार्यक्षम आणि भ्रष्ट नोकरशाहीमुळे जमिनीसारख्या गरिबांच्या दृष्टीने महत्त्वपूर्ण उत्पादक गोष्टींचा हस्तांतरणाचा खर्च वाढतो.

साधारणतः अर्थतज्ज्ञ आणि धोरणकर्ते वैयक्तिक कल्याण आणि त्याच्याशी निगडित घटकांची चिंता करत असतात. अभिजात गृहीताप्रमाणे ते परिपूर्ण बाजारपेठ गृहीत धरतात. सोलोचे वृद्धी प्रतिमान, अंतर्जात वृद्धी प्रतिमान अशा सर्व वृद्धी प्रतिमानात बाजाराच्या अपूर्णतेचा विशेष विचार न करता उच्च दरडोई उत्पन्न आणि राहणीमानाच्या दर्जातील वाढीचे स्पष्टीकरण देण्याचा प्रयत्न केला आहे. खरे तर, ही वृद्धी प्रतिमाने व्यवहार्य होण्यासाठी मूलभूत गृहीत भांडवलबाजाराची परिपूर्णता हे आहे. म्हणजे, केलेली बचत उत्पादक कारणांसाठी गुंतवली जाते, असे मानणे. विकासाच्या अर्थतज्ज्ञांनी वृद्धी प्रतिमानांमध्ये चांगल्या शिक्षण आणि आरोग्य सुविधा अशा एरवी वृद्धी प्रतिमानांमध्ये कल्याणाचे निर्देशक न मानल्या गेलेल्या इतर घटकांकडे लक्ष दिले. बाजारपेठांच्या अपूर्णतेकडे त्यांनीही विशेष लक्ष दिले नाही. नमुना अभ्यास २.२ भारतातील उत्पन्न विषमतेच्या कारणांची कल्पना देतो.

---

[२४] जेव्हा वस्तू आणि सेवा पुरवठादारांना सीमान्त उत्पादन मूल्याइतका परतावा मिळेल तेव्हा, बाजारपेठा परिपूर्ण असतात. प्रवेशाला बंदी नसते आणि उत्पादन घटक पूर्णपणे स्पर्धात्मक परिस्थितीत कार्येतर असतात.

नमुना अभ्यास २.२: कृषी आपत्ती, विषमतेचे मूळ कारण*

नियोजन आयोगाने ज्याप्रकारे दारिद्र्यरेषेखालील लोकांचे वर्गीकरण केले आहे तो नेहमीप्रमाणे गंभीरवादाचा विषय बनले आहे. शासनाने तेंडुलकर समितीचा अहवाल बासनात गुंडाळून ठेवून दिला आणि गरिबीचा विस्तार अभ्यासण्यासाठी दुसरी समिती स्थापन केली. परंतु मुख्य मुद्दा दारिद्र्य आणि विषमता एकाच वेळी अभ्यासण्याचा आहे.

केवळ शहरी भागातील कुणाएकाचा दररोजचा उपभोग खर्च २८.६५ रुपयापेक्षा कमी आहे, म्हणून त्याची गरिबात गणना करावी या कल्पनेवर विश्वास ठेवणे कठीण आहे.

मात्र, सुधारणोत्तर काळात दारिद्र्यरेषेखालील लोकसंख्येची टक्केवारी खरोखरच घटली आहे हा महत्त्वाचा मुद्दा मान्य होण्यासारखा आहे. एनएसएस, जागतिक बँक किंवा अगदी तेंडुलकर समिती अशा कोणत्याही पद्धतीने हाच निष्कर्ष निघतो. त्यामुळे, एकंदरीत गरिबीत घट झाली आहे, हे मत निर्विवादपणे मान्य आहे.

राज्यकर्त्यांना/धोरणकर्त्यांनी विषमतेतील वाढीकडे लक्ष देणे गरजेचे आहे. उत्पन्नातील विषमता वाढण्याचे मुख्य कारण गरीब लोक शेतीवर अवलंबून आहेत. सुमारे ६०% लोकसंख्या ज्यातून आपला उदरनिर्वाह मिळवते त्या कृषी व संलग्न क्षेत्राचा राष्ट्रीय उत्पन्नातील १४% असा नगण्य वाटा आहे.

दरडोई पातळीवर पाहिले असता, सेवाक्षेत्र आणि वस्तुनिर्माण क्षेत्रातील कामगारांपेक्षा शेतमजुराची कमाई कितीतरी कमी आहे.

उत्पन्नाचे विभाजन निश्चित करणारे घटक दोन प्रकारचे आहेत. – शेतीक्षेत्राशी निगडित असणारे घटक आणि शेतीक्षेत्राच्या उद्योग आणि सेवा क्षेत्राशी असणाऱ्या संबंधांशी निगडित असणारे घटक.

कृषि उत्पादकता

तांदूळ, गहू, सूर्यफूल तेल, चहा आणि कॉफी या शेतमाल उत्पादनात भारत अग्रेसर आहे. मात्र, उत्पादकतेच्या बाबतीत भारताचे स्थान खूपच खालच्या पायरीवर आहे. भारताच्या तुलनेत चीनकडे कसण्यायोग्य जमीन कितीतरी कमी आहे. परंतु चीनचे दरहेक्टरी उत्पादन भारताच्या जवळजवल दुप्पट आहे.

भारतातील ७०% धारण क्षेत्र कुळांकडून कसले जाते. मोठे जमीनदार अमेरिका किंवा इतर ठिकाणी पैसे कमवण्यात मग्न आहेत. त्यांनी पारंपरिक शेतीचा व्यवसाय सोडून दिला आहे, त्यामुळे शेतीच्या उत्पादकतेत त्यांचे आता प्राधान्य राहिलेले नाही.

(नमुना अभ्यास २.२ पुढे चालू)

* पूर्वप्रकाशित *द हिंदू बिझनेस लाईन* (२६ मार्च २०१२).

(नमुना अभ्यास २.२ पुढे चालू)

प. बंगाल आणि केरळसारख्या राज्यात निराळी परिस्थिती होती. डाव्या पक्षाच्या शासनाने जमीन सुधारणा योजना यशस्वीपणे राबवल्या. पण त्यामुळे, जमीनदार आणि वाटेकरी कुळांजवळ उच्च उत्पादक पिकांमध्ये गुंतवणूक करण्यासाठी उत्पन्नसाधनेच राहिली नाहीत.

पिकांचे उत्पादन पावसावर अवलंबून असल्याने जमीनदार धोका पत्करत नव्हते. तांदूळ, भूईमुग, एरंडी अशा अतिउत्पादक पिकांमध्ये गुंतवणूक करण्याऐवजी तांदूळ कडधान्यासारख्या कमी उत्पादक पिकांमध्ये गुंतवणूक करत होते.

अस्थिर शेती उत्पादनामुळे ग्रामीण भागात निर्माण होऊन उत्पन्न विभाजनावर परिणाम होतो. यातूनच शहरांकडे स्थलांतराला वेग येतो. अकुशल आणि अर्धकुशल मजुरांच्या असंघटित क्षेत्रामध्ये होणाऱ्या शहरातील स्थलांतरामुळे उत्पन्न विभाजानातील विषमतेत वाढ झाली. या मजुरांना सेवाक्षेत्रांत चांगला रोजगार मिळण्याची मुळीच संधी नव्हती.

औद्योगिकरण

या परिस्थितीतून बाहेर पडण्यासाठी अगदी टोकाचा नसला तरी एक सैद्धान्तिक पर्याय म्हणजे शेतजमिनीचा औद्योगिकरणासाठी वापर करून आयातीद्वारे आपल्या अन्नधान्याच्या गरजा भागवणे, परंतु हा व्यवहार्य किंवा सुसाध्य उपाय नव्हे.

ग्रामीण भागातील तीव्र ऊर्जा टंचाई अन्नप्रक्रिया उद्योगासारख्या लघुउद्योगांचा पर्याय मोडीत जातो. यामुळे मोठ्या उद्योगांच्या स्थापनेचा पर्यायच शिल्लक राहतो.

जरी शासनाने रस्ते, ऊर्जा आणि पाणी अशा आवश्यक पायाभूत सुविधांची तरतूद केली, तरी मुख्य प्रश्न जमीन संपादनाचा आहे. टाटांना त्यांचा कारखाना उभारण्यासाठी जिथे मनाई करण्यात आली, त्या प. बंगालमधील सिंगूरचे उदाहरण इथे देता येईल.

जमीनदार शेतकरी यापूर्वीच्या डाव्या आघाडीच्या शासनाबरोबर त्यांची जमीन विकण्याचा करार करण्यास उत्सुक होते. परंतु कुळाने कसणारे शेतकरी यासाठी राजी नव्हते. कारण जमीनमालकांना दिल्या जाणाऱ्या भरपाईतील योग्य वाटा कुळांना देण्याबाबत कोणताही कायदा अस्तित्वात नाही.

यातील विसंगती अशी की, जरी टाटांनी प्रकल्प सोडून दिला असला तरी शेतकऱ्यांना त्यांच्या जमिनी अजून परत मिळालेल्या नाहीत. जरी भविष्यात नंतर कधीतरी त्यांना जमिनी परत मिळाल्या तरी कदाचित त्या कसरण्याजोग्या नसतील.

(नमुना अभ्यास २.२ पुढे चालू)

(नमुना अभ्यास २.२ पुढे चालू)

शासकीय हस्तक्षेप

जेव्हा औद्योगिकरण करणे कठीण असते, तेव्हा शासनाला शेतमालाची खरेदी करून आणि वित्तीय प्रोत्साहने देऊन हस्तक्षेप करण्याचा दुसरा पर्याय उपलब्ध असतो. परंतु, हे कितपत प्रभावी आहे? विशेषतः जेव्हा मागणीपेक्षा पुरवठा अधिक असतो, त्या वेळी शेतकऱ्यांना त्यांच्या उत्पादनाला रास्त भाव मिळावा ही शासकीय खरेदीमागील कल्पना आहे मग आता याचा विचार करा. २०१० ते २०११ दरम्यान खतांच्या किमती दुप्पट झाल्या.

रोजंदारी, मजुरी आणि वाहतुकीच्या खर्चातही वाढ झाली आहे. या सर्वांमुळे शेतीच्या उत्पादन खर्चात ३०-४०% पर्यंत वाढ झाली आहे. याउलट, २०११ दरम्यान ताग आणि भाताच्या घाऊक किमतीत घट झाल्याने शासकीय हस्तक्षेपाची नितांत गरज आहे.

ग्रामीण प. बंगालमधील ताग आणि भाताच्या बाजारपेठेचा विचार केल्यास मागील दोन वर्षांत असे दिसून येते की, बहुतांश शासकीय खरेदी फेब्रुवारीमध्ये झाली होती. भाताच्या खरेदी सुगीनंतर लगेच जानेवारी महिन्यात, तर तागाची खरेदी नोव्हेंबरमध्ये व्हायला हवी होती.

कारण, मोठ्या शेतकऱ्यांप्रमाणे आणि ठोक व्यापाऱ्यांप्रमाणे लहान शेतकरी कुळांना उत्पादनाचा साठा करणे शक्य नसते. कर्जाची परतफेड करण्यासाठी सुगीनंतर लगेचच त्यांना त्यांचे बहुतांश उत्पादन विकणे गरजेचे असते.

म्हणून, शासकीय खरेदीतील विलंबाचा लाभ मोठ्या शेतकऱ्यांना आणि व्यापाऱ्यांनाच होतो. यातून ग्रामीण भागातील उत्पन्न विभाजनावर परिणाम होतो.

वित्तीय प्रोत्साहनांबाबत महाराष्ट्रातील विदर्भप्रदेशाचे उत्तम उदाहरण आहे. अनके 'पॅकेजेस' जाहीर होऊनही तेथील शेतकऱ्यांच्या आत्महत्या होतच आहेत.

जलसिंचनाच्या सोयींचा अभाव हे विदर्भाच्या समस्येचे मूळ कारण आहे. तेथील पिकांचे उत्पादन मुख्यतः पावसावरच अवलंबून आहे. तत्कालीन पंतप्रधान मनमोहन सिंग यांनी विदर्भाला भेट देऊन काही दिलासादायक पॅकेजेस जाहीर केली. यात एक धरण बांधण्याचीही तरतूद होती.

धरणामुळे जलसिंचनात सुधारणा होऊन शेतकऱ्यांची दुर्दशा कमी होईल अशी अपेक्षा होती. धरण बांधले गेले, परंतु धरणात साठवलेले पाणी जवळपासच्या उद्योगांसाठी ऊर्जानिर्मितीकडे वळवले गेले. शेतकऱ्यांच्या आत्महत्या सुरूच आहेत आणि या आत्महत्या नसून अपघाती मृत्यू आहे असे दाखवून शासन आपले तोंड चुकवत आहे.

थोडक्यात, या लहानसहान बाबींकडे लक्ष दिल्यास शासनाला दारिद्र्य आणि विषमतेच्या मोठ्या समस्या सोडवता येऊ शकतील. आकडेवारीच्या वर्षावातून दिशाभूल करणे सहज सोपे आहे.

धोरणात्मक उपाय/शिफारसी

आता काय केले पाहिजे? उच्च वृद्धी पातळी कशी टिकवता येईल आणि समान उत्पन्न विभाजानची हमी कशी देता येईल ही दोन मोठी आव्हाने सध्या भारताच्या धोरणकर्त्यांसमोर आहेत. अजूनही बहुसंख्य म्हणजे जवळजवळ ५८% लोकसंख्या उदरनिर्वाहासाठी शेतीवर अवलंबून आहे आणि वस्तुनिर्माण क्षेत्रात भांडवलप्रधान उत्पादनपद्धतीचा वापर केला जात आहे. अशा परिस्थितीत कृषी उत्पादकता, श्रमबाजारातील सुधारणा आणि पुरेशा कौशल्य निर्मितीशिवाय समान उत्पन्न विभाजनाची कल्पना करणे कठीण आहे. तरुण आणि वाढत्या श्रमदलाला रोजगार पुरवण्यात महत्त्वपूर्ण असणाऱ्या वस्तुनिर्माण क्षेत्रातील श्रमप्रधान उत्पादन पद्धती अमलात आणण्यासाठी शेवटचे दोन घटक महत्त्वाचे आहेत. भारताच्या वस्तुनिर्माण क्षेत्रातील सर्व यशस्वी उदाहरणे अगदी पेट्रोरसायने क्षेत्रातील रिलायन्ससारखी असली तरी त्या भांडवलप्रधान उत्पादनपद्धतीद्वारेच निर्माण झाल्या आहेत. मग ती पेट्रोरसायन क्षेत्रातील रिलायन्स असो की, वाहनउद्योगातील टाटा मोटर्स, बजाज आणि महिंद्रा असो किंवा टिकाऊ उपभोग्य वस्तूंच्या क्षेत्रातील गोदरेज, बिर्ला आणि व्हिडिओकॉन अशा कंपन्या असोत, या सर्व यशोगाथा भांडवलप्रधान उत्पादन पद्धतींशी निगडित आहेत.

श्रमबाजारातील सुधारणांच्या अभावी या सर्व कंपन्यांना जाणूनबुजून श्रमप्रधान उत्पादनपद्धती टाळून भांडवलप्रधान उत्पादनपद्धतींचा अवलंब करणे भाग पडले. तरीही केवळ श्रमबाजारात सुधारणा करून भागणार नाही. रोजगार निर्मितीसाठी श्रमिकांची कुशलता वाढवणे महत्त्वाचे आहे. भारताच्या लोकसंख्या लाभांशाविषयी प्रत्येकजण बोलत असतो. परंतु, योग्य शिक्षण आणि कौशल्यनिर्मितीच्या अभावी या लोकसंख्येच्या वरदानाचे शापात रूपांतर होऊ शकेल. आरोग्य आणि शिक्षणावर अधिक खर्च केल्याने लोकांची उत्पादकता वाढून वृद्धीत वाढ होईल. एकदा वृद्धीत वाढ झाली की, त्यामुळे अधिक कर गोळा होईल आणि गरिबांवर खर्च करण्यासाठी अधिक निधी उपलब्ध होऊ शकेल. वीज, रस्ते, शाळा, दवाखाने अशा पायाभूत सुविधा आणि श्रमिकांची कौशल्यनिर्मिती यामुळे उद्योगांची वाढ होण्यास मदत होईल आणि अधिक रोजगार निर्माण होऊ शकेल.

तसेच, शेतीची कमी उत्पादकता त्या क्षेत्राला मारक आहे. सन १९९० च्या दशक मध्यापासूनच्या दीर्घकाळात शेतीक्षेत्रातील सार्वजनिक गुंतवणूक घटते आहे. इतर देशांशी तुलना केल्यास शेती क्षेत्रातील गुंतवणुकीत भारत मागे आहे. उदाहरणार्थ, भारतात सकल कृषी राष्ट्रीय उत्पन्नाच्या ०.५% रक्कम कृषी संशोधनावर खर्च केली जाते. इतर विकसनशील देशातील हे प्रमाण ०.७% आहे, तर विकसित देशांमध्ये २ ते ३% आहे.

कृषिक्षेत्रातील मजबूत वाढीमुळे संपूर्ण सकल राष्ट्रीय उत्पादन पातळीत कशी वाढ होते याचे अलीकडील उदाहरण मध्यप्रदेशातील विकास प्रक्रियेवरून दिसते. सन २०११-१२ मध्ये कृषिक्षेत्रातील १८% वृद्धीच्या जोरावर मध्य प्रदेश या राज्याने संपूर्ण देशात वृद्धिदरातील दुसऱ्या क्रमांकाचे स्थान पटकावले. जलसंपदेचे महत्त्व लक्षात घेऊन कालवा सुधारणा केल्याने आणि कृषी उत्पादन घटक कमी

खर्चात पुरवल्याने २०११-१२ मध्ये मध्यप्रदेशच्या सकल राज्यांतर्गत उत्पादनात (GSDP) ११.९८% दराने वाढ शक्य झाली. बलराम तालाब योजनेअंतर्गत शेततळ्यांच्या निर्मितीमुळे जलसंपदा क्षमतेत सुधारणा झाली.[२५]

या व्यतिरिक्त लघु आणि मध्यम उद्योगांच्या समस्येकडेही लक्ष पुरवण्याची गरज आहे. भारताच्या वस्तुनिर्माण क्षेत्रातील एकूण बेकारीच्या ८४% बेकारी असंघटित क्षेत्रात आहे. पन्नासपेक्षा कमी कामगारांना रोजगार देणाऱ्या या लहान प्रमाणातील उद्योगसंस्था पारंपरिक अल्प उत्पादक तंत्रज्ञान आणि मर्यादित उत्पन्न क्षमेतेच्या दुष्टचक्रात अडकलेल्या आहेत. पतबाजारातील अपूर्णता आणि नव्या बाजारपेठेच्या माहिती आणि जागरूकते अभावी त्यांच्या समस्येत अधिकच भर पडते. सुलभ पतसोयींचा अभाव आणि मोठ्या उद्योगांनी लांबवलेली देणी यामुळे २५% लघु आणि मध्यम उद्योग एकतर बंद पडले आहेत किंवा अस्तित्वासाठी लढत आहेत असे असोचेमने (Associated Chambers of Commers and Industries of India) केलेल्या अलीकडील पाहणीत दिसून आले आहे. उत्तर प्रदेश, हरियाणा, पंजाब, पश्चिम बंगाल आणि बिहार अशा विविध राज्यातील ५०० उद्योगसंस्थांच्या पाहणीत प्रतिसादकर्त्यांनी त्यांना स्पर्धेला तोंड देण्यासाठी संस्थात्मक पतसोयी उपलब्ध नसल्याचे सांगितले.[२६] यात अविकसित पायाभूत सुविधा, अकार्यक्षम पुरवठा साखळी व्यवस्थापन, घटक बाजारपेठा अशा बाबींची भर टाकल्यास जागतिक बँकेने प्रसिद्ध केलेल्या *डुइंग बिझनेस रिपोर्ट*मध्ये भारताचे स्थान खालच्या पातळीत का आहे हे आपल्या लक्षात येईल. भारताच्या सर्वसमावेशक वृद्धी धोरणासाठी लघु आणि मध्यम उद्योगांच्या गरजा लक्षात घेणे महत्त्वाचे आहे. माफक नियमन, नियंत्रण आणि नोकरशाहीच्या दिरंगाईमुक्त योग्य गुंतवणूक वातावरणामुळे भारतातील औद्योगिक क्षेत्र भरभराटीला येण्यास मदत होईल.

---

[२५] *स्रोत*: http://www.thehindubuisnessline.com/news/job-creation-to-be-our-mantra-for-development-shivraj-singh-chouhan/article-4030302.ece (२५ ऑक्टोबर २०१२ रोजी उपलब्ध)

[२६] *स्रोत*: http://www.thehindubuisnessline.com/industry-and-economy/credit-scarcity-hits-small-units-hard-says-assocham/article 4027901.ece (२४ ऑक्टोबर २०१२ रोजी उपलब्ध)

प्रकरण ३

मागणी व्यवस्थापन धोरण

पहिल्या प्रकरणावरून आपल्या लक्षात आलेले आहे की, मागणी व्यवस्थापन धोरणाचे आणि खास करून वित्तीय आणि मौद्रिक धोरणाचे उद्दिष्ट उत्पादन तफावत नियंत्रण करणे हे आहे. या प्रकरणात आपण विशेषतः भारतीय अर्थव्यवस्थेच्या संदर्भात वित्तीय आणि मौद्रिक धोरण जवळून पाहूया.

वित्तीय धोरण

शासकीय खर्च आणि कराद्वारे उत्पादन तफावत नियंत्रित करण्याची केंद्रसरकारची हस्तक्षेपाची धोरण साधने म्हणजे वित्तीय धोरण होय. यामागे कमाल पातळीवरील शक्य उत्पादन आणि रोजगार मिळवण्याची कल्पना असते. *वित्तीय धोरणाचा संबंध केंद्र शासनाच्या केलेल्या कृतींशी असतो* आणि स्थानिक सरकार, राज्य आणि खालच्या पातळीतील शासनाच्या कृतींशी नसतो हे विचारात घ्यायला हवे. पंचायतसमिती, नगरपालिका आणि महानगरपालिका अशा स्थानिक सरकारांनी केलेल्या खर्चाच्या वित्तीय धोरणात समावेश होत नाही. कारण महत्तम रोजगार आणि उत्पादनाच्या राष्ट्रीय व्यापक उद्दिष्टांवर या खर्चाचा परिणाम होत नाही.

जेव्हा शासन खर्च करते किंवा कर लादते तेव्हा समग्र मागणीवर परिणाम होत असतो. शासकीय खर्चाचा समावेश समग्र मागणीत होतो, म्हणून विस्तारक वित्तीय धोरण म्हणजे शासकीय खर्चातील वाढ आणि/किंवा करातील कपात होय. शासकीय खर्च म्हणजे उत्पन्नात वाढ आणि कराचे दर स्थिर राहिल्यास खर्च योग्य उत्पन्नातील (उत्पन्न वजा कर) वाढ. जेव्हा लोकांजवळील खर्च योग्य उत्पन्न वाढते तेव्हा, ते अधिक खर्च करू पाहतात आणि त्यामुळे समग्र मागणी वाढते. त्याचप्रमाणे जेव्हा शासन करात कपात करते, तेव्हा खर्च योग्य उत्पन्नात वाढ होऊन समग्र मागणी वाढते.

गुणकाची संकल्पना

शासनाने खर्च केलेल्या विशिष्ट रकमेमुळे समग्र मागणीत होणारी वाढ शासकीय खर्चापेक्षा अधिक असते, याचा उल्लेख येथे करणे महत्त्वाचे आहे. हे उदाहरण पहा. समजा अर्थव्यवस्थेत मंदी आहे आणि १०० अब्ज रुपये खर्च करून शासनाला समग्र मागणीत वाढ करायची आहे. शासन या १०० अब्ज रुपयांचा विनियोग रस्ते बांधणीसाठी करू इच्छिते. पहिल्या टप्प्यात जेव्हा १०० अब्ज रुपये खर्च केले

जातात, तेव्हा राष्ट्रीय उत्पन्नाचा घटक असणाऱ्या एकूण मागणीतही १०० अब्ज रुपयांनी वाढ होते. ही गोष्ट इथेच संपत नाही. शासनाला रस्ते बांधण्यासाठी कामगार आणि रस्त्याच्या कामावर देखरेख करण्यासाठी कंत्राटदारांना कामावर घ्यावे लागते. या १०० अब्ज रुपयातील काही भाग कामगार आणि कंत्राटदारांच्या उत्पन्नावर खर्च होतो. सोपेपणासाठी कामगार आणि कंत्राटदारांची सीमान्त उपभोग क्षमता (MPC) ०.५ आहे असे मानू. म्हणजे उत्पन्नापैकी दर १०० रुपयातील ५० रुपये उपभोगावर खर्च केले जातात. म्हणून, शासनाच्या पहिल्या टप्प्यातील १०० अब्ज रुपयांच्या खर्चातून कामगार आणि ठेकेदारांच्या उपभोगातून दुसऱ्या टप्प्यांत एकूण मागणीत ५० अब्ज रुपयांची वाढ होईल.

खुल्या अर्थव्यवस्थेत, यातील काही उपभोगखर्च विदेशी वस्तूंवर केला जाईल. विदेशी वस्तूंवरील खर्चामुळे देशांतर्गत उत्पादनात वाढ होत नसल्याने हा काहीसा नकारात्मक परिणाम ठरतो. बंदिस्त अर्थव्यस्थेच्या संदर्भात पहिल्या कालावधीतील १०० अब्ज रुपयांच्या शासकीय खर्चाद्वारे दुसऱ्या कालावधीत राष्ट्रीय उत्पन्नातील मागणीच्या घटकात ५० अब्ज रुपयांनी वाढ होईल. सुरुवातीच्या उत्पन्नवाढीचा प्रेरीत परिणाम पुढे होत जाऊन या ५० अब्ज रुपये उत्पन्नातील २५ अब्ज रुपये वस्तू आणि सेवांवर खर्च केले जातात (सीमान्त उपभोग क्षमता ०.५ गृहीत धरून). ही प्रक्रिया चालू राहते आणि शासनाने सुरुवातीला खर्च केलेल्या १०० अब्ज रुपयांमुळे एकूण मागणीत २०० अब्ज रुपयांची वाढ होते, हे आपल्याला दाखवता येते (पहा कोष्टक क्र. ३.१). आरंभीच्या शासकीय खर्चाचे वास्तव राष्ट्रीय उत्पन्नाशी असणाऱ्या गुणोत्तराला शासकीय खर्च गुणक असे म्हणतात.

तसेच आरंभीच्या कर कपातीमुळे शासकीय खर्चाप्रमाणेच वाढीव उपभोग खर्चाची मालिका सुरू होते आणि अखेरीस कर कपातीच्या दरापेक्षा अधिक प्रमाणात एकूण मागणीत वाढ होते. यातील एकमेव फरक असा की, करकपातीमुळे होणारी गुणक प्रक्रिया शासकीय खर्चामुळे होणाऱ्या प्रक्रियेपेक्षा कमी असून पहिल्या टप्प्यातील एकूण मागणीतील वाढ तुलनेने कमी असेल. करदरातील कपातीमुळे वास्तव राष्ट्रीय उत्पन्नातील मागणीच्या घटकातील एकूण वाढ शासकीय खर्चामुळे होणाऱ्या वाढीपेक्षा कमी असेल. कारण करकपातीची गुणकप्रक्रिया खर्चयोग्य उत्पन्नाद्वारे घडत असते.

कोष्टक ३.१ शासकीय खर्च गुणक

काळ	*शासकीय खर्च आणि वाढीव उपभोग खर्च*	*एकूण खर्च वाढ*
१	१००	१००
२	५०	१५०
३	२५	१७५
४	१२.५	१८७.५
:	:	:
N	०	२००

स्रोत: लेखकाची आाकडेमोड.

भारतीय अंदाजपत्रक समजावून घेताना

सोप्या भाषेत सांगायचे झाल्यास कोणतेही अंदाजपत्रक शासकीय खर्च आणि शासकीय उत्पन्न यातील संबंध स्पष्ट करते. जर शासनाकडे खर्चापेक्षा कररूपाने गोळा झालेले उत्पन्न अधिक झाले तर, त्याला आपण शिलकीचे अंदाजपत्रक म्हणतो. शिलकीचे अंदाजपत्रक राबवणे चांगले असते, असा लोकप्रिय समज आहे. मात्र जर मंदीच्या काळात शासनाने कर वाढवून अंदाजपत्रक संतुलित केले तर अर्थव्यवस्था आणखीनच मंदीच्या खाईत जाईल. मंदीच्या काळात शासनाने अंदाजपत्रकात तूट झाली तरी खर्च केला पाहिजे.

साधारणपणे शासन कर्ज घेण्यासाठी बाजारात रोख्यांची विक्री करते. जर कर्जातून चालू खर्च भागवावा लागत असेल तर कर्जे घेणे ही अयोग्य बाब असते. पण दीर्घकालीन गुंतवणुकीसाठी कर्जे घेणे वाईट नसते. उदाहरणार्थ, जर एखाद्याने आपल्या क्रेडिट कार्डद्वारे केलेल्या उपभोग खर्चासाठी वरचेवर कर्जे घेतली, तर ती अयोग्य/वाईट गोष्ट आहे. याउलट जर एखाद्याने घर बांधण्यासाठी कर्ज घेतले तर भविष्यातील भांडवली लाभामुळे त्या व्यक्तीचे आयुष्य अधिक आनंदी होईल हीच बाब शासनाला लागू होते. जर शासनाने अनुदानासारख्या उपभोग खर्चासाठी कर्ज घेतले तर, ते अयोग्य आहे. याउलट, जर शासनाने अर्थव्यवस्थेची उत्पादक क्षमता वाढविण्यासाठीच्या खर्चासाठी कर्ज घेतले तर ते योग्य/चांगले आहे.

शासकीय कर्जाविषयी काय म्हणता येईल? जर तुम्ही किंवा मी दीर्घकाळ कर्जबाजारी राहिलो, तर लवकरच आपले दिवाळे निघेल. कदाचित कर्जफेडीसाठी आपल्याला आपल्या गहाण वस्तू विकाव्या लागतील. अगदी अपवादात्मक परिस्थिती वगळता शासनाला आपली कर्जफेड टाळता येत नसल्याने शासनाच्या बाबतीत अशी परिस्थिती थोडी वेगळी असेल. पूर्वीच्या कर्जावरील व्याज फेडण्यासाठी शासनाला करात वाढ करणे सहज शक्य असते. जर कर्ज हाताबाहेर गेले तर ग्रीस, इटली, पोर्तुगाल आणि स्पेनच्या शासनाप्रमाणे सामाजिक सुरक्षाखर्चात कपात करून काटकसरीने उपाय अमलात आणू शकते. जर कर्जाचे प्रमाण दीर्घकाळात सकल राष्ट्रीय उत्पन्नाच्या प्रमाणात वाढत गेल्यास समस्या निर्माण होईल. कारण जर उपभोगासाठी काढलेले कर्ज सातत्याने वाढत गेल्यास व्याजाचे दर वाढून गुंतवणूक घटेल. कमी गुंतवणूक म्हणजे भांडवली वस्तूंचा कमी साठा व म्हणून वस्तू आणि सेवा उत्पादित करण्याची अर्थव्यवस्थेची घटलेली क्षमता जर शासनाने बंदरे, रस्ते आणि विमानतळासारख्या पायाभूत सुविधांवर किंवा शिक्षण, संशोधन आणि विकास यावर खर्च केला तर हा परिणाम सौम्य होऊ शकेल. सुधारित पायाभूत सुविधा आणि अधिक शिक्षित श्रमदलामुळे अर्थव्यस्थेच्या उत्पादन क्षमतेत वाढ होण्यास मदत होईल. जर शासकीय खर्चातून निर्माण झालेल्या उत्पन्नातून अगोदरच्या शासकीय कर्जावरील व्याज देता आले तर ते कर्ज योग्य ठरते.

कर्जाची योग्यायोग्यता ठरवण्याचा एक पर्यायी मार्ग म्हणजे ते कर्जफेडण्याची क्षमता तपासणे होय. दीर्घकाळात तूट भरून काढण्याची क्षमता असणारे शासन कर्जफेडक्षम असते. कर्जफेडक्षम असण्यासाठी सुरुवातीच्या कर्जाची रक्कम भविष्यातील प्राथमिक वाढण्याच्या वर्तमानकालीन सवलत मूल्याइतकी

असावी लागते किंवा अन्य शब्दांत, देशाच्या सार्वजनिक क्षेत्रातील कर्जाचे वर्तमानकालीन मूल्य वाढत्या काळानुसार शून्याजवळ किंवा किमान स्वीकाराई मर्यादेपर्यंत गेले पाहिजे. वास्तव व्याजदरातील वाढीमुळे देशावरील कर्जाचा भार वाढतो, तर वाढत्या वृद्धिदरामुळे सकल राष्ट्रीय उत्पन्नाच्या प्रमाणातील कर्जाचा भार घटतो. आता, तुम्हाला शासकीय कर्ज संकल्पना समजली असल्यामुळे अवाजवी शासकीय कर्जामुळे युरोपची आर्थिक आपत्ती कशी निर्माण झाली त्याचा नमुना अभ्यास ३.१ मधून स्पष्ट होईल.

नमुना अभ्यास ३.१: गमावलेल्या दशकातील विस्मयचकित युरोप*

युरोपातील आर्थिक पेचप्रसंग हा पुन्हा एकदा सर्व अर्थविषयक चर्चाविश्वाच्या केंद्रस्थानी आहे. आर्थिक पेचप्रसंगाच्या काळात ग्राहक कमीतकमी खरेदी करतात आणि गुंतवणूकदार कोणतीही गुंतवणूक करत नाहीत (किंवा त्यांचे गुंतवणुकीबाबतचे निर्णय लांबणीवर टाकतात). अशा कालखंडात भविष्यकाळात गुंतवणुकीवर प्राप्त होणाऱ्या मिळकतीबाबत शंका असते आणि त्यामुळे मोठ्याप्रमाणावर बेरोजगारी आणि उत्पादकता कमी होते – जी सांप्रत युरोपमध्ये प्रकर्षाने दिसून येत आहे.

हा पेचप्रसंग समजावून घेण्याकरता आपल्याला थोडेसे इतिहासात डोकवावे लागेल. दुसऱ्या महायुद्धानंतरच्या काळात संपूर्ण युरोप उद्ध्वस्त झाला असताना, तेथील धोरणकर्ते समाजवादी भांडवलशाही चौकटीच्या आधारे युरोपची पुनर्बांधणी करू पहात होते. बाजार वाढीच्या उंबरठ्यावर असताना, श्रमिकही त्यामध्ये सहभागी होतील आणि रोजगार उपलब्ध होईल याची राज्याला खात्री असावी, ही यामागे कल्पना होती. ज्येष्ठ नागरिक आणि बेरोजगार यांना बेरोजगार भत्ता आणि निवृत्तिवेतन अदा करून, राज्याने उदार सामाजिक सुरक्षा धोरणाद्वारे त्यांची काळजी घेणार होते.

उदात्त धोरण, ढळता विकास

शासनाचे उद्दिष्ट कितीही उदात्त असले तरीही, व्यवस्था अधिक कार्यक्षम करण्याकरता, शासनाने कराच्या रूपाने संकलित केलेला निधी बेरोजगारांना निर्वाह भत्ता आणि निवृत्तांना निवृत्तिवेतन अदा करणे आवश्यक असते. निर्वाह भत्ता आणि निवृत्तिवेतन ही शासनाकरता खर्चाची बाब असते आणि ते करण्याकरता शासनाला करसंकलन करावे लागते.

मोठ्या उद्योगांकडून मिळणारा कॉर्पोरेट आयकर (ज्याचा एकूण करसंकलनातील वाटा ८० टक्के आहे), अप्रत्यक्ष कर (उत्पादन शुल्क कर आणि सेवा कर यांसारखे कर) आणि प्रत्यक्ष आयकर (व्यावसायिक आणि नोकरदार वर्गाकडून संकलित केलेला कर) हे करसंकलनाचे प्रमुख स्रोत आहेत.

(नमुना अभ्यास ३.१ पुढे चालू)

* *द हिंदू बिझनेस लाईन* (११ मे २०१२) या वृत्तपत्रातील लेखकाचा पूर्वप्रकाशित लेख.

(नमुना अभ्यास ३.१ पुढे चालू)

आर्थिक मंदीच्या काळात जेव्हा व्यवसाय-उद्योग हे थंड असतात किंवा लोकांना काम मिळणेही मुश्कील असते, परिणामी करसंकलनही पुरेशा प्रमाणात होऊ शकत नाही. अशा वेळेस शासन आपली कल्याणकारी उद्दिष्टे (निर्वाह भत्ता आणि निवृत्तिवेतन अदा करणे) ही चलनाचे मुद्रण किंवा कर्ज काढून साध्य करते. हे दोनही अर्थसंकल्पीय तूट आणि सार्वजनिक ऋण यात वाढ करणारे उपाय आहेत.

जर अर्थव्यवस्था वृद्धिंगत होत जाणारी असेल तरच वाढती अर्थसंकल्पीय तूट ही नियंत्रणात राहू शकेल. मात्र, युरोपीय देशांत आर्थिक वृद्धिदर हा सन १९७० मध्ये ३.४ टक्के दराने, १९८० मध्ये २.४ टक्के दराने, १९९० मध्ये २.२ टक्के दराने, आणि सन २००१ ते २००९ च्या दरम्यान १.१ टक्के याप्रमाणे सातत्याने घसरतो आहे.

संस्थांत्मक पुनर्बांधणीच्या अभावी हे परिणाम दिसत आहेत. समाजवादी भांडवलशाही चौकटीमध्ये श्रमिकांची उत्पादकता योग्य असो अथवा नसो, उद्योग फायद्यात असो अथवा नसो, श्रमिक आपले वेतन आणि भत्ते संघटनांच्या माध्यमातून सुरक्षित ठेवतात. याच बरोबरीने युरोपमध्ये वाढत्या वयाच्या लोकांची संख्या ही वाढण्याची शक्यता आहे. जागतिक लोकसंख्येस लागू असलेला मृत्युदर लक्षात घेता, कोणत्याही देशाची लोकसंख्या स्थिर राहण्याकरता, सदर अर्थव्यवस्थेतील प्रत्येक स्त्रीने २.१ मुलांना जन्म देणे आवश्यक असते.

याच्या अगदी विरुद्ध, काही युरोपीय अर्थव्यवस्थांमध्ये हा जन्मदरः ग्रीस १.३८, स्पेन १.३९, इटली १.४१, आणि इंग्लंड १.९४ इतका कमी आहे. सन २०३० मध्ये स्पेन आणि ग्रीसमध्ये ६५ वर्षांवरील नागरिकांची लोकसंख्या ही १७ टक्क्यांवरून २५ टक्क्यांच्या आसपास जाण्याची शक्यता आहे. आज युरोपात काम करणाऱ्या तरुणांची संख्या अल्प आहे आणि कल्याणकारी योजनांवर मोठ्या प्रमाणावर खर्च करावा लागत आहे, ही वस्तुस्थिती आहे.

यावरील उपाय

श्रमिक आणि रोजगारविषयक कायद्यांमध्ये बदल करणे (कठोर उपायांपैकी एक) आणि परदेशात ये-जा करण्याचे नियम शिथिल करणे हा यावरील स्वाभाविक उपाय असू शकतो. मात्र नुकत्याच झालेल्या निवडणुकांचे निकाल बघितल्यास फ्रान्स आणि ग्रीसमधील मतदारांना हे बदल रुचलेले दिसत नाहीत आणि कठोर उपाययोजना सुचविलेल्या राजकीय पक्षांना त्यांनी आपली जागा दाखवून दिली आहे.

युरोपीय देशांचे बारकाईने निरीक्षण केल्यास तेथील लोकशाहीची अंतर्गत व्यवस्था ही निवृत्तिवेतनधारक, कामगार संघटना, समाजकारणी आणि मोठे शेतकरी हे चालवतात असे लक्षात येते. याव्यतिरिक्त अत्यल्प प्रमाणातील देशात येजा करणारे नागरिक, तरुण, आणि लघुउद्योजक यांचा आवाज अत्यंत क्षीण आहे.

(नमुना अभ्यास ३.१ पुढे चालू)

(नमुना अभ्यास ३.१ पुढे चालू)

युरोपीय संघाला (इयु) असलेली भीती

समाजवादी भांडवलशाहीचे हे चपखल उदाहरण आहे ज्यामध्ये त्यातील अंतर्गत प्रभावी गट हा लघुदृष्टीचा, आपल्या तात्पुरत्या फायद्याचा विचार करणारा आहे, आणि तो त्यांच्या उद्दिष्टांना पाठिंबा दर्शवणाऱ्या राजकीय पक्षांना मतदान करून सत्तेवर आणून बसवतो. याउलट, इतर सर्व सत्ताहीन असतात.

नोकरीनिमित्त स्थलांतरित होणाऱ्या परदेशी नागरिकांबाबतचे कायद्यातील बदल करणे टाळले गेले. नोकरदारांच्या स्थलांतरणासंदर्भात लवचिक धोरणाद्वारे तरुण कुशल कर्मचाऱ्यांच्या कमतरतेची समस्या सोडवता आली असती. भारत आणि चीनसारख्या विकसनशील देशांमधील प्रतिभा पलायनामुळे जशी अमेरिकेची आर्थिक वृद्धी झाली, तशी युरोपची झाली नाही.

संस्थात्मक पुनर्बांधणीच्या स्वरूपातील कठोर उपायांच्या अभावाचा परिणाम म्हणून सातत्याने सघउच्या प्रमाणात वाढत जाणारे कर्ज या स्वरूपात प्रतिबिंबित होते. युरोपीय संघातील जवळजवळ सर्वच देशांचे सघउच्या टक्केवारीच्या प्रमाणातील संचित सार्वजनिक ऋण हे १०० टक्क्यांपेक्षा जास्त – इटली १२० टक्के, ग्रीस १६० टक्के, आयर्लंड १०५ टक्के, आणि पोर्तुगाल १०७ टक्के – आहे.

याव्यतिरिक्त, भिन्न स्थूल अर्थशास्त्रीय वातावरणामुळेही (सघउ-कर्ज प्रमाण यात प्रतिबिंबित झालेले) युरोपीय संघाच्या अस्तित्वाला धोका निर्माण करू शकते. कारण यामधून कोणताही प्रभाव नसणारे स्थूल अर्थशास्त्रीय धोरण – मंदीच्या काळात विस्तारवादी मौद्रिक/राजकोषीय धोरण आणि वाढीच्या काळात संकुचित होणारे मौद्रिक/राजकोषीय धोरण – प्रतिपादित करते. मात्र युरोप हा वैविध्यपूर्ण आहे, आणि जेव्हा ग्रीस मंदीला तोंड देत असतो, तेव्हा जर्मनी सुस्थितीत असतो. अशा प्रसंगी विस्तारवादी मौद्रिक धोरण अवलंबणे हे ग्रीसकरता उपयुक्त ठरू शकते मात्र यामुळे जर्मनीच्या अर्थव्यवस्थेला धक्का पोहोचवू शकतो.

नेमक्या याच कारणामुळे युरोपीय संघात येऊ इच्छिणाऱ्या देशांनी स्थूल अर्थशास्त्रीय निर्देशकांची पूर्तता करणे अपेक्षित होते. ज्या देशांची अर्थसंकल्पीय तूट ही सघउच्या ३ टक्के पेक्षा कमी आहे आणि शासकीय ऋण-सघउचे प्रमाण ६० टक्क्यांपेक्षा कमी आहे अशाच देशांना युरोपीय संघामध्ये प्रवेश द्यावा असे ठरवण्यात आले.

मात्र, ऋण-सघउचे प्रमाण १२० टक्क्यांपेक्षा जास्त असलेल्या ग्रीस, इटली, आणि बेल्जियम यांसारख्या काही देशांनी युरोपीय संघाचे सभासदत्व मिळण्याकरता आपल्या जमाखर्चाच्या लेखनात फेरफार केले.

आता आपण या सर्वांचे परिणाम भोगत आहोत. मागणी व्यवस्थापन वाईट पद्धतीने ढासळते आहे आणि युरो चलन आजपर्यंतच्या सर्वात तळपातळीवर व्यवहार करत आहे.

युरोपच्या भल्याकरता सर्वच देशांनी कठोर उपाययोजना केल्या पाहिजेत. त्यांनी तसे जर केले नाहे, तर १९८० मधील अर्जेन्टिनासारखी आणि १९९० मधील जपानसारखी परिस्थिती उद्भवल्यास गमावलेल्या दशकाकडे विस्मयचकित होऊन पाहण्याची वेळ युरोपवर येईल.

आता, आपले लक्ष भारतीय अर्थसंकल्पाकडे वळवू.

अंदाजपत्रकात शासनाला आवश्यक वाटणाऱ्या खर्चासाठी तरतूद केलेली रक्कम आणि हा खर्च भरून काढण्यासाठी वापरलेले करासारखे मार्ग यांचे त्यात स्पष्टीकरण असते. सर्वांत प्रथमतः शासनाला शाळा, दवाखाने, पाणी, स्वच्छता अशा सामाजिक सुविधा, रेल्वे, रस्ते, विमानतळे अशा भौतिक पायाभूत सुविधा आणि गरीब व वंचितांना अनुदानांमार्फत पैशाचे हस्तांतरण करून उत्पन्नाचे विभाजन अधिक समान पातळीत घडवून आणण्याची गरज असते. उत्पन्नाच्या अतिविषम विभाजनामुळे बंडाळीला तोंड फुटेल आणि लोकशाही अर्थव्यवस्थेत सत्ताधारी पक्ष पदच्युत होऊ शकेल. शासनाची विविध खाती चालवण्यासाठी आणि सुप्रशासन पुरविण्यासाठीही शासनाला पैशाची गरज भासते. एखादे अंदाजपत्रक चांगले किंवा वाईट आहे हे कसे म्हणता येते? चांगल्या अंदाजपत्रकाची सर्वसाधारण गृहीते अशीः त्यात वित्तीय तूट असते. आवश्यक त्या सुधारणा सुचवलेल्या असतात, नियोजित भांडवली वाढीव पातळीत असतो आणि योजनाबाह्य खर्चातील कपातीबरोबरच वाढत्या उत्पन्नप्राप्तीच्या बाबी असतात.

शासनाच्या जमाखर्चातील विविध बाबी आता अधिक काळजीपूर्वक तपासून पाहूया.

शासकीय अंदाजपत्रकात चालू/महसुली आणि भांडवली खाते अशी दोन महत्त्वाची वर्ग असतात. महसुली खात्यात एखाद्या विशिष्ट वित्तीय वर्षातील मिळवलेले उत्पन्न आणि केलेला खर्च यांची नोंद असते.[1] ढोबळमानाने महसुली खात्यातील खर्च हे उपभोगजन्य असतात आणि ते दीर्घकालीन भांडवली परिणाम घडवून आणत नाहीत (कोष्टक ३.२ पहा).

कोष्टक ३.२ अंदाजपत्रकाचे वाचन (आकडे रा. रा. उ.ची टक्केवारी)

अ.क्र.	*घटक*	*वित्तीय वर्ष २०१२-१३*	*वित्तीय वर्ष २०११-१२*	*सुधारणा*
१	महसुली तूट (३-२)	३.४	४.४	-१.०
२	महसुली प्राप्ती (२अ+२ब)	९.२	८.६	०.६
२अ	करउत्पन्न	७.६	७.२	०.४
२ब	करेतर उत्पन्न	१.६	१.४	०.२
३	महसुली खर्च (३अ+३ब)	१२.६	१३.०	-०.४
३अ	योजना	४.१	३.९	०.२
३ब	बिगर योजना	८.५	९.१	-०.६
४	भांडवली खर्च	२.१	१.८	०.३
५	एकूण खर्च (३+४)	१४.७	१४.८	-०.१
६	बिगर कर्ज भांडवली प्राप्ती	०.४	०.३	०.१
७	वित्तीय तूट (५-२-६)	५.१	५.९	-०.८

स्रोत: बजेट ॲट अ ग्लान्स, २०१२ मधून

[1] वित्तीय वर्ष दरवर्षीच्या १ एप्रिलला सुरू होते आणि पुढील वर्षीच्या ३१ मार्च रोजी संपते. कॅलेंडर वर्ष ही सापेक्ष कल्पना आहे. ते प्रत्येक वर्ष १ जानेवारी ते ३१ डिसेंबरपर्यंत असते.

याउलट, भांडवली खात्यामध्ये रस्ते, बंदरे, दवाखाने, संशोधन आणि विकास अशा दीर्घकालीन उत्पादक साधनांवरील खर्चाचा समावेश असतो. भांडवली खात्यावरील खर्चाचा कालावधी साधारणतः एका वर्षाहून अधिक असतो.

महसुली खात्यातील उत्पन्नप्राप्ती खालीलप्रमाणेः

(१) महसुली प्राप्ती उत्पन्न
 (अ) एकूण कर उत्पन्न
  i. निगम कर, आयकर, व्याजावरील कर आणि संपत्ती करासारखे प्रत्यक्ष कर
  ii. सीमाशुल्क, केंद्रीय उत्पादन शुल्क आणि सेवा करांसारखे अप्रत्यक्ष कर
  iii. मिळालेले व्याज, लाभांश आणि नफा, परकीय सहाय्य आणि केंद्रशासित प्रदेश (U.T.) यांचे उत्पन्न

(२) महसुली खात्यातील खर्च
 (अ) व्याजदेणी, संरक्षण खर्च, अनुदाने, पोस्ट, पोलीस, पेन्शन, राज्यशासनांची माफ केलेली कर्जे, सामाजिक सेवा, राज्य आणि केंद्रशासित प्रदेशांना दिलेले सहाय्य आणि परकीय शासनाला दिलेले सहाय्य असे योजनाबद्ध महसुली खर्च
 (ब) केंद्र शासनाचे योजना खर्च आणि राज्ये व केंद्रशासित प्रदेशांना दिलेले सहाय्य यांसारखे महसुली योजना खर्च, केंद्र शासनाकडे वित्त आयोगासाठी केंद्राकडून राज्यांना वितरित करता येणाऱ्या निधीबाबत विचार करणारी यंत्रणा आहे. दुर्मिळ संसाधनांचे वाटप कमाल समान पद्धतीने करण्यासाठीच्या मार्गदर्शनाची कल्पना यामागे आहे. लोकसंख्या, उत्पन्न, क्षेत्रफळ, पायाभूत सुविधा, करवसुली आणि वित्तीय शिस्त ह्या सहा निवडक निकषांच्या आधारे वित्त आयोग राज्यांना पैसे देतो.

(३) भांडवली प्राप्ती उत्पन्न
 कर्जफेड, बाजारातील कर्जे, बाह्य सहाय्य, सार्वजनिक क्षेत्रातील कंपन्यांच्या आणि शासकीय व्यापारी उपक्रमांमधील समभागांचे निर्गुंतवणुकीकरण अल्पबचती, सार्वजनिक भविष्य निर्वाह निधी, निवृत्त होणाऱ्या कर्मचाऱ्यांच्या ठेव योजना आणि विशेष ठेवी.

(४) भांडवली खर्च
 (अ) संरक्षण, राज्ये व केंद्रशासित प्रदेश, परकीय शासन आणि सार्वजनिक उद्योगानां कर्जे आणि इतर योजनाबाह्य कर्जे अशी योजनाबाह्य खर्च बाबी
 (ब) केंद्राचे योजना खर्च आणि राज्ये व केंद्रशासित प्रदेशांना भौतिक पायाभूत सुविधांसारख्या दीर्घकालीन विकासात्मक कार्यासाठी दिलेले सहाय्य.

सारांशाने, भांडवली आणि महसुली खात्यामधील फरक म्हणजे भांडवली खात्याबाबत आपण एका वित्तीय वर्षापेक्षा अधिक कालावधीचा विचार करतो, तर महसुली खात्यात विशिष्ट वित्तीय वर्षाच्या उत्पन्न आणि खर्चाचा समावेश होतो.

वित्तीय तूट ही व्यापक संकल्पना आहे. त्यात महसुली आणि भांडवली खात्यांचा समावेश असतो. म्हणजे, वित्तीय तूट = महसुली तूट + भांडवली खर्च – कर्जे वगळून भांडवली प्राप्ती (कर्ज परतफेड आणि सार्वजनिक क्षेत्रातील उपक्रमांची (PSO) निर्गुंतवणूक). अर्थसंकल्पावरील बहुतांश चर्चा जरी वित्तीय तुटीभोवती केंद्रित असली तरी *महसुली तुटीचे* नियंत्रण अधिक महत्त्वपूर्ण असते. हे आपण समजून घेतले पाहिजे.

कारण ज्यातून अर्थव्यवस्थेच्या उत्पादनक्षमतेत कसलीही वाढ होत नसणाऱ्या शासनाच्या चालू उपभोगजन्य खर्चामुळे महसुली तूट निर्माण होत असते. प्राथमिक तूट ही आणखी एक संबंधित संकल्पना आहे. पूर्वीच्या तुटीशी कसलाही संबंध नसलेली आणि नव्या कर्जाद्वारे भरून काढावी लागणारी तूट म्हणजे प्राथमिक तूट होय. त्यामुळे, प्राथमिक तुटीची आकडेवारी मिळवण्यासाठी चालू वित्तीय तुटीतून व्याजदेणी रक्कम वजा करावी लागते.

भारतातील केंद्र-राज्यांची एकत्रित तूट गेल्या काही वर्षांत वेगाने वाढत आहे. २०११-१२ या वित्तीय वर्षांत केंद्र-राज्ये एकत्रित तूट सर्व ब्रिक (BRIC) देशांमध्ये सर्वांत जास्त म्हणजे ९% होती. (चीन १%, ब्राझिल २.८% आणि रशिया १%) विदेशी भांडवलाचा मर्यादित ओघ आणि प्रचंड वित्तीय तुटीमुळे व विदेशी भांडवलाचा घटता साठा, रुपयाचे अवमूल्यन आणि वाढती भाववाढ अशा परिणामांमुळे राज्यकर्त्यांच्या चिंतेत भर पडली आहे.

एकत्रित तुटीच्या वाढीचे मुख्य कारण राज्यातील वित्तीय तूट हे आहे. प्राथमिक तूट घटत होती आणि महसुली तूट प्राथमिक तुटीपेक्षा अधिक झाली होती. म्हणजेच अगोदरच्या तुटीवरच्या व्याजाची देणी वाढली होती. शासनाची एकत्रित कर्जांमध्ये वाढ झाली होती, असाही याचा अर्थ होतो. आर्थिक सुधारणांमुळे तूट भरून काढण्यासाठी नवीन पैशाची छपाई किंवा तुटीचे मौद्रिकीकरण करण्यास मर्यादित वाव होता आणि त्यामुळे केंद्र शासनाच्या कर्जामध्ये वाढ झाली. शासनाच्या कर्जाच्या परतफेडीचे कमी प्रमाण आणि विशेषतः निर्गुंतवणुकीच्या मर्यादित संधींमुळे अंतर्गत कर्जाच्या प्रमाणात प्रचंड वाढ झाली. एकूण कर्जातील अंतर्गत कर्जाचे वाढते प्रमाण ही चिंतेची बाब मानली जाते.

यातून आपण महसूली खर्च कमी कसा करावा याची चर्चा करू. महसूली खर्चाचे प्राथमिक/मुख्य घटक म्हणजे व्याज देणी, अनुदाने, संरक्षण खर्च आणि वेतन खर्च होय. अलीकडच्या काही वर्षांत महसुली खर्चातील संरक्षण खर्चाचे प्रमाण घटले आहे. परंतु, अंतर्गत कर्जातील प्रचंड वाढीमुळे व्याज देणी घटकात मोठी वाढ झाली आहे. एकूणात अनुदानामध्ये वाढ होते आहे आणि प्रामुख्याने बिगर गुण वस्तुंवरील अनुदानात वाढ झालेली आहे. बिगर गुण वस्तुंवरील अनुदानात कपात करून मेरीट वस्तूंच्या अनुदानात वाढ झाली पाहिजे, ही आता सर्वमान्य धारणा झाली आहे. अन्न, खते आणि पेट्रोलियम वस्तू व ऊर्जा क्षेत्रातील अनुदाने ही बिगर गुणवस्तू अनुदाने आहेत. शासनाच्या अंदाजपत्रकाविषयी आता तुम्हाला काहीशी कल्पना आलेली आहे. नमुना अभ्यास ३.२ द्वारे *चांगले* अंदाजपत्रक आणि *फारसे चांगले नसलेले* अंदाजपत्रक यातील फरक स्पष्ट होण्यास मदत होईल.

नमुना अभ्यास ३.२: चांगल्या अंदाजपत्रकाची लक्षणे*

शासनाला ज्या क्षेत्रावर खर्चाची तरतूद करणे अत्यावश्यक वाटते अशा बाबी आणि त्याकरता अर्थपुरवठा उपलब्ध करण्यासाठी करांसारखे उत्पन्नाचे स्रोत शोधणे हे अंदाजपत्रकाचे प्रमुख कार्य आहे. शासनाला प्रामुख्याने सार्वजनिक सोईसुविधा (उदाहरणार्थ, शाळा, दवाखाने, पाणी, मलनिःसारण) निर्माण करण्याकरता, पायाभूत सोईसुविधा (उदाहरणार्थ, रेल्वेचे जाळे, रस्ते, विमानतळ बांधणे, इत्यादी) उभारण्याकरता, तसेच समाजातील सर्व घटकांमध्ये उत्पन्नाची अधिक समान विभागणी व्हावी, गोरगरीब आणि शोषितांना निधी उपलब्ध करण्याकरता पैशांची आवश्यकता असते. उत्पन्नामधील उच्च पातळीवरील असमानता ही बंड करण्यास उद्युक्त करणारी ठरू शकते, आणि लोकशाही व्यवस्थेत शासनाला सत्तेपासून दूर करू शकते.

एखादे अंदाजपत्रक चांगले किंवा वाईट हे आपण कसे काय ठरवू शकतो? कोणत्याही अंदाजपत्रकाची उचितता ठरवणाऱ्या पुढील धारणा असतातः अशा अंदाजपत्रकामध्ये वित्तीय तूट असते, गरजेनुसार रचनात्मक तरतुदी केलेल्या असतात, योजनेनुसार भांडवली खर्चाची तरतूद केलेली असते, योजनेतर खर्चावर नियंत्रण ठेवत असताना महसूल वाढीचे उद्दिष्ट ठेवते.

वित्तीय तुटीतील दोष

वित्तीय तुटीवर नियंत्रण ठेवणे हा एखाद्या देशाची गुणवत्ता स्वायत्तपूर्ण पद्धतीने तपासण्याच्या दृष्टीने महत्त्वाचे आहे – एखाद्या देशातील वाढती वित्तीय तूट ही गुंतवणूकदारांना आकर्षित करत असताना अडथळा ठरू शकते. गेल्या आर्थिक वर्षातील भारताची (केंद्र-राज्यांची एकत्रितपणे) वित्तीय तूट ही ब्रिक देशांच्या – चीन १ टक्का, ब्राझील २.८ टक्के , आणि उणे १ टक्का (किंवा अतिरिक्त) – तुलनेत ९ टक्के इतक्या उच्च पातळीच्या आसपास होती.

घटता परकीय राखीव निधी, रुपयाचे घटत जाणारे मूल्य, आणि वाढती महागाई यांचे अनुषंगिक परिणाम हा वाढत्या वित्तीय तुटीमुळे परकीय भांडवलाचा ओघ कमी असण्याशी व्यापक संदर्भ असतो.

भारताची (केंद्र-राज्यांची) एकत्रित वित्तीय तूट ही गेल्या काही वर्षात वेगाने वाढत आहे. वाढीतील एकत्रित वित्तीय तुटीचा बराचसा भाग हा राज्यांच्या वित्तीय तुटीमध्ये विभागला जातो.

मागील वर्षीच्या तुटीवरील देय व्याज वाढत आहे. पर्यायाने संचित शासकीय ऋणही वाढत आहे. अनेक सुधारणांपाठोपाठ, तुटवड्यावर मुद्रीकरणास (किंवा तुटीकरिता अर्थसहाय्य करण्याकरता चलनी नोटांची छपाई करणे) अत्यल्प मर्यादा असते आणि याचा परिणाम म्हणून केंद्रशासनाच्या बाजारातून उचललेल्या कर्जामध्ये मोठ्याप्रमाणावर वाढ झाली. अंतर्गत कर्जाचे वाढते प्रमाण, विशेषतः निर्गुंतवणुकीच्या अत्यल्प संधी, आणि कर्जाची अत्यल्प परतफेड, या

(नमुना अभ्यास ३.२ पुढे चालू)

* *द हिंदू बिझनेस लाईन* (१५ फेब्रुवारी २०१३) या वृत्तपत्रातील लेखकाचा पूर्वप्रकाशित लेख.

(नमुना अभ्यास ३.२ पुढे चालू)

समस्या गंभीर होत आहेत. एकूण कर्जाच्या प्रमाणात अंतर्गत कर्जाचे वाढते प्रमाण हे काळजी करण्याइतके आहे.

समाज कल्याण योजना

या सर्व पार्श्वभूमीवर, वित्तीय तुटीवर नियंत्रण ठेवणे आणि सार्वजनिक योजनांकरता केलेली तरतूद प्रभावीपणे खर्च करणे हा चांगला अर्थसंकल्प तयार करण्याचा योग्य मार्ग असतो, असे म्हणता येईल. वित्तीय तूट नियंत्रणात ठेवण्याकरता, वित्तमंत्री यांनी विविध अनुदाने, संरक्षणावरील खर्च, मनरेगासारख्या कल्याणकारी योजनांवरील खर्चात कपात करणे अपेक्षित आहे.

आता मात्र अनुदानांच्या प्राधान्यक्रमानुसार योग्य अनुदानात वाढ करणे आणि अयोग्य अनुदाने बंद अथवा कमी करणे यावर एकमत होत आहे. अयोग्य अनुदानांमध्ये अन्नधान्य आणि खाते, तसेच पेट्रोलजन्य पदार्थ आणि ऊर्जा यांवरील अनुदानांचा समावेश होतो. यातूनच वित्तमंत्र्यांना शासनाच्या अन्नसुरक्षा विधेयक यासारख्या लोकप्रिय कार्यक्रमाकरता निधी उपलब्ध करणे शक्य आहे. भारताच्या ग्रामीण भागातील ७५ टक्के कुटुंबांना, तर शहरी भागातील ५० टक्के कुटुंबांना ५ किलो धान्य स्वस्त दारात उपलब्ध करून देणे हे अन्नसुरक्षा विधेयकाचे उद्दिष्ट आहे.

कल्याणकारी योजनांकरता तरतूद केलेल्या निधीचा अधिक प्रभावीपणे वापर करणे याचा दुसऱ्या भागात समावेश होतो. अनुदान वाटपातील भ्रष्टाचाराला पायबंद घालण्याकरता प्रत्यक्ष रोख हस्तांतरण (प्रोह) योजना हे महत्त्वाचे सुधारणात्मक पाऊल ठरेल. प्रत्यक्ष रोख हस्तांतरण योजना ही प्रयोगात्मक पातळीवर सुरू करण्यात आलेली योजना सुरुवातीला २० जिल्ह्यांमध्ये आणि नंतर ६०० पेक्षा अधिक जिल्ह्यांत विस्तारण्यात आली.

शासन अनुदानित योजनांच्या अधिक प्रभावी अंमलबजावणीसाठी या योजना अधिक परिवर्तनीय करणे हा सुद्धा एक मार्ग अवलंबणे आवश्यक आहे. उदाहरणार्थ, मनरेगाच्या माध्यमातून ग्रामीण भागातील पायाभूत सुविधा निर्माण करण्याकरता अकुशल मजुरांचा वापर करून घेण्यात आला.

मनरेगाच्या प्रकल्पावर काम करणाऱ्या मजुरांना, त्यांच्या गरजेनुसार शेतावर तसेच लहान-मोठ्या कारखान्यांमध्ये काम करण्याची परवानगीही असावी. त्याचप्रमाणे, सर्व शिक्षा अभियान (सशिअ) यासारख्या एखाद्या विशिष्ट योजनेनुसार शाळा बांधण्यासाठी पैसे खर्च करण्यास मान्यता देण्यात आली असल्यास, आणि त्या गावामध्ये त्यापूर्वीच शाळा बांधलेली असेल, तर सदर निधी हा त्या गावात रुग्णालय बांधण्याकरता वापरण्यास परवानगी असावी.

जमीन संपादन

सदोष कायद्याच्या निर्मितीप्रमाणे एखाद्या सदोष धोरणाची निर्मिती ही शासनाच्या उचित कामगिरीवर मर्यादा आणते.

(नमुना अभ्यास ३.२ पुढे चालू)

(नमुना अभ्यास ३.२ पुढे चालू)

भारताच्या विकासातील सर्वात मोठा अडथळा हा त्या विकासाच्या आकृतिबंधात आहे. शाश्वत विकासाच्या प्रक्रियेकरता पायाभूत सुविधा आवश्यक असतात. आणि जेव्हा पायाभूत सुविधा किंवा उद्योगांच्या उभारणी करायची असते तेव्हा जमीन हा कळीचा प्रश्न असतो.

जमीन उपलब्ध करण्यामधील अडचणींमुळे विकासाचा वेग मंदावतो. जमिनीशिवाय शेतकऱ्याला दुय्यम वाटत असल्याने आणि जमीन हे आपल्या उदरनिर्वाहाचे कायमस्वरूपी साधन आहे असे वाटत असल्याने शेतकरी आपल्या जमिनीचे वाटे करू इच्छित नाहीत. जरी त्यांना जमीन विकायची असली तरी, त्यांना तिची योग्य किंमत मिळेलच असे नाही किंवा काही वेळा तो व्यवहार पूर्णत्वाला जातच नाही. काही प्रसंगी, जेव्हा जमिनीचा लहान आकाराचा तुकडा असतो (जमिनीच्या नोंदी नीट केलेल्या नसतात), तेव्हा विकत घेणाऱ्याला अनेक किरकोळ विक्रेत्यांशी वाटाघाटी कराव्या लागत असतात, परिणामी जमिनीच्या विक्री-व्यवहाराचा खर्च खूप वाढतो.

अनेकदा वाटाघाटीनंतरची रक्कम ही, घनिष्ठ राजकीय संबंध असणाऱ्या दलालांसारख्या त्रयस्थ पक्षांमुळे बाजारभावापेक्षाही जास्त वाढते. ही दलाल मंडळी प्रकल्प सुरू होण्यापूर्वी बरोबर जमीन खरेदी करतात. अशा वेळी, जरी प्रकल्प सुरू होण्यापूर्वी शेतकऱ्यांनी स्वखुशीने शासनाला किंवा दलालांना जमीन दिली असली तरी, प्रकल्प सुरू झाल्यानंतर जसजशा जमिनीच्या किमती गगनाला भिडतात, ते आंदोलन करण्याचा पवित्रा घेतात. मे २०११ मधील ग्रेटर नोयडा येथील जमीन संपादनाविरुद्धचे आंदोलन हे याच प्रकारचे होते. यमुना एक्स्प्रेसवे (दिल्ली-आग्रा या शहरांना जोडणारा) पूर्ण झाल्यानंतर तेथील जमिनींचे अनेक पटींनी वाढलेले भाव पाहून ज्यांनी अगोदर जमिनी दिल्या होत्या त्यांना आपण फसवले गेलो आहोत किंवा चुकलो असे वाटत राहिले.

शेतकऱ्यांमधील उद्विग्नता टाळण्याकरता आणि बिगरशेतीच्या कारणांकरता शेतजमीन खरेदी करताना, अशा प्रकल्पांमध्ये शेतकऱ्यांन भागीदार करणे अत्यंत आवश्यक आहे. अशा विकसित जमिनीपैकी एखादा भाग त्यांना देता येईल. अन्यथा, पुढील काळात जमिनीच्या वाढलेल्या किमती शेतकऱ्यांनी त्या विरोधात आंदोलन उभारू नये याकरता, जमीन विक्रीच्या प्रक्रियेतून आलेल्या मोबदल्यातील काही भाग हा त्यांना सव्याज बाँडस्च्या रूपात द्यावा.

धोरणनिर्मितीचे एक उल्लेखनीय उदाहरण म्हणून शिक्षणक्षेत्राकडे पहाता येईल. प्राथमिक शाळेतील विद्यार्थ्यांना दुपारचे जेवण मोफत दिल्यामुळे शिक्षणाचे उद्दिष्ट साध्य झाले. अशा प्रकारे प्राथमिक शाळेतील विद्यार्थ्यांच्या नावनोंदणीचे उद्दिष्ट साध्य झाले तरीसुद्धा, एकूण लोकसंख्येपैकी मोठा वर्ग हा शेतीच्या कामात गुंतून पडला आहे. ७५ टक्के बेरोजगारीस केवळ शेतीक्षेत्र जबाबदार आहे; पदव्युत्तर पदवी प्राप्त केलेली ५६ टक्के लोकसंख्येची प्रतिमहिना केवळ रु. ६००० इतकी कमाई आहे. ॲक्सिस बँक, आयसीआयसीआय बँक, बीपीसीएल यासारख्या काही कंपन्यांनी आपल्या स्वतःच्या संस्था स्थापन केल्या, जिथे व्यवसाय व्यवस्थापनाचा दोन वर्षांचा पदव्युत्तर (एमबीए) अभ्यासक्रम उपलब्ध आहे. माध्यमिकोत्तर पातळीवर दर्जेदार शिक्षण उपलब्ध करून देण्यास शासन असमर्थ ठरले आहे.

धोरणांची यशस्वी अंमलबजावणी आणि अर्थसंकल्पीय तरतुदीनुसार आखून दिलेली उद्दिष्टे साध्य करण्याकरता, धोरणांची कौशल्यपूर्ण आखणी आणि कायद्याची सुयोग्य चौकट हे अत्यंत महत्त्वाचे आहे.

अंदाजपत्रकाचे वाचन

अंदाजपत्रकाचे विविध घटकांविषयी आता आपल्याला थोडी कल्पना आल्याने अंदाजपत्रकाचे वाचन कसे करावे याचे काही मूलभूत नियम मी स्पष्ट करतो. संसदेत अंदाजपत्रक सादर करण्यापूर्वी अर्थमंत्री काही *पूर्वपीठिका विशद* करणारे स्पष्टीकरण देतात, हे कृपया लक्षात घ्या.

भविष्यातील वित्तीय तूट आणि इतर कर उत्पन्नाबाबतचे कोणतेही विधान काही गृहीतकांवर आधारित असते. शासनाविषयी चांगली प्रतिमा रंगवण्यात कोणत्याही अर्थमंत्र्याचे हित असते. त्यामुळे विविध करांतून शासनाला मिळणारे उत्पन्न अधिक पातळीत आणि त्याचबरोबर खर्चाची पातळी कमी दाखवणे अर्थमंत्र्यांकडून शक्य असते. अर्थमंत्री उत्पन्नाविषयी अतिशयोक्ती आणि खर्चाबाबत उनोक्ती करू शकतात, कारण चुकीच्या विधानांबाबत त्यांना कधीही जबाबदार धरले जात नाही. उदाहरणार्थ, हे पहाः २०११–१२ या वित्तीय वर्षातील सुरुवातीची अपेक्षा अशी होती की, वृद्धी ८.४% दराने होईल. मात्र वर्षाअखेरीला असे दिसून आले की, सकल राष्ट्रीय उत्पन्नात ६.७% दराने वाढ झाली आहे. शासनाने वित्तीय तुटीचे प्रमाण स.रा.उ.च्या ४.६% असण्याचा अंदाज व्यक्त केला होता. परंतु प्रत्यक्षात ही पातळी स. रा. उ.च्या ५.८% इतकी झाली.

२०१२–१३ या वित्तीय वर्गासाठी शासनाने वित्तीय तूट स. रा. उ.च्या ५.१% प्रमाणात राखण्याची आशा व्यक्त केली होती. ही पातळी ५,१३,९०० कोटी रुपये होती. पुन्हा एकदा स्थूलमानाने ही पातळी कमी लेखली गेली. याचा आपण वस्तुनिष्ठपणे विचार करूया. ५.१७ वित्तीय तुटीचा अंदाज शासनाकडे सार्वजनिक क्षेत्रातील उपक्रमांच्या समभाग विक्रीतून ३०,००० कोटी रुपये जमा होतील, या गृहीतावर आधारित होती, प्रत्यक्षात हे घडले नाही. सार्वजनिक क्षेत्रातील निर्गुंतवणुकीपासून २०१२–१३ या वित्तीय वर्षात ४०,००० कोटी रुपये मिळवण्याचे शासनाचे उद्दिष्ट होते. परंतु यातून प्रत्यक्षात सुमारे २३,००० कोटी रुपये जमा झाले. शासनाने २०११–१२ वित्तीय वर्षाच्या तुलनेत तेल अनुदानात ३६% कपात (२४,९०१ कोटी रुपये) करण्याचाही मनोदय व्यक्त केला होता. परंतु क्रूड तेलाच्या किमती वाढत राहिल्याने आणि भारतीय रुपयाचे अवमूल्यन झाल्याने पुनश्च एकवार हे शक्य झाले नाही. अन्नसुरक्षा विधेयकामुळे अपेक्षित खर्चात नवी भर पडली. ग्रामीण भागातील ७५% कुटुंबांना आणि शहरी भागातील ३०% कुटुंबांना ५ किलो अन्नधान्य सवलतीच्या दराने देण्याची योजना अन्नसुरक्षा विधेयकात होती. हे विधेयक मंजूर झाल्यानंतर तूट १,००,००० कोटी रुपयांनी वाढेल असा अंदाज केला गेला. हे सारे स्पष्टीकरण करण्याचा मुख्य उद्देश एखाद्या अंदाजपत्रकाचे वाचन करताना तुम्ही थोडी खबरदारी घ्यावी असा आहे.

करांच्या दराची सखोल पाहणी

आता आपण शासनाच्या उत्पन्नाकडे लक्ष देऊ. यातील बहुतांश कराद्वारे मिळते. एकूण करामध्ये आयकर आणि निगम करासारखे प्रत्यक्ष कर आणि उत्पादन शुल्क आणि सीमाशुल्कासारखे अप्रत्यक्ष कर यांचा समावेश होतो. प्रत्यक्ष कर शासनाकडून थेटपणे गोळा केले जातात, तर अप्रत्यक्ष कर किरकोळ

दुकानदारासारख्या मध्यस्थामार्फत कराचा अंतिम आर्थिक भार सोसाव्या लागणाऱ्या उपभोक्त्याकडून गोळा केले जातात. मध्यस्थ घटक नंतर करविवरण पत्राद्वारे शासनाकडे आपले कर देत असतो. या तर्काद्वारे किरकोळ विक्रेत्याकडून खरेदी करणारी एखादी गरीब व्यक्तीही शासनाला अप्रत्यक्षपणे कर देत असते. याउलट, व्यक्तीच्या उत्पन्नातून शासन थेट वजावट करून आयकरासारखे प्रत्यक्ष कर वसूल करते. या दोहोतील मूलभूत फरक असा की, प्रत्यक्ष कर करदात्यापासून दुसरीकडे संक्रमित करता येत नाही, तर अप्रत्यक्ष कर मात्र संक्रमित करता येतो. प्रत्यक्ष कर आधिक कार्यक्षम असतात आणि त्या देशाची करप्रणाली अधिक कार्यक्षम असते त्यांच्या करवसुलीतील प्रत्यक्ष करांचे प्रमाणे मोठे असते.

एका काल्पनिक उदाहरणाद्वारे प्रत्यक्ष कर कसा आकारला जातो ते पाहू. सोपेपणासाठी कराचे सहा विविध स्तर (slabs) आहेत असे मानू (कोष्टक ३.३ पहा). या सहा स्तरातील कराचे दर १० ते ३५% च्या दरम्यान आहेत. या प्रत्येक स्तरांशी निगडित उत्पन्नपातळी कोष्टकात दिलेली आहे. जर तुमचा मित्र श्रीनीचे उत्पन्न रुपये १,००,००० असेल तर त्यातील पहिल्या रुपये ७,३०० उत्पन्नपातळीवर तो रुपये ७३००च्या १०% म्हणजे रुपये ७३० कर भरेल. पुढच्या पातळीत (२९,७००-७३००) = रुपये २२,४०० उत्पन्नावर श्रीनी १५% दराने कर भरेल. पुढील टप्प्यांत (७१,९५०-२९,७००) = रुपये ४२,२५० रुपये उत्पन्नावर श्रीनी २५% दराने कर भरेल. कोष्टक ३.३ वरून आपल्याला दिसून येईल की, एकूण रुपये १,००,००० उत्पन्नावर श्रीनी एकूण रुपये २२,५०७ इतका कर देईल. त्याचे एकूण उत्पन्न लक्षात घेतल्यास तो २८% करदराच्या (सीमान्त कर) गटात मोडतो. परंतु त्याचा सरसरी कर २२,५०७/१,००,००० = २२.५% इतके आहे. सीमान्त कर सरासरी करापेक्षा अधिक असणारी ही प्रगतिशील कर प्रणाली आहे.

कोष्टक ३.३ करदराचे मापन

उत्पन्न (रुपये)	*कराचा दर (%)*
० ते ७,३००	१०
७,३०० ते २९,७००	१५
१९,७०१ ते ७१,९५०	२५
७१,९५० ते १,५०,१५०	२८
१,५०,१५० ते ३,२६,४५०	३३
३,२६,४५० पेक्षा जास्त	३५
श्रीनीचे उत्पन्न	श्रीनीचा कर (रुपये)...
पहिल्या ७,३०० रुपयांवर	७३०
पुढील २२,४०० रुपये	३,३६०
पुढील ४२,२५० रुपये	१०,५६३
अखेरच्या २८.०५० रुपये	७,८५४
श्रीनीचा एकूण आयकर	२२,५०७

स्रोतः लेखकाच्या नोंदी.

प्रगतिशील कररचनेमध्ये जास्त उत्पन्न असणाऱ्या लोकांपेक्षा कमी उत्पन्न असणारे लोक कमी दराने कर भरतात. त्याचप्रमाणे अवप्रमाणित कर पद्धतीत कमी उत्पन्न असणारे लोक अधिक उत्पन्न असणाऱ्यांपेक्षा आपल्या उत्पन्नाच्या अधिक प्रमाणात (%) कर देतात. जास्त उत्पन्न असणारे आणि कमी उत्पन्न असणारे लोक जेव्हा सारख्याच प्रमाणात कर देतात तेव्हा ती प्रमाणशीर कररचना असते. जेव्हा शासनकर्त्यांना करात बदल करावयाचा असतो. तेव्हा ते सरासरी कराच्या दराऐवजी सीमान्त कराच्या दराकडे लक्ष केंद्रित करतात.

अप्रत्यक्ष कर प्रतिगामी आणि फसवे असतात. अर्थव्यवस्थेतील श्रीमंत किंवा गरीब अशी प्रत्येक व्यक्ती आपले उत्पन्न कितीही असले तरी सारख्याच प्रमाणात अप्रत्यक्ष कर देत असल्याने ते प्रतिगामी ठरतात आणि अप्रत्यक्ष करांमुळे विविध वस्तू आणि सेवांच्या किमतीत तुलनात्मक बदल होत असल्याने ते फसवे असतात. गुंतागुंतीच्या करसंहितेमुळे कर पूर्वतयारी सेवाविषयक पूर्ण उद्योगच निर्माण झालेला आहे. अर्थव्यवस्थेतील करसंहिता सुलभ असल्यास कराच्या पूर्वतयारी सेवेसाठी सध्या वापरण्यात येणारी आर्थिक संसाधने इतर वस्तू आणि सेवांच्या निर्मितीसाठी वापरता येऊ शकतात. गुंतागुंतीच्या करसंहितेमुळे वाया जाणाऱ्या संसाधनाशिवाय कुटुंबे आणि उत्पादनसंस्थांचे निर्णयही चुकू शकतात. उदाहरणार्थ, लाभांशावरील करांमुळे उत्पादनसंस्थांचा लाभांश वितरीत करण्याच्या इच्छेवर स्पष्टपणे परिणाम होतो.

अशा मर्यादा असल्या तरी व्यवस्थापनातील सुलभतेमुळे विकसनशील देशात अप्रत्यक्ष कर प्रचलित आहेत. उदाहणार्थ, जेव्हा तुम्ही एखाद्या पंचतारांकित हॉटेलात जेवण घेता, तेव्हा तुमच्या बिलात सेवाकराचा समावेश असतो. हॉटेलात जेवण घेतल्यावर कर चुकवणे शक्य नसल्याने अप्रत्यक्ष कराची वसुली करणे सोपे असते. परंतु हे अप्रत्यक्ष करांमुळे वस्तुंच्या किमतीत बदल होत असल्याने त्यांच्यामुळे 'मृतभार हानी' (deadweight loss) होतो, वस्तू आणि सेवांचा समतोल पॅरेटो पर्याप्ततेच्या (एखाद्याच्या कल्याणात वाढ करण्यासाठी दुसऱ्यांच्या कल्याणात घट करणे) पातळीत नसल्यास आर्थिक कार्यक्षमेच्या होणाऱ्या हानीस 'मृतभार हानी' असे म्हणतात. आर्थिक तर्कसंगतीनुसार अप्रत्यक्षकर योग्य नाहीत.

करदरात कपात करून आणि वस्तू आणि सेवाकराच्या आकारणीद्वारे अप्रत्यक्ष करांची गुंतागुंतीची रचना दूर करण्याचा राज्यकर्ते प्रयत्न करत आहेत. करदरात कपात केल्याने करदात्यांची संख्या वाढून अधिक करवसुली होईल. पुढे भारतातील वस्तू आणि सेवा कर आणि लॅफर तत्त्वाची अंमलबजावणी स्पष्ट केली आहे. कराच्या दरात विशिष्ट पातळीपेक्षा अधिक वाढ केली असता करउत्पन्न वाढवण्यावर अनिष्ट परिणाम होतो, असे लॅफर तत्त्व स्पष्ट करते.

वस्तू आणि सेवा कर (GST)

भारतात वस्तू आणि सेवांवर विविध कर आहेत. उत्पादनावर उत्पादन शुल्क, आयात आणि निर्यातीवर सीमाशुल्क, सेवांवर सेवा कर इत्यादींसारखे कर केंद्रशासन लागू करते, तर विक्रीकर, राज्यांचा मूल्यवर्धित कर, प्रवेश कर किंवा जकाती, मालमत्ता कर, करमणूक कर, अमली पदार्थांवरील कर इत्यादी कर राज्यशासन लागू करतात. करांच्या विविधतेमुळे कररचना सदोष होऊन किचकट गुंतागुंतीची निर्माण

होतात. शिवाय अनेक राज्यांनी गुंतवणुकीला चालना देण्यासाठी करदरात सवलती दिल्याने विविध राज्यांतील करांमध्ये सुसूत्रता व एकसंघतेचा अभाव आहे.

करव्यवस्था अधिक पारदर्शक आणि सुलभ करण्यासाठी केंद्र आणि राज्यांच्या करांमध्ये सुसूत्रता असली पाहिजे. सुसूत्रतेचे हे उद्दिष्ट डोक्यात ठेवून केंद्र शासनाने आरंभीची काही पावले उचलली आहेत. गुंतागुंत कमी करण्यासाठी आणि केंद्रीय उत्पादन शुल्काचे होणारे अस्ताव्यस्त परिणाम टाळण्यासाठी केंद्रीय शुल्क व्यवस्था १९८६ मध्ये केंद्रीय मूल्यवर्धित कर (CENVAT - जो पूर्वी Modvat नावाने ओळखला जाई) केंद्राने लागू केला. कराचे विस्तारित परिणाम उत्पादक आणि उपभोक्त्यांच्या दृष्टीने कसे घातक असतात हे आपण नंतर लगेच पाहूच. २००५ मध्ये २८ पैकी २१ राज्यांनी राज्य मूल्यवर्धित कर (State VAT) सुरू केला. मूल्यवर्धित करामुळे अंतिम कराचे विस्तारित परिणाम कमी होतात. राज्य मूल्यवर्धित कराचे पुढील पाऊल म्हणजे वस्तू आणि सेवा कर होय. राज्याच्या अखत्यारित येणाऱ्या सर्व वस्तू आणि सेवांवरील कर समान असावा ही कल्पना यामागे आहे. वस्तू आणि सेवा करांवरील आपली चर्चा अधिक अर्थपूर्ण होण्यासाठी या कराचे अविभाज्य अंग असलेल्या मूल्यवर्धन संकल्पनेचा अर्थ जाणून घेतला पाहिजे.

मूल्यवर्धित कर (VAT)

कराचे व्यापक परिणाम टाळण्यासाठी मूल्यवर्धित कराची अंमलबजावणी केली गेली. जर वस्तूच्या विक्री किमतीवर कर आधारित असेल तर जसजसे कच्चा माल आणि अंतिम उत्पादन एका टप्प्यातून दुसऱ्या टप्प्यांत जाईल, तसतसा कराचा भारही वाढत जाईल. एका वस्तूच्या विक्री किमतीच्या १०% कर आहे असे मानू. उत्पादक 'अ' आपले उत्पादन 'ब'ला १०० रुपयांना विकतो. म्हणजेच 'अ'ने भरलेल्या १० रुपये करासहित 'ब'ला त्या उत्पादन घटकासाठी ११० रुपये द्यावे लागतात. 'ब' त्यावर काही प्रक्रिया करून 'क'ला १५० रुपयांना विकतो. यात 'ब'ने आपला खरेदी खर्च ११० रुपये मानून आणखी ४० रुपये अवांतर/प्रक्रिया मूल्य आकारलेले आहे. 'ब'ला यावर १०% कर द्यावा लागत असल्याने 'ब' ते उत्पादन 'क'ला १५० + १०% कर = १६५ रुपयांना विकतो. उत्पादन आणि विक्रीच्या अशा प्रत्येक टप्प्यांवर प्रत्येक खरेदीदाराला अगोदरच कर दिलेल्या त्याच उत्पादन घटकावर पुन्हा पुन्हा कर द्यावा लागतो. याला विस्तारित परिणाम म्हणतात. उत्पादनाच्या विक्री किमतीवरील करामुळे निर्माण होणाऱ्या कराच्या विस्तारित परिणामामुळे साहजिकच वस्तूचा उत्पादन खर्च वाढतो.

हा विस्तारित परिणाम टाळण्यासाठी मूल्यवर्धित कर लागू केला गेला. हे उदाहरण पहा. वरील उदाहरणात 'ब'चे मूल्यवर्धन १५० - ११० = ४० रुपये होते. यावर १०% व्हॅट लावल्यास तो १५ रुपयांऐवजी केवळ ४ रुपये इतकाच आहे. मूल्यवर्धित करामागची कल्पना अशी आहे की 'ब' आपल्या मूल्यवर्धनावरील (४० रु.) कर देईल. प्रत्येकजण आपला मूल्यवर्धित कर भरत असल्यामुळे आणि संपूर्ण विक्री किमतीवरील कर देत नसल्यामुळे एखादे उत्पादन प्रक्रियेच्या १० किंवा १५ टप्प्यांतून पार पडत असले तरी काही फरक पडणार नाही.

मूल्यवर्धित करामध्ये प्रत्येक टप्प्यावर अगोदरच्या टप्प्यावरील कर जमेत धरला जातो. त्यामुळे कर चुकवण्याचा प्रश्नच येत नाही. वरील उदाहरणात आपण पाहिले की 'ब'ने 'अ'कडून त्याने दिलेल्या १० रुपये करांसहित ११० रुपयांना उत्पादन खरेदी केले. 'ब'ने हे १० रुपये आपल्या खर्चात धरले नाहीत. त्याने आपले प्रक्रिया मूल्य ४० रुपये धरून 'क'ला १४० रुपयांना उत्पादन विकले. त्यावर १०% करांसहित त्याने 'क'ला १५४ रुपयांना (१४० + १४०चे १०% = १४) उत्पादन विकले. 'ब'च्या बिलामध्ये कराची रक्कम १४ रुपये दाखवलेली असणार. परंतु 'ब' ने 'अ'कडून खरेदी केलेल्या उत्पादनांवरील दिलेल्या १० रुपये कर त्याला परत मिळाला. त्यामुळे 'ब' वरील निव्वळ कर केवळ ४ रुपये झाला. 'क'ला केंद्रीय मूल्यवर्धित कर नसताना १६५ रुपये द्यावे लागले असते ते आता केवळ १५४ रुपये द्यावे लागले. म्हणजेच 'ब' ने केलेल्या मूल्यवर्धनावरच (रु. ४०) त्याला कर द्यावा लागला.

उत्पादकांना कर चुकवणे कठीण करणे एवढाच व्हॅट प्रणित करव्यवस्थेला फायदा नाही तर त्यामुळे लेखातपासणीसुद्धा अधिक पारदर्शक होते. विस्तारित परिणामाअभावी उत्पादनाची अखेरची किंमतही कमी होत असल्याने ग्राहकांचाही लाभ होतो.

केंद्र आणि राज्य पातळीवर व्हॅट पद्धत लागू करणे ही भारतातील अप्रत्यक्ष कर सुधारणेतील एक महत्त्वाची आणि क्रांतिकारक पायरी मानली जाते. १ एप्रिल २००५ पासून राज्यांनी व्हॅटची अंमलबजावणी करायला सुरुवात केली. सुरुवातीच्या समस्यांवर मात करून सर्व राज्ये आणि केंद्रशासित प्रदेशांनी व्हॅट लागू केला. अगोदरच्या राष्ट्रीय पातळीवरील केंद्रीय अबकारी कर आणि राज्य पातळीवरील विक्री कर व्यवस्थेतील व्हॅट ही एक महत्त्वपूर्ण सुधारणा मानली तर वस्तू आणि सेवा कर म्हणजे देशातील व्यापक अप्रत्यक्ष कर सुधारणेतील यापुढील तर्कदृष्ट्या महत्त्वाची सुधारणा म्हटली पाहिजे.

या पार्श्वभूमीवर राज्यांनी कर व्यवस्थेतील आपली स्वायत्तता राखून एकसमान व्हॅट कर लागू करण्याचे प्रयत्न केले. व्हॅटचे विस्तारित रूप म्हणजे वस्तू आणि सेवांवरील कर होय. परंतु सर्व प्रकारच्या करांचा समावेश न केल्यामुळे केंद्र आणि राज्य पातळीवरील व्हॅट कर रचनेत अजूनही काही दोष आहेत. केंद्रीय व्हॅटमध्ये (CENVAT) अतिरिक्त सीमाशुल्क, अधिकार अशा अनेक केंद्रीय करांचा समावेश केला गेला नसल्यामुळे दोष राहिले आहेत. त्यामुळे व्यापक उत्पादन घटकांवरील कर आणि सेवाकरांचे फायदे उत्पादक आणि वितरकांना मिळू शकलेले नाहीत. शिवाय प्रचलित (CENVAT) योजनेत उत्पादनाखालोखाल वितरण साखळीतील मूल्यवर्धनाचा समावेश करण्यासाठी कोणतीही पावले उचलली गेली नाहीत. केंद्रीय पातळीवर वस्तू आणि सेवा कर लागू केल्यामुळे केवळ अधिकाधिक केंद्रीय अप्रत्यक्ष करांचा समावेश होऊन वस्तू आणि सेवांवरील करांच्या एकत्रिकरणाचा लाभ होईल. एवढचे नाही तर वितरण व्यापार क्षेत्राचा समावेश झाल्याने आणि कर प्रणालीतील शिस्त व सुसूत्रता वाढल्याने केंद्राला अधिक कर उत्पन्नाचा लाभ होईल.

लॅफरच्या तत्त्वाचे भारतातील उपयोजन

कराचे दर घटवून कराचे उत्पन्न वाढविण्याच्या कल्पनेवर प्रयोग करणे भारताच्या दृष्टीने महत्त्वाचे ठरते. सुधारणांचा एक भाग म्हणून भारत सरकारला करउत्पन्न वाढवण्यासाठी अप्रत्यक्ष करात वाढ करणे शक्य

आकृती ३.१ प्रत्यक्ष कर आणि स.रा.उ.

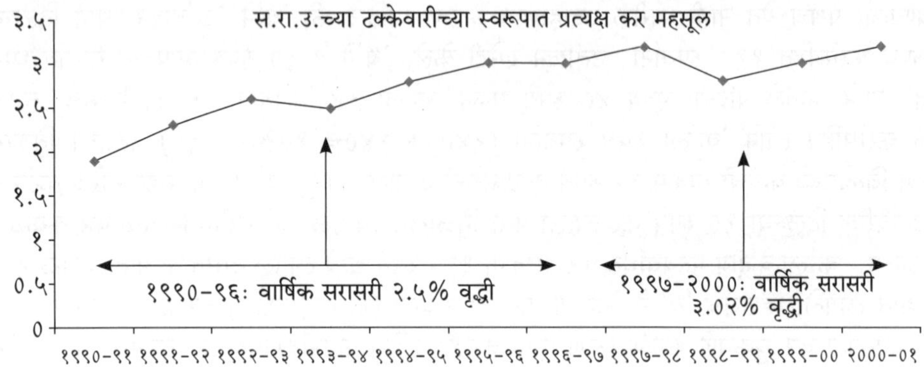

स्रोत: आर्थिक सर्वेक्षण, भारत सरकार, विविध मुद्दे

नव्हते. जागतिक व्यापार संघटनेच्या अंमलाखाली काम करताना कोणत्याही देशाला जकातीसाठी बंधने वाढवणे कठीण असते. म्हणून मुक्त व्यापारातील जकातींच्या कपातीमुळे सीमाशुल्काचे उत्पन्न घटणे सहज शक्य असते. शिवाय उपभोग खर्चात वाढ होत असल्याने अबकारी करातील कपातीही योग्य मानल्या गेल्या. त्यामुळे १९९०-९१ मधील अप्रत्यक्ष करांचा ७८.४% असलेला वाटा २००१-०२ मध्ये ६२-२% पर्यंत घटणे मुळीच आश्चर्यकारक वाटत नाही.

या सर्वांमुळे कर उत्पन्न वाढीसाठी आणि वित्तीय तूट कमी करण्यासाठी प्रत्यक्ष कर वाढ करण्याचा पर्याय आपल्याजवळ शिल्लक राहतो. परंतु १९९० च्या दशकात प्रत्यक्ष करातही सातत्याने घट झाली. प्रचंड वित्तीय तुटीच्या काळात करात कपात करणे विवादास्पद ठरते. कर उत्पन्नात घट म्हणजे मोठी अंदाजपत्रकीय तूट आणि घटता विकासनिधी होय. करात घट केल्याने कर उत्पन्नात वाढ होत असेल तरच त्याला काही अर्थ आहे.

सुदैवाने, भारतात हे घडून आले. १९९० च्या धडाकेबाज सुधारणांपासून १९९० या बहुतांश दशकात आणि २०००च्या दशकाच्या पूर्वार्धात प्रत्यक्ष कराच्या दरात घट होत गेली. ही घट झाली असली तरीही एकूण कर उत्पन्नातील प्रत्यक्ष कराचा वाटा १९९०-९१ मध्ये ३८.८% इतका वाढला.[२]

प्रत्यक्ष कराचे दर कमी केले गेले असले तरी करउत्पन्नात मात्र वाढ झाली (पहा आकृती ३.१). कर उत्पन्नातील बदल आणि चालू किमतीला सकल राष्ट्रीय उत्पन्नातील बदल यांच्या गुणोत्तराची सरासरी लक्षणीयरित्या सुधारली. वैयक्तिक आयकराच्या सीमान्त दरातील कमाल घटीचा कालावधी लक्षात घेतल्यास हे स्पष्टपणे दिसून येते. १९९१-९२ ते १९९५-९६ पर्यंत एक लाख रुपयांवरील उत्पन्नावरील महत्तम सीमान्त आयकराच्या दरातील घट ५६% वरून १.२ लाख रुपये उत्पन्नावरील कराला ३०% इतकी झाली. मात्र, यामुळे कर वसुलीत घट झाली नाही. वैयक्तिक आयकर उत्पन्नाची वर्धनशीलता १९८६-८७ ते १९९०-९१ दरम्यान सुमारे १.१ वरून १९९१-९२ ते १९९५-९६ दरम्यान १.५ अशी झाली.

[२] आर्थिक सर्वेक्षण २००२-०३, भारत सरकार

आकृती ३.२ विविध देशांतील उत्पन्नाच्या टक्केवारीतील सरासरी कर दर

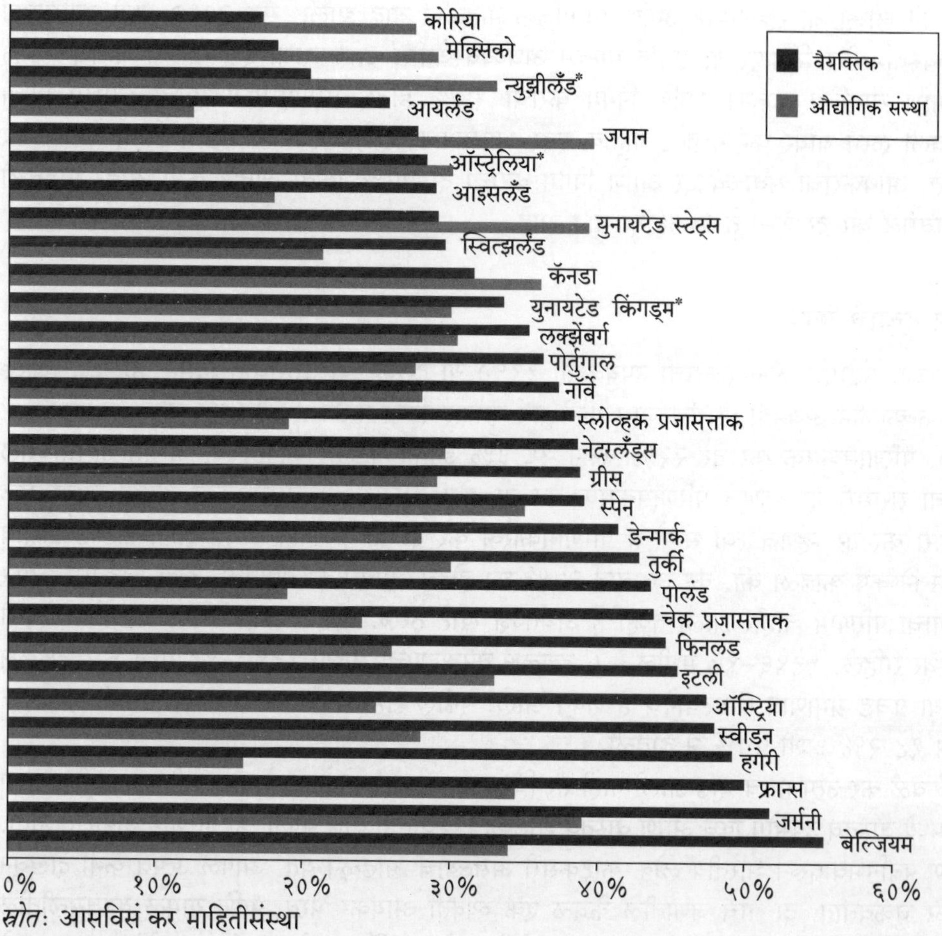

स्रोत: आसविसं कर माहितीसंस्था

टीप: *तात्पुरता अंदाज

सन २०१२-१३ या वित्तीय वर्षी वैयक्तिक आयकर आणि निगम कर सुमारे ३३% होते. हा दर इतर विकसित देशांच्या तुलनेत खरोखरच कमी आहे, हे आकृती ३.२ वरून लक्षात येते. युरोप आणि अमेरिकेच्या बाबतीत वाढत्या निवृत्त लोकसंख्येसाठी वैद्यकीय सुविधा आणि सामाजिक सुरक्षा योजना राबवण्यासाठी हा कराचा दर पुरेसा आहे. या विकसित देशांशी तुलना करता भारतात तरुण लोकसंख्येचे प्रमाण अधिक असल्याने परिस्थिती निराळी आहे. पुढील दोन दशकांत भारतातील रोजगारक्षम वयोगटातील (१५-६० वर्षे) लोकसंख्येचे प्रमाण ३०० दशलक्षाने वाढेल. याचा अर्थ कर उत्पन्नही लवचिकतेने वाढेल. जर आर्थिक सुधारणांमुळे कार्यक्षमतेत वाढ होत गेली, तर करांचे उत्पन्नही वेगाने वाढेल. असोशिएशन ऑफ साऊथइस्ट एशियन नेशन्स (ASEAN) अर्थव्यवस्थांच्या

बाबतीत असेच घडले. आसिआन विभागातील वेगवान वृद्धीमुळे कर दर अगदी खालच्या पातळीत ठेवून ही लोकांच्या राहणीमान आणि सामाजिक पातळीत वाढ झाली. सन २०१३ मध्ये आसिआन अर्थव्यस्थांमधील सिंगापूर या सर्वांत मोठ्या अर्थव्यवस्थेतील आयकराचा दर सर्वोच्च म्हणजे २०% (लाभांश समाविष्ट करून) आणि निगम कराचा १७% होता. सिंगापूरमध्ये संपत्ती, वारसा किंवा भांडवली लाभ यावर कर नव्हते. बहुतेक इतर आसिआन अर्थव्यवस्थेमध्ये संपत्ती किंवा वारसा कर नाहीत. आयकराचा सर्वोच्च दर आणि निगम कराचा दर २५% किंवा त्याहून कमी आहे. भांडवली लाभांवरील कर दर शून्य ते २५% दरम्यान आहे.

लॅफर तत्त्वाचे कार्य

भारताच्या संदर्भात लॅफर तत्त्वाची उपयुक्तता १९९० या दशकाच्या उत्तरार्धात दिसून आली.[३] १९९७ मध्ये तत्कालीन अर्थमंत्री पी. चिदंबरम यांनी सर्व करदात्यांच्या कराच्या दरात घट केली (कोष्टक ३.४ पहा). परिणामकारक कर दर २२% वरून १६.३% इतका घटला. व्यक्तीच्या अर्जित उत्पन्नावरील कराचा सरासरी दर म्हणजे परिणामकारक कर दर होय. एखाद्या उद्योगसंस्थेच्या करपूर्व नफ्यावरील सरासरी कर दर म्हणजे त्या संस्थेचा परिणामकारक कर दर होय. काही अर्थतज्ज्ञांनी झटपट हिशोब करून निष्कर्ष काढला की, कर उत्पन्नात २५% घट होईल. मात्र एका वर्षानंतर जेव्हा चिदंबरम-लॅफर प्रयोगाचा परिणाम जाहीर झाला तेव्हा हे अर्थतज्ज्ञ खोटे ठरले. कर उत्पन्नात २५% घट होण्याऐवजी ते स्थिर राहिले. १९९६-९७ मधील ५.५ दशलक्ष करदात्यांची संख्या १९९७-९८ मध्ये ६.८ दशलक्ष इतक्या प्रचंड प्रमाणात वाढल्यानेच हे शक्य झाले. पुढील सहा वर्षांत करदात्यांची पातळी ११.९% वरून १८.२% अशी ५०% ने वाढली.

केवळ कर उत्पन्नातच वाढ झाली नाही तर चिदंबरम यांच्या अपेक्षेप्रमाणे करदरातील कपातीनंतरच्या वर्षांमध्ये वास्तव उपभोग खर्च आणि वास्तव शासकीय खर्चातही वाढ झाली. हा परिणाम अपेक्षित होता. कारण पूर्वानुभवावरून भारतीय लोक काटकसरी असल्याचे आढळून येते. आपले उत्पन्न कमी दाखवून ते कर चुकवतात. दर पाच जणातील केवळ एक व्यक्ती आयकर भरते आणि यामुळे करवसुलीतील तोटा ६० अब्ज अमेरिकन डॉलर्स इतका प्रचंड होतो आहे.[४] वार्षिक ५ ते २० लाख रुपये उत्पन्न असणारे लघु उद्योजक हे सर्वांत मोठे करचुकवे आहेत. करदरात वाढ केल्यास अंमलबजावणीच्या दृष्टीने मोठी समस्या निर्माण झाली असती. एका गतिशील अर्थाने, सुलभीकरणामुळे करदरातील कपात यशस्वी होते. करसंहितेमधील सुलभता, अधिक कार्यक्षम व्यवस्थापन अमलात आणावे आणि स्वेच्छाधारी करसवलती ३८ केल्या तर करनियोजन, करचुकवेपणा आणि खंडनिर्मिती यात कमीतकमी राष्ट्रीय संपत्ती खर्ची पडते. त्यामुळे या वाचलेल्या संसाधनांचा वापर सकल राष्ट्रीय उत्पन्न वाढवण्यासाठी आणि पर्यायाने करवसुली वाढवण्यासाठी उत्पादक रीतीने करणे शक्य होते. शिवाय केंद्रीय विक्रीकराच्या भरपाईसंबंधीच्या बाबीचे

---

[३] कराचा दर आणि एकू कर वसुली यांच्यातील संबंधांचे स्पष्टीकरण लॅफर तत्त्व करते. कर दर वाढल्यास कर उत्पन्न विशिष्ट पातळीपर्यंत वाढते आणि त्यानंतर दरातील वाढीमुळे करउत्पन्न घटते.

[४] एन. बानीक (२००५) सप्लाय - साईड इंडिया, नॅशविल, टी. एन.: लॅफर असोसिएटस्

कोष्टक ३.४ पी. चिदंबरम् यांच्या करकपातीवरील दृष्टिक्षेप[अ]

करकपातीपूर्वी सहा वर्षे	*वास्तव उपभोग खर्च*	*वास्तव शासकीय खर्च*	*कर उत्पन्न*[ब]	*करकपातीनंतर सहा वर्षे*	*वास्तव उपभोग खर्च*	*वास्तव शासकीय खर्च*	*कर उत्पन्न*[ब]
१९९१	२२४.४८	३२.०७	१.८९	१९९७	२९८.०९	४४.६७	५.४७
१९९२	२३०.४४	३३.०७	२.७७	१९९८	३१८.६२	५०.४३	४.३१
१९९३	२४१.१६	३५.२१	२.६२	१९९९	३४१.५६	५७.०८	१०.०५
१९९४	२५१.१७	३५.६५	३.१५	२०००	३५०.२२	५७.३६	१०.७७
१९९५	२६७.४५	३८.५१	३.८२	२००१	३६८.४०	५९.१०	१०.३६
१९९६	२८७.३१	४०.२२	४.८५	२००२	३८१.९६	६०.९२	११.७८
सरासरी	२५०.३३	३५.७९	३.१८	सरासरी	३४३.१४	५४.९३	८.८६

[अ] आकडे अमेरिकन अब्ज डॉलर्समध्ये (१९९५ स्थिरवर्ष)

[ब] पैशातील कर उत्पन्नाला स. रा. उ.च्या मंदीअंकाने (deflater) गुणून काढलेले आकडे.

स्रोत: जागतिक विकमास निर्देशक, जागतिक बँक

निराकरण करणे अपेक्षित आहे. यामुळे वस्तू आणि सेवा कराची अंमलबजावणी अधिक परिणामकारक होऊ शकेल.

करचुकवेगिरीचे प्रकार ओळखणे हा करउत्पन्न वाढवण्याचा आणखी एक मार्ग आहे. भारतात काळ्या पैशाची निर्मिती करणारे आणि काळा पैसा स्वीकारणारे सर्वांत मोठे क्षेत्र म्हणजे जमीन खरेदी-विक्री व्यवहारक्षेत्र होय. बहुतांश गृहनिर्माण प्रकल्प नोंदवलेल्या किमतीपेक्षा दुप्पट दराने विकले जातात. दुसरे क्षेत्र म्हणजे सोने खरेदी-विक्री. सोने व्यवहारात जरी फार मोठ्या प्रमाणात काळ्या पैशाची निर्मिती होत नसली तरी सोन्यात गुंतवणूक केलेल्या बिगरनोंदीच्या उत्पन्नाचे प्रमाण मोठे आहे. वर्ल्ड गोल्ड कौन्सिलने असा अंदाज वर्तवला आहे की भारतीय कुटुंबाकडे १.६ ट्रिलियन अमेरिकन डॉलर्स किमतीचे २०,००० टन सोने आहे. अमेरिकेच्या फेडरल रिझर्व्ह बँकेच्या २०११-१२ मधील सुवर्णनिधीच्या तुलनेत हे प्रमाण दुपटीपेक्षा जास्त आहे. तिसरा मुद्दा परदेशातील विक्रीमूल्य वाढवून किंवा घटवून नोंदवल्याने मॉरिशससारख्या 'कर-स्वर्ग' असणाऱ्या देशांमधून कागदी हस्तांतरणातून पुन्हा भारतीय बाजारपेठेत गुंतवणूक करण्यासंबंधीचा आहे. भांडवल बाजारपेठविषयक अभ्यासातून असे दिसते की, मॉरिशस-स्थित परकीय संस्थात्मक गुंतवणुकदारांची भारतीय भांडवलबाजारातील गुंतवणूक ३० एप्रिल २०१२ रोजी ५६ अब्ज अमेरिकन डॉलर्स इतकी होती. परकीय देशांमधून होणाऱ्या गुंतवणुकीत ही सर्वोच्च पातळी आहे. या गुंतवणुकीतील काही गुंतवणूक नवी असली तरी बहुतेक गुंतवणूक मॉरिशसमार्गे तेथील शून्य कराचा लाभ घेऊन झालेली आहे.

वित्तीय तूट आणि इतर समग्रलक्षीय चल घटक

शासकीय उत्पन्न आणि खर्चाच्या घटकांची चर्चा केल्यानंतर आता आपण या विभागात विविध समग्रलक्षीय निर्देशांकामधील परस्परसंबंधांची चर्चा करू. या समग्रलक्षीय निर्देशांकांची सर्व आकडेवारी रिझर्व्ह बँकेच्या डाटाबेस ऑन इंडियन इकॉनॉमीमधील पैसा, वित्त, गुंतवणूक, बचती आणि बाह्यक्षेत्र अशा समग्रलक्षी कालमालिकेतील माहितीवरून घेतलेली आहे.[५]

वित्तीय तूट आणि व्याजदर

वित्तीय तूट आणि व्याजदरातील संबंध विविध प्रकारे जोडता येतो. तूट भरून काढण्यासाठी शासनाने वितरित केलेल्या रोख्याद्वारे हा संबंध जोडणे ही सर्वमान्य पद्धत आहे. शासन खर्च करण्यासाठी एकतर व्याजातून कर्जे घेते किंवा नवीन पैशाची छपाई करते. १ एप्रिल १९९७ रोजी सुरू केलेले वेज अ‍ॅण्ड मीन्स अ‍ॅडव्हान्सेस (WMA) योजनेअंतर्गत नवीन पैशाची छपाई करणे थांबवण्यात आले. जेव्हा खर्चाची तरतूद करण्यासाठी शासन सातत्याने रोख्यांची विक्री करते तेव्हा शासकीय रोख्यांच्या पुरवठ्यात वाढ होण्याबरोबरच त्यांच्या परताव्यात म्हणजे व्याजाच्या दरातही वाढ होते. रोख्यांच्या पुरवठ्यातील

[५] पहा http://dbie.rbi.org.in/DBIE/dbie.rbi?site=home

अतिरिक्त वाढीमुळे परताव्यात वाढ होते आणि अतिरिक्त मागणीमुळे रोख्यांच्या परताव्यात घट होते, हे आपल्याला ठाऊक आहेच. निराळ्या शब्दांत सांगायचे झाल्यास, शासनाने आपल्या वाढीव खर्चाची तरतूद रोखेविक्रीतून केल्यास पैशाच्या रूपातील व्याजदरात वाढ होते.

विस्तारित वित्तीय धोरण म्हणजे उपभोक्त्यांच्या जवळील उपभोग्य उत्पन्नात वाढ होय. यामुळे उपभोक्त्यांच्या वस्तू आणि सेवांच्या मागणीत वाढ होत असल्याने या वस्तू आणि सेवांची किंमत वाढते. याचा अर्थ, या वाढीव मागणीच्या परिपूर्तीसाठी गुंतवणुकीच्या मागणीतही वाढ होते. गुंतवणुकीत वाढ झाल्याने भांडवलाची किंमत म्हणजे पैशाच्या रूपातील व्याजदरात वाढ होते.

मात्र, तुटीच्या अंदाजपत्रकाचा एक अपरिहार्य परिणाम म्हणून व्याजदरात वाढ होणे असे नेहमीच घडेल, असे नाही. एखाद्या लहान आणि खुल्या अर्थव्यवस्थेत देशांतर्गत गुंतवणूकदारांना परदेशातून पैसे कर्जाऊ घेण्याचा पर्याय उपलब्ध असतो. बॅरोने सुचवल्याप्रमाणे जर अशा लहान आणि खुल्या अर्थव्यवस्थेतील कर्जे जागतिक पातळीवरील व्याजदरावर परिणाम करण्याइतपत मोठी असतील किंवा गरीब देशांमधील राष्ट्रीय कर्जातील वाढीमुळे शासकीय रोख्यांच्या परताव्यात वाढ होत असेल, तरच भविष्यातील वास्तव व्याजदर वाढेल.[६]

जर अर्थव्यवस्था बंदिस्त असेल तर काय होईल? रिकार्डोच्या समानता गृहीतकानुसार, विशिष्ट शासकीय खर्च योजनेतील करकपात करून निर्माण झालेल्या तुटीमुळे भविष्यातील करात होणारी वाढ सुरुवातीच्या काळातील कपातीइतकीच असते.[७] सोप्या शब्दांत सांगायचे झाल्यास जोपर्यंत दीर्घकाळात शासन संतुलित अंदाजपत्रक राबवते तोपर्यंत कराद्वारे तूट भरून काढण्याच्या कालावधीला महत्त्व नसते. वर्तमानकाळातील करकपात किंवा शासकीय रोख्यांचा मोठ्या प्रमाणातील साठा यांना खाजगी क्षेत्र संपत्ती मानत नाही. कारण भविष्यात याच्याच पातळीत कर लादला जाईल अशी त्यांची अपेक्षा असते. समग्र मागणीवर कसलाही परिणाम होत नाही आणि व्याजदरही बदलत नाही.

थोडक्यात, तुटीच्या शासकीय अंदाजपत्रकामुळे नेहमीच व्याजदरात वाढ होईल असे नाही. भारताबाबत ही आकडेवारी कशी आहे? भारतात वित्तीय तुटीचा अल्पकालीन व्याजदरावर किंवा दीर्घकालीन शासकीय रोख्यांच्या दरावर कसलाही लक्षणीय परिणाम होत नसल्याचे दिसून येते (पहा आकृती ३.३).

शासनाची वित्तीय तूट आणि अत्यल्पकाळातील (Call-money) व्याजदरातील बदलाचा कसलाही परस्परसंबंध नसल्याचे आढळते. एक ते पंधरा दिवसांच्या कालावधीसाठी बँकांतर्गत होणाऱ्या मागणीनुसार देवघेव केल्या जाणाऱ्या अल्पकालीन वित्त व्यवहारांना मागणी-वित्त (Call-money) म्हणतात. १९९० च्या दशकाअखेरीपर्यंत दीर्घकालीन शासकीय रोख्यांवरील व्याजदर वित्तीय तुटीशी निगडित होता. परंतु, १९९५ नंतर हा संबंध दिसून आलेला नाही. भांडवलबाजारातील सुधारणांमुळे विदेशी भांडवलाचा ओघ वाढून दीर्घकालीन व्याजदरात घट झाली असावी, असे याचे पटण्याजोगे स्पष्टीकरण देता येईल.

---

[६] रॉबर्ट जे. बॅरो (१९८९) *द रिकार्डियन अ‍ॅप्रोच टू बजेट डेफिसिट, एनबीइआर* वर्किंग पेपर्स २६८५, नॅशनल ब्यूरो ऑफ इकॉनॉमिक रिसर्च, युएसए.

[७] तत्रैव.

आकृती ३.३ वित्तीय तूट आणि व्याजदर

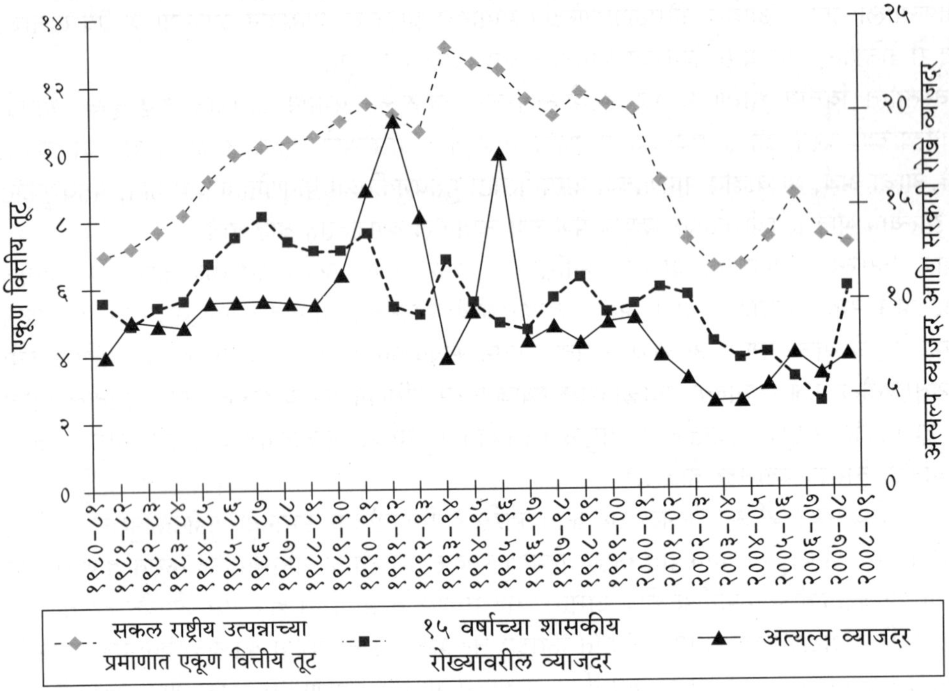

स्रोत: भारतीय रिझर्व्ह बँक माहिती

वित्तीय तूट आणि भाववाढ

साधारणतः ज्या देशांमध्ये वित्तीय तुटीचे प्रमाण मोठे असते, तिथे भाववाढही अधिक होते असे निरीक्षण आहे. जेव्हा शासन तूट भरून काढण्यासाठी रोख्यांच्या विक्रीऐवजी नवीन पैशांची निर्मिती करते, तेव्हा हे विशेषकरून आढळते. जेव्हा वस्तूंच्या पुरवठ्यापेक्षा पैशाचे प्रमाण अधिक असते, तेव्हा भाववाढीशिवाय दुसरा पर्याय नसतो. मात्र, जर वाढत्या वित्तीय तुटीद्वारे रस्ते, विमानतळे, बंदरे अशा अर्थव्यवस्थेची उत्पादक क्षमता वाढविण्याऱ्या घटकांमध्ये गुंतवणूक झाली तर वाढत्या उत्पादक खर्चाच्या परिणामी उत्पादनात वाढ होऊन किमती खाली येऊ शकतील.

जर मौद्रिक अधिकाऱ्यांनी व्याजदर स्थिर ठेवला तर, रोखेविक्रीद्वारे भरून काढलेल्या तुटीतूनही भाववाढ होईल. कारण यामुळे पैशाच्या पुरवठ्यात वाढ होईल आणि शेवटी किमती वाढतील. बॅरोने असे गृहीतक मांडले आहे की, 'तुटीमुळे भाववाढ होत नसून भाववाढीमुळे तूट निर्माण होते.'[८]

---

[८] रॉबर्ट जे. बॅरो (१९७९) ऑन द डिटरमिनेशन ऑफ द पब्लिक डेट, *जर्नल ऑफ पोलिटिकल इकॉनॉमी*, खंड ८७, क्र.५, पृ. ९४०–७१

आकृती ३.४ वित्तीय तूट आणि भाववाढ

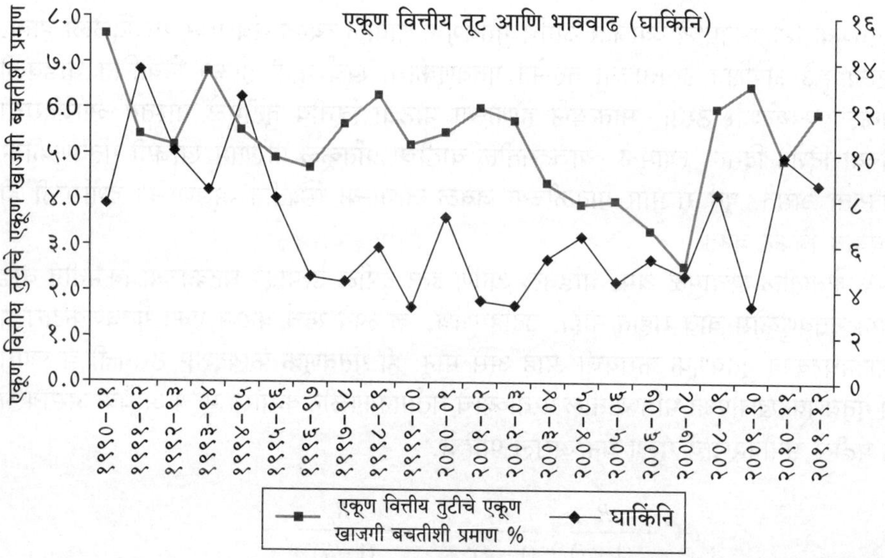

स्रोत: रिझर्व्ह बँक ऑफ इंडिया; आणि आर्थिक सल्लागार, वाणिज्य मंत्रालय, भारत सरकार यांच्याकडील माहिती.

शासनाच्या थकित रोख्यांच्या पैशातील मूल्यातील बदल म्हणजे शासकीय तूट होय. जर अपेक्षित भाववाढीत वाढ झाली तर थकित रोख्यांचे वास्तव मूल्य कायम ठेवण्याच्या दृष्टीने रोख्यांचे पैशातील मूल्य वाढले पाहिजे.

अर्थव्यवस्थेत शासन निव्वळ ऋणको असल्याने भाववाढीमुळे शासनाच्या कर्जाचा वास्तव भार कमी होण्यास मदत होते. वास्तव संसाधानांचे हस्तांतरण धनको म्हणजे धनवान खाजगी व्यक्तींकडून ऋणकोकडे होते. याला शासनाचा भाववाढ कर म्हणतात.

भारताची कहाणी संमिश्र आहे. (पहा आकृती ३.४) १९८० च्या दशकात तुटीच्या अर्थभरणाचा मोठा भाग नवीन पैशाच्या निर्मितीतून करण्यात आला. १९९० च्या दशकाच्या सुरुवातीला घडलेल्या आपत्तीचे मूळ बहुतांशाने यात होते. २६ मार्च १९९७ रोजी भारत सरकार आणि रिझर्व्ह बँकेने १ एप्रिल १९९७ पासून तात्पुरती (ad hoc) ट्रेझरी बिल पद्धती बंद करण्याच्या करारावर सह्या केल्या. राज्यशासनाच्या भिन्नभिन्न WMA वरील व्याजदर व्यापारी बँकेच्या व्याजदराच्या आसपास होतो. WMA द्वारे संमत केलेल्या पातळीपेक्षा अधिक पैसा काढून घेतल्यास व्याजाचा दर २ टक्के अधिक होता. या काळानंतर वित्तीय तूट आणि भाववाढ यांच्यातील परस्परसंबंध दुबळा झाल्याचे आपल्याला दिसून येते.

वित्तीय तूट आणि खाजगी गुंतवणूक

केन्सच्या गुंतवणूक सिद्धान्तामध्ये व्याजदर आणि गुंतवणूक यातील व्यस्त संबंधांवर भर दिलेला होता. व्याजदर घटल्यामुळे अपेक्षित उत्पन्नाच्या तुलनेत गुंतवणुकीचा खर्च कमी होऊन नियोजित भांडवली गुंतवणूक प्रकल्प फायदेशीर ठरतो. सातत्याने होणाऱ्या मोठ्या वित्तीय तुटीमुळे वास्तव व्याजदराची प्रवृत्ती वाढीच्या दिशेने दिसते. त्यामुळे व्याजदरातील वाढीचा प्रतिकूल परिणाम खाजगी गुंतवणुकीवर होण्याची शक्यता असते. पूर्व रोजगार पातळीच्या जवळ जाणाऱ्या स्थितीत असणाऱ्या देशांसाठी ही समस्या अधिकच बिकट बनते.

सार्वजनिक क्षेत्रातील खर्चामुळे श्रम, भांडवल आणि इतर दुर्मीळ उत्पादन घटकांच्या किमतीत वाढ होऊन खाजगी गुंतवणुकीस वाव राहात नाही. उदाहरणार्थ, *क* रुपये खर्च करून एका गुंतवणूकदाराला एखाद्या उत्पादनघटकात गुंतवणूक करायची आहे असे मानू. ही गुंतवणूक फायदेशीर ठरायची झाल्यास सुरुवातीच्या गुंतवणूक खर्चापेक्षा भविष्यातील परताव्याचे वर्तमानकालीन कसरित मूल्य अधिक असायला हवे. म्हणजे पुढील समीकरणाचे मूल्य धन असले पाहिजे.

$$-C + \frac{R_1}{(1+i)} + \frac{R_2}{(1+i)^2} + \cdots + \frac{R_n}{(1+i)^n}$$

शासनही बाजारातून पैसे कर्जाऊ घेण्याच्या उद्योगात असल्याने जेव्हा व्याजदरात (i) वाढ होते, तेव्हा भविष्यातील परताव्याचे वर्तमानकालीन कसरित मूल्य घटते. त्यामुळे अगोदर फायदेशीर वाटणारे काही गुंतवणूक प्रकल्प व्याजदरातील वाढीच्या परिस्थितीत मुळीच फायदेशीर ठरणार नाहीत. अशा प्रकारे, शासनाच्या बाजारातील गुंतवणुकीमुळे काही खाजगी गुंतवणूक घडून येत नाही.

शासनाने पुरवलेल्या वस्तू आणि सेवांमुळे बाजारातील मागणीची पूर्ती होत असेल तर खाजगी क्षेत्राने अशा वस्तू आणि सेवांचा पुरवठा करण्याची काही गरजच उरत नाही आणि यामुळे सुद्धा खाजगी गुंतवणूक होण्यापासून परावृत्त होऊ शकते. शासकीय खर्चातील वाढीमुळे खाजगी खर्चात घट होण्याला खाजगी गुंतवणूक परावृत्त होणे (crowding out) असे म्हणतात. मात्र, अशा खाजगी गुंतवणूक घटीच्या नकारात्मक परिणामांची तुलना अगोदर चर्चा केलेल्या सार्वजनिक आणि खाजगी गुंतवणुकीच्या पूरकतेच्या सकारात्मक परिणामांशी केली पाहिजे. याचा एकत्रित परिणाम देशसापेक्ष असतो आणि याबाबत अचूक अंदाज बांधणे कठीण असते. परिणामी, वाढत्या शासकीय तुटीचा वृद्धिदरावरील परिणाम सैद्धान्तिकदृष्ट्या संदिग्ध असतो.

बॅरो यांनी अतंर्जात वृद्धी प्रारुपांचा विस्तार करून त्यांचा समावेश उत्पादन आणि उपयोगितेवर प्रतिकूल परिणाम घडवणाऱ्या कराद्वारे पुरवलेल्या शासकीय सेवांमध्ये केला.[१] त्यांनी १९६०–८५

---

[१] रॉबर्ट जे. बॅरो (१९९०) गव्हर्मेंट स्पेंडिग इन सिंपल मॉडेल ऑफ इकॉनॉमिक ग्रोथ, *जर्नल ऑफ पोलिटिकल इकॉनॉमी* खंड ९८, क्र. ५, पृ. १०३–२५ आणखी पहाः रॉबर्ट जे. बॅरो (१९९१) इकॉनॉमिक कंट्रीज, *द क्वार्टरली जर्नल ऑफ इकॉनॉमिक्स* खंड १०६, क्र. २, पृ. ४०७–४३.

या कालावधीसाठी ९८ देशांच्या कराद्वारे शासकीय खर्चाचा गुंतवणूक आणि उत्पादनावर होणाऱ्या परिणामांचा आंतरविभागीय अभ्यास केला. त्यांना असे दिसून आले की, वास्तव सकल राष्ट्रीय उत्पादनाची वास्तव शासकीय *खर्चाशी असलेली* गुणोत्तर वृद्धी आणि गुंतवणुकीच्या संदर्भात नकारात्मक साहचर्य दर्शवते. तर *उत्पादक* शासकीय सेवांवरील खर्चामुळे वृद्धीवर सकारात्मक परिणाम होतो. शासनाच्या उत्पादक आणि अनुत्पादक सेवांमधील भेद अतिशय महत्त्वाचा आहे.

भारताच्या संदर्भात ह्या खाजगी गुंतवणूक परावृत्त होण्याचे महत्त्व कमी आहे हे आपण लक्षात घेतले पाहिजे. या संकल्पनेत शासन आणि खाजगी क्षेत्रासाठी एकच सुनिश्चित गुंतवणूक निधी उपलब्ध आहे, असे गृहीत धरले गेले आहे. प्रत्यक्षात भारतातील बहुतांश तरल पैसा सोने, जमीन, बँकांची कर्जे, अवास्तव फुगवलेल्या किमतीचे समभाग आणि अगदी लहान प्रमाणात अअअ दर्जांकित रोखे अशा बिगरवित्तीय साधनांत बंदिस्त झालेला आहे.

वित्तीय तुटीचा वृद्धीवरील प्रतिकूल परिणाम टाळण्यासाठी विकासात्मक स्वरूपाचा बिगर योजना खर्च न वगळणे आवश्यक आहे. हे ओळखणे महत्त्वाचे ठरते. संसाधने आणि सुविधांची देखभाल हा बिगर-योजना खर्चाचा मुद्दा असला तरीही मुळातल्या योजना खर्चातून निर्माण झालेल्या संसाधानांचा पुरेपूर लाभ मिळवण्यासाठी महत्त्वपूर्ण आहेत. शाळा, हॉस्पिटल्स किंवा जलसिंचन प्रकल्पांची अंमलबजावणी यांचा यात समावेश होतो.

तसेच सर्व योजना खर्च अत्युच्च प्राधान्याने करणे शक्य नाही. बिगर विकासात्मक आणि संसाधने निर्मिती न करणाऱ्या योजनांचे विशेष परीक्षण करायला हवे. मनरेगाचे (MGNREGA) उदाहरण येथे देता येईल. मनरेगामुळे ग्रामीण भागात संसाधन निर्मिती होण्याबरोबरच कृषिक्षेत्रातील श्रमिकांच्या उपलब्धतेवर प्रतिकूल परिणाम झालेला आहे. इंधन, अन्न व खतांवरील अनुदाने हे आणखी प्रमुख बिगरविकासात्मक खर्चाचे घटक आहेत. अनुदानात कपात करण्यासाठी किमती वाढवणे ही सर्वांत सोपी पद्धत असली तरी यामागील मूलभूत कारणांचा अभ्यास करण्याची गरज आहे.

शासकीय अंदाजपत्रकावर सार्वजनिक क्षेत्रातील उपक्रमांनी अवलंबून राहणे कमी करणे हा आणखी एक कृतियोग्य मुद्दा आहे. उत्पादन आणि फलनिष्पत्ती अंदाजपत्रकाचा व्यवस्थापनाचे एक साधन म्हणून वापर करणे, प्रकल्पांच्या अंमलबजावणीत सुधारणा करणे, प्रकल्प पूर्तीसाठी वेळ व खर्चाचा अंदाज चुकू न देणे आणि खर्चाची एकंदरीत परिणामकारकता वाढवणे या सर्वांची आवश्यकता आहे. पायाभूत सुविधांच्या प्रकल्पासाठी खाजगी-सार्वजनिक भागीदारीची परिणामकारकता सिद्ध झाली पाहिजे. शासकीय अंदाजपत्रक आणि कर्जांवरील अवलंबन कमी करून पायाभूत सुविधांच्या प्रकल्पासाठी अंतर्गत संसाधनांमध्ये वाढ केली गेली पाहिजे.

वित्तीय तूट आणि चालू खाते

देशातील एकूण गुंतवणूक खाजगी क्षेत्रातील बचती, सार्वजनिक क्षेत्र आणि उर्वरित जग यांच्या माध्यमातून झाली पाहिजे हे आपणास राष्ट्रीय उत्पन्नाच्या नोंदीवरून माहीत झाले आहे.

$$I = S^{Pvt} + S^{Pub} + S^{Row}$$
$$\Rightarrow (G - T) = (S - I) + (M - X)$$

कररूपी शासकीय उत्पन्न आणि शासकीय खर्च यातील फरक म्हणजे सार्वजनिक क्षेत्रातील बचत होय. देशाच्या आयात आणि निर्यातीमधील फरकाला उर्वरित जगाच्या बचती म्हणतात. जर एखाद्या विशिष्ट वर्षी व्यापारी वस्तू आणि सेवांची आयात निर्यातीपेक्षा अधिक झाली तर चालू खात्यावरील तूट (CAD) निर्माण होते. वर दिलेल्या माहितीनुसार हे स्पष्ट होते की, वित्तीय तुटीतील वाढीला खाजगी क्षेत्रातील बचतींनी प्रतिसाद दिला नाही तर ही वाढ चालू खात्यातील तुटीशी संबंधित असते. चालू खात्यातील तूट एकतर वाढीव खर्च आणि संपत्ती परिणामामुळे वाढलेल्या आयातीमधून किंवा भाववाढीमुळे झालेल्या स्पर्धात्मक घटीने कमी झालेल्या निर्यातीद्वारे होत असते. शासनाच्या विविध क्षेत्रावरील खर्चामधील आयातीच्या प्रमाणावर अंतिम परिणाम अवलंबून असतो.

ज्या देशांमध्ये वित्तीय तूट मोठी आहे आणि भांडवलाचा प्रवाह खुला आहे अशा देशातील चालू खात्यावरील तूट मोठी असू शकते. अशा देशांतील वाढत्या व्याजदरामुळे भांडवल मोठ्या प्रमाणावर आकर्षित होते आणि देशाच्या चलनाचे अधिमूल्यन होते. चलनाच्या अधिमूल्यनामुळे आयातीमध्ये निर्यात महाग होऊन पारंपरिक तुलनात्मक मूल्यांच्या मार्गाद्वारे चालू खात्यावर प्रतिकूल परिणाम होतो. मात्र व्याजदरातील वाढ ही केवळ देशापुरत्याच जोखमीच्या दृष्टीने आहे असे जर विदेशी गुंतवणूकदारांना वाटले तर भांडवलाचा ओघ बाहेरच्या दिशेने होऊन विनिमय दर यंत्रणेमार्फत चालू खात्यातील तूट भरून काढली जाईल.

लवचिक विनिमय दर पद्धत आणि मर्यादित किंवा बंधनयुक्त गतिशील भांडवल असणाऱ्या देशामध्ये चलनाच्या अवमूल्यनातून चालू खात्यातील तूट संतुलित होण्याची शक्यता असते. याउलट, जर अर्थव्यवस्थेत स्थिर विनिमय दर पद्धत असेल आणि मध्यवर्ती बँक पैशाच्या छपाईतून तूट भरून काढण्यास इच्छुक असेल तर यामुळे देशात चलन–आपत्ती निर्माण होऊ शकते. वाढीव पैशातून वित्तीय तूट भरून काढल्यास भाववाढ होते आणि परकीय चलनाच्या मागणीत वाढ होते. विनिमय दर स्थिर ठेवण्यासाठी मध्यवर्ती बँक विदेशी विनिमय बाजारपेठेत हस्तक्षेप करून राखीव विदेशी चलनाची विक्री करते. विनिमय दर स्थिर ठेवण्यासाठी मध्यवर्ती बँकेजवळ पुरेसा चलनसाठी/संसाधने नाहीत असे जर बाजारपेठेतील सहभागी घटकांना वाटले तर चलनाची घसरण सुरू होते. अशा प्रकारे वित्तीय आपत्तीमुळे चलनसंकट ओढवते.

आर्थिक सुधारणांपूर्वी भारतात वित्तीय तूट आणि चालू खात्यातील तूट यांच्यात अतिशय निकटचा संबंध होता. (पहा आकृती ३.५) १९८० च्या दशकातील प्रचंड वित्तीय तुटीमुळे १९९० च्या दशकातील व्यवहारतोल आपत्ती निर्माण झाली. मात्र, १९९० च्या दशकातील सुधारणांमुळे आपल्याला मोठी वित्तीय तूट आणि लहान प्रमाणातील चालू खात्यातील तूट अशी आश्चर्यकारक स्थिती पहायला मिळाली. २०११–१२ पर्यंत ही स्थिती चालू राहिली. सुधारणोत्तर काळातील मोठ्या प्रमाणातील विदेशी भांडवलाच्या ओघामुळे हा आश्चर्यकारक परिणाम साधला गेला होता. भांडवलाच्या ओघातील एक वर्षांहून अधिक काळपर्यंत प्रतीक्षा कालावधी (gestation period) असणारी थेट परकीय गुंतवणूक चालू खात्यात न धरता भांडवली खात्यात समाविष्ट केली जाते याची नोंद घेतली पाहिजे. चालू खात्यात

खातेनिहाय गुंतवणुकीबाबत अल्पकालीन विदेशी भांडवल आवक समाविष्ट असते. सन २०११ नंतर वित्तीय तूट आणि चालू खात्यातील तूट या दोहोत वाढ झाल्याचे आढळून येते. २०१०-११ मध्ये भारताची चालू खात्यातील तूट सकल राष्ट्रीय उत्पन्नाच्या २.६% होती ती सातत्याने वाढून २०११-१२ मध्ये स. रा. उ. च्या ४.२% झाली आणि पुढे २०१२-१३ मध्ये हे प्रमाण ५.५% इतके झाले. त्याचप्रमाणे, २०१०-११ मध्ये ४.७% असणारी वित्तीय तूट २०११-१२ मध्ये ५.८% होती आणि २०१२-१३ मध्ये किंचित घटून ५.२% इतकी झाली.

सन २०११ नंतरच्या काळातील चालू खात्यातील तुटीची वाढ ही व्यापार तुटीमुळे झाली. नवअभिजात स्थिर एक वस्तू जगाच्या प्रारूपात, एखाद्या गरीब भांडवलाची टंचाई असणाऱ्या अर्थव्यवस्थेत भांडवलाचा ओघ सुरू झाला तर या भांडवलाचा वापर निर्यात उत्पादने तयार करण्यासाठी होऊन निर्यातीचा उत्पादनखर्च घटतो आणि निर्यात वस्तूंच्या किमतीही घटतात. मात्र दोन वस्तू जगाच्या प्रारूपात, भांडवलाच्या प्रवाहामुळे निर्यात वस्तूंच्या किमती वाढतात आणि त्यामुळे व्यापारतूट निर्माण होते. जेव्हा भारतीय अर्थव्यवस्था खुली झाली, तेव्हा देशात पैशाचा ओघ सुरू झाला आणि जमिनीच्या किमती वाढल्या. देशांतर्गत वस्तूंच्या किमती वाढल्याने आंतरराष्ट्रीय बाजारपेठेत आपल्या काही निर्यात वस्तूंच्या स्पर्धात्मकतेत घट होऊन व्यापारतूट वाढली. थोडक्यात, ही परिस्थिती "वाढत्या विदेशी भांडवलामुळे देशाचा विनिमय दर वाढून निर्यातीची स्पर्धात्मकता घटणे अशा" *डच डिसीज* परिस्थितीशी मिळतीजुळती झाली. भारताच्या मध्यवर्ती बँकेने हस्तक्षेप करून विदेशी विनिमय बाजारपेठेत डॉलर्सची खरेदी करून आणि अतिरिक्त रुपया जिरवण्यासाठी सरकारी रोख्यांची विक्रीद्वारे स्थैर्य आणण्याचा प्रयत्न करून भारतीय रुपयाचे अधिमूल्यन थांबवले. मात्र यामुळे आपल्या सरकारी रोख्यांची मालकी परकीयांच्या हातात गेली. शासकीय रोखे परकियांना विकल्यामुळे चीन आणि इतर काही आग्नेय आशियायी देशांप्रमाणे भारताचा विदेशी चलनाचा साठा भारताच्या 'मालकी'चा नसतो याची नोंद घेतली पाहिजे.

आकृती ३.५ वित्तीय तूट आणि चालू खाते

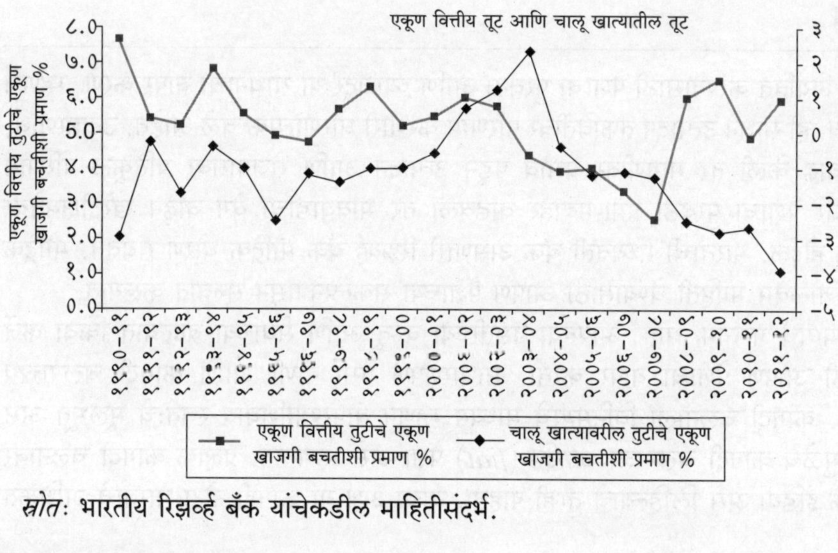

स्रोत: भारतीय रिझर्व्ह बँक यांचेकडील माहितीसंदर्भ.

वित्तीय तूट आणि विनिमय दर

जेथे विविध साधनांच्या तुलनात्मक परताव्यावर आणि वैयक्तिक संपत्तीवर आधारित देशी आणि परकीय रोख्यांची निवड करत असतात. त्या खातेनिहाय संतुलित गुंतवणुकीमध्ये विनिमय दर बदलामधील गुंतागुंतीचे स्वरूप लक्षात येते. प्रचंड वित्तीय तुटीच्या स्थितीत शासकीय रोख्यांवरील परताव्यात वाढ होते. त्यामुळे गुंतवणूकदार देशी रोख्यांकडे आकर्षित होतात. परंतु त्यांच्याकडील संपत्तीमुळे त्यांची विदेशी रोख्यांची मागणीही वाढते. म्हणून वित्तीय तुटीतील वाढीमुळे विदेशी रोख्यांची मागणी किंवा पुरवठा अतिरिक्त होऊन देशी चलनाचे अवमूल्यन किंवा अधिमूल्यनाद्वारे बाजारातील पुनःसमतोल प्रस्थापित होईल.

विदेशी विनिमय बाजारपेठेत अपेक्षांची भूमिका महत्त्वपूर्ण असते. मोठ्या प्रमाणातील वित्तीय तुटीमुळे प्रचंड भाववाढीची अपेक्षा केली जाते आणि फिशर परिणामाद्वारा दीर्घकालीन मौद्रिक व्याजदरात मोठी वाढ होते. पण जर या व्याजदरात भाववाढीच्या अपेक्षेच्या तुलनेत वाढ झाली नाही तर दीर्घकालीन वास्तव व्याजदरात घट होऊ शकेल. देशांतर्गत साधनांमधील गुंतवणुकीचे आकर्षण कमी होईल आणि चलनाचे अवमूल्यन होईल. अस्थिर आणि उच्च पातळीतील तुटीमुळे बाजारपेठेतील अपेक्षांवर प्रतिकूल परिणाम होईल आणि विनिमय दर बाजारपेठेतील तरलता वाढेल.

भारतात वित्तीय तूट आणि विनिमय दरातील अपेक्षित बदल आर्थिक सिद्धान्ताशी मिळतेजुळते नसतात (पहा आकृती ३.६). वित्तीय तुटीतील कुठल्याही प्रकारच्या बदलाला रुपया, डॉलर विनिमय दरात दीर्घकालीन सतत अवमूल्यन होण्याची प्रवृत्ती दिसून आली आहे. आर्थिक सुधारणांपूर्वी आपण राबवलेल्या स्थिर विनिमय दर पद्धतीमध्ये याचे अंशतः स्पष्टीकरण मिळते. सुधारणोत्तर काळातही आपण व्यवस्थापित तरंगत्या विनिमय दर पद्धतीचा अवलंब केला आणि त्याचबरोबर अचानक उद्‌भवणाऱ्या देशांतर्गत बदलांमुळे विनिमय दरात होणारे चढउतार सौम्य करण्यासाठी मध्यवर्ती बँकेनेही मोठ्या प्रमाणात हस्तक्षेप केला. परंतु, विनिमय दरातील दीर्घकालीन घट अजूनही चालूच आहे.

मौद्रिक धोरण

उत्पादन तफावत नियंत्रित करण्यासाठी पैशाचा पुरवठा आणि व्याजदर या साधनांचा वापर करणे म्हणजे मौद्रिक धोरण होय. ही साधने उत्पादन तफावतीवर परिणाम करणारी धोरणात्मक चले आहेत. उदाहरणार्थ, जर व्याजदरात वाढ केली तर मागणीवर प्रभाव पडून उत्पादन आणि रोजगारावर प्रतिकूल परिणाम होईल. तसेच, जर पैशाचा पुरवठा प्रमाणाबाहेर वाढवला तर भाववाडीचा वेग वाढून खरेदीक्षमतेवर प्रतिकूल परिणाम होईल. भारताची मध्यवर्ती बँक असणारी रिझर्व्ह बँक मौद्रिक धोरण राबवते. मौद्रिक धोरणाविषयी तपशीलवार माहिती घेण्यासाठी आपण पैशाच्या संकल्पनेपासून सुरुवात करूयात.

पैसा हे विनिमयाचे माध्यम आहे. आपल्या पसंतीच्या वस्तू आणि सेवांच्या बदल्यात किंवा कर्जे परत फेडण्यासाठी आपण पैशाचा वापर करतो. साधारणपणे पैसा नाणी आणि कागदी चलनाच्या स्वरूपात असतो. कागदी चलनाला विनिमयाचे माध्यम म्हणून वापरण्याशिवाय स्वतःचे मूलभूत असे मूल्य नसते. त्यामुळेच कागदी चलनाला *आदिष्ट* (*fiat*) पैसा असे म्हणतात. प्रत्येक कागदी चलनावर रिझर्व्ह बँक ऑफ इंडिया असे लिहिल्याचे तुम्ही पाहता. याचा अर्थ या कागदी नोटा भारताचे अधिकृत

आकृती ३.६ वित्तीय तूट आणि विनिमय दर

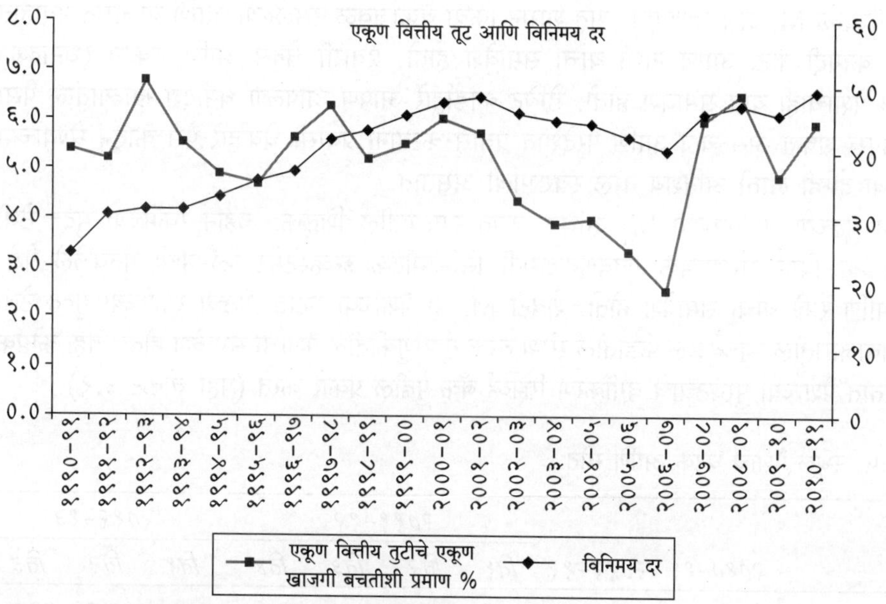

स्रोत: भारतीय रिझर्व्ह बँक यांचेकडील माहितीसंदर्भ.

चलन आहेत. म्हणजे वस्तू आणि सेवांच्या मोबदल्यात आणि कर्जे चुकती करण्यासाठी विनिमयाचे माध्यम म्हणून या नोटांचा स्वीकार केला जावा असे केंद्र शासन म्हणते.

पैशाची तरलता कितपत आहे यावर आधारित पैशाच्या पुरवठ्याच्या विविध संकल्पना अर्थतज्ज्ञांनी विकसित केल्या आहेत. उदाहरणार्थ, जर तुमच्या खिशात पैसे असतील तर आवडीच्या वस्तू आणि सेवा मिळवण्यासाठी तुम्ही त्यांचा त्वरित वापर करू शकतो. वस्तू आणि सेवांच्या बदल्यात विनिमयासाठी कागदी नोटा आणि नाणी वापरण्यात कसलीच अडचण नसल्याने आपण त्यांना सर्वांत तरल पैसा असे म्हणतो. परंतु मुदत ठेवी आणि आपल्याजवळील समभागाचे काय? अर्थात शेअरबाजारात तुम्ही हे समभाग विकू शकता आणि त्या पैशातून वस्तू आणि सेवा खरेदी करू शकता. मात्र आयसीआयसीआय डायरेक्ट सारखे पोर्टल वापरून ते समभाग विकणे आणि त्यातून येणारा पैसा तुमच्या आयसीआयसीआय बँकेच्या खात्यात जमा होतो. यात साधारणपणे किमान दोन दिवसांचा कालावधी लागतो. तसेच मुदतठेवीतून निश्चित कालावधीच्या तारखेपूर्वी पैसे काढून घेता येत नाहीत आणि जर विदित कालावधीपूर्वी तुम्ही मुदत ठेव बंद केली तर कदाचित तुम्हाला दंड भरावा लागू शकतो. समजा, तुम्हाला पैशांची गरज आहे, आणि तुम्ही दंड भरून मुदतीपूर्वी ठेव काढून घेतली आहे. परंतु मुदतठेव बंद करणे आणि त्याची रक्कम तुमच्या बचतखात्यात जमा होणे एखाद्या कामाच्या दिवसातील केवळ काही तास लागू शकतात. म्हणून त्वरित विनिमय माध्यम म्हणून वापरता येणाऱ्या कागदी नोटा आणि नाण्यांच्या तुलनेत समभाग आणि मुदतठेवींची तरलता किंवा रोखता कमी असते, असे आपण म्हणतो.

पैशाच्या तरलतेनुसार अर्थतज्ज्ञांनी पैशाचे तीन ठळक गटांत वर्गीकरण केले आहे. सर्वांत तरल प्रकारच्या पैशाला M_1 असे म्हणतात. यात शासन किंवा बँकांजवळ नसलेल्या आणि बाजारात प्रवाहात असणाऱ्या कागदी नोटा आणि नाणी यांचा समावेश होतो. प्रवासी चेक्स आणि चेकींग (धनादेश) खात्यातील पैशांचाही यात समावेश होतो. डेबिट कार्डाद्वारे आपण आपल्या धनादेश खात्यातील पैसा कधीही वापरू शकत असल्याने आणि परदेशात प्रवास करताना प्रवासी चेकद्वारे पैसे काढून घेण्याच्या सोयीमुळे या दोन्ही खाती अतिशय तरल स्वरूपाची असतात.

M_2 या पुढच्या वर्गीकरणात M_1 अधिक बचत खात्यातील शिल्लक. लहान रकमेच्या मुदत ठेवी तुमच्या-माझ्या बिगर संस्थात्मक गुंतवणूकदारांनी सिस्टिमॅटिक इन्व्हेस्टमेंट प्लॅनमध्ये गुंतवलेले पैसे, समभाग आणि रोखे यांचा समावेश होतो. शेवटी M_3 या पैशाच्या गटात मोठ्या रकमेच्या मुदत ठेवी आणि नाणेबाजारातील म्युच्युअल फंडातील संस्थात्मक गुंतवणुकीतील पैशाचा समावेश होतो (पहा कोष्टक ३.५) भारतात पैशाच्या पुरवठ्याचे वर्गीकरण रिझर्व्ह बँक पुढील प्रकारे करते (पहा चौकट ३.१).

कोष्टक ३.५ स्थूल पैशाचे घटक आणि स्रोत

			२०११-१२				२०१२-१३		
अब्ज रु.	*२०१०-११*	*२०११-१२*	*ति१*	*ति२*	*ति३*	*ति४*	*ति१*	*ति२*	*ति३*
स्थूल पैसा	१६.२	१५.८	१७.३	१६.८	१५.५	१४.०	१४.३	१३.९	१२.७
पैशांचे घटक									
लोकांजवळील पैसा	१९.२	१४.०	१६.९	१४.४	१२.६	१२.२	१२.१	१३.१	११.७
बँकांजवळील एकूण ठेवी	१५.७	१६.२	१७.४	१७.२	१६.०	१४.३	१४.७	१४.०	१२.९
बँकांजवळील ठेवींचे M_3 शी प्रमाण%	८५.८	८६.१	८५.६	८६.३	८६.३	८६.०	८५.९	८६.४	८६.४
M_3 चे स्रोत									
शासनाची बँकेकडूनची कर्जे	२१.५	२१.८	१८.९	२२.१	२३.१	२३.१	२२.१	२०.२	१७.७
बँकेची व्यापारी क्षेत्राची कर्जे	२०.६	१८.७	२१.६	१९.६	१७.७	१६.६	१८.२	१७.०	१६.४
बँकिंग क्षेत्राची निव्वळ FEA	०.९	११.४	९.६	१०.२	१७.५	८.३	१४.४	९.१	१.४
समाजाची निव्वळ चलन देयता	१३.०	६.४	१०.२	४.७	५.३	५.५	८.३	१४.३	१३.६
FE जिंदगीचे M_3शी प्रमाण	२२.३	२१.५	२१.१	२१.६	२२.५	२०.६	२१.१	२०.६	२०.३
व्यापारी बँकांच्या कर्जाचे M_3शी	६३.०	६४.६	६३.९	६३.८	६४.५	६६.१	६६.१	६५.५	६६.६

स्रोत: आर्थिक सर्वेक्षण २०१२-१३, भारत सरकार

चौकट ३.१: पैशाच्या पुरवठ्याचे आणि एकूण तरलतेचे मापन

राखीव पैसा (M_0) = प्रवाहातील चलन + बँकांच्या आरबीआय जवळील ठेवी + आरबीआय जवळील इतर ठेवी.

संकुचित पैसा (M_1) = लोकांजवळील चलन + बँकांजवळील मागणी ठेवी + आरबीआय जवळील इतर ठेवी.

$M_2 = M_1$ + पोस्ट ऑफिस बचत बँकांकडील बचत ठेवी.

व्यापक (Broad) पैसा $M_3 = M_1$ + बँकेकडील मुदत ठेवी.

$M_4 = M_3$ + राष्ट्रीय बचत प्रमाणपत्रे वगळता पोस्ट ऑफिस बचत बँकांकडील एकूण ठेवी.

भारतात M_0, M_1 आणि M_3 ही पैशाची मापके विपुलपणे प्रचारात असली तरी M_2 आणि M_4 क्वचितच वापरली जातात. *वर्किंग ग्रुप ऑन मनी सप्लायः ॲनालिस्टिक ॲण्ड मेथडॉलॉजी ऑफ कम्पायलेशन* यांच्या शिफारसीनुसार रिझर्व्ह बँकेने मौद्रिक आणि एकूण रोखतेचा नव्या संचात प्रसिद्ध करण्यास सुरुवात केली. जून १९९८ मध्ये सादर झालेल्या त्यांच्या अहवालात M_0 आणि M_1 यांच्या व्याख्येत कोणताही बदल केलेला नसला तरी NM_2 आणि NM_3 ही मौद्रिक मापने आणि L_1, L_2 आणि L_3 ही रोखतेची मापने समाविष्ट केली गेली. यांचे घटक पुढे स्पष्ट केले आहेत.

NM_1 = लोकांजवळील चलन + बँकांकडील मागणी ठेवी + आरबीआय जवळील इतर ठेवी.

$NM_2 = NM_1$ + नागरिकांच्या एक वर्षाच्या आतील अल्पकालीन मुदत ठेवी.

$NM_3 = NM_2$ + नागरिकांच्या दीर्घमुदत ठेवी + वित्तीय संस्थांकडील मागणी मुदत निधी

$L_1 = NM_3$ + राष्ट्रीय बचत प्रमाणपत्रे वगळता पोस्ट ऑफिस बचत बँकांजवळील सर्व ठेवी.

$L_2 = L_1$ + दीर्घ मुदत कर्जे देणाऱ्या संस्था आणि पुनर्वित्त संस्थांकडील (FI_S) मुदत ठेवी + या संस्थांची दीर्घमुदत कर्जे + FI कडील ठेवींची प्रमाण पत्रे.

$L_3 = L_1$ + बिगर बँक वित्तीय कंपन्यांकडील ठेवी.

रिझर्व्ह बँक M_0 ची आकडेवारी दर आठवड्याला प्रसिद्ध करते तर M_1 आणि M_3 ची माहिती दर पंधरवड्याला मिळते. L_1 आणि L_2 या रोखता मापनाची आकडेवारी दरमहा तर L_3 ची आकडेवारी प्रत्येक महिन्याला प्रसिद्ध होते.

स्रोत: आर्थिक सर्वेक्षण २०११-१२.

नाणेबाजार गुणक आणि पैशाचा पुरवठा

राज्य वित्तीय धोरणाच्या संदर्भात ज्याप्रमाणे गुणक परिणाम असतो त्याचप्रमाणे मौद्रिक धोरणासंदर्भातही गुणक परिणाम असतो. त्याचे स्पष्टीकरण पुढीलप्रमाणे.

भारतात व्यापारी बँकांना त्यांच्या मागणी आणि मुदत ठेवींचा काही भाग रोख राखीव निधी (CRR) आणि वैधानिक रोखता गुणोत्तर (SLR) या स्वरूपात ठेवावा लागतो. याला 'राखीवता' असे म्हणतात.

समजा, आयसीआयसीआय बँकेतील तुमच्या खात्यात तुम्ही १०० रुपये ठेवले आहेत. सुरुवातीला यामुळे पैशाच्या पुरवठ्यात वाढ होत नाही. हे १०० रुपये प्रवाहात नसल्याने त्याचा पैशाच्या पुरवठ्यात समावेश होत नाही व चलनरूपातील पैशाचा पुरवठा १०० रुपयांनी घटतो. परंतु, चलनातील ही १०० रुपयांची घट पैशाच्या पुरवठ्यातील चेकींग खात्यातील ठेवीतील वाढीने भरून काढते.

आता बँकेच्या दृष्टिकोनातून काय घडते, ते पाहूया. १०० रुपयाच्या ठेवीमुळे आयसीआयसीआय बँकेची जिंदगी आणि देयता दोन्ही वाढते. सुलभीकरणासाठी असे मानूया की आवश्यक राखीव निधी (CRR व SLR) ४०% आहे. म्हणजे १०० रुपयांच्या ठेवीतून बँकेला CRR व SLR च्या स्वरूपात ४० रुपये ठेवावे लागतील. उर्वरित (१०० - ४०) = ६० रुपये हा बँकेचा अतिरिक्त राखीव निधी झाला. या अतिरिक्त निधीवर बँकेला कसलेही व्याज मिळत नसल्याने आयसीआयसीआय बँकेला या ६० रुपयातून रोखे विकत घेण्याची किंवा हे कर्जाऊ देण्याची इच्छा असते. आयसीआयसीआय बँक हे ६० रुपये तुमचा मित्र श्रीनीला कर्जाऊ देते असे मानूया. साधारणतः आयसीआयसीआय बँक हे पैसे श्रीनीला प्रत्यक्ष न देता त्याच्या चेकिंग खात्यात जमा करते. त्यामुळे खात्यातील ठेवींमध्ये १०० + ६० = १६० रुपये अशी वाढ होते.

आयसीआयसीआय बँकेने हे ६० रुपये कर्जाऊ दिल्याने पैशाच्या पुरवठ्यात ६० रुपयांनी वाढ होते हे ध्यानात घ्या. तुम्ही सुरुवातीला खात्यात ठेवलेल्या १०० रुपयातून १६० रुपयांची ठेव निर्माण होऊन पैशाच्या पुरवठ्यात ६० रुपयांनी वाढ होते. हे इथेच थांबत नाही. श्रीनी हे ६० रुपये लँडमार्क कडून पुस्तक विकत घेण्यासाठी वापरतो, असे मानूया. श्रीनी ६० रुपयांचा धनादेश लँडमार्क कंपनीला देतो. या कंपनीचे खाते ॲक्सिस बँकेत आहे. लँडमार्कने ॲक्सिस बँकेत हा धनादेश जमा केल्यावर ॲक्सिस बँकेच्या राखीव निधीत ६० रुपयांनी वाढ होते. परंतु, ॲक्सिस बँकेलाही सीआरआर व एसएलआरच्या माध्यमातून ४०% रक्कम ठेवणे आवश्यक असते. त्यामुळे ॲक्सिस बँक उर्वरित रक्कम (रु.६० - रु.२४) रुपये ३६ इतर उद्योजकांना किंवा उपभोक्त्यांना कर्जाऊ देऊन त्यावर व्याज/परतावा मिळवू शकते. जेव्हा ॲक्सिस बँक ३६ रुपये कर्जाऊ देते तेव्हा तुमच्या सुरुवातीच्या १०० रुपयांच्या ठेवीतून ६० + ३६ = ९६ रुपयांनी पैशाच्या पुरवठ्यात वाढ होते, हे कृपया लक्षात घ्या.

कर्जे देण्याची ही प्रक्रिया चालूच राहते. प्रत्येक टप्प्यात सीआरआर व एसएलआरच्या स्वरूपात बँक ४०% राखीव ठेवते व उर्वरित रक्कम कर्जाऊ देते. त्यामुळे सुरुवातीच्या १०० रुपयाच्या ठेवीतून पैशाच्या पुरवठ्यात २५० रुपयांनी वाढ होते (पहा कोष्टक ३.६).

कोष्टक ३.६ मौद्रिक गुणक संकल्पना

बँक	*चेकिंग ठेव खात्यातील वाढ*	*हे कसे घडते*
आयसीआयसीआय	१००	१०० –.४ × १० = रु.६०
ॲक्सिस बँक	६०	६० – .४ × ६ = रु.३६
तिसरी बँक	३६	३६ – .४ × ३६ = रु.२१.६
:	:	:
एकूण वाढ	२५०	0

स्रोत: लेखकाच्या नोंदी

एक साधे सूत्र वापरून ही प्रक्रिया आपण दाखवू शकतो. सुरुवातीच्या बँकेजवळील १०० रुपयांच्या ठेवीमुळे पैशाच्या पुरवठ्यात होणारी वाढ पुढील सूत्राने कळते.

$$100 + \cdot 6 \times 100 + .6^2 \times .6^3 \times 100 + \cdots$$
$$= 100\ (1 + .6 + 0.6^2 + 0.6^3 + \cdots)$$
$$= \frac{1}{(1-.6)} \times 100 = 250$$

त्यामुळे एकतर सीआरआर किंवा एसएलआर किंवा दोहोंमध्ये घट करून पैशाच्या पुरवठ्यात वाढ करता येऊ शकेल. सीआरआर व एसएलआरमध्ये कपात केल्याने राखीव निधीचे प्रमाण घटेल. त्यामुळे मौद्रिक गुणक वाढून पैशाच्या पुरवठ्यात वाढ होईल. ऑक्टोबर २०१३ मध्ये व्यापारी बँकांचा रोख राखीव निधी मागणी व मुदत ठेवींच्या ४% होता. व एसएलआर २५% होता. जर या सक्तीच्या राखीव निधीपेक्षा बँकांचा सीआरआर व एसएलआर निधी कमी झाला, तर त्यांना बँक दर या नावाखाली दंड भरावा लागतो.

या आवश्यक राखीव निधी व्यतिरिक्त रिझर्व्ह बँकेला इतर दोन मार्गांनी पैशाच्या पुरवठ्यात बदल घडवून आणता येतो. पहिला मार्ग म्हणजे खुल्या बाजारातील व्यवहार (Open Market Operations - OMO) आणि दुसरा मार्ग म्हणजे मध्यवर्ती बँक व्यापारी बँकांना देत असलेल्या कर्जावरील व्याजदरात बदल करणे.

खुल्या बाजारातील व्यवहार

रिझर्व्ह बँकेच्या सरकारी रोख्यांच्या खरेदी आणि विक्री करण्याला खुल्या बाजारातील व्यवहार (OMO) म्हणतात. पैशाच्या पुरवठ्यात वाढ करण्यासाठी रिझर्व्ह बँक व्यापारी बँकांकडून सरकारी रोख्यांची खरेदी करते. यामुळे व्यापारी बँकांकडील निधी वाढतो व त्यामुळे पैशाच्या पुरवठ्यात वाढ होते. पैशाच्या पुरवठ्यात घट करण्यासाठी रिझर्व्ह बँक सरकारी रोख्यांची विक्री करते. त्यामुळे बँकाजवळील

निधीत घट होऊन पैशाचा पुरवठा घटतो. खुल्या बाजारातील व्यवहारांचे दोन फायदे आहेत. पहिला फायदा म्हणजे रिझर्व्ह बँक खुल्या बाजारातील व्यवहारांचे प्रमाण नियंत्रित करू शकते आणि त्याद्वारे पैशाच्या पुरवठ्यातील वाढीचे प्रमाण निश्चित करू शकते. कोणत्याही व्यवस्थापकीय दिरंगाईशिवाय आणि कायद्यात बदल करण्याची गरज न भासता रिझर्व्ह बँक खुल्या बाजारातील व्यवहारांची प्रक्रिया ताबडतोब अमलात आणू शकते, हा दुसरा फायदा होय.

रोखता समायोजन सुविधा (Liquidity Adjustment Facility – LAF)

रिझर्व्ह बँक व्यापारी बँकांना ज्या दराने कर्जे देते किंवा पैसे कर्जाऊ घेते त्या दरात बदल करूनही पैशाच्या पुरवठ्यावर प्रभाव पाडू शकते. याला रोखता समायोजन सुविधा (रोससु) असे म्हणतात. याद्वारे वेळोवेळी बँकांजवळील रोखता वाढवून किंवा घटवून पुरवठा आणि मागणीतील असमतोल दूर करता येतो. रोससुमुळे व्यापारी बँकांना टंचाईच्या काळात रोख पैसा उपलब्ध होऊ शकतो आणि अतिरिक्त रोखतेच्या काळात अतिरिक्त पैसा रिझर्व्ह बँकेकडे निधी म्हणून ठेवता येतो.

रेपो आणि रिव्हर्स रेपोद्वारे रोससु यंत्रणा सुरू असते. व्यापारी बँकांना रिझर्व्ह बँकेला रोखे विकून त्वरीत पैसा उपलब्ध होणे आणि त्याचबरोबर काही विशिष्ट काळाने विशिष्ट किमतीला हेच किंवा असेच रोखे विकत घेण्यास मान्यता देते त्या दराला रेपो असे म्हणतात. रिव्हर्स रेपो ही रेपोच्या बरोबर विरुद्ध संकल्पना आहे. या दराने व्यापारी बँका रिझर्व्ह बँकेकडे आपल्या जवळील अतिरिक्त निधी ठेव म्हणून ठेवत असतात. शिवाय, व्यापारी बँकांतर्गत ज्या दराने विनिमय होतो, त्याला आंतरबँक रेपो दर असे म्हणतात. चौकट ३.२ मध्ये रोससुची कार्यपद्धती आणि नाणेबाजारातील व्यवहारांचे स्पष्टीकरण दिलेले आहे.

२०११-१२ पासून आरबीआयने सीमान्त स्थिर सुविधा (Marginal Standing Facility – MSF) सुरू केली आहे. याद्वारे शासकीय रोखे गहाण न ठेवता व्यापारी बँका रिझर्व्ह बँकेकडून एका दिवसात कर्जे मिळवू शकतात. बँकांजवळील रोखतेमध्ये लक्षणीय घट झाल्यास बँक सीमान्त स्थिर सुविधेद्वारे कर्जे घेऊ शकतात. जिंदगी आणि देयतांमधील अल्पकालीन समतोल अधिक प्रभावीपणे नियंत्रित करण्यासाठी रिझर्व्ह बँकेने ही पद्धत सुरू केली. ऑक्टोबर २०१३ मध्ये रेपो दरापेक्षा १०० अंकांनी जास्त पातळीत सीमान्त स्थिर सुविधा दर स्थिर केला गेला, तर रेपो दरापेक्षा १०० अंकांनी खालच्या पातळीत रिव्हर्स रेपो दर निश्चित केला गेला.

शनिवार सोडून दररोज रेपो आणि रिव्हर्स रेपो दरातील एका दिवसापुरते बदल केले जातात. फक्त शुक्रवारचे दर आणि सुट्टीच्या अगोदरच्या दिवशीचे अधिक दिवसांसाठी असतात. रेपो आणि रिव्हर्स रेपो दराचे व्याजदर रिव्हर्स बँकेचे ठरवलेल्या निश्चित मूल्यपातळीला घेतलेल्या लिलावाद्वारे ठरतात. ऑगस्ट २००० मध्ये तीन ते सात दिवस मुदतीचे रेपो लिलाव दर पद्धती सुरू करण्यात आली. कोष्टक ३.७ मध्ये नाणेबाजारातील महत्त्वाच्या साधनांमधील बदलांचे स्पष्टीकरण आहे. रेपो, रिव्हर्स रेपो, सीआरआर आणि एसएलआरमध्ये बदला करून रिझर्व्ह बँक पैशाचा पुरवठा नियंत्रित करते.

चौकट ३.२: रेपो, रिव्हर्स रेपो आणि नाणेबाजार व्यवहार

रेपो दरः या दराने रिझर्व्ह बँक बँकांना व्याजाने पैसे देते.

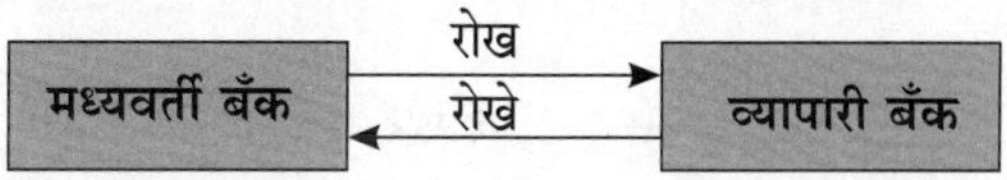

रिव्हर्स रेपो बँकांनी रिझर्व्ह बँकेजवळ ठेवलेल्या शिल्कीवर रिझर्व्ह बँकेने दिलेला व्याजदर

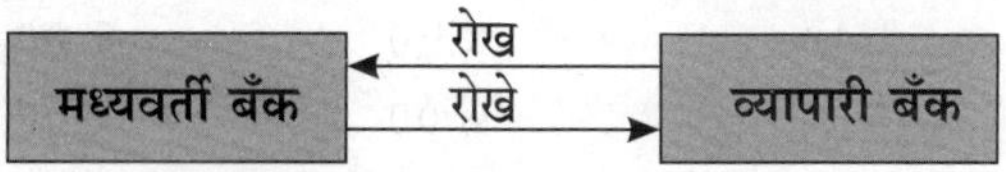

व्यापारी बँका ५% व्याजदराने कर्जे घेतात आणि रिझर्व्ह बँकेला ३.५% दराने कर्जाऊ देतात.

रिझर्व्ह बँकेव्यतिरिक्त व्यापारी बँका कॉल मनीद्वारे आपापसातही पैसे कर्जाऊ घेणे किंवा देणे व्यवहार करू शकतात. रोख राखीव निधीचे प्रमाण स्थिर ठेवण्याच्या दृष्टीने व्यापारी बँका परस्परांकडून कर्जे घेण्याच्या व्यवहाराला कॉल मनी (अल्पकालीन कर्जे/मागणी कर्जे) म्हणतात. यावरील व्याजदराला कॉलरेट असे म्हणतात. एक ते पंधरा दिवस मुदतीच्या आंतरबँक व्यवहारातील अल्पकालीन कर्जांना कॉल मनी (मागणी कर्ज) म्हणतात. रोखता समायोजन सुविधा (LAF) आणि मागणी कर्जे (कॉल मनी) यातील फरक असा की, मागणी कर्जांमध्ये शासकीय रोख्यांसाठी तारणाची हमी नसते, तर रोखता समायोजन सुविधा व्यवहार रोख्यांच्या तारणावर होतात.

थोडक्यात, राखीव निधी, रोखता समायोजन सुविधा आणि खुल्या बाजारातील व्यवहारांद्वारे पैशाच्या पुरवठ्यात वाढ किंवा घट करता येते. पुढील विभागात पैशाच्या पुरवठ्यातील बदलाचे उत्पादन आणि किमतीवरील परिणामांचे परीक्षण केले आहे.

मौद्रिक बाजू

मौद्रिक अर्थशास्त्रातील फ्रीडमनची संकल्पना

अर्थव्यवस्थेतील पैसा आणि इतर चलांमधील संबंध समजून घेणे हे मौद्रिक अर्थशास्त्राचे उद्दिष्ट आहे. मौद्रिक अर्थशास्त्राच्या विकासातील फ्रीडमन संकल्पना क्रांतिकारक ठरली. फ्रीडमन संकल्पनेचे महत्त्व आणि व्यवहार्यता समजून घेण्यासाठी नाणेबाजारविषयक पारंपरिक दृष्टिकोन अभ्यासणे उपयुक्त ठरेल. नाणेबाजारातील समतोल पुढील समीकरणाने दाखवला जातो.

$$MV = PY$$

यात M म्हणजे अर्थव्यवस्थेतील पैशाचा साठा. V म्हणजे पैशाची गतिशीलता (पैसा हस्तांतरित होण्याचा वेग). P म्हणजे किंमत पातळी आणि Y हे उत्पादनाचे वास्तव मूल्य होय.

कोष्टक ३.७ रेपो, रिव्हर्स रेपो, सीआरआर आणि एसएलआर (%)

अंमलबजावणी दिनांक	*रेपो दर*	*रिव्हर्स रेपो दर*	*सीआरआर*	*एसएलआर*
२०१०–११				
२० एप्रिल २०१०	५.२५	३.७५	५.७५	२५.००
२४ एप्रिल २०१०	५.२५	३.७५	६.००	२५.००
२ जुलै २०१०	५.५०	४.००	६.००	२५.००
२७ जुलै २०१०	५.७५	४.५०	६.००	२५.००
१६ सप्टेंबर २०१०	६.००	५.००	६.००	२५.००
२ नोव्हेंबर २०१०	६.२५	५.२५	६.००	२५.००
१८ डिसेंबर २०१०	६.२५	५.२५	६.००	२४.००
२५ जानेवारी २०११	६.५०	५.५०	६.००	२४.००
१७ मार्च २०११	६.७५	५.७५	६.००	२४.००
२०११–१२				
३ मे २०११	७.२५	६.२५	६.००	२४.००
९ मे २०११	७.२५	६.२५	६.००	२४.००
१६ जून २०११	७.५०	६.५०	६.००	२४.००
२६ जुलै २०११	८.००	७.००	६.००	२४.००
१६ सप्टेंबर २०११	८.२५	७.२५	६.००	२४.००
२५ ऑक्टोबर २०११	८.५०	७.५०	६.००	२४.००
२८ जानेवारी २०१२	८.५०	७.५०	५.५०	२४.००
१० मार्च २०१२	८.५०	७.५०	४.७५	२४.००
२०१२–१३				
१७ एप्रिल २०१२	८.००	७.००	४.७५	२४.००
१८ जून २०१२	८.००	७.००	४.७५	२४.००
११ ऑगस्ट २०१२	८.००	७.००	४.७५	२३.००
२२ सप्टेंबर २०१२	८.००	७.००	४.५०	२३.००
३ नोव्हेंबर २०१२	८.००	७.००	४.२५	२३.००
१८ डिसेंबर २०१२	८.००	७.००	४.२५	२३.००
२९ जानेवारी २०१३	७.७५	६.७५	४.२५	२३.००
९ फेब्रुवारी २०१३	७.७५	६.७५	४.००	२३.००

स्रोत: भारताचे आर्थिक सर्वेक्षण २०१२–१३, भारत सरकार

MV द्वारे विनिमय हेतूने वापरण्यात आलेल्या पैशाचे एकूण परिणाम कळते तर PY द्वारे विनिमय व्यवहारांचे एकूण मूल्य मोजले जाते. समतोल स्थितीत, वरील समीकरणातील दोन्ही बाजू समान

असतात. मौद्रिक धोरणाच्या परिणामकारकतेविषयी होणारी चर्चा पैशाच्या पुरवठ्यातील (M) वाढीचा किमती (P) आणि उत्पादन (Y) वरील परिणामाभोवती होत राहते. पैशाच्या पुरवठ्यातील कोणताही बदल केवळ किंमतपातळीवर परिणाम घडवतो आणि उत्पादन पातळी स्थिर राहते. त्यामुळे आर्थिक निर्णयामध्ये मौद्रिक धोरणाची सक्रीय भूमिका नसते असा पूर्वीचा समज होता. अमेरिकेतील १९२९ च्या महामंदीने हा समज बदलून टाकला आणि उत्पादनवाढीसाठी मौद्रिक धोरणाचा मोठ्या प्रमाणात वापर करण्यास सुरुवात झाली. या दृष्टिकोनाच्या केंद्रस्थानी अर्थव्यवस्थेतील भाववाढ आणि बेकारीचा संबंध स्पष्ट करणारी फिलिप्स वक्र संकल्पना होती. फिलिप्स वक्रसंकल्पनेच्या विकासामुळे भाववाढीद्वारे आर्थिक व्यवहारांचे पुनरुज्जीवन घडवून आणण्यासाठी शिथिल मौद्रिक धोरणाचा वापर मध्यवर्ती बँका करू लागल्या.

फिलिप्स वक्रात दर्शवलेल्या भाववाढ आणि बेकारी (उत्पादन) यातील परस्परसंबंधांवर १९७० च्या दशकातील आर्थिक कुंठितावस्थेमुळे (Stagflation) प्रश्न उठले गेले. यावर यापूर्वीच चर्चा झालेली आहे. फ्रीडमन संकल्पना ही फिलिप्स वक्राचे सुधारित रूप आहे. यामुळे मौद्रिक धोरण निश्चितीला महत्त्वपूर्ण वळण मिळाले. फिलिप्स वक्राचा मुख्य आधार असा होता की, जेव्हा किमती (आणि श्रमिकांचे वेतन) वाढतात, तेव्हा पुरवठ्यात वाढीद्वारे श्रमिक प्रतिसाद देतात. कामगारांच्या भाववाढीबाबतची अपेक्षा समाविष्ट करून फ्रीडमनने फिलिप्स वक्राच्या स्पष्टीकरणात भर घातली. यामागील कल्पना अशी होती की, जर कामगारांना आपल्या वेतनातील वाढ भाववाढीशी सापेक्ष वाटली तरच ते श्रमाच्या पुरवठ्यात वाढ करतील. कारण किमतीतील वाढीमुळे वेतनातील वाढ निष्प्रभ होते. अशा प्रकारे श्रमिकांची अपेक्षित भाववाढ आणि वाढीव नवे वेतन समान पातळीत झाल्यास श्रमाच्या पुरवठ्यात बदल होणार नाही, कारण वेतनवाढीचे कोणतेही वास्तव लाभ यात नसतील. स्थिर श्रम पुरवठ्याच्या स्थितीतील किमतीतील कोणत्याही वाढीमुळे अल्पकाळातील उत्पादनावर परिणाम होत असला तरी दीर्घकाळात मात्र उत्पादनपातळीवर कोणताही परिणाम होत नाही. वरील समीकरणाच्या संदर्भात पाहिले असता याचा अर्थ असा होतो की पैशाच्या पुरवठ्यातील कोणताही बदलाचा परिणाम दीर्घकाळात भाववाढ होण्यावर होईल. त्यामुळे फ्रीडमनने असा निष्कर्ष काढला की *भाववाढ ही नेहमी आणि सर्वत्र मौद्रिक घटना असते.* कारण वर्तमानातील उत्पादनवाढीला आवश्यक असणाऱ्या पातळीपेक्षा जास्त प्रमाणातील पैशाच्या पुरवठ्यातील वाढीचा तो परिणाम असतो. भाववाढीने त्रस्त असलेल्या अर्थव्यवस्थांनी त्यामुळे पैशाचा पुरवठा नियंत्रित ठेवला पाहिजे. पैसा निष्क्रिय असल्यामुळे पैशाच्या पुरवठ्याचे नियंत्रण करण्यासाठी व्याजदराचा साधन म्हणून वापर केला जातो.

फ्रीडमन संकल्पनेचे भारतातील उपयोजन

पैसा निष्क्रिय असतो, या सिद्धान्ताचा अर्थ असा होतो की, ज्यावेळी वास्तव उत्पादनाच्या वाढीच्या अतिरिक्त प्रमाणात पैशाच्या पुरवठ्यात वाढ होते, तेव्हा परिणामी भाववाढ होते. म्हणजेच, दीर्घकाळात फिलिप्स वक्राचा आकार उभी सरळ रेषा असेल. अशा दीर्घकालीन उभ्या फिलिप्स वक्राबाबत भारतात अनेक संशोधन अभ्यास केले गेले. या संशोधानातून दोन मूलभूत दृष्टिकोन मांडले गेले. त्यापैकी

एक फ्रीडमन संकल्पनेच्या धर्तीवर होता, तर दुसऱ्या गटाच्या मते भाववाढ ही पूर्णतः बिगर–मौद्रिक प्रक्रिया असून उत्पादनखर्चाच्या घटकांनी प्रभावित होत असतो. उदाहरणार्थ, तेलाच्या किमतीतील वाढीमुळे उत्पादन खर्च वाढून भाववाढ होते. मात्र पुरवठ्याच्या बाजूने होणाऱ्या असमतोलामुळे होणारी भाववाढ तात्पुरत्या स्वरूपाची असते, असे प्रतिपादन केले गेले. अशा परिस्थितीत पैशाच्या पुरवठ्यातील वाढीमुळे दीर्घकाळ सातत्याने भाववाढ होईल. तेलाच्या किमतीतील वाढीमुळे संभाव्य मंदी टाळण्यासाठी जे शिथिल मौद्रिक धोरण अमलात आणले गेले, त्यामुळे १९७० च्या दशकातील अमेरिकेतील भाववाढीची परिस्थिती निर्माण झाली.

याच विचाराच्या अनुषंगाने श्रीनिवास आणि इतरांच्या अभ्यासाचा निष्कर्ष असा की, पुरवठ्यातील असमतोलाचा भारतातील भाववाढीला तात्पुरता परिणाम झाला, याचे प्रमुख कारण रिझर्व्ह बँकेने हा असमतोल तात्पुरत्या स्वरूपाचा आहे हे ओळखून आपल्या धोरणात बदल केला नाही.[१०] असे करणे म्हणजे काही भाववाढीतील कायमस्वरूपी वाढ होणे ही पूर्णतः मौद्रिक स्वरूपाची घटना आहे असे मानणे आणि काही अंशी फ्रीडमनचे गृहीतक नाकारणे होते. रंगराजन यांनी देखील पैशाच्या पुरवठ्यातील वाढ आणि भाववाढ यांच्यातील भक्कम संबंधांचा पुरस्कार केला.[११] भाववाढीच्या पैशाच्या पुरवठ्याशी असणारी दीर्घकालीन लवचिकता एककाच्या जवळ जाणारी असते, असे त्यांना आढळून आले.

पैशाचा पुरवठा भाववाढीवर प्रभाव टाकतो. हा रिझर्व्ह बँकेचा ठाम विश्वास यावर अधारित असावा. आकृती ३.७ मध्ये भारतातील १९८२–८३ ते २००४–०५ या काळातील पैशाच्या पुरवठ्यातील वाढीचा दर (M_3), उत्पादन (वास्तव स्थूल राष्ट्रीय उत्पादन) आणि किमती (भाववाढ) दर्शवल्या आहेत. या आलेखावरून कोणत्याही ठाम निर्णयावर येणे कठीण असले तरी, पैशाच्या पुरवठ्यातील सर्वोच्च पातळी आणि भाववाढीची सर्वोच्च पातळी परस्परांशी सुसंगत आहे, हे दिसून येते.

म्हणजे फ्रीडमनची संकल्पना भारताच्या संदर्भात व्यवहार्य आहे, असे दिसून येते. जगातल्या इतर देशांचे काय? फिलिप्स वक्रातील फ्रीडमनच्या स्पष्टीकरणामुळे भाववाढ ही मौद्रिक स्वरूपाची घटना आहे या कल्पनेला वाढते महत्त्व मिळाले. १९७० च्या दशकांत जेव्हा प्रमुख अर्थव्यवस्थांमध्ये कुंठितावस्था होती तेव्हा पैशाचा पुरवठा नियंत्रणाचे ध्येय ठेवणे हा मध्यवर्ती बँकेचा सर्वसामान्य व्यवहार झाला होता. पैशाच्या पुरवठ्याद्वारे भाववाढ नियंत्रित करणे ही यामगाची कल्पना होती. पैशाच्या पुरवठ्याचे सर्वांत व्यापक एकक M_3 हे त्यामुळे धोरणात्मक अंमलबजावणीचे महत्त्वाचे चल मानले गेले. पैशाच्या पुरवठ्यातील बदलाचा किंमतपातळीतील बदलाशी घनिष्ठ संबंध असतो या दृष्टिकोनाच्या आधारावर पैशाच्या पुरवठ्याच्या धोरणपूर्तीचे उद्दिष्ट वापरण्यात आले.

---

[१०] एम. श्रीनिवासन, व्ही. महांबरे आणि एम. रामचंद्रन (२००८), डायनॅमिक्स ऑफ इन्फ्लेशन इन इंडियाः डझ द न्यू इन्फ्लेशन बायस्ड हायपोथेसिस प्रोव्हाइड ॲन एक्सप्लेनेशन/ *मॅक्रोइकॉनॉमिक्स ॲण्ड फायनान्स इन इमर्जिंग मार्केट इकॉनॉमिक* खंड १, क्र. २, कृ. (१९९–२१२)

[११] सी. रंगराजन (१९९८) 'डेव्हलपमेंट, इन्फ्लेशन ॲण्ड मॉनिटरी पॉलिसी' संपा. अशर जज अहलुवालिया आणि आय. एम. डी. लिटल. *इंडियाज इकॉनॉमिक रिफॉर्मस् ॲण्ड डेव्हलपमेंट एसेज इन ऑनर फॉर मनमोहन सिंग*, नवी दिल्ली, ऑक्सफर्ड युनिव्हर्सिटी प्रेस.

आकृती ३.७ फ्रीडमन संबंधांची वैधता

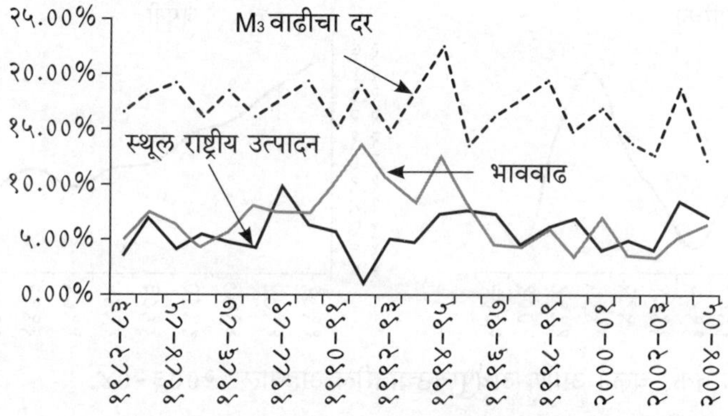

स्रोत: भारतीय रिझर्व्ह बँक यांचेकडील माहितीसंदर्भ.

पैशाच्या पुरवठ्यामुळे किमती वाढतात. या वास्तवामागे पैशाच्या स्थिर गतिशीलतेचे गृहीतक आहे. रिझर्व्ह बँकेच्या मते पैशाची गतिशीलता 'यू' आकाराची असते. आर्थिक विकासाच्या सुरुवातीच्या टप्प्यांत बँकिंग क्षेत्राच्या विस्तारामुळे अर्थव्यवस्थेचे मौद्रिकीकरण होऊन पैशाची गतिशीलता घटते. नंतरच्या काळातील सुधारित टप्प्यांमधील बँकिंग व्यवस्थेच्या वित्तीय मध्यस्थीची गरज समांतर आधुनिक वित्तबाजाराकडून कमी झाल्यामुळे पैशाची गतिशीलता वाढते. जोपर्यंत पैशांची गतिशीलता स्थिर राहते तोपर्यंत पैशाच्या पुरवठ्यामुळे किमतीत होणारे बदलांचे अंदाज वर्तवता येतात. ही महत्त्वाची गोष्ट ध्यानात घेतली पाहिजे.

१९९० च्या दशकात सुधारित वित्तीय व्यवस्था असलेल्या विकसित देशांमधील पैशाची गतिशीलता स्थिर नव्हती. उदाहरण असे अढळून आले की, वित्तीय बाजारपेठा आणि पर्यायी वित्तीय साधनांच्या विकासामुळे अमेरिकेत पैशाची गतिशीलता अस्थिर झाली. जेव्हा पैशांची गतिशीलता स्थिर नसते तेव्हा मौद्रिक व्यवस्थापनात पैशाच्या पुरवठ्याचा प्रभावी साधन म्हणून वापर करता येत नाही. पैशाच्या गतिशीलतेवरून प्रश्न निर्माण झाल्यामुळे भावी अपेक्षांच्या विचाराने अनेक मध्यवर्ती बँकांनी पैशाच्या पुरवठ्यावर आधारित धोरणाचा त्याग केला. त्याऐवजी व्याजदरात भाववाढ नियंत्रणासाठी साधन म्हणून वापर करण्यात आला. धोरणात्मक निर्णयावर पैशाच्या पुरवठ्याचा कोणताही प्रत्यक्ष प्रभाव उरला नाही.

मात्र, युरो चलनाची गतिशीलता कमी-जास्त प्रमाणात स्थिर राहिली. याची तीन प्रमुख कारणे आहेत - पहिले - युरो चलन वापरणाऱ्या देशांतील वित्तीय साधनांचा समावेश 'स्थूल पैसा' या गटात करता आला असता, त्यामुळे नवीन वित्तीय साधनांच्या वापरामुळे पैशाच्या गतिशीलतेवर कोणताही महत्त्वाचा परिणाम झाला नाही. दुसरे कारण म्हणजे वित्तीय विकासाच्या निरनिराळ्या अवस्थांमधील अनेक देशांच्या युतीमुळे पैशाच्या गतिशिलतेत अधिक स्थैर्य आले. पैशाची गतिशीलता बऱ्यापैकी स्थिर असणाऱ्या जर्मनीचे युरो प्रदेशातील मौद्रिक आकडेवारी मापनात मोठेच वजन होते, हे अखेरचे कारण

आकृती ३.८ पैशाची गतिशीलता

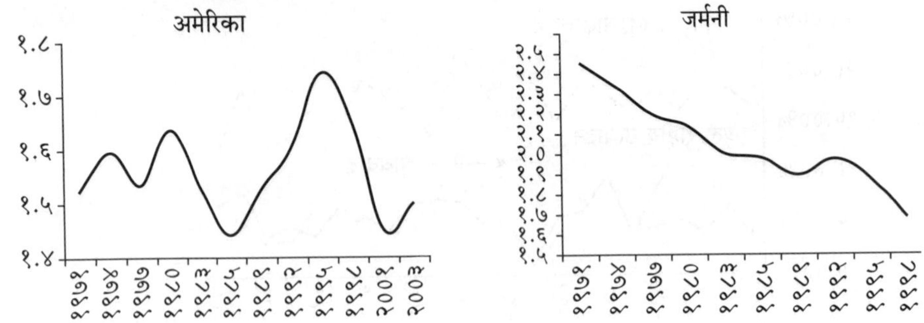

स्रोत: भारतीय रिझर्व्ह बँक, चलन आणि अर्थपुरवठ्यावरील अहवाल, २००३-०४.

होय (पहा आकृती ३.८). या सर्वांमुळे युरो क्षेत्रातील पैशाची गतिशीलतेत अधिक स्थैर्व आले. त्यामुळे अतिरिक्त पैशाच्या पुरवठ्यामुळे भाववाढीचा दबाव वाढून जमिनीच्या किमतीचा फुगवटा निर्माण होईल असा युरोपियन मध्यवर्ती बँकेचा विश्वास होता. त्यामुळेच युरो क्षेत्रातील धोरणात्मक अंमलबजावणीमध्ये M_3ची महत्त्वाची भूमिका होती.

टेलरचा नियम आणि मौद्रिक धोरण

आपल्याला हे ठाऊकच आहे की, भारतात रिझर्व्ह बँक भाववाढ नियंत्रणासाठी धोरणात्मक साधन म्हणून व्याजदराचा वापर करते. म्हणून भाववाढ आटोक्यात आणण्यासाठी व्याजदर किती असावा हे रिझर्व्ह बँक कशाच्या आधारे ठरवते, असा प्रश्न विचारणे अगदी स्वाभाविक आहे. या प्रश्नाचे उत्तर टेलरच्या नियमात आहे.

$$i_t = r_t + \pi_t + \beta_0\left(\pi_t - \pi^*\right) + \beta_1\left(y_t - y_p\right)$$

यामध्ये i_t म्हणजे पैशातील व्याजदर. r_t हा वास्तव व्याजदर. π_t हा t काळातील भाववाढीचा दर. π^* म्हणजे प्रत्यक्षातील उत्पादन क्षमता पातळीतील उत्पादनाला समान असणाऱ्या काळातील भाववाढ दर. y_t हे t काळातील प्रत्यक्षातील उत्पादन आणि y_p म्हणजे उत्पादनाची क्षमता पातळी होय. β_0 आणि β_1 हे भाववाढ तफावत आणि उत्पादन तफावतीचे भार दर्शवतात.

वरील समीकरणामध्ये वास्तव सकल राष्ट्रीय उत्पादन आणि राष्ट्रीय उत्पन्नातील पुरवठा बाजूच्या घटकांच्या समानतेशी सुसंगत असणारा दीर्घकालीन वास्तव व्याजदराचा समतोल स्थिर असतो. टेलर नियमानुसार मध्यवर्ती बँकेने एकूण भाववाढीचा दर, व्याजदराचा समतोल, भाववाढ आणि उत्पादन तफावत यांच्या एकत्रित पातळीशी समान होईल अशा पद्धतीने व्याजदर निश्चित करावा. शून्य उत्पादन

तफावतीच्या पातळीतील भाववाढ आणि चालू भाववाढ यांच्यातील फरक म्हणजे भाववाढ तफावत होय. भाववाढ आणि उत्पादन तफावतीला प्रत्येकी (म्हणजे, β_0 आणि β_1) असे भार दिले आहेत. वरील समीकरणातून ते काढता येतात. भारताच्या बाबतीत भाववाढ तफावतीचा भार उत्पादन तफावतीपेक्षा अधिक असतो (म्हणजे, $\beta_0 > \beta_1$).

मध्यवर्ती बँकेच्या स्वायत्ततेविषयी

मध्यवर्ती बँकेला स्वायत्तता देण्याविषयी जो प्रमुख युक्तिवाद केला जातो तो भाववाढीवर नियंत्रण आणण्यासाठीच आहे. जर मध्यवर्ती बँक स्वायत्त नसेल तर शासन मध्यवर्ती बँकेकडून कर्जे घेत राहून विस्तारित राज्यवित्तीय धोरण राबवित राहील आणि त्यामुळे भाववाढीचे नियंत्रण यशस्वी होऊ शकणार नाही. जितक्या अधिक प्रमाणात मध्यवर्ती बँक रोखे खरेदी करेल त्या प्रमाणात पैशाचा पुरवठा वाढून भाववाढ होत राहील. शासनाला बेकारीचे प्रमाण कमी ठेवण्यात स्वारस्य असते. जर मध्यवर्ती बँक शासनाच्या नियंत्रणाखाली असेल तर, निवडणुकीपूर्वी पैशाच्या पुरवठ्यात वाढ करण्यास, व्याजदरात घट करून रोजगार पातळीत वाढ करण्यास ती प्रवृत्त होईल. अल्बर्टो अलेसिना आणि लॉरेन्स समर्स यांनी १९५५ ते १९८८ या कालावधीमधील उच्च उत्पन्न गटातील १६ देशांमधील मध्यवर्ती बँकेच्या स्वायत्तता पातळीची तुलना करून असे म्हटले की, एखाद्या देशाच्या मध्यवर्ती बँकेची स्वायत्तता जितकी अधिक तितका त्या देशातील भाववाढीचा दर कमी असेल, आणि याउलट स्वायत्तता कमी असल्यास भाववाढीचा दर अधिक असेल.[१२]

ज्या क्षेत्रात मध्यवर्ती बँकेला स्वायत्तता असावी आणि शासनाचा प्रभाव कमी करावा किंवा वगळावा अशी तीन क्षेत्रे आहेत – वित्तीय, मनुष्य आणि धोरणात्मक स्वायत्तता. जर मध्यवर्ती बँकेतील नेमणुकांची प्रक्रिया अंशतः किंवा पूर्णतः शासनाच्या प्रभावाबाहेर असेल तर, मध्यवर्ती बँकेला राजकीयतेपासून स्वायत्तता आहे असे म्हणता येते. नेमणूक प्रक्रिया, कार्यालयाचा कालावधी आणि मध्यवर्ती बँकेच्या संचालक मंडळाची बरखास्ती अशासारख्या बाबींवरील शासकीय प्रभावावरून राजकीय स्वायत्ततेचे प्रमाण निश्चित करता येऊ शकते.

शासनाला मध्यवर्ती बँकेकडून मिळणाऱ्या प्रत्यक्ष आणि अप्रत्यक्ष कर्जाच्या उपलब्धतेवरील निर्बंधावरून मध्यवर्ती बँकेच्या आणि शासनाच्या वित्तीय स्वातंत्र्याची पातळी निश्चित केली आहे. मध्यवर्ती बँक जेव्हा शासनाला वित्तीय तुटीचे मौद्रिकीकरण करण्यास परवानागी देते त्याला प्रत्यक्ष कर्जे म्हणतात, तर प्राथमिक नाणेबाजारातील शासनाच्या कर्जाच्या व्यवस्थापनात जेव्हा मध्यवर्ती बँक सहभागी होते, त्याला अप्रत्यक्ष कर्ज म्हणतात. परक्राम्य कर्जरोख्यांच्या आधारे काढलेल्या सुरक्षित कर्जांनाही आणि अशा आधाराविना काढलेल्या कर्जांनाही प्रत्यक्ष कर्जाचे स्वरूप मिळते.

---

[१२] अल्बर्टो अलेसिना आणि लॉरेन्स एच. समर्स (१९९३), सेंट्रल बँक इन्डिपेन्डन्स ॲण्ड मॅक्रोइकॉनॉमिक परफॉर्मन्सः सम कम्पॅरेटिव्ह एव्हिडन्स *जर्नल ऑफ मनी, क्रेडिट ॲण्ड बँकिंग* खंड २५, क्र. २, पृ. १५१–६२

मध्यवर्ती बँकेला मौद्रिक धोरणाची आखणी व अंमलबजावणी करण्यासाठी असणाऱ्या लवचिकतेच्या संदर्भात मौद्रिक धोरणाची स्वायत्तता पाहिले जाते. भाववाढ, बेकारी किंवा आर्थिक वृद्धी अशासारख्या मौद्रिक धोरणाच्या अंतिम उद्दिष्टांबाबत मध्यवर्ती बँकेला जर पूर्ण मुभा असेल तर उद्दिष्ट स्वायत्तता आहे असे म्हणता येते. युरोपियन मध्यवर्ती बँकेला अशाप्रकारची स्वायत्तता आहे. ऑस्ट्रेलिया, कॅनडा, मॅक्सिको, न्यूझीलंड अशा काही मध्यवर्ती बँकांची उद्दिष्टे मध्यवर्ती बँक आणि शासन यांच्या संयुक्तीने ठरवली जातात.

या सर्व विकासाला भारताचा अपवाद नाही. वित्तीय तुटीचे स्वयंचलित मौद्रिकीकरण होण्याची पद्धत १९७७ पासून बंद करण्याचा भारत शासन आणि मध्यवर्ती बँक यांच्यातील १९७४ चा ऐतिहासिक करार (संदर्भ राजकोष पत्रे) आणि साधनोपाय कर्जे पद्धतीचा अंगीकार हे दोन भारताच्या सार्वजनिक धोरणाच्या इतिहासातील मैलाचे दगड आहे.

दुसरे वित्तीय तूट, महसुली तुटी मध्यम कालावधीतील व्यवस्थापन आणि मध्यवर्ती बँकेला शासनाला कर्जे देण्यास मनाई करण्याऱ्या वित्तीय दायित्व आणि अर्थसंकल्प व्यवस्थापन कायद्याची (FRBM Act २००३) मांडणी आणि मंजुरीमुळे रिझर्व्ह बँकेच्या शासनापासूनच्या स्वायत्ततेत मोठी भर पडली आहे. १ एप्रिल २००६ पासून प्राथमिक बाजारातील शासकीय कर्जरोख्यांना रिझर्व्ह बँकेचा आधार काढून घेणारा वित्तीय दायित्व आणि अर्थसंकल्प व्यवस्थापन कायद्यामुळे शासकीय कर्जाचे व्यवस्थापन कार्य मौद्रिक धोरणापासून स्वतंत्र होण्यास सुरुवात झाली. २००५-०६ च्या अंदाजपत्रातही रिझर्व्ह बँकेच्या कायद्यात आणि बँकिंग नियंत्रण कायद्यात सुधारणा करून एसएलआर व सीआरआरच्या किमान मर्यादा पातळी काढून टाकण्याच्या दृष्टीने काही महत्त्वाचे बदल सुचवण्यात आले होते. या सर्व महत्त्वाच्या बदलांमुळे रिझर्व्ह बँकेच्या स्वायत्ततेत थोड्याफार प्रमाणात वाढ झाली. स्वायत्तता असूनही अनेकदा भाववाढ नियंत्रणात रिझर्व्ह बँक अपयशी ठरते. नमुना अभ्यास ३.३ मध्ये याच्या कारणांचे स्पष्टीकरण दिलेले आहे.

वास्तव क्षेत्र आणि वित्तीय क्षेत्रांमधील संबंध

अभिजात गृहीतानुसार पैसा निष्क्रिय असतो आणि अर्थव्यवस्थेतील वाढीव पैशामुळे भाववाढ होते. याचा अर्थ वित्तीय क्षेत्राला कोणतीही भूमिका नाही. खरे तर सर्वसाधारणपणे समतोल प्रारूपात, पैशाला स्वंतत्र स्थान नाही. मात्र अलीकडच्या काळात कॅश इन ॲडव्हान्स प्रारूपासारख्या इतर प्रारूपांमध्ये वित्तीय आणि वास्तव क्षेत्रांना एकत्रितपणे सामावून घेण्याचा प्रयत्न केला गेला आहे. कॅश इन ॲडव्हान्स मर्यादेला काही वेळा अमेरिकन अर्थतज्ज्ञ रॉबर्ट क्लोवरच्या नावाने ओळखले जाते. आर्थिक सिद्धान्ताद्वारे मौद्रिक घटनांचे स्पष्टीकरण देण्यासाठी ही कल्पना वापरली आहे. वॉलरा प्रकल्प किंवा ॲरो डेब्रू प्रारूपासारख्या बहुतेक मूलभूत प्रारूपांमध्ये पैसा निष्क्रिय असतो, कारण या प्रारूपांमध्ये लोक वस्तूंची किंमत कशी चुकती करतात याचे स्पष्टीकरण देताना प्रत्येकाला उत्पन्न मर्यादा असते, या व्यतिरिक्त काही तपशील नाही. त्यामुळे पैशाचा पुरवठा, भाववाढ, मौद्रिक धोरण आणि अशासारख्या बाबींविषयी

नमुना अभ्यास ३.३: भाववाढीचा सामना रिझर्व्ह बँक स्वबळावर करू शकत नाही*

२१ जानेवारी २०१४ रोजी रिझर्व्ह बँकेने भाववाढ आणि चालू रोखता साठ्याच्या परिस्थितीचा आढावा घेण्यासाठी आपले तिसरे तिमाही मौद्रिक धोरण जाहीर केले. १९४९ पासूनच्या काळातील भारताची चालू खात्यावरील निव्वळ तूट सर्वोच्च म्हणजे सकल राष्ट्रीय उत्पादनाच्या ५.४% अशी असताना ही पाहणी अतिशय महत्त्वाची ठरली. गेल्या वर्षभराहून अधिक काळात रुपयाची सतत घसरण का झाली याचेही स्पष्टीकरण यातून मिळते. रुपयाचे मूल्य अशाच पद्धतीने घसरल गेले तर रिझर्व्ह बँकेजवळ डॉलर खरेदी आणि रुपयाची विक्री करण्याशिवाय दुसरा पर्याय नसेल. यातून भाववाढ होऊ शकते.

चालू खात्यावरील वाढत्या तुटीमुळे आणि वित्तीय तुटीमुळे भाववाढ नियंत्रणाचे रिझर्व्ह बँकेचे प्रयत्न तोकडे पडतील का? सामान्य माणसाच्या दृष्टिकोनातून भाववाढ म्हणजे जीवनावश्यक किमतीतील वाढ. अर्थशास्त्राच्या परिभाषेत जेव्हा पुरवठ्यापेक्षा कोणत्याही वस्तूची मागणी वाढते तेव्हा त्याच्या किमतीत वाढ होते. त्यामुळे भाववाढीचे व्यवस्थापन करणे म्हणजे एकतर ज्या वस्तूची भाववाढ होत आहे, तिच्या मागणीचे व्यवस्थापन किंवा या वस्तूच्या पुरवठ्यात वाढ करणे होय. मंदीला तोंड देताना याच्याबरोबर उलट करावे लागते. भाववाढीचे व्यवस्थापन करण्यात रिझर्व्ह बँक कितपत प्रभावी ठरली आहे हे पाहण्यापूर्वी मागणी आणि पुरवठा बाजूचे घटक कोणते आहेत हे जाणून घेणे महत्त्वाचे ठरते.

मागणी बाजूच्या घटकांमध्ये उपभोग खर्च हा घटक महत्त्वाचा आहे. भारतात उपभोग खर्चाचे प्रमाण सकल राष्ट्रीय उत्पादनाच्या जवळजवळ ६५% आहे. खाजगी गुंतवणूक खर्च, शासकीय खर्च आणि व्यापार हे इतर घटक होत. रिझर्व्ह बँकेने वाढ केलेल्या व्याजदरामुळे (म्हणजेच रेपो आणि रिव्हर्स रेपो दर) जर उपभोग, खाजगी गुंतवणूक आणि शासकीय खर्चात घट झाली तरच रिझर्व्ह बँकेचे भाववाढ नियंत्रण यशस्वी होऊ शकेल.

रिझर्व्ह बँकेचा हस्तक्षेप यशस्वी होण्यासाठी तीन महत्त्वाची गृहीतके आवश्यक आहेत. पहिले, रेपो दर आणि रिव्हर्स रेपो दरातील बदलाला अनुसरून व्यापारी बँकांच्या कर्जाच्या व्याजाच्या दरातील बदल सुसंगत असायला हवेत. मात्र, प्रत्यक्षात असा समन्वय परिपूर्ण नसतो आणि दोन्हीत तफावत आढळते. दुसरे गृहीतक रिझर्व्ह बँकेने वाढवलेल्या व्याजदराच्या तुलनेत किमती अधिक प्रमाणात वाढल्या तर त्याचा अर्थ वास्तव व्याजदरात घट झाली असा होतो.

डिझेल ही उत्पादन घटक वस्तू मानून तिच्या किमतीचे नियमन शासनाने अंशतः मुक्त केले तर असे घडणे शक्य आहे. म्हणून पैशातील व्याजदराच्या वाढीमुळे वास्तव व्याजदरात घट होते असल्याने एकूण मागणीतील वाढ नियंत्रित होऊ शकणार नाही २०१३ मध्ये शासन डिझेलच्या किमतीत १०% वाढ करेल अशी अपेक्षा होती. म्हणून पैशातील व्याजदर वाढ किंमत नियंत्रण प्रभावी ठरेल हे गृहीतक अल्पकाळातील इंधन आणि ऊर्जा अशा घटकांव्यतिरिक्त खरे ठरत नाही.

(नमुना अभ्यास ३.३ पुढे चालू)

* पूर्वप्रकाशित *द फिनान्शियल एक्स्प्रेस* (१२ जानेवारी २०१३).

(नमुना अभ्यास ३.३ पुढे चालू)

तिसरे आणि सर्वांत महत्त्वाचे गृहीतक म्हणजे उपभोगातील घट. हे गृहीतक उपभोग वस्तूच्या स्वरूपावर अवलंबून असते. जर उपभोग वस्तूंची उत्पन्न लवचिकता ताठर असेल किंवा उपभोग वस्तूंच्या किमतीबाबत उदासीन असेल तर व्याजदरातील वाढीमुळे मागणी घटणार नाही.

गेल्या तीन वर्षांत आवश्यक उपभोगाच्या प्राथमिक वस्तू आणि इंधनासारख्या वस्तूंच्या किमतींमध्ये सुमारे १३% वाढ झाली आहे. याची नोंद घेतली पाहिजे. जर डिझेल, वायू पेट्रोलियम, रॉकेल या घटकांच्या किमतीचे पूर्ण नियंत्रण झाले, तर ही पातळी कितीतरी अधिक असेल.

अलीकडील घाऊक किंमत निर्देशांकाच्या आकडेवारीत अन्नधान्य वस्तूंचा एकूण भार २४.३% - त्यात अन्नधान्यासारख्या प्राथमिक वस्तूंचा भार १४.३% आहे, धान्याचा भार ४%, अंडी-मांस-मासे २.४%, दूध ३.३% आणि बटाटा वेफर्ससारख्या उत्पादित वस्तूंचा भार १०% आहे. उपभोगाचे दुसऱ्या महत्त्वाच्या बाबी म्हणजे इंधन आणि ऊर्जा (१५% भार) आणि रसायने व रासायनिक वस्तू (१२%). भारताच्या विकासातील प्रगतीमुळे अशा दर्जेदार बाबींचा उपभोग वाढला आहे. एकूण किमतीमध्ये प्राथमिक आवश्यक वस्तूंच्या किमतींचा भार किंमत निर्देशांकात मोठ्या प्रमाणात असल्याने या वस्तूंची भाववाढ मोठ्या प्रमाणात दिसून येते.

भाववाढीच्या आगीत तेल ओतरण्याच्या कामात केवळ मागणी बाजूने घटकच असतात का? आवश्यक उपभोग वस्तूंचा पुरवठा कमी पडला तरीही भाववाढ होते. उदाहरणार्थ, अन्नधान्य लागवडीखालील क्षेत्रात लक्षणीय घट झाली आहे. एक लाख हेक्टर्स परिणामात मोजायचे झाल्यास दिसून येते की, तांदूळ, भरड धान्य, कडधान्ये आणि तेलबियांच्या लागवड क्षेत्रांत २०१०-११ ते २०११-१२ या काळात अनुक्रमे १०.७९, ११.६३, २.०९ आणि २.२३ लाख हेक्टर्स अशी घट झाली आहे.

शेतीची मशागत करण्यासाठी आवश्यक शेतमजूर मिळत नाहीत अशी शेतकरी तक्रार करत असतात. याचे मुख्य कारण प्रधानमंत्री ग्राम सडक योजना (PMGSY) आणि मनरेगा (MGNREGA) सारख्या योजना आहेत. मजुरांना कामावर ठेवण्यासाठी शेतकऱ्यांना दररोज १८० ते ३०० रुपये अशी मजुरी द्यावी लागते. हा दर राज्यांनुसार बदलतो.

कामगारांची टंचाई अन्नसुरक्षा विधेयकाच्या अंमलबजावणीनंतरही चालूच राहील. हे विधेयक मंजूर झाल्यानंतर भारताच्या एकूण लोकसंख्येपैकी ६७% लोकांना अतिशय सवलतीच्या दराने अन्नधान्य मिळू शकेल. दारिद्र्यरेषेखालील लोकांना दरमहा दरमाणशी ७ किलो धान्य तर सर्वसाधारण गटातील लोकांना दरमहा दरमाणशी ३ किलो धान्य मिळू शकेल.

आर्थिक सुधारणांच्या कार्यक्रमांतर्गत खतांवरील अनुदानात शासन कपात करीत आहे. याचबरोबर शेतकऱ्यांना खरेदी किमतीही कमी केल्या जातील आणि त्यामुळे शेती करण्यासाठीच्या प्रोत्साहनात घट होईल. या कायद्यामुळे अर्थखात्यावर रुपये १.८ लाख कोटीचा अतिरिक्त भार पडेल आणि वित्तीय तुटीमध्ये वाढ होईल.

(नमुना अभ्यास ३.३ पुढे चालू)

(नमुना अभ्यास ३.३ पुढे चालू)

मागील एका दशकात कृषिउत्पादनाची वार्षिक वृद्धी ३% पेक्षा कमी राहिली आहे. यावर्षी सरासरीपेक्षा कमी झालेल्या पावसाने हा वृद्धिदर अधिकच खाली येईल कारण आपल्या एकूण कृषिउत्पादनापैकी ५५% उत्पादन पावसावर अवलंबून आहे.

कृषिउत्पादनात घट होणे म्हणजे पशुधनाच्या चाऱ्याच्या किमतीमध्ये वाढ होणे यामुळे मांस, अंडी आणि दुधाच्या किमती वाढतील. साठवणुकीच्या सुविधांचा अभाव आणि कृषिउत्पादन बाजारसमिती कायदा (APMC Act) सुधारणांच्या अभावी हेही यामुळे भारतातील शेतमालाच्या किमतीत वाढ झाली आहे.

या सर्व पार्श्वभूमीवर अनेकांच्या अपेक्षेनुसार जर रिझर्व्ह बँकेने व्याजदरात कपात केली तर शासनाने सोन्यासारख्या अनावश्यक आयातींमध्ये घट करून वित्तीय तुटीचे नियंत्रण करावे अशी सूचना केली जाते. थेट रोख हस्तांतरण व्यवस्थापन सुरळीत होत असतानाच्या खूषखबरीबरोबर आता शासनाने आपल्या निधीचा विनियोग अधिक चांगल्या तऱ्हेने करावा आणि वित्तीय तुटीचे नियंत्रण करावे अशी अपेक्षा केली जात आहे.

बोलताना अर्थतज्ज्ञांना त्यांच्या प्रारूपामध्ये अधिक गृहीते मांडावी लागतील. सर्वात लोकप्रिय पर्याय म्हणजे कॅश इन ॲडव्हान्स मर्यादा होय. याचा अर्थ वस्तू खरेदी करण्यापूर्वी प्रत्येक उपभोक्त्याजवळ/उत्पादनसंस्थेजवळ पुरेशी रोखता उपलब्ध असली पाहिजे. याला पर्यायी गृहीतक (पैशाचे उपयोगिता कार्य – मनी इन द युटिलिटी फंक्शन) आहे. यात असे मानले गेले आहे की, उपयोगितेमुळे लोक काही रोख पैसा जवळ बाळगतात. या गृहीतकाविना ज्याचा उपभोग घेता येत नाही, व्याज मिळत नाही आणि खिशातली जागा मात्र व्यापली जाते असा रोख पैसा का बाळगतात, याचे आर्थिक सिद्धान्तात स्पष्टीकरण देणे कठीण जाते. या व्यतिरिक्त, वित्तीय क्षेत्र आणि वास्तव क्षेत्रातील परस्परसंबंध समजून घेण्यासाठी बँकांची व्यवसाय विस्तार करण्यासाठी असणारी कर्जाऊ पतपैशाची मागणी अभ्यासावी लागेल. या युक्तिवादानुसार वास्तव क्षेत्राकडून असलेल्या कर्जाच्या मागणीतील घटीबरोबरच बँकेच्या नफाक्षमतेतही घट होईल. वास्तव क्षेत्र आणि वित्तीय क्षेत्रांविषयी बोलताना व्याजदराच्या माध्यमातून वित्तीय आणि मौद्रिक धोरणे परस्परांशी निगडित असतात असे आपण म्हणू शकतो.

प्र क रण ४

भाववाढ आणि बेरोजगारी

भाववाढ म्हणजे सर्वसाधारण किंमत पातळीत वाढ होणे. भाववाढीच्या काळात सर्वच वस्तूंच्या किमती वाढतात. केवळ काही वस्तूंच्याच किमती वाढतात आणि इतर वस्तूंच्या किमती वाढत नाहीत, असे होत नाही. खरे तर, मागणी आणि उत्पादनाच्या पुरवठ्यात सर्वसाधारण असंतुलन झाले की, भाववाढ दिसून येते. सर्वसामान्य व्यक्तीच्या दृष्टिकोनातून भाववाढीचे व्यवस्थापन करणे म्हणजे मागणीच्या बाजूचे घटक, पुरवठा बाजूचे घटक किंवा उत्पादनावर (सकल राष्ट्रीय उत्पादन GDP) परिणाम करणाऱ्या या दोन्ही बाजूच्या घटकांचे व्यवस्थापन होय. उपभोग खर्च, गुंतवणूक, शासकीय खर्च आणि आयात व निर्यातीची मागणी हे मागणी बाजूचे घटक आहेत. एकूण मागणी ही गृहिणी, शेतकरी, श्रमिक, उत्पादनसंस्था, शासन आणि परदेशी नागरिक अशा अनेक मार्गांनी बनते. याउलट पुरवठा बाजूच्या घटकात अन्नधान्याची उपलब्धता, उत्पादित वस्तू आणि तेलासारख्या इंधनरूपी वस्तू यांचा समावेश होतो.

भाववाढीचे प्रकार

किमतीत वाढ होण्याच्या स्वरूपावरून भाववाढीचे प्रामुख्याने दोन प्रकार पडतात. खर्च-दाब आणि मागणी ताण भाववाढ! जेव्हा उत्पादन खर्चातील वाढ हे भाववाढीचे कारण असते तेव्हा ती खर्च-दाब प्रकारची भाववाढ असते. वेतनदर, पेट्रोलच्या किमती किंवा उत्पादनासाठी आवश्यक असणाऱ्या कोणत्याही घटकाच्या किमतीत वाढ झाल्याने कोणत्याही वस्तू किंवा सेवेच्या उत्पादन खर्चात वाढ होऊ शकते.

समजा, केंद्रीय वेतन आयोगाच्या शिफारशीनुसार सरकारी कर्मचाऱ्यांचे वेतन वाढल्यामुळे जर खाजगी क्षेत्रातील उत्पादन संस्थांना वेतनदरात वाढ करावी लागली आणि जर खाजगी क्षेत्रातील वेतनवाढ श्रमाच्या उत्पाकतेपेक्षा अधिक असली तर याचा अर्थ खाजगी उद्योगसंस्थांना तोटा होईल. यामुळे वस्तू आणि सेवांचा पुरवठा घटेल. स्थिर मागणी आणि घटलेला पुरवठा यामुळे किमती वाढतील. दुसऱ्या प्रकारची भाववाढ ही मागणी ताण प्रकारची आहे. यात वेगाने वृद्धिंगत होणाऱ्या अर्थव्यवस्थेतील वाढत्या खरेदी शक्तीमुळे मागणीत वाढ होते हे भाववाढ होण्याचे कारण असते (पहा आकृती ४.१).

आकृती ४.१ सकल राष्ट्रीय उत्पादन (GDP) आणि भाववाढ

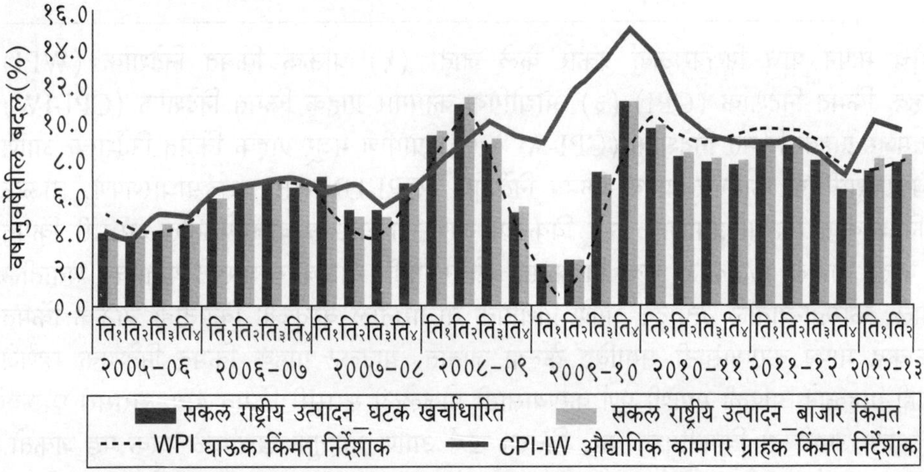

स्रोत: आर्थिक सर्वेक्षण २०१-१३, भारत सरकार.

काही वेळा ही दोन्ही प्रकारची भाववाढ एकामुळे दुसरी अशा रीतीने एकाचवेळी घडून येते. खर्च-दाब भाववाढीमुळे मागणी-ताण भाववाढ होते की बरोबर याउलट, ही कारणमीमांसा समजून घेणे कठीण असते. उदाहरणार्थ, वस्तू आणि सेवांच्या अतिरिक्त मागणीमुळे किमती वाढतात. उत्पादनाचा नफा वाढल्याने उत्पादनघटकांच्या मागणीत अतिरिक्त वाढ होते व त्यामुळे उत्पादनघटकांच्या किमती वाढतात. जरी वस्तूंच्या बाजारपेठेतील वाढीव मागणीमुळे वेतनासारख्या उत्पादनघटकांच्या किमती वाढत असल्या तरी एकतर किमती आणि वेतन बदलामध्ये किंवा याउलट क्रमातही म्हणजे खर्च-दाबामुळे मागणी-ताण निर्माण होण्यातही लक्षणीय काळ लागावा याची आवश्यकता नसते. तेलासारख्या सार्वत्रिक उत्पादन-घटकाच्या किंमतवाढीमुळे उत्पादक किमतीत वाढ करू शकतील. त्याच वेळी, अर्थव्यवस्थेची प्रगती होत असल्याने सर्वच क्षेत्रातील वेतनदरात वाढ होऊ शकते.

बाजारपेठा स्पर्धात्मक नसतील तरीही किमती वाढतील. पूर्ण स्पर्धेच्या बाजारपेठेव्यतिरिक्त मक्तेदारीयुक्त स्पर्धा, अल्पजनाधिकार स्पर्धा, द्विअधिकार बाजारपेठ आणि मक्तेदारी अशा इतर चार प्रकारच्या बाजारपेठा असतात, हे आपल्याला ठाऊक आहेच. पूर्ण स्पर्धा वगळता इतर प्रकारच्या बाजारपेठांत किमती बाजाराच्या सामर्थ्याचा एक घटक असतात आणि त्याद्वारे मागणी-ताण आणि खर्च-दाब प्रकारच्या भाववाढीस खतपाणी मिळते. सर्वसाधारणपणे, जेव्हा द्रवरूप वेतन आणि किमती वाढत असतात, तेव्हा भाववाढीचे कारण मागणी-ताण किंवा खर्च-दाब प्रकारचे आहे किंवा कसे हे सांगणे कठीण असते.

भाववाढीचे मापन[१]

भाववाढीचे मापन पाच निरनिराळ्या प्रकारे केले जाते. (१) घाऊक किंमत निर्देशांक (WPI) (२) ग्राहक किंमत निर्देशांक (CPI) (३) औद्योगिक कामगार ग्राहक किंमत निर्देशांक (CPI-IW) (४) शेतमजूर ग्राहक किंमत निर्देशांक (CPI-AC) (५) ग्रामीण मजूर ग्राहक किंमत निर्देशांक आणि शहरी बिगर-शारीरिक कामगार ग्राहक किंमत निर्देशांक (CPI-UNME). सर्वसाधारणपणे, घाऊक किंमत निर्देशांकात मोठ्या प्रमाणात वस्तू विकल्या जाणाऱ्या घाऊक बाजारपेठेतील सरासरी किंमत मोजली जाते. यातील *घाऊक* हा शब्द तितकासा बरोबर नाही. घाऊक बाजारपेठेव्यतिरिक्त शेतातील तयार माल, कारखान्यातील उत्पादन आणि प्राथमिक बाजारातील वस्तूंच्या किमतीही घाऊक किंमत निर्देशांकाकडे मापन करण्यासाठी समाविष्ट केल्या जातात. याउलट ग्राहक किंमत निर्देशांक म्हणजे कोणत्याही ग्राहकाने आपली मागणी पूर्ण करण्यासाठी मोजलेली सरासरी किंमत होय. सरासरी घाऊक किमती आणि उपभोक्ता किमतीमध्ये कर, वितरण खर्च आणि वाहतूक खर्चामुळे फरक पडू शकतो. आर्थिक सल्लागाराचे कार्यालय[२] वाणिज्य आणि उद्योग मंत्रालय, भारत सरकार यांच्याद्वारे घाऊक किंमत निर्देशांकाची आकडेवारी संकलित आणि वितरित केली आहे. तर ग्राहक उपभोक्ता किंमत निर्देशांकाच्या माहितीचा स्रोत कामगार कार्यालय (Labour Bureau) भारत सरकार हा असतो.[३]

उपभोक्ता किंमत निर्देशांकामध्ये २६० वस्तूंचा समावेश होतो. दरमहा १६,५४५ दुकानांमधून आणि निवडक खुल्या बाजारपेठांमधून जवळजवळ १,६०,००० किरकोळ किमतीची आकडेवारी मिळवली जाते. सांख्यिकी आणि कार्यक्रम अंमलबजावणी मंत्रालय उपभोक्ता किंमत निर्देशांक आणि घाऊक किंमत निर्देशांकाची आकडेवारी संकलित करते. उपभोक्ता किंमत निर्देशांक चार प्रकारे मोजला जातो. यातील प्रत्येक प्रकारच्या निर्देशांकाचे आधारवर्ष आणि वस्तूंचा गट भिन्न भिन्न असतात. उदाहरणार्थ, औद्योगिक कामगार उपभोक्ता किंमत निर्देशांकांचे (CPI-IW) आधारवर्ष २००१ हे आहे आणि यात शेतमजूर उपभोक्ता किंमत निर्देशांक (CPI-AC) (१९८६-८७), ग्रामीण मजूर उपभोक्ता किंमत निर्देशांक (१९८६-८७) आणि शहरी बिगर शारीरिक उपभोक्ता किंमत निर्देशांक (१९८४-८५) यांच्या तुलनेत अधिक वस्तूंचा समावेश केला जातो. कंसातील वर्ष हे त्या त्या किंमत निर्देशांकाचे आधारवर्ष आहे. अधिकृतरित्या प्रसिद्ध केलेल्या औद्योगिक कामगार उपभोक्ता किंमत निर्देशांकामध्ये सहा उपनिर्देशांक आहेत - कपडे, अन्न, इंधन व ऊर्जा, घरे, तंबाखू आणि अंमली पदार्थ आणि केशकर्तन, प्रसाधने, घड्याळे इत्यादी इतर किरकोळ वस्तू. शेतमजूर उपभोक्ता किंमत निर्देशांक आणि ग्रामीण

---

[१] भाववाढीच्या विविध प्रकारांच्या सविस्तर विश्लेषणसाठी पहा, दीपक मोहंती (२०१०) मेझर्स ऑफ इन्फ्लेशन इन इंडिया इश्जूस ॲण्ड पर्स्पेक्टिव्हज् http://www.bis.org/review.r/100125f.pdf येथे उपलब्ध.

[२] http://eaindustry.nic.in येथे उपलब्ध

[३] http://www.lacarcureau.nic.in येथे उपलब्ध

मजूर उपभोक्ता किंमत निर्देशांकात घर वगळता इतर पाच घटकांचा समावेश असतो. उपभोक्ता किंमत निर्देशांकांमध्ये सेवा क्षेत्रातील सहा उपगट असतात. याउलट, घाऊक किंमत निर्देशांकाचे आधारवर्ष २००४-०५ हे अलीकडील आहे आणि त्यात ६७६ वस्तूंचा समावेश होतो.

या निर्देशांकातील ज्या वस्तूंच्या किमती विचारात घेतल्या जातात अशा वस्तूंच्या गटामध्ये अन्नधान्याचा भार अधिक असतो. औद्योगिक कामगार उपभोक्ता किंमत निर्देशांक (CPI-IW) मध्ये ४६% तर शेतमजूर उपभोक्ता किंमत निर्देशांक आणि ग्रामीण मजूर उपभोक्ता किंमत निर्देशांकांतील भार राष्ट्रीय नमुना सर्वेक्षण संघटनेच्या पाहणीमधून प्राप्त झालेल्या उपभोगखर्चाच्या आकडेवारीवर आधारीत असतो. तर औद्योगिक कामगार उपभोक्ता किंमत निर्देशांक आणि CPI-UNME यांचा भार निवडक शहरी केंद्रातील सर्वसामान्य कौटुंबिक खर्चावर आधारीत असतो. या तुलनेत घाऊक किंमत निर्देशांकातील अन्नधान्याचा भार कमी म्हणजे २७% असतो आणि यात उत्पादित खाद्यपदार्थांचाही समावेश होतो. मात्र, यातील इंधनाचा भार (१४.२%) इतर कोणत्याही मापनापेक्षा अधिक (५.५ ते ८.४% दरम्यान) असते. घाऊक किंमत निर्देशांक आणि उपभोक्ता किंमत निर्देशांक यातील दुसरा महत्त्वाचा फरक असा की उपभोक्ता किंमत निर्देशांकामध्ये सेवा बाबींच्या किमतीचा समावेश केलेला असतो. तर घाऊक किंमत निर्देशांकामध्ये तो केलेला नसतो. जेव्हा इंधनाच्या किमती वाढतात तेव्हा त्याचा परिणाम उपभोक्ता किंमत निर्देशांकांपेक्षा घाऊक किंमत निर्देशांकावर अधिक होतो. हे तुम्हाला आता कळू शकेल. सेवाबाबींच्या किमती वाढल्यास बरोबर याउलट घडते. म्हणजे उपभोक्ता किंमत निर्देशांक वर घाऊक किंमत निर्देशांकापेक्षा अधिक परिणाम होतो.

उपभोक्ता किंमत निर्देशांक आणि घाऊक किंमत निर्देशांक यांच्या व्यतिरिक्त भाववाढ मापनाचे आणखी दोन प्रकार आहेत. हे म्हणजे सकल राष्ट्रीय उत्पादन अवसारक (GDP Deflater) आणि उत्पादक किंमत निर्देशांक (PPI). सकल राष्ट्रीय उत्पादन अवसारक हा चालू किमतीला सकल राष्ट्रीय उत्पादन आणि स्थिर किमतीला सकल राष्ट्रीय उत्पादन यांचे गुणोत्तर असल्याने अधिक व्यापक मापन एकक आहे. याद्वारे दर तिमाहीमधील सेवाबाबींची भाववाढही दर्शवली जाते. उत्पादक किंमत निर्देशांक हा घाऊक किंमत निर्देशांकाप्रमाणे परंतु थोडा निराळा असतो. घाऊक किंमत निर्देशांकांमध्ये उत्पादकाचा कर वगैरे धरून सरासरी उत्पादन खर्च ज्यात समाविष्ट असतो, तर उत्पादक किंमत निर्देशांकामध्ये उत्पादकाचा प्राथमिक, अर्धउत्पादित आणि तयार वस्तू आणि सेवा उत्पादन घटकांवरील कर वगळून होणारा घाऊक खर्च समाविष्ट नसतो. उत्पादक किंमत निर्देशांकात साधारणपणे औद्योगिक उत्पादन आणि सेवा, वीज, वायू, दळणवळण अशा सार्वजनिक सुविधांचा समावेश होतो.

भाववाढीच्या या निरनिराळ्या मापनापैकी घाऊक किंमत निर्देशांक हा अधिक प्रमाणात उपलब्ध असतो. त्यामुळेच भाववाढीशी संबंधित कोणतीही बातमी घाऊक किंमत निर्देशांकाच्या संदर्भात दिली जाते. २४ ऑक्टोबर २००९ पर्यंत साप्ताहिक घाऊक किंमत निर्देशांक दर दोन आठवड्यांनी मोजला जात असे. सध्या घाऊक किंमत निर्देशांकांच्या उपगटापैकी प्राथमिक वस्तू आणि इंधन, वीज, वंगण आणि दोन गटांचा साप्ताहिक निर्देशांक दर पंधरवड्याने काढला जातो. एकूण मासिक घाऊक किंमत निर्देशांक पंधरवड्याच्या अंतराने प्रसिद्ध केला जातो. घाऊक किंमत निर्देशांकांचे आधारवर्ष अलीकडील

असल्याने आणि त्याची गणना वरचेवर केली जात असल्याने उत्पादक किंमत निर्देशांकापेक्षा घाऊक किंमत निर्देशांक अधिक प्रमाणात वापरला जातो. वर्तमानपत्रीय लेखांसारख्या लोकप्रिय लेखनामध्ये घाऊक किंमत निर्देशांकाचा उल्लेख *भाववाढीचा मथळा* (Headline inflation) असा केला आहे.

भाववाढीचा गाभा (Core Inflation) अशी आणखी एक संकल्पना आहे. यात भाववाढीचे हंगामी घटक आणि अन्नधान्य, इंधन आणि सोन्यासारख्या अस्थिर उपभोगांना वगळले जाते. उदाहरणार्थ, सणासुदीच्या काळात कापडचोपड आणि इतर टिकाऊ उपभोग वस्तूंची मागणी मोठ्या प्रमाणात वाढते हे आपणा सर्वांना माहीत आहे. तसेच इंधन आणि सोने आयात केले जाते. त्या किमती आंतरराष्ट्रीय किंमत बदलांशी निगडित असल्याने तरल असतात. शिवाय, आपले ५५% पेक्षा अधिक कृषी उत्पादन पावसावर अवलंबून असते आणि हवामानातील चढ-उतारांमुळे शेतमालाच्या किमती तरल बनतात. या सर्व हंगामी आणि तरल घटकांचा विचार न करता केलेले भाववाढीचे मापन म्हणजे *भाववाढीचा गाभा* होय.

विविध वस्तूंचा भार निरनिराळ्या भाववाढ प्रकारात भिन्न भिन्न असतो. उदाहरणार्थ, इंधनाच्या किमतीतील भाववाढीमुळे उत्पादक किंमत निर्देशांकापेक्षा घाऊक किंमत निर्देशांक अधिक प्रमाणात वाढेल. कारण घाऊक किंमत निर्देशांक मापनात इंधनाचा भार उत्पादक किंमत निर्देशांकापेक्षा जास्त असतो. तसेच अन्नधान्याच्या किमतीतील वाढीमुळे घाऊक किंमत निर्देशांकापेक्षा उत्पादक किंमत निर्देशांकामध्ये अधिक वाढ होईल कारण त्याचा भार उत्पादक किंमत निर्देशांकामध्ये जास्त आहे. (पहा कोष्टक ४.१ अ आणि ४.२ ब) मात्र, भाववाढीच्या काळात साधारणतः सर्वच वस्तूंच्या किमती वाढत असल्याने, कमी-अधिक फरकाने या सर्व भाववाढीच्या मापनात सारख्याच दिशेने बदल होत असल्याचे आपल्याला दिसून येते.

आकृती ४.२ घाऊक किंमत निर्देशांक आणि औद्योगिक कामगार ग्राहक किंमत निर्देशांकातील बदल

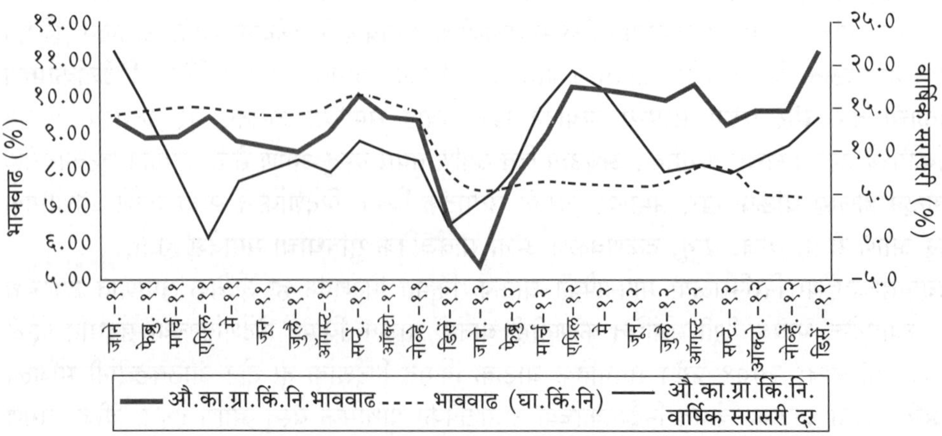

स्रोत: आर्थिक सर्वेक्षण २०१-१३, भारत सरकार.
वार्षिक सरासरीः हंगामी सुस्थिती वार्षिक दर.

कोष्टक ४.१अ औद्योगिक कामगार उपभोक्ता किंमत निर्देशांकातील प्रमुख वस्तूंचे भार

			२०११-१२				२०१२-१३		
प्रमुख गट	*भार*	*२०१०-११*	*ति१*	*ति२*	*ति३*	*ति४*	*ति१*	*ति२*	*ति३*
सर्वसाधारण	१००.०	१०.४५	८.९१	९.१६	८.३९	७.१७	१०.१४	९.७६	१०.१
अन्नधान्य गट	४६.२	९.८९	७.५८	७.२९	६.०५	४.५२	१०.५७	११.४९	११.४१
पान, सुपारी, तंबाखू आणि अमली पदार्थ	२.२७	१२.४२	१३.९१	१५.२३	१६.८७	१५.२१	१४.९	१५.१३	१४.९४
इंधन व वीज	६.४३	९.८१	१३.७३	१४.१७	१५.३७	१७.८२	१८.९७	१२.०६	१२.०८
घरे	१५.२७	२१.१२	१२.१७	१०.९५	१०.९५	८.९६	८.९६	६.७३	६.७३
कपडे, अंथरूण, पादत्राणे	६.५७	६.७३	१२.९४	१४.४३	१५.६१	१३.११	१०.७९	९.३५	८.४४
किरकोळ गट	२३.२६	५.२६	६.७५	७.७३	८.०३	७.०५	७.३५	७.५७	८.६१
बिगर अन्नधान्य गट	५३.८	११	१०.२३	११.०१	१०.७५	९.७७	९.७३	८.११	८.८४

स्रोत: आर्थिक सर्वेक्षण २०१३-१३, भारत सरकार

कोष्टक ४.१ब घाऊक किंमत निर्देशांकातील प्रमुख वस्तूंचे भार

		सरासरी (एप्रिल-मार्च)		२०११-१२				२०१२-१३		
प्रमुख गट/ संयुक्त गट	*भार (%)*	*२०१०-११*	*२०१०-११*	*ति१*	*ति२*	*ति३*	*ति४*	*ति१*	*ति२*	*ति३ P*
सर्व वस्तू	**१००.०**	**९.५६**	**८.९४**	**९.६०**	**९.७१**	**९.०१**	**७.५०**	**७.५४**	**७.८७**	**७.२५**
प्राथमिक वस्तू	२०.१२	१७.७५	९.८०	१३.०९	१२.०५	७.७६	६.७०	९.८७	१०.३२	९.२७
इंधन व ऊर्जा	१४.९१	१२.२८	१३.९६	१२.७४	१२.९९	१५.०८	१४.९४	११.९०	९.७२	१०.३४
उत्पादित वस्तू	६४.९७	५.७०	७.२६	७.३८	७.८७	७.९५	५.८९	५.२९	६.२३	५.४६
संयुक्त गट										
सर्व अन्नधान्य	२४.३१	११.१०	७.२४	८.३६	८.८१	६.६०	५.३०	९.१२	९.०७	९.०५
बिगर अन्न बिगर उत्पादित वस्तू	२०.६९	१५.६७	१४.५१	१६.२०	१४.९७	१३.७२	१३.३३	१०.५२	१०.७९	१०.३७
बिगर अन्न उत्पादित वस्तू	५५.००	६.११	७.२९	७.३५	७.८०	८.१३	५.९२	५.१५	५.७१	४.६४

स्रोत: आर्थिक सर्वेक्षण २०१२-१३, भारत सरकार

P: अंदाजित आकडेवारी

जरी घाऊक किंमत निर्देशांक हे भाववाढ मापनाचे एकक उत्पादक किंमत निर्देशांकाच्या तुलनेत मोठ्या प्रमाणात वापरले जात असले तरी प्रत्यक्षात भाववाढ मापनासाठी कोणते मापन एकक वापरले जाते याचा काहीही फरक पडत नाही. घाऊक किंमत निर्देशांक वापरण्यावरील एक थेट टीका अशी

कोष्टक ४.२ भाववाढ – नवीन मालिकेसाठी उपभोक्ता किंमत निर्देशांक

			२०११–१२	२०१२–१३		
विभाग	*गट*	*भार (%)*	*ति४*	*ति१*	*ति२*	*ति३*
ग्रामीण	**सर्वसाधारण**	**१००.००**	**८.११**	**९.६३**	**९.८२**	**१०.२०**
	अन्न	५६.५९	६.०१	१०.१०	११.६२	१२.२७
	बिगर अन्न	४३.४१	१०.८६	९.०३	७.५३	७.५९
शहरी	**सर्वसाधारण**	**१००.००**	**९.३३**	**११.०२**	**१०.००**	**९.८६**
	अन्न	३५.८१	६.७६	११.१३	१२.१६	११.७४
	बिगर अन्न	६४.१९	१०.८१	१०.९५	८.७९	८.८१
संयुक्त	**सर्वसाधारण**	**१००.००**	**८.६२**	**१०.१८**	**९.८७**	**१०.०७**
	अन्न	४७.५७	६.२५	१०.४७	११.८१	१२.१०
	बिगर अन्न	५२.४३	१०.०८	९.९२	८.१३	८.२६

स्रोत: केंद्रीय सांख्यिकी संघटना

केली जाते की, यात सेवांचा समावेश नसतो. मात्र, कृषी उत्पादने आणि औद्योगिक कारखाना उत्पादने तयार करण्यात सेवांचा महत्त्वपूर्ण सहभाग असतो, आणि म्हणून सेवांच्या किमतीचा अप्रत्यक्षपणे समावेश घाऊक किंमत निर्देशांकामध्ये होतच असतो. याउलट, भाववाढ मापनाची शास्त्रशुद्ध पद्धत म्हणजे विविध वस्तूंचा योग्य भार आणि लोकसंख्याविषयक माहिती विचारात घेणे होय. उदाहरणार्थ, शहरी भागापेक्षा ग्रामीण भागातील राहणीमानाचा खर्च निश्चितच कमी असतो. त्यामुळे उत्पादक किंमत निर्देशांक मोजताना जरी सेवांचा समावेश केला तरी आपण शहरी आणि ग्रामीण असा भेद करणे आवश्यक आहे. रिझर्व्ह बँकेने या संदर्भात पुढाकार घेतला आणि जानेवारी २०११ पासून केंद्रीय सांख्यिकी संगठनद्वारा (CSO) उत्पादक किंमत निर्देशांक नागरी आणि उत्पादक किंमत निर्देशांक ग्रामीण आकडेवारी प्रसृत केली जाते (पहा कोष्टक ४.२).

भाववाढ कशी मोजली जाते?

भारतातील अधिकृत किंमत निर्देशांक लॅस्पीरस (Laspeyres) सूत्र वापरून मोजला जातो. याचे स्पष्टीकरण असे. समजा, उपभोग खर्चाच्या माहितीवरून असे दिसून आले की, २००५–०६ मधील एका सर्वसाधारण कुटुंबाने एक एअरटेल कंपनीचे दूरध्वनी कार्ड ५० रुपयांना खरेदी केले. १० रुपये किलोप्रमाणे २० किलो बटाटे आणि २५ रुपये किलो दराने २० किलो तांदूळ खरेदी केले. ही या कुटुंबाची २००५–०६ मधील प्रातिनिधिक खरेदी आहे. आपण यात अधिक भर घालू शकतो. आता २००५–०६ हे आधारवर्ष मानून या वस्तूंचा (बटाटे आणि तांदूळ) आणि सेवांचा (एअरटेल दूरध्वनी

कार्ड) उपभोग २००५-०६ मधील किंमत पातळीला घेण्यासाठी करावा लागणारा खर्च १ × ५० + २० × १० + २० × २५ = ७५० रुपये असा होईल. २०१०-११ आणि २०११-१२ मधील भाववाढीची मोजणी करताना आपल्याला २०१०-११ आणि २०११-१२ मधील किंमत निर्देशांक काढला पाहिजे. हे करण्यासाठी आपण वरील वस्तूंच्या २०१०-११ आणि २०११-१२ या वर्षातील किमती विचारात घेतो. आपण असे मानू की, २०१०-११ मध्ये एअरटेलच्या एका कार्डाची किंमत ३० रुपये, २० किलो बटाटे १५ रुपये किलो आणि २० किलो तांदूळ ३० रुपये किलो अशी होती. २०१०-१२ मध्ये या प्रातिनिधिक उपभोक्त्याचा खर्च १ × ३० + २० × १० + २० × ३० = ९३० रुपये झाला. तसेच असे मानू की, २०११-१२ मध्ये एअरटेल कार्डची किंमत ३० रुपये, २० किलो बटाट्यांचा भाव २० रुपये किलो आणि २० तांदळाची किंमत ३५ रुपये किलो होती. त्यामुळे २०११-१२ मध्ये याच उपभोक्त्याचा खर्च १ × ३० + २० × २० + २० × ३५ = १,१३० रुपये होईल. लॅस्पीरसच्या सूत्रानुसार २०१०-११ चा उपभोक्ता किंमत निर्देशांक:

$$\frac{\text{२०१०-११ मधील उपभोग खर्च}}{\text{२००५-०६ मधील उपभोग खर्च}} \times \text{१००}.$$

म्हणजे, $\frac{\text{९३०}}{\text{७५०}} \times \text{१००} = \text{१२४}$ असा असेल.

तसेच, २०११-१२ चा उ.कि.नि = $\frac{\text{२०११-१२ मधील उपभोग खर्च}}{\text{२००५-०६ मधील उपभोग खर्च}} \times \text{१००}$

म्हणजे, $\frac{\text{११३०}}{\text{७५०}} \times \text{१००} = \text{१५०.६}.$

आधारवर्षानंतरच्या प्रत्येक वर्षातील उपभोक्ता किंमत निर्देशांक काढताना त्या वर्षीच्या आवश्यक उपभोग खर्चाच्या रकमेला त्याच वस्तूंच्या उपभोगासाठी आवश्यक असणाऱ्या आधारवर्षातील खर्चाच्या रकमेने भागून १०० ने गुणावे लागते. एक गोष्ट लक्षात घेतली पाहिजे की, असे किंमत निर्देशांक काढताना आधारवर्षातील वस्तूंचे प्रमाण/भार आणि त्यानंतरच्या ज्या वर्षासाठी निर्देशांक काढायचा आहे, त्या वर्षातील खरेदी केलेल्या वस्तूंचे प्रमाण समान असले पाहिजे. या उदाहरणानुसार २०१०-११ आणि २०११-१२ दरम्यान किमतीतील वाढ $\left(\frac{\text{१५०.६} - \text{१२४}}{\text{१२४}}\right) \times \text{१००} = \text{२१.४५}$ इतकी टक्के झाली. म्हणजेच भाववाढीचा दर २१.४५% होता.

२००५-०६ या आधारवर्षाचा निर्देशांक १०० आहे. वरील प्रमाणेच, २०१०-११ आणि २०११-१२ या वर्षाचा निर्देशांक आपण काढू शकतो. हे निर्देशांक सर्व एककांना लागू होतात आणि किमतीतील बदलाचे योग्य दर्शक असतात. किंमत पातळी किती आहे हे सांगण्याकरता आपण या निर्देशांकाचा वापर करू शकत नाही. फक्त विशिष्ट कालावधीत तिच्यात किती बदल झाला हेच सांगू शकतो. एका वर्षापेक्षा दुसऱ्या वर्षात उपभोक्ता किंमत निर्देशांकासारख्या निर्देशांकात किती टक्के वाढ झाली यावरून भाववाढ मोजता येते.

भारतातील भाववाढ

भारतात भाववाढीच्या नियंत्रणासाठी एकीकडे रिझर्व्ह बँकेकडून मौद्रिक निर्बंध आणि दुसरीकडे शासनाच्या विविध विभागाद्वारे व्यापार धोरणे आणि अंतर्गत हस्तक्षेपासारखी वस्तू विशिष्ट उपाययोजना अशी साकलिक पातळीवरील धोरणे आखली जातात. मौद्रिक निर्बंध म्हणजे अर्थव्यवस्थेतीलर पैशाचे प्रमाण कमी करणे, ज्यामुळे व्याजदरात वाढ होईल. अधिक व्याजदरामुळे कर्जे घेण्याचा खर्च वाढेल व टिकाऊ उपभोग वस्तू खरेदी करण्याची लोकांची क्षमता आणि इच्छा घटेल. मागणीत घट झाल्याने किमती खाली येतील. पूर्ण स्पर्धेच्या परिस्थितीत, उत्पादकांना सीमान्त उत्पादन खर्चापेक्षा कमी किमतीला वस्तूंचा पुरवठा करणे शक्य नाही. त्यामुळे स्पर्धात्मक बाजारपेठेत किमती घटल्याने उत्पादन आणि गुंतवणुकीतही घट होईल. गुंतवणुकीतील घटीमुळे उत्पादन-तफावत कमी होण्यास मदत होऊन भाववाढीत घट होऊ शकेल. जर मौद्रिक धोरणाला अनुकूल असे पूरक राज्यवित्तीय धोरण राबवण्यात आले तर भाववाढ नियंत्रण अधिक प्रभावी होऊ शकेल. शासन शेतकऱ्यांकडून ज्या किमतीला कृषी उत्पादने खरेदी करते ती किमान आधार किंमत (MSP) कमी करून आणि करात वाढ करून (जेणेकरून व्ययशक्य उत्पन्नात घट होईल) एकूण मागणीत घट झाल्याने भाववाढ आटोक्यात येईल. याउलट, आठ लाखांपर्यंतच्या उत्पन्नावर प्रत्यक्ष करात सवलत आणि २०१० च्या केंद्रीय अर्थसंकल्पाप्रमाणे डिझेल/पेट्रोलिअम वस्तूंवर केंद्रीय अबकारी कर लागू केल्याने भाववाढीला खतपाणी मिळेल आणि कडक मौद्रिक धोरणांचे काही परिणाम घटू शकतील.

भारतातील अन्नधान्याच्या किंमत वाढीची कारणे

भारतातील भाववाढीची विशेषतः अन्नधान्याच्या किमतीतील वाढीची प्रमुख कारणे म्हणून अकार्यक्षम पुरवठा साखळी व्यवस्थापन आणि जागतिक अन्नधान्याच्या किमतीतील वाढ अशी देता येतील. भारतात फार मोठी लोकसंख्या दारिद्र्यरेषेखाली राहात असल्याने अन्नधान्याच्या किमतीतील वाढ रोखण्यासाठी उपाययोजना राबवणे धोरणकर्त्यांसाठी महत्त्वाचे ठरते. गरीब आणि दुर्बल लोकसंख्येला सार्वजनिक वितरण व्यवस्थेद्वारे (PDS) किंवा रेशन दुकानातून देण्यात येणाऱ्या अन्नधान्याचा बराच मोठा भाग भलतीकडेच वळवला गेल्याची उदाहरणे आहेत. यापैकी काही अन्नधान्य काळ्याबाजारात विकले जाते तर काही भागाची नासाडी होते. सन २००१-०२ मध्ये PDS द्वारे पुरवल्या जाणाऱ्या गरिबांसाठीच्या अन्नधान्यापैकी ३९% अन्नधान्याची गळती आणि इतरत्र वळवल्यामुळे हानी झाली. यानंतरच्या काळात या परिस्थितीत सुधारणा झाली नाही. सन २००७-०८ मध्ये ४३.९% अन्नधान्याची अशाप्रकारे हानी झाली.[४] हे पुरेसे नाही की काय म्हणून २००४-०५ मध्ये लोकसंख्येच्या २०%, अतिदारिद्री कुटुंबापैकी

---

[४] कौशिक बसू (२०११) 'अंडरस्टँडिग इन्फ्लेशन ॲण्ड कंट्रोलिंग इट, इकॉनॉमिक्स ॲण्ड पोलिटिकल विकली, खंड XLVI, क्र. ४१, ८ ऑक्टोबर (पृ. ५०-६४)

केवळ १७% कुटुंबानाच साविव्य केंद्रातून अन्नधान्य मिळाले आणि बिहार व उत्तर प्रदेशसारख्या राज्यांमध्ये हे प्रमाण अनुक्रमे केवळ २% आणि ६% असे होते.[५] अशा गळती, गैरवापर आणि अन्नधान्याच्या अकार्यक्षम वितरणामुळे फक्त राज्यवित्तीय/शासकीय खर्चातच वाढ होते असे नव्हे, तर निधीचा योग्य वापर न झाल्याने भाववाढीलाही खतपाणी मिळते. साविव्यद्वारे धान्यसाठ्याच्या अतिशय मोठ्या गैरव्यवस्थापनामुळे अन्नधान्याच्या किमतीमध्ये २०११-१२ च्या ३.४% वाढीच्या तुलनेत २०१२-१३ मध्ये सुमारे १८% अशी वाढ झाली. पुरवठा साखळी वितरणातील गैरव्यवस्थापनामुळे भाववाढीला कशी चालना मिळते ते आपण पाहू.[६]

पुरवठा साखळी वितरण व्यवस्था

भारतातील शेतकऱ्यांना आपले उत्पादन विकण्यासाठी दोन पर्याय आहेत. पहिला म्हणजे शासनाला प्रत्यक्ष विक्री करणे. नॅशनल ॲग्रिकल्चरल को-ऑपरेटिव्ह मार्केटिंग फेडरेशन ऑफ इंडिया लिमिटेड (नाफेड) आणि फूड कॉर्पोरेशन ऑफ इंडिया (FCI) अशा माध्यमांद्वारे केंद्र सरकार शेतकऱ्यांकडून २४ आवश्यक अन्नधान्य वस्तूंची प्रत्यक्ष खरेदी करते. दुसरा पर्याय म्हणजे आपले उत्पादन शासनाने नेमून दिलेल्या *मार्केटयार्ड* (केंद्रीय बाजारपेठा)[७] मध्ये शासकीय अधिकाऱ्यांसमोर शेतकरी आपले उत्पादन मध्यस्थांना लिलावाद्वारे विकतात.

केंद्रशासन हे कल्याणकारी राज्याप्रमाणे कार्य करते. साधारणतः शासन आवश्यक वस्तूंची खरेदी चढ्या दराने करून सार्वजनिक वितरणव्यवस्थेत बाजारभावाच्या तुलनेत स्वस्त किमतीला विकते. कल्याणकारी राज्याचे प्रमुख गृहीतक असे की, शेतकऱ्यांना नाफेड आणि एफसीआय संकलन केंद्राला त्यांना इच्छित वस्तू किमान आधारभूत किमतीला विकता याव्यात. किमान आधारभूत किंमत म्हणजे जेव्हा एखाद्या वस्तूची किंमत किमान विशिष्ट पातळीपेक्षा खाली घसरते. अशा परिस्थितीत शासनाने निश्चित केलेली व त्या दराने खरेदी करण्याची किंमत होय. उपभोक्त्याच्या बाजूने पाहिल्यास यात गरीब लोकांना जीवनावश्यक वस्तू रेशन दुकानातून सवलतीच्या/रास्त दराने मिळून त्यांचे जीवनमान सुधारते.

मात्र प्रत्यक्षात परिस्थिती काहीशी निराळी आहे. साधरणपणे किमान आधारभूत किमती बाजारभावापेक्षा अधिक असतात आणि त्यामुळे प्रत्येक वेळी जेव्हा शासन त्या जाहीर करते तेव्हा शेतकऱ्यांना फायदाच होतो, असे आपल्याला वाटेल. मात्र, किमान आधारभूत किमतीला शेतकरी क्वचितच आपले उत्पादन विकू शकतात. सर्वप्रथम, प्रत्येक खेड्यात नाफेड किंवा एफसीआयचे खरेदी केंद्र नाही. सध्या एफसीआय

---

[५] तत्रैव.

[६] पुरवठा साखळी म्हणजे संघटना, लोक, तंत्रज्ञान, व्यवहार, माहिती आणि संसाधनाची अशी यंत्रणा ज्याद्वारे वस्तू किंवा सेवा पुरवठादारकडून उपभोक्त्यापर्यंत पोहोचवल्या जातात.

[७] *मार्केटयार्ड* या लहान शहरातील बाजारपेठा असतात. जिथे जवळपासच्या खेड्यातील शेतकरी आपले कृषिउत्पादन विक्रीसाठी आणतात. भारतात मार्केटयार्डमुळे घाऊक खरेदी-विक्रीची सोय झाली आहे.

काही निवडक राज्यांमधून तांदूळ आणि गव्हाची मोठ्या प्रमाणात खरेदी करते. ७०% तांदूळ पंजाब, आंध्र प्रदेश, छत्तीसगड आणि इतर प्रदेशांमधून खरेदी केला जातो, तर पंजाब, हरियाना आणि मध्य प्रदेशातून ८०% गव्हाची खरेदी होते. बिहार, प. बंगाल, आसाम आणि ओडिशासारख्या इतर प्रमुख तांदूळ आणि गहू उत्पादक राज्यांचे एफसीआयमधील स्थान नगण्य आहे. जरी एखाद्या गावात नाफेड किंवा एफसीआयचे केंद्र असले तरी खरेदीच्या निश्चित तारखेपूर्वी शेतकऱ्यांनी उत्पादन आणल्यास शासन ते खरेदी करत नाही. बऱ्याचदा शेतकऱ्यांना शासनाने जाहीर केलेल्या तारखांची कल्पनाच नसते. याहून वाईट म्हणजे काही वेळा शासन सुगीनंतर एक किंवा दोन महिन्यांनंतरची खरेदीची तारीख जाहीर करते. त्यामुळे लहान शेतकऱ्यांना किमान आधारभूत किमतीला आपले उत्पादन विकणे अशक्य होते. भारतात जवळजवळ ८०% शेतकऱ्यांकडे एका हेक्टरपेक्षा कमी धारणक्षेत्र आहे. अशा सीमान्त शेतकऱ्यांना शीतगृहे (म्हणजेच प्रतिक्षाक्षमता) उपलब्ध नसतात आणि आपले उत्पादन मध्यस्थांना/दलालांना किंवा व्यापाऱ्यांना विकण्याशिवाय त्यांच्याकडे दुसरा पर्याय उरत नाही. कोणत्याही राजकीय हितसंबंधांविना शासकीय कोठारांची सुविधा मिळणे त्यांना शक्य नसते.

केंद्र सरकार साधारणपणे खरेदी न करणाऱ्या फळे आणि भाज्यांबद्दल काय सांगता येईल? यासाठी शेतकऱ्यांना आपले उत्पादन शासनाने नेमून दिलेल्या जवळपासच्या मार्केटयार्ड (बाजारपेठ) नेता येण्याचा पर्याय असतो. भारतभरात सुमारे ७,७०० शासन-पुरस्कृत मार्केटयार्ड बाजारपेठा आहेत. या बाजारपेठांतील दलाल हे अधिकृत परवाना मध्यस्थ आहेत. शेतकऱ्यांना रास्त भाव मिळून त्यांचे शोषण होऊ नये म्हणून एपीएमसी कायदा संमत करण्यात आला. एपीएमसी कायद्यान्वये शेतकऱ्यांना मध्यस्थ योग्य भाव मिळवून देतात की नाही, वस्तूंचा दर्जा एकसारखा आहे की नाही, बाजारातील वजनमापे अचूक आहेत का आणि पैशांचे व्यवहार सुरळित होण्यासाठी बाजारात मूलभूत सुविधा आहेत की नाहीत अशा शेतमालाच्या लिलावासंदर्भात व्यवहारांवर देखरेख करण्यासाठी शासकीय अधिकारी असतात.

प्रत्यक्षात बाजारातील मध्यस्थ एक होऊन एक विक्रीसंघ करतात आणि लिलावाच्या वेळी शेतकऱ्यांना अतिशय कमी किंमत देऊ करतात. त्याशिवाय बाजारशुल्क विक्रेत्यांवरच लादतात. काही नियंत्रित बाजारांमधील बाजारशुल्क उत्पादन मूल्याच्या १३ ते १४% इतके मोठे असते. खरे तर हे शुल्क ग्राहकाने/खरेदीदाराने देणे अपेक्षित असते. परंतु प्रत्यक्षात ते शेतकऱ्याकडून वसूल केले जाते. साधारणतः शेतकऱ्यांची सौदाशक्ती दुर्बल असते. भारतात ८०% पेक्षा जास्त शेतकरी शीतगृहे आणि संस्थात्मक पतपुरवठ्याची सुविधा उपलब्ध होऊ न शकणारे असे लहान व सीमान्त शेतकरी आहेत. यापैकी बहुतेक शेतकऱ्यांना पीककर्जे आणि सुगीपूर्वीच्या काळात उपभोगासाठी घ्याव्या लागणाऱ्या कर्जासाठी गावातील व्यापारी असणाऱ्या सावकारावरच अवलंबून राहावे लागते. खेड्यातील व्यापारी आणि दलालांची सौदाशक्ती अधिक असल्याने शेतकऱ्यांना उत्पादनाची कमी किंमत मिळते. अधिप्राप्ती प्रक्रियेतील अशा दोषांमुळे भाववाढ होते. पुरवठा साखळी व्यवस्थापनातील अकार्यक्षमता दूर केल्यास अन्नधान्याच्या भाववाढीला काही प्रमाणात रोखता येऊ शकेल.

सर्वप्रथम, शेतकऱ्यांची सौदाशक्ती वाढवणे गरजेचे आहे. बऱ्याचदा उपभोक्ते, उत्पादक आणि निर्यातदारांच्या गरजा आणि शेतकऱ्यांच्या गरजा यांचा मेळ बसत नाही. त्यामुळे शेतकऱ्यांकडून थेट कृषिउत्पादने विकत घेण्यासाठी आणि हे व्यवहार तार्किकदृष्ट्या यशस्वी होण्यासाठी सर्व शेतकऱ्यांनी

एकत्र येऊन विशिष्ट किमान पातळीत उत्पादन पुरवठा केला पाहिजे. त्यामुळे 'अमूल'सारख्या सर्वप्रथम स्थापन झालेल्या सहकारी दूध संघाच्या धर्तीवर शेतकऱ्यांनी सहकारी संघ स्थापन करणे आवश्यक ठरते. शेतकऱ्यांचे हे सहकारी संघ अधिप्राप्ती संस्थांना थेट उत्पादन विकतील. सहकारामुळे उत्पादन एकत्र करण्यास मदत होऊन खरेदी-विक्रीत कार्यक्षमता येते. या सहकारी संघांनी शेतकऱ्यांना सर्व बाजारपेठांमध्ये व्यापार परवाने द्यावेत. म्हणजे शेतकरी दलालांना उत्पादन विकण्याऐवजी किरकोळ विक्रेत्यांना थेटपणे विकू शकतील.

दुसरे म्हणजे यापुढील सुधारणा करण्याची गरज आहे. भारत सरकारचे कृषिमंत्रालयाने २००२ मध्ये स्थापन केलेल्या शेती विपणन सुधार कृतिदलाने (Task Force on Agricultural Marketing Reforms) थेट विपणन आणि कंत्राटी शेती कार्यक्रमाला प्रोत्साहन देण्यासाठी खाजगी आणि सहकार क्षेत्रांत नव्या आणि स्पर्धात्मक कृषिबाजारपेठांचा प्रसार करण्याचा उद्योग आणि मोठ्या व्यापारी कंपन्यांना कृषी उत्पादने थेट शेतकऱ्यांच्या शेतातून खरेदी करण्यासाठी सुविधा पुरवण्याच्या आणि कृषि उत्पादन व किरकोळ विक्री साखळी केंद्रामध्ये प्रभावी दुवा निर्माण करण्यासंबंधी सूचना केल्या आहेत. महिंद्रा शुभलाभ सर्व्हिसेस, टाटा किसान केंद्र, आयटीसी इत्यादी चौपाल, गोदरेज आधार आणि डीएससीएल हरियाली अशा कंपन्याही या सुधारणा कार्यक्रमाचेच परिपाक आहेत. कृषी उत्पादन बाजार समिती (APMC) कायद्यातदेखील सुधारणा केल्या गेल्या आणि काही राज्यांनी थेट विपणन, खाजगी मार्केटयार्ड आणि कंत्राटी शेतीसारख्या उपक्रमांची सुरुवात केली. मध्यस्थांचे निर्मूलन करून शेतकऱ्यांना कंपन्यांशी थेट विक्री करार करता यावा ही थेट विपणनामागची कल्पना आहे.

मात्र, सुधारित कायद्यामधील अनेक नियम व अटी निर्बंधात्मक स्वरूपाच्या असल्याचे अनेक राज्यांनी केलेल्या सुधारित उपाययोजना निष्प्रभ ठरल्या आहेत. उदाहरणार्थ, पहाः उत्तर प्रदेशात इ-चौपालद्वारे खरेदीसाठी आयटीसीला दिला गेलेला एपीएमसी परवाना एक वर्षासाठीच वैध असतो. सन २००८ आणि २००९ मध्ये गव्हाच्या विक्री हंगामानंतर या परवान्याचे नूतनीकरण केल्याने त्याचा काहीही उपयोग झाला नाही. मध्य प्रदेशात खरेदीचे ठिकाण कारखान्यांमध्ये असू नये असा नियम आहे. त्यामुळे वाहतुकीचा खर्च वाढून खरेदी केंद्र स्थापन करण्याचा मूळ हेतूच नष्ट होतो. राजस्थानात नियमानुसार खरेदी केंद्रे मार्केटयार्ड व गावाच्या हद्दीपासून अतिशय दूर असली पाहिजेत. पण त्यामुळे चौपाल सागर योजना अव्यवहार्य ठरते. गुजरातमध्ये प्रिमियम फार्म फ्रेश प्रायव्हेट लिमिटेड कंपनीकडे खाजगी बाजारपेठा स्थापन करण्यासाठी सहा परवाने आहेत. प्रत्येक बाजारपेठेत किमान २० संकलन केंद्रे आहेत. अशी एकूण १२० केंद्रे राज्यभरात पसरलेली आहेत. प्रत्येक केंद्रासाठी स्वतंत्रपणे अर्ज भरणे ही अतिशय किचकट प्रक्रिया आहे. कारण यात १२० स्वतंत्र नमुना अर्ज सादर करणे, अनामत रक्कम जमा करणे, बँक हमी देणे इत्यादी गोष्टी येतात. शासनाने अशा रागस्या जाणून घ्याव्यात आणि खाजगी कंपन्यांना 'एकच परवाना' पद्धत लागू करावी.[८]

---

[८] पहा, संजय कौल (२०१२) *इंडिया कमॉडिटी इअर बुक २०१२*, संपा. संजय कौल, नवी दिल्ली, ॲन बुक्स प्रायव्हेट लिमिटेड.

कोष्टक ४.३ कृषी बाजारपेठेतील प्रगती (३१ मे २०११ रोजीपर्यंत)

	सुधारणेचा टप्पा	*राज्ये/केंद्रशासित प्रदेशांची नावे*
१	थेट विक्री, कंत्राटी शेती आणि खाजगी सहकारी क्षेत्रातील बाजारपेठांसाठी एपीएमसी कायद्यात सुधारणा केलेली राज्ये	आंध्र प्रदेश, अरुणाचल प्रदेश, आसाम, छत्तीसगड, गोवा, गुजराथ, हिमाचल प्रदेश, झारखंड, कर्नाटक, महाराष्ट्र, मिझोराम, नागालँड, ओडिशा, राजस्थान, सिक्कीम, उत्तराखंड, त्रिपुरा
२	एपीएमसी कायद्यात अंशतः सुधारणा करणारी राज्ये/केंद्रशासित प्रदेश	(अ) थेट विक्री – राष्ट्रीय राजधानी प्रदेश दिल्ली, मध्यप्रदेश (ब) कंत्राटी शेती – मध्य प्रदेश, हरियाणा, पंजाब, चंदीगड (क) खाजगी बाजारपेठा – पंजाब, चंदिगड
३	एपीएमसी कायदा अस्तित्वात नसल्याने सुधारणांची गरज नसलेली राज्ये/केंद्रशासित प्रदेश	बिहार, केरळ, मणीपूर, अंदमान, निकोबार बेटे, दादरा आणि नगर हवेली, दमण आणि दीव, आणि लक्षद्वीप
४	एपीएमसी कायद्यात आधीपासूनच सुधारणांची तरतूद असलेली राज्ये/केंद्रशासित प्रदेश	तामिळनाडू
५	सुधारणा करण्यासाठी पुढील कृतीची गरज असणारी राज्ये/केंद्राशासित प्रदेश	मेघालय, हरियाना, जम्मू, काश्मीर, प. बंगाल, पाँडेचरी, राष्ट्रीय राजधानी प्रदेश दिल्ली, उत्तर प्रदेश

विविध राज्यातील एपीएमसी कायद्यांमध्ये पुढील सुधारणा आणि एकसमानता आणली गेली नाही, तर वर दिल्यासारख्या समस्या सुरूच राहतील. किरकोळ विक्रीक्षेत्रातील थेट परकीय गुंतवणुकीला कडाडून विरोध करणाऱ्या राज्यांनी अजूनही त्यांच्या एपीएमसी कायद्यात कुठलीही सुधारणा केलेली नाही. याची नोंद घेणे रोचक ठरेल. (पहा कोष्टक ४.३) एपीएमसी कायद्यात सुधारणा केल्या म्हणजे शेतकरी किरकोळ विक्रेते आणि कंपन्यांना आपले उत्पादन थेट विकू शकतील आणि मध्यस्थांचे उच्चाटन होईल. मार्केटयार्डमधील बहुतेक दलाल हे राजकीय पक्षाचे पूर्ण वेळ कार्यकर्ते असल्याने एपीएमसी कायद्यात अधिक सुधारणा करणे म्हणजे त्यांच्या उत्पन्नावर गदा आणणे हे समजणे काही अवघड नाही. पश्चिम बंगाल हे एक असे राज्य आहे, की जिथे खरे पाहता एपीएमसी कायदा सुधारणासाठी कोणतीही पावले उचलली गेलेली नाहीत. किरकोळ विक्री क्षेत्रातील थेट परकीय गुंतवणुकीमुळे राजकीय कार्यकर्ते दलालांच्या सुरक्षित साम्राज्याला हानी पोचणार आहे. (पहा नमुना अभ्यास ४.१)

नमुना अभ्यास ४.१: किरकोळ व्यापारातील थेट परकीय गुंतवणुकीचे व्यापक चित्र*

सन २००५ पासून भारतातील थेट परकीय गुंतवणूक ही, कदाचित चीनच्या खर्चाच्या प्रमाणात वाढली. मात्र या तुलनेत, किरकोळ व्यापारातील थेट परकीय गुंतवणुकीचे प्रमाण हे फारसे उल्लेखनीय नव्हते. असे असले तरीसुद्धा, किरकोळ व्यापारातील थेट परकीय गुंतवणुकीमुळे अन्य क्षेत्रातील थेट परकीय गुंतवणूक वाढून आपली देय-शेष रक्कमेची स्थिती सुधारण्यास मदतच होईल.

किरकोळ व्यापारातील थेट परकीय गुंतवणूक हा राष्ट्रीय स्तरावरील चर्चेचा मध्यबिंदू आहे. भारताची धोरणे चुकीची आहेत असा संदेश जगामध्ये जात असल्यामुळे भारतात गुंतवणूक होत नाही यावर मोठ्याप्रमाणावर चर्चा केली जाते. खरोखरच याबाबत आपण गांभीर्याने कृती केली पाहिजे का?

भारत – थेट परकीय गुंतवणुकीस ईष्ट स्थान

थेट परकीय गुंतवणुकीच्या माध्यमातून भारतात आलेला ओघ लक्षात घेता, फारशी काळजी करण्याचे कारण नाही. सन २000 दरम्यान, दक्षिण कोरिया (१0.५ अब्ज अमेरिकी डॉलर), थायलंड (६ अब्ज अमेरिकी डॉलर), आणि मलेशिया (५ अब्ज अमेरिकी डॉलर) या ईशान्य आशियातील इतर देशांच्या तुलनेत भारताने (केवळ ३.५ अब्ज अमेरिकी डॉलर) इतकी अल्प थेट परकीय गुंतवणूक आकर्षित केली आहे.

सन २००५ पासून मात्र एक औत्सुक्यपूर्ण असा घटनाक्रम उदयास आला. सन २००५ मध्ये भारतात असलेली ७.६ अब्ज अमेरिकी डॉलर थेट परकीय गुंतवणूक आश्चर्यचकित होण्याइतपत सन २००९ मध्ये ३५ अब्ज अमेरिकी डॉलरपर्यंत वाढली. याच कालावधीमध्ये संपूर्ण पूर्व आशिया आणि प्रशांत महासागर क्षेत्रातील थेट परकीय गुंतवणूक – सन २००५ मध्ये १०४ अब्ज अमेरिकी डॉलर ते सन २००९ मध्ये १०२ अब्ज अमेरिकी डॉलर या दरम्यान – जवळपास स्थिर होती.

चीनची ही आकडेवारी सन २००५ मध्ये ७९ अब्ज अमेरिकी डॉलर ते सन २००९ मध्ये ७८ अब्ज अमेरिकी डॉलर इतकी होती. सन २000 मध्ये थेट परकीय गुंतवणूक आकर्षित करणाऱ्या मध्यम उत्पन्न गटांच्या देशांमधील भारताचा हिस्सा हा २.४ टक्के होता तर चीनचा २६ टक्के होता. सन २००९ मध्ये चीनचा हिस्सा हा २२ टक्क्यांपर्यंत घसरला, तर भारताचा १० टक्क्यांनी वाढला (ग्लोबल डेव्हलपमेंट फायनान्सः कंट्री ॲण्ड समरी डेटा २०११). थेट परकीय गुंतवणूक करण्यास इष्ट स्थान म्हणून चीन मागे पडत असताना भारताला पुढे जाण्यास वाव मिळाला.

चीनच्या समस्या

चीनमध्ये चलनवाढीचा दर उच्च असल्याकारणाने भारताला चीनवर मात करता आली. भटक्या मजुरांचे पगार, जमिनीचे दर, जागांचे भाडे आणि वीजेचे दर हे सगळेच चीनमध्ये मोठ्याप्रमाणावर वाढले.

(नमुना अभ्यास ४.१ पुढे चालू)

* *द हिंदू बिझनेस लाईन* (१४ डिसेंबर २०१२) या वृत्तपत्रातील लेखकाचा पूर्वप्रकाशित लेख.

(नमुना अभ्यास ४.१ पुढे चालू)

नोव्हेंबर २०१० पासून प्रतिवार्षिक वाढ लक्षात घेता, चीनमध्ये कामगारांचे पगार हे २१ टक्क्यांनी वाढले तर जवळपास ७० शहरांमध्ये घरांच्या किमती या ७.७ टक्क्यांनी वाढल्या. जमिनींवर शासनाची मालकी असतानाही, स्थावर मालमत्तेमध्ये मागणी नोंदवत, वास्तूंच्या किमतीमध्ये वाढ नोंदवली.

तथ्यांमध्ये जे काही आढळले ते प्रत्यक्षात दिसून आले. ह्युंदाई आणि फोर्ड यांसारख्या बहुराष्ट्रीय कंपन्यांनी आपले उत्पादन तळ हे चीनमधून भारतामध्ये हलवले आहेत. गेल्या आर्थिक वर्षाच्या सुरुवातीच्या काही महिन्यांमध्ये भारताने २,३०,००० इतक्या मोटारी, व्हॅन, क्रीडाप्रकारातील वाहने आणि ट्रक निर्यात करून १८ टक्के इतकी वाढ नोंदवली, तर ६० टक्के घसरण होत चीनने १,६५,००० वाहने निर्यात केली. किंबहुना, याचकारणांमुळे नोकिया आणि लोटे या कंपन्यादेखील भारतामध्ये आपले उत्पादन तळ उभारत आहेत.

सन २००६ ते २००९ दरम्यान भारताने सरासरी प्रतिवार्षिक २०.४ अब्ज अमेरिकी डॉलर इतक्या दराने थेट परकीय गुंतवणूक आकर्षित केली आहे.

गेल्या काही वर्षांच्या तुलनेत, येत्या पाच वर्षात भारताकडे प्रतिवर्षी अगदी कमीत कमी ३ अब्ज अमेरिकी डॉलर इतकी किरकोळ व्यापारात थेट परकीय गुंतवणूक येणे अपेक्षित आहे. हे प्रमाण नेमके किती आहे याचा अंदाज यावा म्हणून नमूद करतो, की भारतीय रिझर्व बँक जितकी रक्कम परकीय चलन बाजारात दररोज वापरते इतकी ही रक्कम आहे.

असे असले तरीसुद्धा, किरकोळ व्यापारात थेट परकीय गुंतवणूक दीर्घकाळासाठी स्थिर राहण्यामध्ये काही अडचणी आहेत. कोणत्या आणि काय आहेत या समस्या?

पुरवठा आणि दळणवळणाच्या सोई

पुरवठा साखळीतील सोईसुविधा निर्माण करण्यासाठी गुंतवणूक करून, म्हणजेच दळणवळणाची साधने निर्माण करून आणि नाशवंत मालाच्या साठवणुकीकरता शीतगृह बांधून, किरकोळ व्यापारात थेट परकीय गुंतवणूक आकर्षित होऊन भाववाढ कमी होईल. नेमकेपणाने सांगायचे झाल्यास, जर एखाद्या शेतकऱ्याला त्याचा माल विकायचा झाल्यास स्थानिक बाजारात आणून तो लिलाव करून किरकोळ विक्रेत्याला विकतो, जो पुढे जाऊन प्रत्यक्ष ग्राहकाला तो विकतो.

या लिलाव पद्धतीमध्येद्वारे मंडईमध्ये मध्यस्थामार्फत माल विकावा लागतो, जो शेतकऱ्याकडून दलाली घेतो. या जोडीलाच स्थानिक बाजारात माल आणण्याकरता पैसे खर्च करावा लागतो; या सगळ्यात, आपण सक्षम नसल्याने शेतकऱ्याला मिळणारी किंमत आणि ग्राहक मोजतो असलेली किंमत यातील फरक हा समाजावर पडतो.

पुरवठा साखळीतील दळणवळणाच्या सोईसुविधा निर्माण करण्यासाठी गुंतवणूक करून, विविध वस्तू किरकोळ विक्री करणारे व्यावसायिक किमती कमी करतील आणि महागाई कमी होईल. ते थेट शेतकऱ्यांकडून माल खरेदी करतील, स्वतःच्या गोदामात साठवून ठेवतील आणि त्यांच्या किरकोळ विक्रीच्या दुकानांमध्ये वाहून नेतील. पुरवठा साखळीतील दळणवळणाच्या सोईसुविधा निर्माण करण्यासाठी प्रचंड गुंतवणूक आवश्यक आहे याची इथे आपल्याला नोंद घ्यावी लागेल. किरकोळ व्यापारात थेट परकीय गुंतवणुकीतून हेच घडणे अपेक्षित आहे.

(नमुना अभ्यास ४.१ पुढे चालू)

(नमुना अभ्यास ४.१ पुढे चालू)

किरकोळ व्यापारात थेट परकीय गुंतवणूक आल्यामुळे स्थानिक *किराणा* मालाच्या व्यापाऱ्यांचा धंदा डबघाईला येईल आणि योग्य हमीभाव न मिळाल्याने सीमान्त शेतकऱ्यांना झळ पोहोचेल असे काही लोक म्हणत आहेत, ते चूक आहे. सांप्रत, स्थानिक किराणा माल व्यापारी आणि रिलायन्स फ्रेश, टाटा-टेस्को, स्पेन्सर यांसारखी मोठी दुकाने दोन्हीही व्यवस्थितपणे सुरू आहेत.

सीमान्त शेतकरीसुद्धा फायदा कमावत आहेत. ज्या सीमान्त शेतकऱ्यांनी पेप्सी इंडियासमवेत खरेदी-विक्रीचे करार केले आहेत, त्यांना स्थानिक बाजार आणि स्थानिक *महाजन* (जिथे स्थानिक बाजार भारत नाही) यांच्या तुलनेत दुप्पट भाव मिळाला आहे हे अलीकडच्या वस्तुस्थितीवरून लक्षात येते. ही वस्तुस्थिती, या बहुराष्ट्रीय कंपन्या शेतकऱ्यांना योग्य हमीभाव देणार नाहीत आणि त्यांचे शोषण करतील, असे सुचवू इच्छिणाऱ्यांच्या डोळ्यात अंजन घालणारी आहे.

जगभरातील अनुभवांनुसार, स्थानिक किराणामाल व्यापाऱ्यांनी या बहुराष्ट्रीय कंपन्यांच्या इथे येण्याची चिंता करण्याची गरज नाही. ई-कॉमर्स हा खरा त्यांच्या चिंतेचा विषय आहे. आर्थिक उत्पन्नाच्या साधनांचे समान वाटप होण्याकरता भारतातील कृषिक्षेत्राचे मोठ्या उद्योगात रूपांतरण होणे अगत्याचे आहे. आयटीसी आणि पेप्सी यांसारख्या उदाहरणावरून असे दिसून येते की, या मोठ्या उद्योगसंस्था आपल्या स्वहितासाठी स्वतः थेट शेतकऱ्यांशी संपर्क ठेवतात आणि आपले पीक उत्पादन आणि उत्पादकता कशी वाढवावी याबद्दल मार्गदर्शन करतात.

भारतामध्ये ज्या कृषिक्षेत्रावर जवळपास ५५ टक्के लोकसंख्या चरितार्थासाठी अवलंबून आहे, त्या क्षेत्रामध्ये अत्यंत अल्प प्रमाणात गुंतवणूक केली जाते, याची नोंद घेणे आवश्यक आहे.

योग्य धोरणात्मक संदेश

संयुक्त पुरोगामी आघाडी सरकार सुद्धा ठोस आणि भरीव फायदा मिळवण्याकरता योग्य धोरणात्मक आखून संदेश देत आहे. पुढे जाऊन, सध्याच्या काळात जेव्हा आपली व्यापारविषयक आकडेवारी फारशी काही चांगली नसताना, किरकोळ व्यापारातील थेट परकीय गुंतवणुकीद्वारे, थेट परकीय गुंतवणुकीचे विविध प्रकार पुढे येतील, असेही म्हणता येईल. आपली एप्रिल-ऑक्टोबर २०१०-११ या काळात ८५ अब्ज अमेरिकी डॉलरच्या जवळपास असलेली व्यापार तूट ही एप्रिल-ऑक्टोबर २०११-१२ या काळात ९४ अब्ज अमेरिकी डॉलरच्या जवळपास होती.

आर्थिक सुधारणांचा परिणाम म्हणून थेट परकीय गुंतवणुकीचा अधिक ओघ देशामध्ये येऊन भारताची पत वाढेल. आंतरराष्ट्रीय पतमानांकन संस्था या कोणत्याही देशाचे पतमानांकन करताना नेहमीच त्या देशाचा परकीय चलनाचा राखीव निधी आणि थेट परकीय गुंतवणुकीचा ओघ या निकषांच्या आधारे करतात.

पानपूरक: ममता बॅनर्जी या अत्यंत कसलेल्या राजकारणी असल्याने त्यांनी आपले डावपेच अचूक आखले आहेत. बंगालकरता त्यांनी मागणी केलेल्या १९,००० कोटी रुपयांच्या निधीपैकी रु. ८,७५० कोटी इतका निधी त्यांनी मिळवला आहे.

कोण जाणे, संयुक्त पुरोगामी आघाडी सरकारने तिची मागणी मान्य केल्यास तिला अधिकही देण्यात येईल.

परकीय घटक

जर अर्थव्यवस्था *खुली* असेल, म्हणजेच शेतकऱ्यांना जागतिक बाजारपेठांत खरेदी-विक्री करण्यावर मर्यादित बंधने असतील तर देशांतर्गत किमती जागतिक किंमतपातळीशी निगडित राहण्याची अतिशय मोठी शक्यता असते. परंतु, भारतातील कृषिबाजारपेठेवर निर्बंध आहेत. जरी कृषिउत्पादनात भारताचा जगात दुसरा क्रमांक असला तरी कृषिउत्पादकता कमी असल्यामुळे उत्पादन खर्च जास्त असणाऱ्या देशांत भारताची गणना होते. उदाहरणार्थ, भारताचा तांदूळ उत्पादनात दुसरा क्रमांक आहे. मात्र, आपली तांदळाची उत्पादकता चीनच्या उत्पादकतेच्या एकतृतीयांश आणि व्हिएतनाम आणि इंडोनेशियाच्या उत्पादकतेच्या सुमारे निम्मीच आहे. भारतातील सर्वाधिक उत्पादक राज्येही जागतिक सरासरीच्या मागे आहेत. उदाहरणार्थ, २०१० मध्ये पंजाबचे तांदूळ उत्पादन दर हेक्टरी ३.८ टन असे होते. तर जागतिक सरासरी उत्पादन ४.३ टन होते. भारताचे (जम्मू आणि काश्मिर) सफरचंदाचे सरासरी उत्पादन दर एकरी ११ टन आहे. अमेरिका, न्यूझीलंड, इस्रायल किंवा चीनमधील उत्पादन दर एकरी ३० ते ७० टनाच्या दरम्यान आहे.[९] या व्यतिरिक्त अनेक विकसित देशांमध्ये विशेषतः युरोपिय संघ आणि उत्तर अमेरिकेत शेतीला मोठ्या प्रमाणात अनुदाने दिली जातात. उच्च कृषिउत्पादकता आणि अनुदानांमुळे भारताच्या तुलनेत अनेक कृषी उत्पादनांची जागतिक किंमत कमी आहे. कृषिक्षेत्र खुले करण्याने कृषी उत्पादनांच्या किमती काही प्रमाणात कमी होऊ शकतील.

मात्र, कृषिक्षेत्र खुले करण्याबाबत भारतातील राज्यकर्ते आग्रही नाहीत. स्वस्त कृषी उत्पादनांच्या आयातीमुळे शेती आणि सहकार, मत्स्यव्यवसाय, दुग्धव्यवसाय अशा कृषी निगडित अनौपचारिक क्षेत्रावर उपजीविका करणाऱ्या भारताच्या ५८% म्हणजे १ अब्ज १४ कोटी लोकसंख्येचे उत्पन्न धोक्यात येऊ शकेल. या भीतीमुळे २००१-०२ मध्ये भारताच्या कृषी आयातीवर असणारी जकात ३२% वरून २००६-०७ मध्ये जवळजवळ १६% इतकी घटली, तरी सरासरी शुल्क मात्र ४०.८% इतकेच का राहिले, या वस्तुस्थितीचा उलगडा होतो. भारतात कृषी निर्यातीवर कोणतेही थेट अनुदान दिले जात नाही. याचीही नोंद घेतली गेली पाहिजे.

काही कृषी उत्पादनांच्या जागतिक किमती कमी असल्या तरी अलीकडील काळातील काही बदलांमुळे अन्नधान्याच्या जागतिक किमतीत वाढ होईल असे सूचित होते. अन्नधान्य भाववाढीचा दर १०% च्या आसपास इतका जास्त आहे आणि तो आटोक्याबाहेर जाण्याचा धोका आहे. जागतिक बँकेच्या अन्नधान्य किमतीच्या तिमाही अहवालानुसार अमेरिकेतील दुष्काळ आणि अर्जेंटिना, दक्षिण आफ्रिक आणि ऑस्ट्रेलियामधील अवर्षणामुळे जागतिक अन्नधान्य किमती ऑगस्ट २०१२ मधील विक्रमी पातळीइतक्या होतील.[१०] जागतिक अन्नधान्य किंमत निर्देशांकातील १% वाढीमुळे देशांतर्गत अन्नधान्य किंमत निर्देशांकात ०.३ वाढ होते, असेही हा अहवाल सूचित करतो.

---

[९] *इंडिया: प्रायॉरिटी फॉर ॲग्रिकल्चर ॲण्ड रुरल डेव्हलपमेंट* वर्ल्ड बँक रिपोर्ट (२०१३) http:/web.worldbank.org/WBSITE/EXTERNAL/COUNTRIES/SOUTHASIAEXT/EXTSAREGTOPAGRI/O,,conentMDK:20273764~menuPK:548214~pagePK:34004173~piPK:34003707~theSite ePK: 452766,00 html येथे उपलब्ध.

परंतु भारतातील बाजारपेठा पूर्णतः खुल्या नसणाऱ्या परिस्थितीत देशांतर्गत किमती जागतिक अन्नधान्य किमतीशी निगडित असतील यावर आपण कसा विश्वास ठेवायचा? याचे उत्तर जागतिक तेलाच्या किमती आणि इतर वस्तूंच्या किमतीमध्ये सापडेल. तेलाच्या जागतिक किमतीतील वाढीमुळे वाहतूक खर्चात वाढ होऊन हा खर्च अन्नधान्याच्या किरकोळ उपभोक्त्यांवर ढकलला जाऊन देशांतर्गत अन्नधान्याच्या किमतीवर परिणाम पडू शकेल.

तेल हा मधल्या पातळवरील अतिशय महत्त्वाचा उत्पादन घटक आहे, हे लक्षात घ्या. गहू आणि तांदळाच्या आंतरराष्ट्रीय किमती आणि तेलाच्या घसरणाऱ्या किमती यांचा परस्परसंबंध अतिशय घनिष्ट आहे, असे सहसंबंध निर्देशांक स्पष्टपणे दर्शवतात. सन १९९०–२०१० या काळातील सहसंबंध सहगुणक ०.७१ होता. १९९०–२०१० या दीर्घकाळाच्या तुलनेत २०००–२०१० या काळातील सहगुणकात वाढ झाली होती.[११]

मागणी–बाजू आणि पुरवठा बाजूचे धक्के

मागणी आणि पुरवठ्याच्या बाजूने होणाऱ्या बदलांमुळे ही अन्नधान्याची भाववाढ होत असते. धोरणकर्त्यांच्या नियंत्रणाबाहेरची *बहिर्जात* बदल अशी आपण याची व्याख्या करतो. अन्नधान्याच्या भाववाढीचा किस्सा जाणून घेण्यासाठी आणि अधिक महत्त्वाचे म्हणजे कोणत्या प्रकारचे मागणी व्यवस्थापन धोरण राबवावे हे समजून घेण्यासाठी कृषी उत्पादनामध्ये होणाऱ्या चढउताराचे स्रोत समजून घेणे महत्त्वाचे आहे.

मागणी–बाजूच्या घटकांमध्ये वाढ झाल्यास कृषी उत्पादनातील तफावत किंवा अन्नधान्याच्या किमतीतील वाढ घडून येऊ शकते. उत्पन्नातील वाढीमुळे मांस, दूध आणि अंडी अशांसारख्या उच्चप्रतीची प्रथिने असणाऱ्या पदार्थांच्या उपभोग निश्चितच वाढतो. साधारणतः उत्पन्नातील वाढीमुळे या उच्च प्रथिने पदार्थांच्या उपभोगात वाढ होते. मागणी बाजूच्या घटकात वाढ झाल्याने भाववाढ होते असे मानणारे लोक 'मागणीत वाढ झाल्याने अन्नधान्याच्या किमती वाढतात' किंवा 'भारतातील विकास प्रक्रियेमुळे मनरेगा व किमान आधारभूत किमती अशा योजनांमुळे उत्पन्नात वाढ झाल्याने अन्नधान्याच्या किमतीत वाढ झाली आहे.' या कारणमीमांसेवर विश्वास ठेवतात. मात्र, अन्नपदार्थांचा उपभोग विशिष्ट स्थिर पातळीतील उपभोगापलीकडे जाऊ शकत नाही. विशेषतः अन्नधान्ये व भाजीपाल्याच्या संदर्भात हे सत्य आहे. विशेष म्हणजे भाववाढीच्या मापनासाठी सर्वाधिक वापरल्या जाणाऱ्या घाऊक किंमत निर्देशांकात या मूलभूत अन्नपदार्थांचा भार उच्च प्रथिने पदार्थांपेक्षा अधिक असतो.

---

[१०] वर्ल्ड बँक (२०१२) क्वार्टरली फूड प्राइस रिपोर्ट, नोव्हेंबर. http://www.worldbank.org/en/news/press-release/2012/11/29/world-bank-warns-against-complacency-amid-high-food-prices-hunger येथे उपलब्ध.

[११] *बी. कॅरस्को आणि एच. मुखोपाध्याय (२०१२) फूड प्राइस एक्सलेशन इन साऊथ एशिया, इकॉनॉमिक ॲण्ड पॉलिटिकल विकली, खंड* XLV-II *क्र. ४६, नोव्हेंबर, पृष्ठ ५९–७०*

प्रत्यक्षातील मागणीच्या पातळीपेक्षा कृषी उत्पादनांचा पुरवठा प्रवृत्त पातळीपेक्षा कमी झाला तरी सुद्धा कृषी उत्पादनातील तफावत वाढू शकते. प्रवृत्त पातळी किंवा कल पातळी (Trend Level) म्हणजे अर्थव्यवस्थेतील उपलब्ध श्रम, भांडवल आणि तंत्रज्ञान संसाधानाच्या पातळीत किती उत्पादन होऊ शकेल ती उत्पादनाची पातळी होय. कृषी उत्पादकतेत वाढ करण्यासाठी आवश्यक असणारे सुधारित तंत्रज्ञान विकसित करण्यासाठी वेळ लागतो. त्यामुळे अल्प काळातील अर्थव्यवस्थेतील उत्पादनावर धोरणकर्त्यांचे जवळजवळ काहीच नियंत्रण नसते. याउलट, अवर्षण आणि भौतिक संसाधनांच्या अभावी अशा क्षमता मर्यादांमुळे पुरवठा साखळी व्यवस्थापन अकार्यक्षम झाल्याने भारतातील कृषी उत्पादन प्रवृत्त पातळीपेक्षा कमी प्रमाणत होऊ शकते.

पाऊसमानासारख्या पुरवठा बाजूच्या धक्क्यांमुळे कृषी उत्पादनातील तफावतीवर परिणाम होऊ शकतो, ही माहिती घेत असतानाच, कृषी उत्पादन तफावत आणि पाऊसमान यांच्यात कुठलाही परस्परसंबंध आहे का याची तपासणी करणे संयुक्तिक ठरेल. अपुरा पाऊस म्हणजे पुरवठा बाजूचा धक्का असे म्हणता येईल. विशेषतः आपल्या कृषी उत्पादनापैकी ५५% उत्पादन पावसावर अवलंबून असल्याने असे म्हणणे योग्यच ठरेल. मागील वर्षीच्या पावसामुळे चालू वर्षाच्या कृषी उत्पादनावर परिणाम होऊ शकतो असे मानले जाते.

आम्ही एक सोपी सांख्यिकी आकडेमोड केली. या वर्षीच्या कृषी उत्पादन तफावतीचा मागील वर्षीच्या पावसाच्या माहितीचे समाश्रयण विश्लेषण (Regression) केले.[१२] जलसंधान सुविधांच्या अभावी पडणाऱ्या मोठ्या प्रमाणातील पावसामुळे पिकांच्या उत्पादनाला नुकसान पोहोचते. (काही पिकांना पाणी साचलेले चालत नाही.) आम्ही पाऊसमानाचा वर्ग (consideration rainfall square) हे अतिरिक्त स्पष्ट चल मानले. बिहार, पंजाब, उत्तर प्रदेश आणि प. बंगाल अशा भारतातील चार विविध राज्यांचे सकल कृषी उत्पादन विचारात घेतले. इतर राज्यांमधील पावसाच्या आकडेवारीशी जुळणारी आकडेवारी आमच्याकडे नसल्याने आमचा निष्कर्ष केवळ या चार राज्यांपुरताच आहे. १९९३-९४ च्या किमतीवर आधारित १९६०-६१ ते २००५-०६ या कालावधीतील ४६ वार्षिक निरीक्षणांची कृषी उत्पादनाची आकडेवारी विचारात घेतली. ग्रामीण पायाभूत सुविधा, विशेषतः जलसंसाधन सुविधा निर्माण करणे वेळ खाऊ असल्याने आमचा निष्कर्ष फारसा बदलला नसणार असे आम्हाला वाटते. त्यामुळे हीच पाहणी पुढील काळातील वर्षांसाठी घेता येईल. ११ व्या पंचवार्षिक योजनेत कृषी पायाभूत सुविधांसाठी तरतूद केली गेली असली तरी त्यापैकी बहुतांश तरतूद ग्रामीण विद्युतिकरणासाठी होती, याची नोंद घेतली पाहिजे.

पावसाची आकडेवारी आणि कृषी उत्पादन तफावत यांच्यात सहसंबंध असल्याच्या बाजूने आमच्याकडे पुरावा आहे. बिहार, उत्तर प्रदेश आणि प. बंगालच्या बाबतीत आमचे निष्कर्ष अधिक

---

[१२] एन. बानीक आणि बी. बिश्वास (२०१३) फूड प्राइस इन्फ्लेशन ॲण्ड द वेदर गॉड, *द एम्पिरिकल इकॉनॉमिक्स लेटर*, खंड १२, क्र. २, फेब्रुवारी पृष्ठ १९१-२०१.

बळकट ठरतात. या तीन राज्यांमध्ये मूलभूत जलसंसाधन सुविधांचाही अभाव आहे. या वस्तुस्थितीलाही हे सुसंगतच आहे. पंजाब राज्यातील सुधारित जलसंसाधनांच्या सोईच्या तुलनेत या राज्यांतील कृषी उत्पादन अधिकतर पावसावरच अवलंबून आहे.

आमच्या निष्कर्षांची सत्यता पडताळून पाहण्यासाठी आम्ही चेन्नईमधील घाऊक अन्नधान्य व भाजीपाला संघटनेच्या विपणन व्यवस्थापकांचे सर्वेक्षण करून प्रतितपासणीचा प्रयोग केला. सर्वेक्षणातून असे दिसले की, कमी पाऊस आणि नापिकीच्या परिस्थितीत शहरातील घाऊक बाजारपेठेत भाजीपाला घेऊन येणाऱ्या ट्रक्सच्या संख्येत लक्षणीय घट झाली. कमी पाऊस आणि नापिकीचे वर्ष आणि कृषी उत्पादने घाऊक बाजारपेठेत घेऊन येणाऱ्या ट्रक्सची संख्या यांचा अतिशय निकटचा सहसंबंध होता. या विपणन व्यवस्थापकांच्या मते, वर्षभराच्या काळात भाजीपाला आणि अन्नधान्याची मागणी स्थिर होती. त्यामुळे उन्हाळ्यात किमतीमध्ये अधिक चढउतार झाले. मागील वर्षातील कमी पावसामुळे चालू वर्षाच्या उन्हाळ्यातील उत्पादनाची उपलब्धता कमी प्रमाणात होती. मागील वर्षी पाऊस अपुरा झाला असला तरी केरळ आणि कर्नाटकसारख्या शेजारी राज्यांमधून चेन्नईमध्ये शेतमाल घेऊन येणाऱ्या ट्रक्सची संख्या लक्षणीयरित्या घटल्याचे दाखले होते. खरे तर नापिकीच्या वर्षी मोठे व्यापारी आणि दलालांनी साठेबाजी केल्याचे दिसून येते. साठेबाजी आणि अकार्यक्षम पुरवठा साखळी व्यवस्थापनामुळे किमतीत अधिक चढउतार, विशेषतः किमतीत वाढ होऊन अन्नधान्याची भाववाढ होते.

पुरवठा बाजूच्या धक्क्यामुळे अन्नधान्याची भाववाढ नियंत्रित करण्यासाठी मागणी संकोच व्यवस्थशपनाच्या धोरणाला काही अर्थ उरत नाही. मौद्रिक धोरणासारखे मागणी-संकोच व्यवस्थापन धोरण केवळ मागणी-बाजूच्या धक्क्यांच्या परिस्थितीत किंवा विस्तार धोरणातच यशस्वी होऊ शकते. उदाहरणार्थ, २००५ मध्ये आरंभ झालेल्या आणि २००७ च्या सुरुवातीपर्यंत टिकून राहिलेल्या विस्तार धोरणकाळातील भाववाढीच्या नियंत्रणासाठी रिझर्व्ह बँकेने संकोची मौद्रिक धोरणांचा अवलंब केला. एप्रिल २००७ मधील कडक पतधोरण पुढील चार महिन्यात भाववाढीचा दर ६.७% वरून ३.५% आणण्यात परिणामकारक ठरले. मात्र, भाववाढ नियंत्रणाखाली विशेषतः अपुऱ्या पावसासारख्या पुरवठा बाजूच्या घटकामुळे होणाऱ्या अन्नधान्याच्या भाववाढीमुळे होणाऱ्या सर्वसाधारण भाववाढीच्या नियंत्रणासाठी संकोची मागणी व्यवस्थापन धोरण ही काही फारशी चांगली कल्पना नाही. योग्य पायाभूत सुविधांमधील गुंतवणूक तंत्र कृषी उत्पादकता सुधारण्यासाठी नवे तंत्रज्ञान विकसित करणे आणि कार्यक्षम पुरवठा साखळी व्यवस्थापन अशासारख्या पुरवठा व्यवस्थापन धोरणांची येथे आवश्यकता असते.

भाववाढ वाईट का ठरते?

भाववाढीमुळे लोकांची खरेदीक्षमता घटते. दर वर्षी किमतीत १०% वाढ झाली तर, याचा अर्थ गेल्या वर्षी लोकांना १०० रुपयांमध्ये जी खरेदी करता येत होती त्यासाठी त्यांना यावर्षी ११० रुपये खर्च करावे लागतील. भाववाढीच्या जोडीने जर उत्पन्नात वाढ झाली नाही तर, यावर्षी पगारदार लोकांची वस्तू आणि सेवा खरेदी करण्याची क्षमता घटेल.

भाववाढीमुळे गरिबांना सर्वाधिक जास्त त्रास सहन करावा लागतो. यामागचा युक्तिवाद असा की साधारणतः गरीब लोक हे पगारदार असतात आणि त्यांच्या उत्पन्नात मंद गतीने बदल होतात. मॉडिग्लिआनी आणि फिशर यांनी प्रतिपादन केल्यानुसार वेतनातील बदल भाववाढीच्या तुलनेत मंद असतात. असे साधारणतः समजले जाते आणि त्यामुळे भाववाढ म्हणजे नोकरदार/पगारदार लोकांपासून नफ्याकडे होणारे संक्रमण असते.[१३]

भारतात गरिबांचे उत्पन्न स्थिर असते आणि ते सामान्यतः आपल्या उत्पन्नाचा बहुतांश भाग अन्नधान्यावर खर्च करतात. भाववाढ आणि आर्थिक वृद्धी यांच्यात व्यस्त संबंध आहे आणि भाववाढीमुळे वृद्धीवर परिणाम होतो हे दाखवण्यासाठी फिशरने अनेक देशांमधील दाखले दिले आहेत.[१४] गुंतवणुकीत आणि उत्पादकता वाढीत होणाऱ्या घटीमुळे मोठ्या प्रमाणातील भाववाढीचा परिणाम वृद्धी घटवण्यात होतो.

भाववाढीचे परिणाम वृद्धीत घट करणारे असल्याचे वास्तव पुरावे असले तरी अनेक देशांमध्ये भाववाढ होत असल्याचे आपण पाहतो. अनेक विकसनशील देशातील अपुऱ्या व अकार्यक्षम करवसुली यंत्रणेमुळे लोकांकडून कर वसूल करण्यासाठी शासन भाववाढीचा वापर करते. लोकांकडून पैसे गोळा करण्यासाठी भाववाढीचा उपयोग करण्याला अर्थशास्त्रात सरंजामी उत्पन्न/दलाली/खंडणी असे म्हणतात. भाववाढ ही लोकांवरील कर कशी होऊ शकते? एखाद्या वस्तूची बाजारातील योग्य किंमत १०० रुपये आहे, असे शासनाला माहीत आहे. अचानक तुटीच्या अर्थभरण्याद्वारे शासनाने पैसा खर्च करायला सुरुवात केली तर शासनाने निर्माण केलेल्या अतिरिक्त मागणीमुळे या वस्तूची मागणीही वाढेल. ही वाढीव मागणी पूर्ण करण्यासाठी या वस्तूची बाजारातील समतोल (Clearing) किंमत वाढून समजा १५० रुपये होईल. पैशातील उत्पन्नात कोणताही बदल झाला नाही तर या किंमतवाढीमुळे प्रत्येकाचे वास्तव उत्पन्न घटेल. शासनाने केलेल्या तुटीच्या अर्थभरण्यामुळे लोकांचे वास्तव उत्पन्न घटेल. हा परिणाम कर लागू करण्याप्रमाणेच होईल.

निर्देशांकांच्या मर्यादा

भाववाढीचे मापन करण्यासाठी घाऊक किंमत निर्देशांक आणि उत्पादन किंमत निर्देशांक वापरण्यावर मर्यादा आहेत. पर्यायता, दर्जा आणि नवी वस्तू पूर्वग्रहाच्या परिस्थितीत या निर्देशांकामुळे भाववाढीचे प्रमाण वाढवले जाते तर उत्पन्न पूर्वग्रहाच्या स्थितीत भाववाढीचे प्रमाण कमी दर्शवले जाते. कसे ते पाहूः

---

[१३] एस. फिशर आणि एफ. मॉडिग्लिआनी (१९७८) टुअर्ड्स ॲन अंडरस्टँडिंग ऑफ द रिअल इफेक्टस् ॲण्ड कॉस्ट ऑफ इन्फ्लेशन, *वेटरिशॉफ्लिस अर्काइव्ह*, खंड ११४, क्र. ४, पृष्ठ ३१०–३३.

[१४] एस. फिशर (१९९३) 'द रोल ऑफ मॅक्रोइकॉनॉमिक्स फॅक्टर्स इन ग्रोथ, *जर्नल ऑफ मॉनेटरी इकॉनॉमिक्स*, खंड ३२, क्र. ३, पृष्ठ ४८५–५१२.

पर्यायिता पूर्वग्रह. घाऊक किंमत निर्देशांक आणि उत्पादन किंमत निर्देशांक मोजताना असे स्पष्टपणे गृहीत धरले जाते की, उपभोक्ते वर्षानुवर्षे त्या वस्तूंची त्याच प्रमाणात खरेदी करतात. मात्र, अनेकदा संत्र्याची किंमत वाढली की लोक त्याऐवजी पर्याय म्हणून सफरचंद घेतील. म्हणून, आधारवर्षातील वस्तूंचे प्रमाण त्यानंतरच्या वर्षातही तेवढेच स्थिर राहील असे गृहीत धरणे योग्य नाही. घाऊक किंमत निर्देशांक आणि उत्पादन किंमत निर्देशांकामध्ये जेव्हा उपभोक्ते महाग वस्तूंऐवजी स्वस्त वस्तूंना प्राधान्य देतात. अशा पर्यायांचा विचार केला जात नाही.

गुणवत्ता पूर्वग्रह. घाऊक किंमत निर्देशांक आणि उत्पादन किंमत निर्देशांक दर्जाविषयक पूर्वग्रह लक्षात घेत नाहीत. वेगाने बदलणाऱ्या तंत्रज्ञानामुळे इलेक्ट्रॉनिक वस्तूंच्या दर्जामध्ये लक्षणीय सुधारणा होत आहे. एकाआड एक वर्षाने तेवढेच पैसे खर्च करून आपण अधिक चांगली जुळणी केलेला संगणक किंवा अधिक सुविधा असलेला दूरभाषक संच खरेदी करू शकतो. हे आपल्या अनुभवाला येते. गुणवत्तेतील या सुधारणा या दोन्ही निर्देशांकाचे मापन करताना विचारात घेतल्या जात नाहीत. जर आपण हा गुणवत्ता घटक विचारात घेतला तर प्रत्यक्षात नोंदवलेल्या भाववाढीत काही टक्क्यांनी घटच होईल. म्हणजे उत्पादन किंमत निर्देशांक १०% भाववाढीचा दर दर्शवत असेल तर, प्रत्यक्षातील भाववाढ ८% च्या आसपास असू शकेल.

उत्पन्न पूर्वग्रह. आहारविषयक बदलत्या सवयींमुळे अन्नपदार्थांवर उत्पन्न परिणाम होत असतो. जेव्हा उत्पन्न वाढीमुळे अर्थव्यवस्था विकसित होते, तेव्हा दूध, डाळी, अंडी आणि मांस अशा उच्च प्रथिने असलेल्या पदार्थांचा उपभोग घेण्याची वृत्ती वाढते. जर या बदलानुसार या वस्तूंचे भाव वाढले नाहीत आणि पूर्वीइतकेच कमी राहिले तर अन्नधान्य किमती कमी दर्शवल्या जातील. त्यामुळे दर्जा आणि पर्यायिता पूर्वग्रहविषयक उदाहरणांच्या विरुद्ध या उदाहरणात आपल्याला भाववाढ कमी प्रमाणात दर्शवली जाईल.

नवीन वस्तू पूर्वग्रह. कोणताही निर्देशांक मोजताना नवीन वस्तूचा विचार केला जात नाही. नवीन वस्तूंमुळे किमतीत होणारी घट लक्षात घेतली जात नाही. उत्पादन किंमत निर्देशांकामधील आधारभूत वर्षे अगदी अलीकडची नसतात आणि वर्षानुवर्षे लोकांच्या उपभोगाच्या आकृतिबंधात बदल झालेला नाही असे गृहीत धरणे बरोबर नाही. उदाहरणार्थ, शहरी-बिगर शारीरिक कामगार उपभोक्ता किंमत निर्देशांकाचे (CPI-UNME) आधारभूत वर्ष १९८४-८५ हे आहे. या काळात भारतीय कुटुंबे संगणक किंवा भ्रमणध्वनीसारख्या इलेक्ट्रॉनिक उपकरणांचा वापर करत नव्हते. त्यामुळे या वस्तूंचा विचार आपण मापन केलेल्या CPI-UNME निर्देशांकात होत नाही आणि म्हणून तो पूर्णपणे अचूक असू शकणार नाही.

बेरोजगारीचे मापन

बेरोजगारीचा दर हा अर्थव्यवस्थेच्या स्थितीविषयक एक महत्त्वाचा निर्देशांक आहे. जेव्हा अर्थव्यवस्था विस्तार अवस्थेसारख्या चांगल्या स्थितीत असते, तेव्हा बेरोजगारीचा दर कमी असतो. राजकारणी लोक

नेहमी रोजगार निर्मिती विषयी बोलत असतात. भारतात सांख्यिकी आणि कार्यक्रम अंमलबजावणी मंत्रालयाच्या अखत्यारीतील राष्ट्रीय नमुना सर्वेक्षण संघटना बेरोजगारविषयक आकडेवारी संकलित करते.[१५] राष्ट्रीय नमुना सर्वेक्षण संघटना दर पाच वर्षांच्या अंतराने सर्वेक्षण करते. दर दहा वर्षांच्या अंतराने घेतल्या जाणाऱ्या जनगणनेद्वारेही बेरोजगारीच्या पातळीची माहिती आपल्याला मिळू शकते. याविषयी आपण नंतर बोलूच. परंतु प्रथम बेरोजगारीचा दर कसा मोजला जातो याची चर्चा करूया.

लहान बालके आणि १६ वर्षांखालील मुले, सेवानिवृत्त ज्येष्ठ नागरिक, तुरुंगातील चोर आणि दरोडेखोर, गृहिणी, पूर्णवेळ विद्यार्थी, आजारी आणि मानसिकदृष्ट्या अस्थिर व्यक्ती आणि लष्करी सेवेत सक्रीय असणारे लोक अशा सर्वच लोकांच्या श्रमदलामध्ये समावेश केला जात नाही. शिवाय काम करू शकणारे परंतु सध्या काहीही करत नसलेले लोकही श्रमदलात धरले जात नाहीत. मुलांच्या संगोपनाच्या जबाबदारीत गुंतलेल्या किंवा वाहतुकीतील अडचणीमुळे नोकरीचा शोध घेणे थांबवलेल्या किंवा मंदीमुळे रोजगार उपलब्ध होणार नाही, या विचारामुळे नोकरी शोधण्यात अर्थ नाही असे समजणाऱ्या व्यक्तींचा समावेश श्रमदलात केला जात नाही. म्हणून भारताच्या श्रमदलाविषयी अंदाज घेत असताना वर उल्लेखिलेल्या गटातील लोकांना वगळून (अनुत्साहित कामगार जमेला धरून) भारताच्या लोकसंख्येचा विचार केला पाहिजे. श्रमदलातील काही लोक कामावर असतात तर काही नसतात. जे कामावर नसतात हे सक्रियपणे नोकरीचा शोध घेत असतात. बेकार असणाऱ्या श्रमदलातील लोकांची टक्केवारी म्हणजे बेरोजगारीचा दर होय.

एखादी व्यक्ती बेकार आहे की, रोजगारी आहे हे ठरवण्यासाठी काळ, उत्पन्न, इच्छा आणि उत्पादकता असे चार महत्त्वाचे निकष असतात. या प्रत्येक निकषाचा थोडक्यात विचार करू.

काळाचा निकष. या निकषामध्ये जर एखादी व्यक्ती विशिष्ट वर्षातील पूर्ण रोजगार तास किंवा दिवस अशा सर्वसाधारण तास किंवा दिवसांपेक्षा अधिक काळ रोजगार करीत असेल तर त्या व्यक्तीला रोजगार आहे असे मानले जाते. काळाचा निकष हा सर्वाधिक प्रमाणात वापरला जातो. राष्ट्रीय नमुना सर्वेक्षणद्वारा एखादी व्यक्ती रोजगारी, अर्धरोजगारी किंवा बेरोजगार आहे हे ठरवण्यासाठीही हा निकष वापरला जातो. एखादी व्यक्ती विशिष्ट संदर्भ असलेल्या एका आठवड्यातील किमान एक दिवस उत्पादकरीत्या कामावर असेल तर तिला रोजगार आहे, असे मानले जाते. विशिष्ट आठवड्यात जर व्यक्तीला उत्पादकरीतीने काम नसेल आणि ती कामाच्या शोधात असेल किंवा चालू वेतनदराला विशिष्ट आठवड्यातील किमान एक दिवस तरी काम करू इच्छित असेल तर तिला बेकार/बेरोजगार संबोधले जाते. उत्पादकरीत्या कामावर असणाऱ्या व्यक्तीची व्याख्या पुढीलप्रमाणे केली जाते. विशिष्ट संदर्भातील आठवड्यातील २८ तास किंवा त्याहून कमी तास काम केले असेल तर *तीव्र* अर्धरोजगार, २८ तासांपेक्षा जास्त परंतु ४२ तासांपेक्षा कमी काम केले असेल तर *सौम्य* अर्धरोजगार असे म्हटले जाते. राष्ट्रीय नमुना सर्वेक्षण

---

[१५] आपण रोजगार आणि बेरोजगार संज्ञांचा वापर पर्यायीतेने करतो. विशिष्ट श्रमिकदलाबाबत बेरोजगारीवरील आकडेवारी गोळा केल्यास आपोआपच रोजगारविषयक माहिती मिळते.

संघटनेने काम किंवा 'उत्पादक' कार्याची व्याख्या मोबदला, नफा किंवा कौटुंबिक लाभ किंवा दुसऱ्या शब्दांत राष्ट्रीय उत्पादनात भर टाकणारे कार्य अशी केली आहे. साधारणतः विनिमयासाठी वस्तू आणि सेवांचे उत्पादन करणारे कार्य म्हणजे काम होय.

उत्पन्नाचा निकष. या निकषांतर्गत जर विशिष्ट संदर्भ कालावधीतील साधारणपणे एक वर्षामधील एखाद्या व्यक्तीचे उत्पन्न किमान विशिष्ट पातळीपेक्षा अधिक असेल तर त्या व्यक्तीला रोजगार आहे असे मानले जाते. इतके किमान विशिष्ट उत्पन्न व्यक्तीला मिळत असेल तर तिचा समावेश बेकारांमध्ये केला जात नाही.

इच्छा निकष. या निकषांमध्ये सध्या करीत असलेल्या कामापेक्षा अधिक काम करण्याची जर एखाद्या व्यक्तीला इच्छा असेल तर ती बेरोजगार मानली जाते. एकतर ती व्यक्ती अधिक कामाच्या शोधात असेल किंवा याच वेतनदराने अधिक काम पुरवल्यास ती व्यक्ती कामाला उपलब्ध होऊ शकेल. नवअभिजातवाद्यांचे असे प्रतिपादन आहे की, जोवर वेतनदार धन असेल तोवर बेरोजगार असणे ऐच्छिक असेल.

उत्पादकता निकष. या निकषांतर्गत एखाद्या व्यक्तीला रोजगार आहे किंवा नाही हे ठरवण्यासाठी जर त्याचे उत्पादनातील योगदान सर्वधारण पातळीतील उत्पादकतेपेक्षा कमी असल्याने सध्याच्या रोजगारावरून त्याला काढून टाकण्याची शक्यता असेल आणि त्याला कमी करूनही जर इतर कामगारांची उत्पादकता स्थिर राहिल्याने उत्पादनात कपात होणार नसेल तर तो बेरोजगार आहे असे मानले जाते. अर्थतज्ज्ञ जॉन रॉबिन्सन यांनी याला *छुपी* बेकारी असे नाव दिले. श्रमाची सीमान्त उत्पादकता शून्य असल्याने काही श्रमिक चालू कामावरून काढून टाकले तरी उत्पादनाची हानी होत नाही, अशी ही स्थिती असते.

बेरोजगारीची माहिती

भारतातील बेरोजगारीची माहिती मिळवण्यासाठी दोन महत्त्वाचे स्रोत आहेत. रोजगार करणाऱ्या लोकसंख्येची माहिती देणारी (दर दहा वर्षांनी प्रसिद्ध होणारी) जनगणना हा पहिला स्रोत होय. मात्र, व्यक्तिगत पातळीवर प्रत्येक प्रतिसादकर्त्याची सखोल चौकशी करून बेरोजगारीविषयक तपशीलवार माहिती मिळवणे भारताच्या जनगणेसारख्या प्रचंड व्याप्तीच्या प्रक्रियेत शक्य नसते. या मर्यादेमुळे भारतात दर पाच वर्षांनी रोजगारविषयक घेतल्या जाणाऱ्या नमुना पाहणीसारखा दुसरा स्रोत विचारत घेणे ही सर्वसामान्य पद्धत झाली आहे. राष्ट्रीय नमुना सर्वेक्षण संघटनेद्वारा ही माहिती दर पाच वर्षांनी प्रसिद्ध केली जाते. भारतातील श्रमदल, रोजगार आणि बेरोजगार याविषयी माहिती मिळवण्यासाठी तीन निरनिराळ्या पद्धती वापरल्या जातात. पहिली म्हणजे एक वर्षाचा संदर्भ कालावधी असलेली नित्य प्रमुख व्यवहार स्थिती (Usual Principal Activity Status - निप्रव्यस्थि) संकल्पना होय. संदर्भ कालावधीत किमान काळ काम करणाऱ्या लोकांना रोजगार आहे असे मानले आहे आणि संदर्भ कालावधीतील

बहुतांश काळात ज्यांना काम नाही, परंतु जे कामाच्या शोधात आहेत त्यांना बेरोजगार असे मानले जाते. रोजगार असणाऱ्या लोकांचे वर्गीकरण काळाच्या निकषाच्या आधारे स्वयंरोजगार, नियमित वेतन रोजगार आणि अनियमित वेतन रोजगार असे केले जाते. याहून काहीशी व्यापक संकल्पना म्हणजे नित्य प्रमुख आणि दुय्यम स्थिती (दुव्यस्थि) निषक होय. नित्य प्रमुख स्थिती संकल्पनेला व्यापक रूप देण्यासाठी या संकल्पेनचा वापर केला गेला. यात काळाच्या निकषांतगत बेरोजगार ठरले गेलेले परंतु वर्षातील काही काळ नित्य स्वरूपाचे काम असणाऱ्या लोकांचा समावेश केला जातो. राष्ट्रीय नमुना पाहणीच्या NSS ६१ व्या फेरीमध्ये बेरोजगार असणाऱ्या किंवा श्रमदलात समाविष्ट नसणाऱ्या परंतु संदर्भ वर्षातील किमान तीस दिवस काम मिळालेल्या श्रमिकांना दुय्यम स्थिती कामगार असे संबोधले गेले. दुव्यस्थि ही अशाप्रकारे काळाचा निकष आणि कामाच्या स्थितीला प्राधान्य देणारी संमिश्र पद्धत आहे.

निप्रव्यस्थि आणि दुव्यस्थि व्यतिरिक्त बेरोजगारीविषयक माहिती मिळवण्याचे अजून दोन मार्ग आहेत. चालू साप्ताहिक स्थिती (Current Weekly Status - चासास्थि) निकष ही एक आठवड्याचा संदर्भ असणारी आणि चालू दैनिक स्थिती (Current Daily Status - चादैस्थि) ही संदर्भ काळ एक दिवसाचा असणारी पद्धत, असो हे मार्ग होत. चालू साप्ताहिक स्थिती (चासास्थि) निकषांतर्गत एखाद्या व्यक्तीला संदर्भ सप्ताहात एक तासही काम मिळू शकले नसेल तर त्याला बेरोजगार मानले जाते. तसेच चालू दैनिक स्थिती (चादैस्थि) निकषांतर्गत विशिष्ट दिवशी जर एखादी व्यक्ती चार तासापेक्षा अधिक काळ कामावर नसेल तर त्याला बेरोजगारी म्हटले आहे.

भारतातील बेरोजगारीचा दर

१९७२–७३ मध्ये राष्ट्रीय नमुना सर्वेक्षण संघटनेद्वारा दर पाच वर्षांनी केले जाणारे सर्वेक्षण सुरू झाल्यापासून म्हणजेच राष्ट्रीय नमुना सर्वेक्षणाच्या २७ व्या फेरीपासून रोजगार आणि बेरोजगारीविषयक तपशीलवार माहिती उपलब्ध होऊ लागली. १९७२ पूर्वी भारतातील बेरोजगारीच्या व्याप्तीची कल्पना १९९२ मध्ये प्रकाशित झालेल्या पपोला यांच्या लिखाणातून मिळू शकेल.[१६] सन १९५५ ते १९७२ दरम्यान वार्षिक २% दराने रोजगारात वाढ झाली. मात्र, श्रमिकदलातील वाढ त्याहून अधिक म्हणजे वार्षिक २.५% दराने झाली. त्यामुळे १९५५ ते १९७२ या काळात बेरोजगारीचा दर २.६% वरून ३.८% इतका वाढला.

पंचवार्षिक सर्वेक्षणानुसार आणि एका वर्षाचा संदर्भ कालावधी विचारात घेऊन म्हणजे नित्य स्थिती संकल्पनेच्या आधारे १९७० च्या दशका अखेरीस म्हणजे, १९७७–७८ पर्यंत बेरोजगारीच्या दरात ४.२३% इतकी आणखीन वाढ झाली. जर चालू साप्ताहिक स्थिती आणि चालू दैनिक स्थिती निकष वापरायचे झाल्यास बेरोजगारीचे हे प्रमाण आणखीन वाढलेले दिसेल. १९७७–७८ मध्ये ही पातळी चालू

---

[१६] टी. एस. पपोला (१९९२) 'द क्वेश्चन ऑफ अनएम्प्लॉयमेंट' संपा. विमल जालान, *द इंडियन इकॉनॉमीः प्रॉब्लेम अ‍ॅण्ड प्रोस्पेक्ट्स* नवी दिल्ली, वायकिंग पेंग्वीन बुक्स इंडिया प्रायव्हेट लिमिटेड.

साप्ताहिक स्थिती निकषावरून अनुक्रमे ४.४८ आणि चालू दैनिक स्थिती निकषानुसार ८.१८% इतकी होती. याच दोन्ही निकषांचा वापर केल्यास १९८० च्या दशकातील बेरोजगारी पातळी कमी-जास्त फरकाने एवढीच होती. तर १९९० च्या दशकात बेरोजगारीच्या दरात किंचित घट झाली. प्रामुख्याने बांधकाम, वाहतूक आणि स्वयं रोजगार अशा असंघटित श्रम-बाजारपेठेतील रोजगारात वाढ झाल्याने बेरोजगारीच्या दरात किंचित घट झाली.

इथे संघटित (औपचारिक) आणि असंघटित (अनौपचारिक) श्रमाच्या बाजारपेठेतील फरक लक्षात घेणे महत्त्वाचे ठरते. भारतातील ९३% श्रमदल हे अनौपचारिक श्रेत्रातील असल्याने भारतीय श्रमाची बाजारपेठ प्रामुख्याने असंघटित आहे. लघुउद्योग, बांधकाम क्षेत्र, वाहतूक व्यवसाय, खानावळी आणि उपहारगृहे दुसऱ्या इयत्तेपेक्षा कमी औपचारिक शिक्षण झालेले अनियमित रोजंदारी कामगार आणि स्वयंरोजगार असणारे अशांनी ही बाजारपेठ बनते. संघटित क्षेत्रातील कामगारांमुळे ना मिळणाऱ्या निवृत्तीवेतन, आरोग्य सुविधा, वाहतूक भत्ता, घरभाडेभत्ता, वैद्यकीय रजा आणि कामगार संघटनांमध्ये प्रवेश असे लाभ यांना मिळत नाहीत. अनौपचारिक क्षेत्रातील वेतन दर हे सामान्यतः बाजारातील मागणी-पुरवठ्याच्या स्थितीवरून ठरतात आणि निश्चितच संघटित क्षेत्रात असणाऱ्या कामगार संघटनांद्वारे ठरवलेल्या वेतनदरापेक्षा कमी असतात. २००४-०५ मध्ये एकूण काम करू शकणारी लोकसंख्या सुमारे ४१.५२७ कोटी इतकी होती आणि त्यापैकी ४२.८३७ कोटी प्रत्यक्ष श्रमिकदल होते. यातील २.६४ कोटी संघटित क्षेत्रात, ८२ लाख खाजगी क्षेत्रातील आणि १.८२ कोटी श्रमिक सार्वजनिक क्षेत्रातील होते.

साधारणपणे संघटित क्षेत्रातील बेरोजगारीचा दर ६% पेक्षा कमी राहिला. जुलै २०११ आणि जून २०१२ दरम्यान युपीएस, युपीएसएस आणि सीडब्ल्यूएस या निकषांनुसार बेरोजगारीची पातळी अनुक्रमे २.८५%, २.५७%, ५.४७% आणि ३.५९ इतकी होती (पहा कोष्टक ४.४). रोजगार विनिमय केंद्रातील दैनंदिन नोंदणी आणि मालकांकडून रिकाम्या पदांच्या सूचनांद्वारे आपल्याला संघटित श्रमाच्या बाजारातील विस्तृत माहिती उपलब्ध होते. रोजगार विनिमय केंद्रातील नोकरी शोधणाऱ्या अननुभवी किंवा अनुभवी श्रमिकांच्या वैशिष्ट्याची आकडेवारी आणि उद्योग आणि सेवा क्षेत्रातील रोजगाराच्या मागणीच्या आकृतिबंधावरून संघटित श्रमाच्या बाजारपेठेतील बेरोजगारीची स्थिती स्थूलमानाने निर्देशित होते. खाजगी क्षेत्रात बहुतांश रोजगार खाजगी उत्पादन क्षेत्राकडून पुरवला जातो. त्या खालोखाल सामुदायिक, सामाजिक आणि वैयक्तिक सेवा क्षेत्रांतून रोजगाराची मागणी होते (पहा कोष्टक ४.५).

२०११-१२ मध्ये खाजगी क्षेत्रांत जवळजवळ १० ते १५ दशलक्ष रोजगारनिर्मिती झाली. परंतु यापैकी ७५% नोकऱ्यांसाठी व्यावसायिक कौशल्याचे प्रशिक्षण आवश्यक असल्याने आणि अर्जदारांकडे असे कौशल्य नसल्याने सर्व जागा भरल्या गेल्या नाहीत. शिवाय, स्वयंरोजगार स्वरूपातील रोजगारामध्ये लक्षणीय प्रमाणात घट झाली. २००४-०५ ते २००९-१० या कालावधीत स्वयंरोजगाराचे श्रमदलातील प्रमाण ५६.४% वरून ५०.७% असे घटले. निव्वळ आकडेवारी पाहिल्यास २५.८४ कोटी वरून २३.२७ कोटी अशी या काळातील स्वयंरोजगारात घट झाली. तर नियमित नोकरदारांची संख्या ६.९७ कोटी वरून ७.५ कोटी इतकी वाढली. अनियमित श्रमिकांच्या पातळीत १२.९७ कोटी वरून

कोष्टक ४.४ दरहजारी १५ वर्षे आणि अधिक वयोगटातील व्यक्तींचे ग्रामीण व शहरी विभागातील व्यापक कार्यस्थिती वितरण (जुलै २०११–जून २०१२)

प्रकार	*रोजगार असलेले*		*बेरोजगार*		*बेरोजगारी*	*श्रमदलात नसलेले*	
	पुरुष	*स्त्रिया*	*पुरुष*	*स्त्रिया*	*दर*	*पुरुष*	*स्त्रिया*
अनुसूचित जाती							
निप्रव्यस्थि	७७१	२८२	२२	१३	२.७७	२०७	७०५
दुव्यस्थि	७८०	३२९	१९	१२	२.३८	२०१	६५९
चादैस्थि	७२०	२६२	४८	२१	६.२५	२३३	७१७
चासास्थि	७७१	३२२	२८	१८	३.५	२०१	६६०
अनुसूचित जमाती							
निप्रव्यस्थि	७९०	३५२	१७	१४	२.११	१९२	६३४
दुव्यस्थि	८०२	४५३	१४	११	१.७२	१८४	५३७
चादैस्थि	७३१	३४९	३९	२६	५.०६	२३०	६२५
चासास्थि	७९३	४४९	२३	२४	२.८२	१८४	५२७
इतर मागासवर्ग							
निप्रव्यस्थि	७६२	२४२	२०	१५	२.५६	२१९	७४४
दुव्यस्थि	७६९	२८९	१८	१३	२.२९	२१३	६९८
चादैस्थि	७१५	२३२	४०	२०	५.३	२४५	७४८
चासास्थि	७५९	२८५	२६	१९	३.३१	२१५	६९६
सर्वसाधारण							
निप्रव्यस्थि	७१४	१६९	२८	२५	३.७७	२५८	८०६
दुव्यस्थि	७२३	२०४	२५	२३	३.३४	२५२	७७३
चादैस्थि	६८६	१७०	३८	२७	५.२५	२७६	८०२
चासास्थि	७१७	२०८	३१	३०	४.१४	२५२	७६२
एकूण							
निप्रव्यस्थि	७५१	२३६	२२	१७	२.८५	२२६	७४६
दुव्यस्थि	७५९	२८५	२०	१६	२.५७	२२१	७००
चादैस्थि	७०८	२२९	४१	२३	५.४७	२५१	७४८
चासास्थि	७५१	२८२	२८	२३	३.५९	२२१	६९५

स्रोत: कामगार आणि रोजगार, भारत सरकार

कोष्टक ४.५ भारतातील खाजगी* क्षेत्रातील रोजगार वाढ

क्षेत्र	*१९९३*	*१९९४*	*१९९५*	*१९९६*	*१९९७*	*१९९८*	*१९९९*	*२०००*
कृषी व संलग्न	९.१६	८.८३	८.९४	९.२	९.१२	९.०४	८.७१	९.०४
खाण उद्योग	०.९६	१.०१	१.०३	१.०७	०.९२	०.९१	०.८७	०.८१
उत्पादन	४५.४५	४६.३	४७.०६	५०.५	५२.३९	५२.३३	५१.७८	५०.८५
वीज वायू आणि पाणी	०.३८	०.४	०.४	०.४	०.४१	०.४२	०.४१	०.४१
बांधकाम	०.७३	०.५१	०.५३	०.५	०.५४	०.७४	०.७१	०.५७
व्यापार	३.०१	३.०२	३.०८	३.२	३.१७	३.२१	३.२३	३.३
वाहतूक, साठवणूक, दळणवळण	०.५५	०.५६	०.५८	०.६	०.६३	०.६५	०.६९	०.७
वित्त, विमा, जमीन व्यवहार	२.७७	२.८२	२.९३	३.१	३.२२	३.४१	३.५८	३.५८
सामुदायिक, सामाजिक वैयक्तिक सेवा	१५.५	१५.८५	१६.०३	१६.६	१६.४९	१६.७७	१७.००	१७.२३
एकूण	**७८.५१**	**७९.३**	**८०.५८**	**८५.१**	**८६.८६**	**८७.४८**	**८६.९८**	**८६.४८**
एकत्रिक कोष्टक								
क्षेत्र	*२००१*	*२००२*	*२००३*	*२००४*	*२००५*	*२००६*	*२००७*	*२००८*
कृषी व संलग्न	९.३१	८.५५	८.९५	९.१७	९.८३	१०.२८	९.५	९.९२
खाण उद्योग	०.७९	०.६८	०.६६	०.६५	०.७९	०.९५	१	१.११
उत्पादन	५०.१३	४८.६७	४७.४४	४४.८९	४४.८९	४५.४९	४७.५	४९.७
वीज वायू आणि पाणी	०.५२	०.४२	०.५	०.४७	०.४९	०.४	०.५	०.५१
बांधकाम	०.५७	०.५६	०.४४	०.४५	०.४९	०.५५	०.७	०.६९
व्यापार	३.३९	३.३५	३.०६	३.५१	३.७५	३.८७	४.१	२.७२
वाहतूक, साठवणूक, दळणवळण	०.७६	०.७६	०.७९	०.८१	०.८५	०.८७	१	१.०४
वित्त, विमा, जमीन व्यवहार	३.७	३.९१	४.२६	४.५८	५.२३	६.५२	८.८	१०.३६
सामुदायिक, सामाजिक वैयक्तिक सेवा	१७.३४	१७.४२	१७.५६	१७.९२	१८.२	१८.७८	१९.०५	२१.७३
एकूण	**८६.५२**	**८४.३२**	**८४.२१**	**८२.४६**	**८४.५२**	**८७.७१**	**९२.०४**	**९८.३८**

स्रोतः औद्योगिक व आर्थिक संशोधन केंद्र (२०१२)

*खाजगी क्षेत्रात १० आणि त्याहून अधिक रोजगार दिला जातो.

१५१.३ कोटी अशी वाढ झाली. एकत्रितपणे या काळात एकूण श्रमिकदलात ४५.७८ कोटी वरून ४५.९१ कोटी म्हणजे केवळ ०.३% अशी वाढ झाली.[१७] ही परिस्थिती 'रोजगारविरहित वृद्धी'ची निदर्शक आहे. विशेषतः ११ व्या पंचवार्षिक योजना काळात (२००७-१२) जेव्हा भारतीय अर्थव्यवस्थेत ७.९% दराने वृद्धी होत होती, तेव्हा हे घडले. महत्त्वाचे म्हणजे. स्वयंरोजगार क्षेत्र घटणे ही चिंताजनक बाब आहे. कारण याचा अर्थ असा होतो की जमीन विक्री व्यवहार क्षेत्रातील प्रगती, उद्योग आणि एकंदरीत शहरीकरणामुळे निर्माण झालेले अनौपचारिक रोजगारक्षेत्र घटते आहे. यामध्ये रस्त्यावरील खाद्यपदार्थ विक्रेते, स्थानिक वाहतूक, लहान दुकाने आणि उपकरणांची दुरुस्ती अशा सारख्या सेवांचा समावेश होता.

भारतातील प्रचंड संख्येने युवक केवळ बेरोजगार आहेत, असेच नव्हे तर ते अरोजगारक्षम आहेत. तर योग्य उमेदवारांविअना असंख्य पांढरपेशा रोजगार प्रतीक्षा करतो आहे. २०११-१२ च्या राष्ट्रीय नमुना सर्वेक्षण संघटनेच्या अहवालानुसार बेरोजगारांची संख्या ११ ते २५ दशलक्ष यादरम्यान आहे आणि बेरोजगारीचा दर ३ ते ५% या दरम्यान आहे. २००९-१० मध्ये जवळजवळ ७५ दशलक्ष लोक अप्रत्यक्षपणे अर्धरोजगारी होते. त्यापैकी ४० दशलक्ष लोकांना अधिक काम हवे होते आणि ३५ दशलक्ष लोकांना पर्यायी उदरनिर्वाहाच्या साधनाची आवश्यकता होती. जागतिक बँकेचे दरडोई दारिद्र्य गुणोत्तर असे दर्शवते की, २०१० मध्ये जवळजवळ ६९% लोकांचे दररोजचे उत्पन्न २ अमेरिकन डॉलर्सपेक्षा कमी होते. यावरून हे स्पष्ट होते की, केवळ रोजगार असल्याने राहणीमानाच्या दर्जाची हमी मिळत नाही. 'रोजगार असूनही दरिद्री' हा विरोधाभास समजून घेण्यासाठी रोजगाराच्या प्रकारांचे विश्लेषण करावे लागते. २०११-१२ मध्ये ५२% लोक स्वयंरोजगारी होते आणि ३०% अनियमित कामगार होते. मनरेगासारख्या योजना म्हणजे महासागरातीलर एक बिंदू आहेत. ही योजना सरकारी केवळ ४६ दिवस रोजगार पुरवते.

उद्योग संघटना असोचेमच्या एका अहवालानुसार[१८] (Associated Chemcers of Commerce And Industry of India - ASSOCHAM) २०१० मध्ये जरी माहिती तंत्रज्ञान आणि माहिती-तंत्रज्ञान आधारित सेवाक्षेत्रासारख्या आणि जैवतंत्रज्ञान आणि सेवा क्षेत्रामध्ये ९०% रोजगार उपलब्ध होता, तरी हा रोजगार कौशल्याधारित असल्याने आणि त्यासाठी प्रशिक्षणाची गरज असल्याने एकूण श्रमदलापैकी केवळ ६% लोकांनाच असे प्रशिक्षण मिळू शकते.

---

[१७] *टाइम्स ऑफ इंडिया* (२०१३), 'जॉबलेस ग्रोथ ड्युरिंग युपीए-१ ॲडमिट सेंटर' *टाइम्स ऑफ इंडिया* २२ एप्रिल २०१३.

[१८] http://www.assocham.org/prels/shownews-archive.php?id=2693 (२ फेब्रुवारी २०११ रोजी कार्यरत) येथे उपलब्ध.

प्रकरण ५

भारतातील आर्थिक सुधारणा

सुधारणांचे स्पष्टीकरण

इंग्रजी शब्दकोशात 'reform' शब्दाचा अर्थ 'बदलाद्वारे सुधारणा करणे, चूक दुरुस्त करणे किंवा दोष दूर करणे, अधिक चांगल्या स्थितीत नेणे' असा आहे. वेळोवेळी समाज आणि अर्थव्यवस्थेच्या प्रगतीसाठी मोठ्या प्रमाणातील धोरणात्मक बदल आवश्यक असतात. सन १९९१ मध्ये असा शेवटचा बदल केला गेला आणि अर्थातच त्यापूर्वी स्वातंत्र्यानंतर लगेचच्याच काळात चालू आर्थिक व्यवस्थेत बदल केले गेले होते.

१९९१ पूर्वीचा सुधारणांचा टप्पा

कोणत्या परिस्थितीमुळे हा प्रत्येक बदल आवश्यक ठरला? १९४७ मध्ये आपली अर्थव्यवस्था प्रामुख्याने ग्रामीण आणि सरंजामशाहीयुक्त होती. शहरी सुशिक्षित वर्ग अगदी किरकोळ होता. ताग, पोलाद आणि वस्त्रोद्योग वगळता उद्योगांचे स्थान तितकेसे महत्त्वाचे नव्हते. उत्पन्नाचे विभाजन विषम होते. उत्पन्नाचे विभाजन समान करण्याच्या प्रयत्नात शासनाने सरंजामशाही व्यवस्था रद्द केली. वसाहतींच्या काळात अर्थव्यवस्था बहिर्दिशेने जाणारी होती. (भारताचा जागतिक व्यापारातील हिस्सा १९ व्या शतकात ७% होता), परंतु वंचितता, उत्पन्नाचे विषम विभाजन आणि औद्योगिक स्वयंपूर्णतेच्या अभावामळे स्वातंत्र्योत्तर काळात धोरणकर्त्यांना बदल घडवण्यास उद्युक्त केले. आयात-पर्यायी आणि अंतर्दिशेने जाणारे विकासाचे समाजवादी प्रारूप स्वीकारणे हा तो बदल होता.

बालोद्योग मुक्तिवादाच्या आधारे आयातींवर मोठ्या प्रमाणात जकाती लादल्या गेल्या आणि देशांतर्गत उद्योगांना जागतिक स्पर्धेपासून संरक्षण मिळाले. उपभोग्य वस्तू, अर्धउत्पादित वस्तू आणि भांडवली वस्तू अशा विविध प्रमुख गटात आयातींचे वर्गीकरण करण्यात आले. यातील प्रत्येक गटाचे पुन्हा निर्बंधित आयात-निर्यात नियंत्रक प्रमुखांद्वारे उत्पादनाच्या दर्जाविषयक सक्तीच्या प्रमाणपत्रासह मर्यादित परवानगी असलेले असे प्रमाणपत्र आवश्यक नसणारे आपोआप परवानगीयुक्त आणि सक्तीचे प्रमाणपत्र गरजेचे नसलेला खुला सर्वसाधारण परवाना (Open General License - OGL) अशा उपगटात विभाजन केले गेले. विदेशी मालकीच्या कंपन्या परकीय चलन विनिमय नियंत्रण कायदा (FERA) १९७३ या कायद्याच्या कक्षेत आल्या. फेराच्या मार्गदर्शक तत्त्वानुसार ज्या भारतीय कंपन्यांची ४०% हून अधिक

मालकी विदेशी भागधारकांकडे असेल त्यांना भारतात कार्यरत राहण्यासाठी किंवा नवीन कार्यालये उघडण्यासाठी रिझर्व्ह बँकेची परवानगी घेणे आवश्यक होते.

विकास प्रक्रिया सर्वसमावेशक करण्यासाठी भांडवल-प्रधान उत्पादन आणि खाणउद्योग क्षेत्रांपेक्षा कृषिक्षेत्राला अधिक प्राधान्य देण्यात आले. कृषिउत्पादकतेत सुधारणा करण्यासाठी शासनाने स्वस्त खते, ऊर्जा, पाणीपुरवठा, पतपुरवठा अशा अनुदानांच्या वितरणाबरोबरच कृषिउत्पादनाला करमाफी दिली. मात्र, अर्थव्यवस्थेच्या उभारणीसाठी शासनाला पैशांची गरज असते. कराद्वारे किंवा चलननिर्मिती करून शासनाला राष्ट्र उभारणीच्या कार्यासाठी आवश्यक पैसा उभारता आला असता. उत्पन्न विषमता कमी करण्यासाठी प्रगतशील कररचना अमलात आणली गेली. १९६० आणि १९७० च्या दशकांमध्ये आयकराच्या महत्तम सीमान्त दर ९७% इतका उच्च होता. बाह्य आघाडीवर पाहिल्यास विदेशी वस्तूंवर बहुमूल्य परकीय चलन खर्च होऊन नये म्हणून आणि व्यवहार तोलावर नियंत्रण ठेवण्यासाठी आणि त्याहून महत्त्वाचे म्हणजे निर्यातीतून भारताला मिळणारे सर्वच्या सर्व उत्पन्न राष्ट्रउभारणीच्या कार्यासाठी वापरता यावे म्हणून प्रचंड जकाती लादल्या गेल्या. संतुलित प्रादेशिक विकास साधावयाच्या उद्देशाने शासनाने १९५० मध्ये राष्ट्रीय योजना आयोगाची स्थापना करून केंद्राकडून राज्यांना निधी वितरित होण्याची व्यवस्था केली.

वित्तीय बाजूला देशांतर्गत बँका त्यांच्या मागणी व मुदत ठेवींचा काही भाग कृषी आणि लघुउद्योग या प्राधान्य क्षेत्रासाठी राखून ठेवण्यास सांगण्यात आले. १४ जुलै १९६९ रोजी महत्त्वाच्या क्षेत्रांना पतपुरवठा उपलब्ध होण्याच्या उद्देशाने सर्वांत मोठ्या व्यापारी बँकांचे राष्ट्रीयीकरण करण्यात आले. १९६९ ते २००५ दरम्यान ५८,००० नवीन बँकांच्या शाखा उघडल्या गेल्या.

शासनाने तुटीच्या अर्थभरण्याचाही आधार घेतला सरकारने रिझर्व्ह बँकेला शासकीय कर्जरोख्यांच्या बदल्यात (ट्रेझरी बिले) कर्ज देण्यास प्रवृत्त केले. शासनाला रिझर्व्ह बँकेची कर्जे परत देणे बंधनकारक नसल्याने पैशाची निर्मिती करणे शक्य झाले. अशा तुटीच्या अर्थभरण्यामुळे भाववाढ होते आणि भाववाढ नियंत्रणासाठी मौद्रिक धोरण निष्प्रभ ठरते. भाववाढ नियंत्रणासाठीचा व्याजदर अतिशय उच्च राखण्याचा मर्यादित पर्याय उरला होता. केवळ व्याजदरच चढा ठेवला गेला नाही तर बहुतांश बँकिंग व विमा क्षेत्र शासनाच्या नियंत्रणाखाली होते. यातील विरोधाभास असा की, उच्च व्याजदरामुळे लाखो शेतकरी, व्यापारी आणि लघुउद्योजकांना कर्जपुरवठा मिळू शकला नाही आणि वास्तवात वित्तीय सर्वसमावेशकता दूरच राहिली.

दुर्मिळ आर्थिक संसाधनांचा राष्ट्र उभारणीसाठी योग्य विनियोग करता यावा यासाठी शासनाने १९५१ मध्ये औद्योगिक विकास व नियंत्रण कायदा (IDRA) अमलात आणला. या कायद्यामुळे परवाना पद्धत लागू झाली. नवीन उत्पादनसंस्थेच्या स्थापनेसाठी नवीन उत्पादन करण्यासाठी चालू उत्पादनक्षमतेचा विस्तार करण्यासाठी आणि उद्योगाचे स्थानांतर करण्यासाठी परवान्याची आवश्यकता होती. औद्योगिक विकास व नियंत्रण कायदा हा ५० किंवा अधिक कामगार विजेच्या वापरा किंवा वीज वापराविना १०० पेक्षा अधिक कामगार कामावर असलेल्या मोठ्या उद्योगांनाच लागू होतो, हे लक्षात घेतले पाहिजे.

अशा समाजवादी धर्तीच्या विकासपद्धतीचे आरंभीचे परिणाम उत्साहवर्धक होते. वृद्धिदरात वाढ झाली होती. वसाहतपूर्व काळाच्या तुलनेत स्वातंत्र्योत्तर काळातील वृद्धिदर तिपटीने वाढला. १९५० ते १९८०

दरम्यान भारतीय अर्थव्यवस्थेचा सरासरी वृद्धिदर ज्याला सर्वत्र 'हिंदू वृद्धिदर'[१] असे ओळखण्यात येते, तो ३.६% होता. वसाहतकाळातील पूर्वीच्या ३० वर्षांतील वृद्धिदरापेक्षा हा तिप्पट होता. मात्र, वृद्धिदरातील या सुधारणेचा दरडोई उत्पन्न वाढीवर फारसा परिणाम झाला नाही. ही वाढ १ ते ०.५% दरम्यान राहिली. लोकसंख्येतील वाढीमुळे आणि मृत्यूदरात घट झाल्याने प्रामुख्याने हे घडून आले. शिवाय ५% या नियोजित वृद्धिदराच्या उद्दिष्टाच्या तुलनेत अर्थव्यवस्थेत ३.५% अशा मंदगतीने वृद्धी झाली.

१९९१ पूर्व सुधारणा टप्प्यांतील त्रुटी

स्वातंत्र्योत्तर भारताच्या काही विशिष्ट काळाच्या संदर्भापुरते विकासाचे समाजवादी प्रारूप योग्य ठरले असले तरी त्यानंतरच्या काळात मात्र हे वृद्धी आणि विकासातला अडथळाच ठरले. शासनाचे अति नियंत्रण आणि नोकरशाहीच्या वशिलेबाजीच्या ताकदीमुळे भ्रष्टाचार निर्माण झाला.

नोकरशाहीचे सामर्थ्य परवाने देण्याच्या क्षमतेमधून उदयाला आले. बहुतेक परवाने हे वैयक्तिक निकषांवर दिले जात असत. परवाने देण्यातील या भेदभावांमुळे नोकरशहांमध्ये पैसे खाण्याची प्रवृत्ती निर्माण झाली. देशांतर्गत गुंतवणुका आणि आयातींच्या संदर्भातील परवाने देण्यासाठी लाच मागितली जाऊ लागली.

संरक्षित बाजारपेठेमुळे मोठ्या उद्योजकांना असाधारण नफा मिळाला आणि त्यांनी लाचखोर नोकरशहांचे खिसे भरून त्यांना लाडावून ठेवले. परकीय स्पर्धा नियंत्रित ठेवण्यासाठी लागू केलेल्या उच्च दरातील आयात करांमुळे संरक्षित बाजारपेठेचा लाभ (बालोद्योग युक्तिवादाला अनुसरून) उद्योजकांना झाला. देशी उद्योजकांसाठी औद्योगिक प्रभाग, सल्ला आणि प्रशिक्षण सेवा आणि सुलभ पतपुरवठा व कच्च्या मालाची उपलब्धता अशा मूलभूत सोयीसुविधांची तरतूद करणाऱ्या विस्तृत प्रोत्साहनदायक उपाययोजना राबवल्या गेल्या. यातील अनेक उपाययोजनांच्या वैध भेदभावात्मक वैशिष्ट्यांमुळे नोकरशहांना पैसे खाण्याच्या संधी खुल्या झाल्या. बंदिस्त अर्थव्यवस्थेतील प्रवेश निर्बंधाच्या धोरणामुळे देशांतर्गत बाजारपेठेत उद्योजकांना उदंड नफ्याच्या संधी मिळू लागल्या.

यातीलच पुढील टप्पा कामगार संघटना नेते आणि शासकीय कर्मचाऱ्यांचा आहे. शासकीय नोकऱ्यांमध्ये घसघशीत सामाजिक सुरक्षा सवलती आणि उत्पादकतेवर फारसा भर न देणाऱ्या कालाधारित बढतींची सुविधा असेल याकडे कामगार संघटनांच्या पुढाऱ्यांनी लक्ष दिले. संपामुळे अर्थव्यवस्थेला मोठे नुकसान पोहोचू शकेल अशा सार्वजनिक क्षेत्राच्या व्यूहात्मक आणि क्षेत्रात्मक महत्त्वपूर्ण स्थानामुळे त्यांच्या सौदाशक्तीत भरच पडली. एकूण संघटित रोजगारामधील सार्वजनिक क्षेत्राचा १९६१ मध्ये ५८% असणारा वाटा १९९१ पर्यंत ७१% इतका वाढला.[२] या तुलनेत अधिक उत्पादन असणाऱ्या खासगी क्षेत्रातील रोजगार किंचित वाढ झाली. बेरोजगारीवरील प्रकरणात आपण संघटित क्षेत्रातील कामगारांच्या एकूण भारतातील श्रमदलातील वाटा केवळ एक अंकीय असल्याबद्दल चर्चा केली आहेच.

---

[१] 'हिंदू वृद्धिदर' ही संज्ञा प्रोफेसर राज कृष्ण यांनी सर्वप्रथम वापरली.

[२] सुरेश तेंडुलकर (२००४) *ऑर्गनाईज्ड लेबर मार्केट इन इंडिया प्री अ‍ॅण्ड पोस्ट रिफॉर्म्स*, मॅक ऑर्थर रिसर्च नेटवर्क ऑन इनइक्वॅलिटी अ‍ॅण्ड इकॉनॉमिक परफॉर्मन्स यांनी आयोजित केलेल्या अँटी पॉव्हर्टी अ‍ॅण्ड सोशल पॉलिसी या परिसंवादातील पेपर २-४ जानेवारी.

प्राधान्यक्रमानुसार सुलभतेने पतपुरवठा उपलब्ध करण्याच्या हेतूने ज्या बँकांचे राष्ट्रीयीकरण करण्यात आले होते, त्या बँकाही वित्तीय समावेशनाचे इच्छित उद्दिष्ट गाठण्यात कमी पडल्या. बहुतेक राष्ट्रीयीकृत बँकांना हितसंबंधी गटांना कर्जे देण्यास सांगण्यात आले आणि यामुळे कर्जथकबाकीचे डोंगर उभे राहिले. जेव्हा हे हितसंबंध कर्जदार कर्जफेड करू शकले नाही तेव्हा बँकांना कर्जे माफ करण्यास भाग पाडले गेले. १९८० च्या दशकात राजकीय प्रभाव असणाऱ्या मोठ्या शेतकऱ्यांना दिलेली बहुतेक कर्जे थकबाकीत रूपांतरित झाली.

१९८० च्या दशकात शेतकऱ्यांनी केवळ अनुदानित दराने कृषक्ष आदाने चालू ठेवण्याचीच मागणी केली असे नाही, तर किमान आधारभूत किमती (MSP) वाढवून घेण्यासाठी सौदेबाजी आणि आदानांवरील अनुदाने वाढवून घेण्याचीही मागणी केली. गुलाटी आणि नारायणन् यांना असे दिसून आले की, ऊर्जा, खते आणि जलसंसाधनांवरील अनुदानांचे कृषी राष्ट्रीय उत्पादनातील १९८०-८१ मधील १.८% प्रमाण १९९०-९१ मध्ये ८०६% इतक्या वेगात वाढले.[३]

थोडक्यात सांगायचे झाल्यास मोठे शेतकरी उद्योजक आणि कामगार संघटना पुढारी या हितसंबंधी गटांवर नियंत्रण ठेवण्यात शासनाच्या अक्षमतेमुळे भारत एक खर्चिक अर्थव्यवस्था बनली. उद्योजकांना उत्पादकतेचा विसर पडला. कामगार संघटना नेते आणि शासकीय कर्मचाऱ्यांनीही कार्यक्षमतेकडे दुर्लक्ष केले. मोठ्या शेतकऱ्यांनी कृषी उत्पादकता वाढवण्याकडे लक्ष पुरवले नाही. मुक्त सत्ता, उच्च अनुदानित खते, वाढीव आधारभूत किमती आणि करमाफी यावरच ते खुश होते. शासनाच्या उदारहस्ते दिलेल्या या दानाची उत्पादकता वाढवण्यात तर काहीही मदत झाली नाही. उलट १९८० च्या दशकाच्या अखेरीला वित्तीय तूट प्रचंड प्रमाणात वाढली. १९७० च्या दशकांपर्यंत सकल राष्ट्रीय उत्पादनाच्या ४% पेक्षा कमी असलेली केंद्र शासनाची एकूण वित्तीय तूट १९८०-८१ मध्ये ५.७७% आणि १९८६-८७ मध्ये ८.४७% इतकी सर्वोच्च झाली आणि अखेरीला १९९०-९१ मध्ये ७.८५% वर येऊन थांबली. १९५० च्या दशकातील ३.९१% वृद्धिदर १९६० या दशकात ३.७०% झाला आणि पुढे १९७० च्या दशकात ३.०८% इतका खाली आला.

बाह्य आघाडीवर सोव्हिएट युनियनशी झालेल्या रुपया व्यापार करार संपल्यामुळे आणि १९८० च्या दशकात आर्थिक सहकार्य आणि विकास संघटना (आसविसं) अर्थव्यवस्थांमधील मंदीमुळे भारताची निर्यात वाढ १९८९-९० मधील १८% वरून १९९०-९१ मध्ये सरासरी राष्ट्रीय उत्पन्नाच्या केवळ ९.२% इतकी घटली. आंतरराष्ट्रीय पेट्रोलियम उत्पादनांच्या किमतीला मध्यपूर्वेतील इराकने कुवेतवर ऑगस्ट १९९० मध्ये केलेल्या आक्रमणामुळे वाढ झाल्याने आयात खर्चातही वाढ झाली. भारताचा तेल आयात खर्च १९८८-८९ मध्ये ३ अब्ज अमेरिकन डॉलर्सवरून १९९०-९१ मध्ये ६ अब्ज अमेरिकन डॉलर इतका वाढला. आखाती देशांमधून युद्धामुळे होणाऱ्या स्थलांतरामुळे ही परकीय चलन साठ्यात पडणारी भर कमी झाली, हे पुरेसे नव्हते की काय म्हणून १९८९ आणि १९९१ मध्ये लागोपाठ दोनदा निर्वाचित सरकारे कोसळली. त्यामुळे राजकीय अनिश्चितता वाढली. या सर्व घटनांमुळे रुपयाच्या संभाव्य अवमूल्यनाबाबत अपेक्षांमध्ये वाढ झाली. त्याचा परिणाम म्हणून अनिवासी भारतीय नागरिकांनी

[३] अशोक गुलाटी आणि सुधा नारायणन् (२००१) *सबसीडी सिंड्रोम इन इंडियन ॲग्रिकल्चर* नवी दिल्ली. 'इन्स्टिट्यूट ऑफ इकॉनॉमिक ग्रोथ'.

आपल्या ठेवी मोठ्या प्रमाणात काढून घ्यायला सुरुवात केली आणि व्यापारी कर्जे मिळण्याचा ओघही आटला. भांडवलाचा ओघ बाहेर जाण्याच्या वाढत्या वेगामुळे शासनाने अल्पकालीन कर्जांच्या मोठ्या प्रमाणात आधार घेतला. १९८८-८९ च्या अखेरीला या कर्जांचे परकीय चलनाच्या साठ्याशी असणारे ५.३% प्रमाण १९८९-९० च्या अखेरीला २३.१% झाले आणि पुढे १९९०-९१ च्या अखेरीस १४६.५% इतके प्रचंड वाढले. परकीय चलनाचा साठा केवळ अडीच महिन्यापुरती आयात करू शकेल इतकाच राहिला.

अर्थव्यवस्थेला परकीय कर्जाच्या दिवाळखोरीपासून वाचवण्यासाठी पंतप्रधान चंद्रशेखर सिंग यांच्या सरकारने २३ जानेवारी १९९१ रोजी आंतरराष्ट्रीय नाणेनिधीकडून आपत्कालीन भरपाई सहाय्य सुविधा (CCFF) अंतर्गत १.८ अब्ज अमेरिकन डॉलर्सचे कर्ज घेतले. शिवाय १९९१ च्या वसंत ऋतूत भारतातील सोन्याच्या साठ्याच्या बदल्यात बँक ऑफ इंग्लंडकडून ४० कोटी अमेरिकन डॉलर्सचे कर्ज घेतले. त्याच वेळी २० कोटी अमेरिकन डॉलर्स मूल्याचे सोने विकले. १९८०-१९८९ दरम्यान भारताच्या बाह्यकर्जात २१ अब्ज अमेरिकन डॉलरवरून ८४ अब्ज अमेरिकन डॉलर अशी चौपट वाढ झाली. बाह्यकर्जफेड करण्यासाठी भारताला आपला सोन्याचा साठा गहाण ठेवावा लागला. भारताने धोरणात्मक सुधारणा कराव्यात या शर्तीवर आंतरराष्ट्रीय नाणेनिधीने दोन हप्त्यात कर्ज देण्याचे मान्य केले.[४]

या उपाययोजनांमुळे वित्तीय तूट कमी करणे आणि शासकीय तेल कंपन्यांनी कर्जाचा भार सहन करून दिलेल्या अनुदानित देशांतर्गत पेट्रोलियम उत्पादनाच्या किमतीमध्ये वाढ करणे, सकल राष्ट्रीय उत्पादनातील कराचे गुणोत्तर ०.५% ने वाढवणे, काही सार्वजनिक क्षेत्रातील उद्योगांच्यार २०% पर्यंत समभागांचे निर्गुंतवणुकीकरणाद्वारे सकल राष्ट्रीय उत्पादनाच्या ०.४% उत्पन्न मिळवणे, संरक्षण खर्चात सरासरी राष्ट्रीय उत्पन्नाच्या ०.५% पर्यंत कपात करणे आणि सार्वजनिक क्षेत्रातील उपक्रमांना दिल्या जाणाऱ्या अर्थसंकल्पीय सहाय्यात ०.३% कपात करणे अशासारख्या संरचनात्मक सुधारणांचा समावेश होतो.[५] यातून प्रचंड गाजावाजा करण्यात आलेल्या १९९० च्या दशकातील आर्थिक सुधारणारूपी आणखी काही बदलांचा अनुभव भारतीय अर्थव्यवस्थेने घेतला. परंतु चंद्रशेखर यांच्या शासनाने या सुधारणा अमलात आणण्यापूर्वीच त्यांचे सरकार कोसळले आणि पी. व्ही. नरसिंह राव यांच्या नेतृत्वाखालील व डॉ. मनमोहन सिंग अर्थमंत्री असलेले कॉंग्रेसचे सरकार येण्याचा मार्ग मोकळा झाला. या सुधारणा अमलात आणण्याची कामगिरी जून १९९१ मध्ये सत्तेवर आलेल्या नव्या शासनावर सोपविली गेली.

१९९१ च्या सुधारणांचा कालखंड

बहुचर्चित आर्थिक सुधारणांची सुरुवात १९९१ मध्ये झाली. अमलात आणल्या गेलेल्या सुधारणांचा सारांश तेंडुलकर आणि भवानी[६] यांनी चांगल्या पद्धतीने दिला आहे.

[४] एस. डी. तेंडुलकर आणि टी. ए. भवानी (२००७) *अंडरस्टॅंडिंग रिफॉर्म्स – पोस्ट १९९१ इंडिया*, नवी दिल्ली, ऑक्सफर्ड युनिव्हर्सिटी प्रेस.

[५] तत्रैव.

[६] तत्रैव.

> "१९९१ च्या सुधारणांचे व्यापक आणि शिस्तबद्ध स्वरूप त्यांच्या दीड दशकापेक्षा अधिक काळातील मोठा विस्तार आणि उद्देशपूर्ण सातत्यातून दिसून येते. बाह्य क्षेत्र – (व्यापार प्रवाह, विनिमय दर, खासगी थेट गुंतवणुकीसह भांडवली ओघ); वित्तीय – महसुली आणि भांडवली घटकांच्या बाजूने सुधारणांसह वित्तीय एकत्रीकरण; मौद्रिक आणि वित्तीय क्षेत्र – (खुला व्यापार, वैधानिक तरलता आणि रोख राखीव निधी दरात कपात, वित्तीय साधनांमध्ये लक्षणीय वाढ); औद्योगिक क्षेत्र – (गुंतवणूक परवाने, जवळजवळ रद्द करणे, मक्तेदारी नियंत्रणाचे उच्चाटन, सार्वजनिक क्षेत्रासाठी राखीव कार्यासाठी खासगी क्षेत्राला मुभा); पायाभूत सोयीसुविधा – (रस्ते गुंतवणुकीत वाढ, बंदरांचे मर्यादित खासगीकरण; दूरसंचार क्षेत्रात खासगीकरण आणि स्पर्धेला सुरुवात); सार्वजनिक क्षेत्रातील व्यापारी उपक्रमांचे अंशतः किंवा पूर्णतः खासगीकरण आणि असे बरेच काही....." (पृ. १–२)

सुधारणांच्या या उपाययोजनांचे तपशीलवार परीक्षण केल्यास असे दिसून येते की, यापैकी बहुतांश सुधारणांचे प्रमुख उद्दिष्ट वित्तीय तुटीचे नियंत्रण करणे आणि भारतीय अर्थव्यवस्था अधिक स्पर्धात्मक करणे असे होते. अखेरीस शासनाने हितसंबंधी गटांचा नफा कमी करण्यासाठी आणि उदारीकरण व जागतिकीकरणाद्वारे स्पर्धा निर्माण करण्याच्या दृष्टीने पाऊले उचलली. शासनाच्या नियंत्रणाचे उच्चाटन आणि बाजाराधिष्ठित किंमत पातळी निश्चितीसाठी परवागनी देणे म्हणजे उदारीकरण होय. जागतिकीकरण म्हणजे जकाती आणि बिगरजकाती निर्बंधांचे उच्चाटन करून देशांतर्गत उद्योजकांना विदेशी स्पर्धेला तोंड देण्यास भाग पाडणे. ह्या बदलाचा किंवा सुधारणांचा सारांश तीन प्रमुख उपगटात मांडता येईल. (१) वित्तीय तुटीचे स्थिरीकरण, (२) व्यापार उदारीकरणातून जागतिकीकरण आणि (३) वित्तीय क्षेत्रातील उदारीकरण.

वित्तीय तुटीचे स्थिरीकरण[७]

प्राधान्याच्या दृष्टीने पाहिल्यास वित्तीय तुटीच्या नियंत्रणाला सर्वांत अधिक महत्त्व दिले गेले होते. याचे प्रमुख कारण म्हणजे १९९१ च्या सुधारणांद्वारे घडवून आणावयाचा बदल १९९०–९१ मध्ये सरासरी राष्ट्रीय उत्पन्नाच्या ८.३% असणाऱ्या उच्च वित्तीय तुटीचे नियंत्रण करणे हे होते. अखेरीस मौद्रिक तूट कमी करणे, अनुदानात कपात करणे, सार्वजनिक उपक्रमांमध्ये निर्गुंतवणूक करणे आणि भांडवली खर्चात कपात करण्याच्या दृष्टीने प्रयत्न केले गेले.

यापूर्वी म्हटल्याप्रमाणे १९९१ च्या सुधारणापूर्व काळात तूट भरून काढण्यासाठी शासन तात्पुरत्या ट्रेझरी बिलांचा वापर करत असे. मध्यवर्ती बँकेला या ट्रेझरी बिलांच्या बदल्यात शासनाच्या खर्चाची तरतूद करण्याव्यतिरिक्त काहीही स्वातंत्र्य नव्हते. अशा प्रकारे निर्माण केला गेलेला बहुतांश पैसा उत्पादकरित्या वापरला जात नसे आणि त्यामुळे भारतीय अर्थव्यवस्थेचे रूपांतर खर्चिक अर्थव्यवस्थेत झाले होते. सुधारणांचा अवलंब करताना तात्पुरत्या ट्रेझरी बिलांचा वापर करणे थांबवले गेले आणि

---

[७] हा विभाग तेंडुलकर आणि भवानी (२००७) पुस्तकातून घेतला आहे.

त्याऐवजी मध्यवर्ती बँकेने 'वेज ॲण्ड मीन्स ॲडव्हान्सेस' (WMA) पद्धतीची सुरुवात केली. म्हणजे केंद्र आणि राज्य सरकारांना रिझर्व्ह बँकेला अर्थसंकल्पीय तरतुदीसाठी चलननिर्मिती करण्यास सूचना देण्याऐवजी रिझर्व्ह बँकेकडून कर्जे घेणे भाग पडणे होय. या व्यतिरिक्त २००३ मध्ये केंद्राने वित्तीय अर्थसंकल्प आव्यवस्थापन कायदा संमत केला आणि याच्याशी सुसंगत कायदे राज्य सरकरांनी संमत केले. या सर्वांचा मूळ हेतू वित्तीय तुटीचे प्रमाण कालांतराने सरासरी राष्ट्रीय उत्पन्नाच्या ३.०% करणे आणि २००८-०९ पर्यंत महसूली तुटीचे प्रमाण शून्यापर्यंत खाली आणणे हा होता. परंतु असे घडले नाही.

शासनाने सार्वजनिक क्षेत्रातील उपक्रमांच्या निर्गुंतवणुकीसाठीही पाऊले उचलली. उत्पादकतेत सुधारणा करणे हा या निर्णयाचा दुय्यम हेतू होता आणि मुख्य उद्देश यातून मिळणाऱ्या उत्पन्नाचा विनियोग वित्तीय तुटीच्या नियंत्रणासाठी करणे हा होता. अगोदर सूचित केल्याप्रमाणे, बहुतेक सार्वजनिक उपक्रमांची वैशिष्ट्ये – कमी उत्पादकता, सुमार उत्पादन दर्जा, अतिरिक्त मनुष्यबळ, मनुष्य संसाधनाचा अपुरा विकास आणि भांडवलाचा परतावा दर कमी असणे ही होती. उदाहरणार्थ, १९८० ते २००२ दरम्यान सार्वजनिक उपक्रमात गुंतवलेल्या भांडवलाचा सरासरी परतावा दर सुमारे ३.४% होता. तर कर्जाच्या सरासरी व्याजदर ८.६६% होता. सार्वजनिक उपक्रमांचे निर्गुंतवणुकीकरण हा शासनाच्या तुटीचा नियंत्रणावरील उपाय म्हणून पाहिला गेला. मात्र, निर्गुंतवणुकीतून प्रत्यक्षात मिळालेले उत्पन्न बहुतेक वेळा उद्दिष्टपातळीपेक्षा कमी होते. १९९१-९२ ते २००२-०३ या काळात शासनाने निर्गुंतवणुकीद्वारे ७८,३०० कोटी रुपये मिळवण्याचे उद्दिष्ट ठेवले होते. परंतु प्रत्यक्षात केवळ ३०,९१७ कोटी रुपये निर्गुंतवणुकीतून मिळू शकते. २००३ नंतरच्या काळात शासनाला निर्धारित उद्दिष्ट गाठण्यात कसे वारंवार अपयश येत गेले, हे आपण तिसऱ्या प्रकरणात पाहिले आहेच.

उद्योगांना अधिक स्पर्धात्मक करण्याच्या दृष्टीने परवाना पद्धतीची आवश्यकता काढून टाकली गेली. आरक्षण काढून टाकल्यामुळे पूर्वी केवळ सार्वजनिक क्षेत्रासाठी आरक्षित असणारी क्षेत्रे खासगी क्षेत्राला खुली झाली. मोठ्या उद्योगांचा विस्तार आणि विविधीकरणाच्या सुलभतेच्या दृष्टीने मक्तेदारी आणि निर्बंधात्मक व्यापार व्यवहार कायद्यात (MRTP ACT) सुधारणा केल्या गेल्या. १९९१ पूर्वी या कायद्यातंर्गत १९८५ च्या किंमतपातळीला १०० कोटी रुपयांपेक्षा अधिक भांडवल असलेल्या सर्व उद्योगसंस्थांना उत्पादन करण्यासाठी आणि नवीन गुंतवणूक करण्यासाठी शासनाची परवानगी घेणे आवश्यक होते.

देशांतर्गत उद्योगांना सुधारित विदेशी तंत्रज्ञानाचा वापर करता यावा यासाठी भारतीय उद्योगातील थेट परकीय गुंतवणुकीचे (थेपगुं) निकष शिथिल करण्यात आले. ५१% पर्यंत समभाग गुंतवणुकीसाठी नैसर्गिकपणे मान्यता मिळण्याची परवानगी दिली गेली. ऊर्जा आणि इंधन, विद्युत उपकरणे, वाहतूक, रसायने, अन्नप्रक्रिया, धातू, यांत्रिकी, औषधे, वस्त्रोद्योग व औद्योगिक यंत्रसामग्री याचबरोबर दूरसंचार, बँकिंग अशा व्यापारी सेवांच्या क्षेत्रांत विदेशी गुंतवणूकदारांना परवानगी देण्यात आली. ऑक्टोबर २०१२ मध्ये शासनाने विमा आणि निवृत्तीवेतन क्षेत्रात सुधारणा करण्याचे पुढील पाऊल उचलले. या क्षेत्रातील थेट परकीय गुंतवणुकीची मर्यादा शासनाने २६% वरून ४९% इतकी वाढवली.

देशात येणाऱ्या थेट परकीय गुंतवणुकीचा ओघ मुक्त करण्याबरोबरच भारताने थेपगुं च्या देशाबाहेर जाणाऱ्या भांडवलाची प्रक्रियेतही उदारीकरण आणले.[८] भारतीय नागरिकांना परदेशातील संयुक्त भांडवली कंपन्यांमध्ये गुंतवणूक करण्याची आणि संपूर्ण मालकी असलेल्या उपकंपन्यांमध्ये आपोआपी मार्गाने आणि मान्यता निकषाच्या मार्गाने परवानगी दिली गेली आहे. स्वयंचलित मार्गाअंतर्गत भारतीय कंपनीला परदेशात संयुक्त भांडवली कंपनी किंवा संपूर्ण मालकीची उपकंपनी स्थापन करण्यासाठी रिझर्व्ह बँकेची पूर्वपरवानगी घेण्याची आवश्यकता नसते.

माहिती तंत्रज्ञान आणि संबंधित सेवा क्षेत्रातील परदेशी कंपन्यांवर ताबा मिळवून होणारी भारताची परदेशातील सुरुवातीची गुंतवणूक नंतरच्या काळात वस्तुनिर्माण वित्तीय आणि बिगर वित्तीय सेवा क्षेत्रांपर्यंत पसरली.

डावे पक्ष आणि तृणमूल काँग्रेससारख्या भारतातील प्रादेशिक राजकीय पक्षांनी निवृत्तीवेतन आणि विमा क्षेत्रातील थेट परकीय गुंतवणुकीला मान्यता देण्याने सामान्य लोकांचे उत्पन्न घटेल अशा युक्तिवादाच्या आधारे विरोध केला. निवृत्तीवेतन क्षेत्रातील थेपगुं च्या वाढत्या प्रमाणामुळे निवृत्तीवेतन निधीत अधिक अस्थिरता येईल आणि या निधीच्या परताव्यात घटही होऊ शकेल. शासनाच्या इतर कोणत्याही ऋणनिधीच्या तुलनेत निवृत्तीवेतन निधीचा भांडवल बाजारातील वापर परकीय निधी व्यवस्थापक अधिक करतील, हा युक्तिवाद कितपत खरा आहे? आपण तपासून पाहू. भारतातील एका टक्क्यापेक्षा कमी लोकसंख्येला निवृत्तीवेतनाचे लाभ मिळतात. निवृत्तीवेतन आणि विमाक्षेत्रात २६% वरून ४९% परकीय गुंतवणूक वाढ करण्याच्या परवानगीमुळे सामान्य माणसाच्या हिताला बाधा पोहोचेल असे मानणे बरोबर नाही. कृषिक्षेत्र आणि खासगी क्षेत्रावर अवलंबून राहणाऱ्या लोकांना निवृत्तीवेतन मिळत नाही. खरे तर, २००४ नंतर शासकीय नोकऱ्यांमध्ये शिरलेल्यांनाही निवृत्तीवेतन मिळणार नाही. अगदी युक्तिवादापुरते असे खरे मानले की, समभागांशी जोडले गेल्याने निवृत्तीवेतनातील पैशाचे मूल्य घटेल, तरी यावर अधिक चर्चा होणे गरजेचे आहे. सध्याच्या नियमांनुसार एकूण निवृत्तीवेतन निधीच्या १५% पेक्षा अधिक निधी समभागांमध्ये ठेवता येणार नाही. उर्वरित ८५% निधी हा शासकीय आणि उद्योगसंस्थांच्या रोख्यांमध्ये ठेवावा लागेल. अगदी या विभागणीतही निवृत्तीवेतन निधीवरील केवळ किमान परतावा दराच्या प्रमाणातील रक्कम म्हणजे (निवृत्तीवेतन सुधारणापूर्व) ८.५% समभागात ठेवली जाईल, असे बोलले जाते. म्हणून निवृत्ती वेतन क्षेत्रात अतिरिक्त विदेशी गुंतवणुकीला परवानगी दिल्याने सामान्य माणसाला नुकसान पोहोचेल असे समजण्यात कोणतेच शास्त्रीय कारण नाही.

खरे पाहता, जर निवृत्तीवेतन आणि विमाक्षेत्रांमध्ये परकीय भांडवल आले तर शासनाला यातील काही निधी पायाभूत सुविधांसारख्या दीर्घकालीन प्रकल्पामध्ये गुंतवता येऊ शकेल. पायाभूत सुविधांमधील

---

[८] रिझर्व्ह बँक थेपगुं ची आकडेवारी प्रसिद्ध करते. देशांत येणाऱ्या आणि बाहेर जाणाऱ्या भांडवलाला व्यवहार तोलाचा एक भाग समजून ही माहिती प्रसिद्ध केली जाते. २०००-०१ पासून थेपगुं च्या अखत्यारित समभाग भांडवलातील परकीय चलनाचा विनिमय आणि उद्योगातंर्गत संबंधित घटकांमधील कर्ज हस्तांतरण अशा इतर घटकांसंबंधी सर्वसाधारण आकडेवारीचा समावेश केला जाऊन विस्तार झाला आहे.

सुधारणांमुळे सामान्य माणसाला लाभ होईल असे नाही तर या सुविधा निर्माण करण्यासाठी रोजगाराच्या संधीही उपलब्ध होतील. तसेच, विमाक्षेत्रातील विदेशी सहभागामुळे स्पर्धेत वाढ झाल्याने विम्याचा हप्ता कमी होऊन आरोग्य, वाहने, आगप्रतिबंधक अशी विमा उत्पादने अधिक परवडण्याजोगी होतील.

व्यापार उदारीकरणाद्वारे जागतिकीकरण

१९९१ सुधारणापूर्व काळात अर्थव्यवस्था बंदिस्त होती.[९] देशी उद्योगांना परकीय स्पर्धेपासून संरक्षण देणे आणि त्यांना स्वयंपूर्ण होण्यासाठी पुरेसा वेळ देणे अशी काहीशी बालोद्योग युक्तिवादाशी सुसंगत असणारी कल्पना यामागे होती. १९९१ च्या सुधारणोत्तर काळाने आयात नियंत्रणाच्या धोरणातील शिथिलीकरणासारखे महत्त्वपूर्ण बदल पाहिले. १९९१ मध्ये ३००% असणाऱ्या जकातींचे निर्बंध घटून २०११ मध्ये १२% झाले. (पूर्वी १९९१ जकातींच्या सर्वोच्च दर ३३५% होता. सर्व जकात दारांची सरासरी ७९.८% होती आणि आयात भारित जकातदरांची सरासरी ५६.१% होती. २०११ मध्ये सरासरी जकात दर १६% आणि आयात भारित सरासरी जकातदर १८% होता.)[१०] खुल्या सर्वसाधारण परवान्याच्या (OGL) कक्षेत अधिक वस्तू आणल्या गेल्या. म्हणजेच कोणत्याही परवान्याशिवाय या वस्तू आयात करता येऊ शकत होत्या. १९९१ पूर्वी आयातीसाठी शासनाचा परवाना आवश्यक होता आणि परवानाधारक अधिकृत उत्पादनसंस्था किंवा व्यक्तींनाच आयात करता येत होती, याची नोंद घ्यायला हवी. १ एप्रिल २००३ पर्यंत ९,१२० वस्तू OGL कक्षेत आणल्या गेल्या. १९९३ मध्ये ही संख्या १,३३९ होती. २004 च्या आरंभी वस्त्रोद्योग वस्तूंच्या आयातीवरील आणि व्यापाराच्या हक्कांवरील संख्यात्मक निर्बंध उठवले गेले. केवळ काही मोजक्याच वस्तू पर्यावरणीय, आरोग्यविषयक आणि .सुरक्षिततेच्या निकषांवर नाकारल्या गेल्या आणि इतर काही वस्तू (खते, अन्नधान्य, खाद्यतेले आणि पेट्रोलियम उत्पादने) केवळ विशिष्ट शासकीय उपक्रमांमार्फतच आयात करण्यास परवानगी दिली गेली. इतर सर्व वस्तू कोणत्याही परवान्याशिवाय आणि निर्बंधांशिवाय आयात करण्यास परवानगी दिली गेली.[११]

बाह्यक्षेत्रातील उदारीकरणाबरोबरच शासनाने विनिमय दराच्या बाजारपेठेत निश्चितता आणली. १९९१ पूर्व कालखंडात आपली अर्थव्यवस्था अंतर्दिशेने जाणारी होती आणि निर्यातीला आळा घालण्यासाठीच केवळ विनिमय दरात वाढ करण्यात येत होती. १९९१ मध्ये शासनाने भारतीय रुपयाचे डॉलरच्या तुलनेत २२% अवमूल्यन केले. फेब्रुवारी १९९२ मध्ये दुहेरी विनिमय दर पद्धती अमलात आणली गेली. यामुळे

---

[९] अनेक लोकांच्या मते १९८५ मध्ये राजीव गांधी शासनाने अमलात आणलेली यंत्रसामग्री निर्यातीवरील आयात शुल्क ६०% घटले, बँक व्यवहारांचे संगणकीकरण शासकीय मार्गाने होणाऱ्या आयातीतील घर असे बदल भारतातील आर्थिक सुधारणा प्रक्रियेची अडखळती सुरुवात होती.

[१०] अनेक वर्षांचे जगातिक विकास निर्देशक.

[११] टी. पी. भट (२०१२) 'इंडिया अ‍ॅण्ड चायना - द ट्रेड पॉलिसी डायनॅमिक्स', इंडिया क्वार्टरली, खंड ६८, क्र.१ पृ. ६९-८७.

निर्यातदारांना त्यांच्याजवळील परकीय चलनाचा ६०% हिस्सा खुल्या बाजारात आणि ४०% वाटा शासनाला अधिकृत किंमतपातळीपेक्षा कमी दराने विकण्यास परवानगी मिळाली. १९९४ च्या आरंभी चालू खात्यावरील व्यवहारांसाठी रुपया पूर्णतः परिवर्तनीय करण्यात आला. मात्र, भांडवली खात्यावर काही बंधने आहेत. उदाहरणार्थ, कोणतीही व्यक्ती कोणत्याही बँकेच्या शाखेत जाऊन परकीय चलनाची खरेदी किंवा विक्री करू शकत नाही. विदेशी गुंतवणूकदारदेखील शासकीय रोखे बाजारात गुंतवणूक करू शकत नाहीत आणि एखाद्या उद्योगसंस्थेने परदेशात किती गुंतवणूक करावी यावर बंधने आहेत. भांडवली खाते पूर्णतः परिवर्तनीय झाले, तर ही सर्व बंधने नाहीशी होतील.

वित्तीय क्षेत्रातील उदारीकरण

१९९१ मध्ये स्थापन झालेल्या कमिटी ऑफ द फायनान्शियल सिस्टीमचे अध्यक्ष श्री. एम. नरसिंहम् यांच्या शिफारसीनुसार वित्तीय क्षेत्रातील सुधारणा १९९६-९७ पासून टप्प्याटप्प्याने अमलात आणल्या गेल्या. वित्तीय क्षेत्रातील या सुधारणांचा परिपाक म्हणजे निश्चितपणे निर्धारित केलेल्या व्याजदर पद्धतीला पूर्णविराम मिळाला. व्याजदराच्या विनियंत्रणामुळे रोख राखीव निधी आणि वैधानिक रोखता प्रमाणामध्ये तीव्र घट झाली. शासकीय रोख्यांचे मूल्य बाजाराधिष्ठित झाले आणि शासनाला बाजारातून अमर्यादित कर्जे उचलता येणे बंद झाले. कर्जथकबाकीची वसुली होण्याच्या दृष्टीने सिक्युरिटायझेशन अ‍ॅण्ड रिकन्स्ट्रक्शन ऑफ फायनान्शियल अ‍ॅसेटस् अ‍ॅण्ड एन्फोर्समेंट ऑफ सिक्युरिटीज इंटरेस्ट (SARFAESI) कायदा मंजूर केला गेला आणि *लोक अदालती*, कर्ज वसुली लवाद, भांडवल पुनर्रचना यंत्रणा कंपन्या आणि औद्योगिक कर्ज पुनर्रचना यंत्रणा स्थापन केल्या गेल्या. खासगी म्युच्युअल फंडासह अनेक बिगर बँक वित्तीय कंपन्यांना कामकाज करण्याची परवानगी देण्यात आली. उद्योगसंस्थांना Security and Exchange Board of India - सेबीच्या नियंत्रणाखाली भांडवल बाजारातून सुलभतेने कर्जे मिळू लागली. डॉलर्स आणि युरो समभागांद्वारे भारतीय कंपन्यांना आंतरराष्ट्रीय बाजारपेठेत प्रवेश करण्याची परवानगी मिळाली. अनिवासी भारतीय नागरिकांसाठी गुंतवणुकीचे निकष शिथिल करण्यात आले आणि विदेशी संस्थात्मक गुंतवणूकदारांना भारतीय शेअरबाजारात नोंदणी करून गुंतवणूक करण्यास मान्यता देण्यात आली. विदेशी आणि अनिवासी भारतीय नागरिकांच्या गुंतवणुकीवरील भांडवली लाभावरील उच्च दरावरील कर शासनाने काढून टाकला.

वरील चर्चेतून काही महत्त्वाच्या बाबी पहाण्यासारख्या आहेत. उदारिकरणामुळे शासनाने अधिक खासगी सहभागाचे स्वागत केले. जागतिकीकरण म्हणजे अर्थव्यवस्था खुली केल्यामुळे देशी उद्योगसंस्थांना परकीय स्पर्धेला तोंड देणे भाग पडले. त्यामुळे देशातील उत्पादनसंस्था जागतिक पातळीवर आल्या. व्याजदरात कपात केली गेली आणि भारतीय उद्योगसंस्थांना विदेशी भांडवलबाजारातून कर्जे घेण्यास परवानगी दिली गेली. व्याजदरात कपात करणे हा वित्तीय क्षेत्राच्या उदारीकरणाचा भाग होता. आयात वस्तूंवर कमी जकातशुल्क असाही जागतिकीकरणाचा अर्थ होतो. याचा असाही अर्थ झाला की, श्रमप्रधान अर्थव्यवस्थेमध्ये विदेशी वस्तू निर्माण तंत्रज्ञान आयात करणे शक्य झाले. त्यामुळे फोर्ड, नोकिया, ह्युंदाई लोटे अशा विदेशी वस्तू निर्माण कंपन्यांना त्यांचे उत्पादन भारतात सुरू करण्याची प्रेरणा मिळाली. सुधारित

परकीय तंत्रज्ञानामुळे देशी श्रमाच्या उत्पादकतेत वाढ झाली. देशांतर्गत आघाडीवर पहायचे झाल्यास मूल्यवर्धित करातील सुधारणेमुळे भारतातील राज्यांतर्गत वस्तूंचे दळणवळण वेगाने होऊ लागले. या सर्वांमुळे देशी उद्योगांच्या कामगिरीला निश्चितच चालना मिळाली. जागतिकीकरणामुळे वस्तुनिर्माण क्षेत्राची कामगिरी कशी सुधारली हे पुढील काही आकृत्यांवरून लक्षात येते (पहा आकृत्या ५.१–५.५).

देशांतर्गत उद्योजकतेमध्ये अचानक झालेल्या वाढीचे अतिशय चांगले स्पष्टीकरण श्री गुरुचरण दास यांनी आपल्या पुस्तकात केले आहे.[१२] त्यांनी एनआयसीसीओ कोलकता या कंपनीचे उदाहरण दिले आहे.

एनआयसीसीओ या कंपनीच्या श्री. अभिजित सेन यांनी विनियंत्रणानंतर कंपनीची वाढ होण्याची ११ कारणे सांगितली. १९९१ मध्ये जेव्हा परवान्यावरील निर्बंध काढून टाकले गेले, तेव्हा एमआरटीपी कायद्याचे उच्चाटन झाल्यामुळे कंपनीने सयंत्राचे एकत्रिकरण करून आपली क्षमता पाच पटीने वाढवली. पूर्वी कंपनीकडे शासनाची समन्वयी धोरणाच्या कामासाठी पोलाद नियंत्रक, ॲल्युमिनियम नियंत्रक, तांबे शासकीय संघटना आणि स्टेट ट्रेडिंग कॉर्पोरेशन असे चार समन्वयक आवश्यक असत. आता मात्र, दिल्लीतील अशा कामासाठी केवळ एक अर्धवेळ कर्मचारी पुरेसा होता. उद्योजकाला भांडवल विस्तारासाठी भांडवली बाबी नियंत्रकाकडे जाण्याची गरज उरली नव्हती. तर हे काम त्याची व्यापारी बँक सेबीमार्फत अर्ध्या वेळातच करू शके.

आकृती ५.१ वित्तीय क्षेत्रातील उदारीकरण आणि व्याजदर

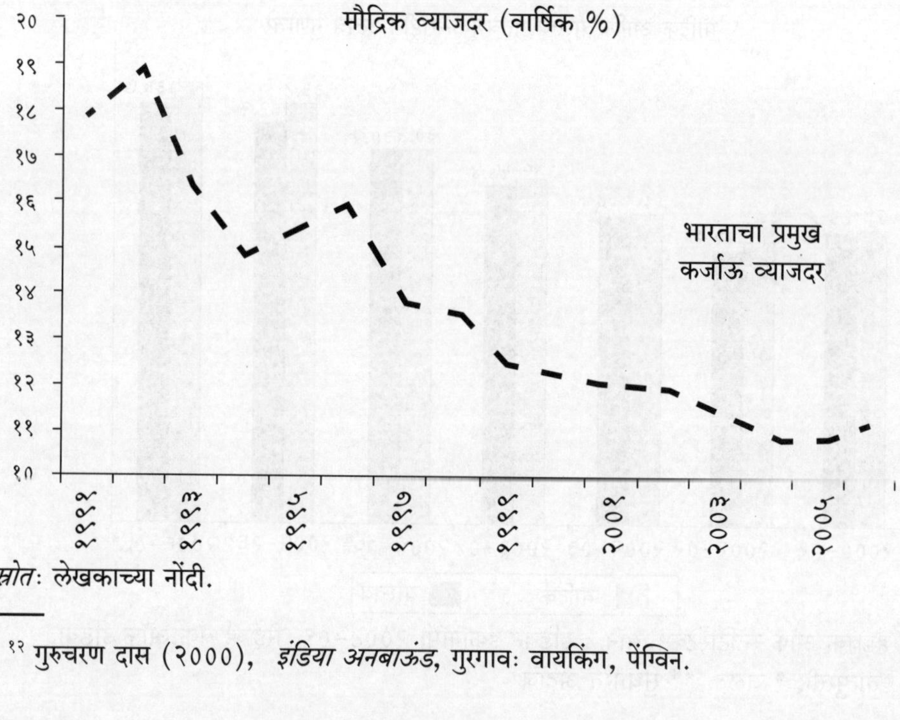

स्रोत: लेखकाच्या नोंदी.

---

[१२] गुरुचरण दास (२०००), *इंडिया अनबाऊंड*, गुरगावः वायकिंग, पेंग्विन.

आकृती ५.२ घटते व्याजदर आणि औद्योगिक कामगिरी

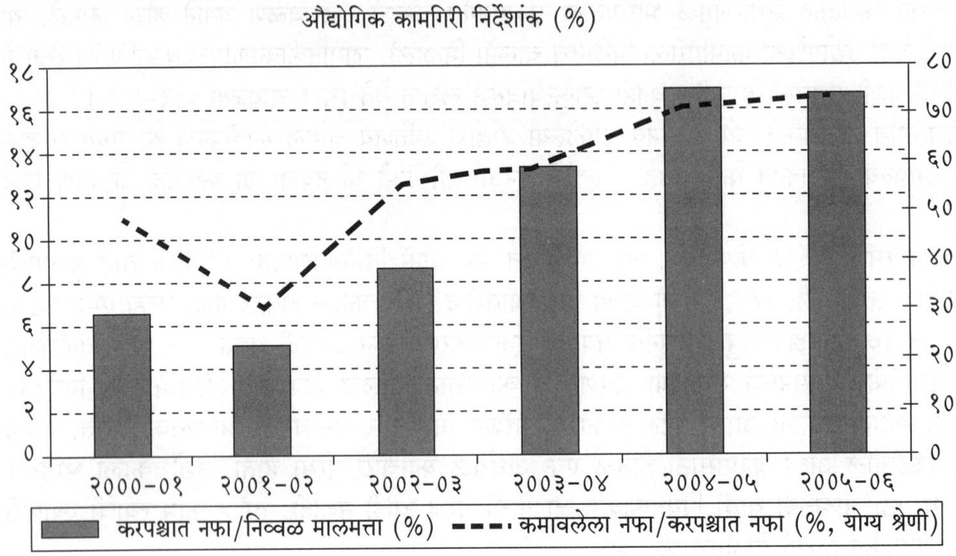

स्रोत: हँडबुक ऑफ स्टॅटिस्टिक्स ऑन द इंडियन इकॉनॉमी २००८-०९, रिझर्व्ह बँक ऑफ इंडिया.

आकृती ५.३ गुंतवणुकीतील वाढ

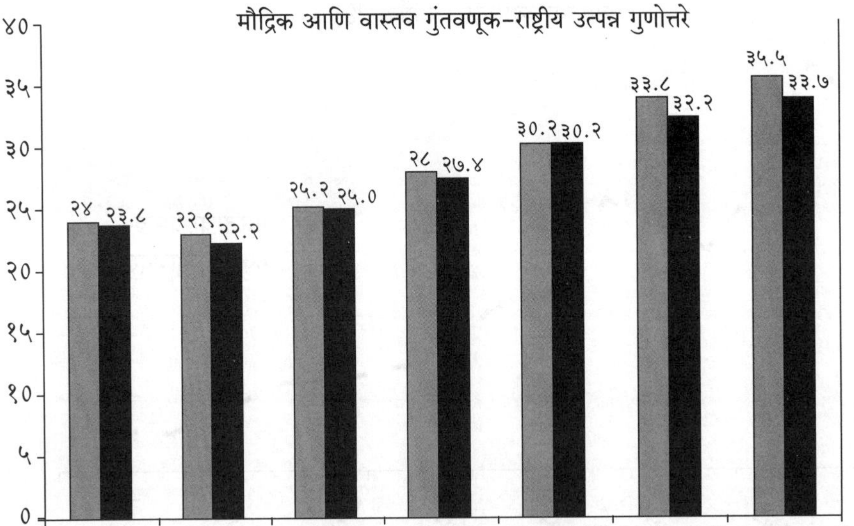

स्रोत: हँडबुक ऑफ स्टॅटिस्टिक्स ऑन द इंडियन इकॉनॉमी २००८-०९, रिझर्व्ह बँक ऑफ इंडिया.

टीप: @तात्पुरती, * जलद, ** सुधारित अंदाज

आकृती ५.४ श्रम उत्पादकता

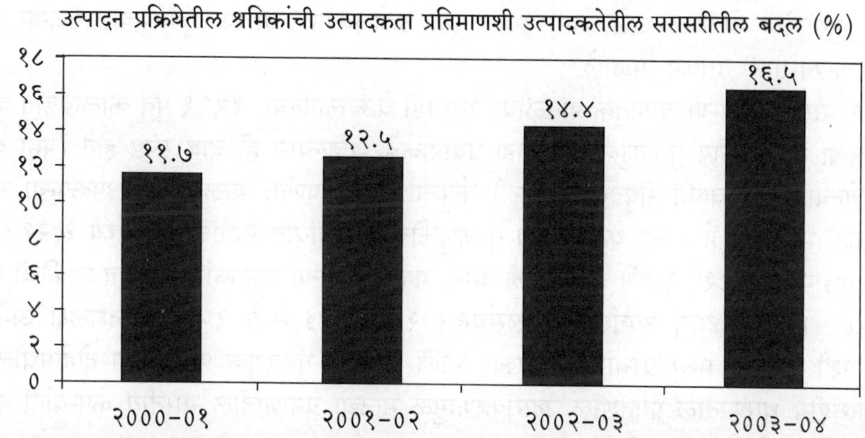

स्रोतः उद्योगांचे वार्षिक सर्वेक्षण, सांख्यिकी आणि आकडेवारी अंमलबजावणी मंत्रालय, भारत सरकार

आकृती ५.५ थेट परकीय गुंतवणुकीचा वाढता ओघ

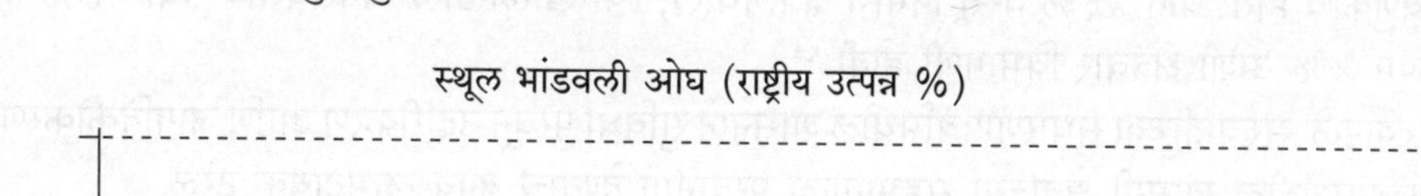

स्रोतः उद्योगांचे वार्षिक सर्वेक्षण, सांख्यिकी आणि आकडेवारी अंमलबजावणी मंत्रालय, भारत सरकार

उद्योजकाला आयातीसाठी मान्यतेची गरज उरली नव्हती किंवा ५ कोटी रुपयांपेक्षा जास्त कर्जासाठीही संचालकांच्या मान्यतेची आवश्यकता नव्हती. रिझर्व्ह बँकेच्या परवान्याशिवाय श्री. सेन यांना परदेशात प्रवास करता येऊ लागला. हा परवाना मिळवण्यासाठी पूर्वी एक महिना लागायचा. भारतात आता

अधिक हवाई वाहतूक सेवा कंपन्या कार्यरत असल्यामुळे प्रवासाचे निर्णय आयत्या वेळी करता येऊ लागले. मार्गातील अडथळे असे कमी झाल्यामुळे उद्योजकांना अधिक गुंतवणूक, रोजगार आणि उत्पादन करण्यासाठी उत्तेजन मिळाले.

अनेक भारतीय कंपन्या जागतिक पातळीवर आघाडी घेऊ लागल्या. १९९१ पूर्व कालखंडात कधीही न ऐकलेल्या थेट परकीय गुंतवणुकीच्या बाह्य प्रवाहाकडे पाहिल्यास ही बाब स्पष्ट होते (पहा कोष्टक ५.१). गेल्या काही वर्षांत संयुक्त भांडवली कंपन्या आणि पूर्णतः मालकीच्या उपकंपन्या स्थापन करण्यासाठी भारतातून होणाऱ्या थेट परकीय गुंतवणुकीच्या प्रस्तावात २००३-०४ मध्ये १,२१४ वरून २००६-०७ मध्ये १,८१७ इतकी वाढ झाली आहे. मंजूर झालेल्या प्रस्तावांमधील गुंतवणुकीची रक्कम २००३-०४ मध्ये १,४६६ अमेरिकन डॉलर्सवरून २००६-०७ मध्ये १५,०६० दशलक्ष अमेरिकन डॉलर्स अशी वाढली. मंजूर प्रस्तावांची संख्या आणि त्यातील गुंतवणूक पातळी या दोहोंमधील वाढ ही आंतरराष्ट्रीय धोरणातील प्रगतशील उदारीकरणामुळे मोठ्या प्रमाणातील भारतीय कंपन्यांनी परकीय कंपन्यांवर मिळवलेल्या ताब्याची निदर्शक आहे. २००७ मधील मंजूर झालेल्या एकूण बाह्य थेट परकीय गुंतवणूक प्रस्तावांमध्ये ९६% प्रस्ताव ५ दशलक्ष अमेरिकन डॉलर्स आणि त्याहून जास्त अशा प्रचंड गुंतवणुकांचे होते. यात ४३% वस्तू निर्माण क्षेत्रामधील, त्या खालोखाल बिगरवित्तीय सेवा १०% आणि व्यापार ४% अशी क्षेत्रवार विभागणी होती.[१३]

त्यामुळे सुरुवातीच्या सुधारणापर्वामधील शासनाने सुविधा पुरवून उदारीकरण आणि जागतिकीकरणाद्वारे अर्थव्यवस्थेतील खासगी क्षेत्राच्या सहभागाला परवानगी देण्याचे कार्य लाभदायक ठरले.

समग्र पातळीवर व्यापक आर्थिक निर्देशांकामध्ये लक्षणीय सुधारणा झाली. या सुधारणांच्या अंमलबजावणीनंतर लगेचच अल्पकालीन कर्जाचे परकीय चलन साठ्याशी १९९०-९१ मध्ये असणारे १४६.५% असे मोठे गुणोत्तर १९९३-९४ मध्ये १८.६% असे खाली घसरले. केवळ अडीच महिन्यांची आयात होऊ शकेल इतपत असणाऱ्या परकीय चलन साठ्यात साडेआठ महिने पुरू शकेल अशी समाधानकारक सुधारणा झाली. १९९१ पासून वास्तव सरासरी राष्ट्रीय उत्पन्नामधील वृद्धी सरासरी ६% दराने झाली. परंतु मुख्यतः व्याजदरात झालेल्या घटीमुळे २००३पासून पुढे जी वेगात वाढ झाली ती अधिक महत्त्वाची आहे. २००३-०४ ते २००७-०८ दरम्यान सरासरी वृद्धी ८.८% दराने झाली. त्यामुळे दरडोई उत्पन्नात ७.३% वाढ होऊ शकली. अधिक नेमकेपणाने सांगायचे झाल्यास २००३-०४ मध्ये वृद्धिदर ८.५% होता. २००४-०५ मध्ये ७.५%, २००५-०६ मध्ये ९.५%, २००६-०७ मध्ये ९.७% आणि २००७-०८ मध्ये ९.० इतका झाला. दरडोई उत्पन्नातील वाढ १९५० ते १९८० दरम्यान १ ते १.५% दराने आणि १९८० च्या दशकात ३.५ दराने झालेल्या दरडोई उत्पन्नाच्या वाढीशी तुलना करता अधिक लक्षणीय आहे.

सकल देशांतर्गत बचती १९९१-९२ मध्ये सरासरी राष्ट्रीय उत्पन्नाच्या २१.६% पासून २००७-०८ मध्ये ३७.७% अशी सातत्याने वाढ होत गेली. सकल भांडवल निर्मितीचा दरही १९९१-९२ मधील

---

[१३] रिझर्व्ह बँक ऑफ इंडिया, *हँडबुक ऑफ स्टॅटिस्टिक्स ऑन द इंडियन इकॉनॉमी* (विविध अंक), मुंबई, रिझर्व्ह बँक ऑफ इंडिया.

कोष्टक ५.१ भारताची देशाबाहेरील गुंतवणूक

संपादन कर्ती कंपनी	*परकीय लक्ष्य कंपनी*	*लक्ष्य उद्योग*	*लक्ष्य देश*	*अंदाजित व्यापारी मूल्य (अमेरिकी डॉलर)*
टाटा स्टील लि.	कोरस ग्रुप पीएलसी	पोलाद	युके	१४.८५ अब्ज
हिंदाल्को इंडस्ट्रीज लि.	नोव्हेलिस इंक.	अल्युमिनियम	कॅनडा	६ अब्ज
स्टरलाईट इंडस्ट्रीज इंडिया लि.	असेरको इंक.	खाण	अमेरिका	२.६ अब्ज
टाटा मोटर्स लि.	फोर्ड मोटर्स कं. यांची जग्वार लिमिटेड आणि लॅण्ड रोव्हर होल्डिंग्ज	मोटरवाहन	युके	२.३ अब्ज
एस्सार स्टील लि.	अल्गोमा स्टील इंक.	पोलाद	कॅनडा	१.५७ अब्ज
युनायटेड स्पिरीट लि.	व्हाईट अॅण्ड मॅके लि.	अन्न आणि पेयपदार्थ	युके	१.१८ अब्ज
टाटा पॉवर कंपनी लि	पीटी काल्टीम कोल आणि पीटी अर्तुमीन इंडोनेशिया यांमध्ये प्रत्येकी ३०% समभाग खरेदी	ऊर्जा	इंडोनेशिया	१.१ अब्ज
टाटा केमिकल्स	जनरल केमिकल इंडस्ट्रीअल प्रॉडक्टस इंक.	रसायने	अमेरिका	१.० अब्ज
टाटा सन्स लि. टाटा टी लि.	एनर्जी ब्रॅण्डस् इंक. मधील ३०% समभाग खरेदी	अन्न आणि पेयपदार्थ	अमेरिका	६७.७ कोटी
डॉ. रेड्डीज लॅबोरेटरीज लि.	बेटाफार्म अर्झ्निमिटेल जीएमबीएच	औषधनिर्माण	जर्मनी	५७.१ कोटी
विप्रो टेक्नॉलॉजीज लि.	इन्फोक्रॉसिंग इंक.	तंत्रज्ञान	अमिरिका	५६.८ कोटी
सुझलॉन एनर्जी लि.च्या एई-रोटोर होल्डिंग बीव्हीचे माध्यमातून	हॅन्सेन ट्रान्स्मिशन्स इंटरनॅशनल एनव्ही	औद्योगिक यंत्रसामग्री	बेल्जियम	५२.१ कोटी
रॅनबॅक्सी लॅबोरेटरीज लि.	टेरापिआ एस. ए.	औषधनिर्माण	रुमानिया	३२.४ कोटी
व्हिडीओकॉन अप्लायन्सेस लि.	थॉम्प्सन मल्टिमिडिया कॅथोड रे ट्यूब व्यवसाय	तंत्रज्ञान	फ्रान्स	२९.२ कोटी
ज्युबिलण्ट ऑरगॅनोसिस लि.	ड्रॅक्सिस हेल्थ इंक.	औषधनिर्माण	कॅनडा	२५.८ कोटी
टाटा कॉफी लि.	द एट ओ क्लॉक कॉफी कं.	अन्न आणि पेयपदार्थ	अमेरिका	२२.० कोटी
आदित्य बिर्ला नुवो लि.	मिनॅक्स वर्ल्डवाईड इंक.	तंत्रज्ञान	कॅनडा	१७.२ कोटी
युनायटेड फॉस्परस लि.	केरेक्सअॅग्री एस.ए.	रसायने	फ्रान्स	१४.२ कोटी
सुबेक्स सिस्टीम्स लि.	अझुरे सोल्युशन्स लि	तंत्रज्ञान	युके	१४ कोटी
युनायटेड फॉस्परस लि.	अॅडव्हाण्टा नेदरलँड्स होल्डिंग्ज बीव्ही	अन्न आणि पेयपदार्थ	नेदरलँड्स	११.९ कोटी

Source: D. Rajpal and S. Parekh (2008), India Looks Outward: Cross-Border M&A by Indian Corporations—Canadian Considerations, Stikeman, October. Data from Capital IQ.

सरासरी राष्ट्रीय उत्पन्नाच्या २२% वरून २००७-०८ मध्ये ३९.७% असा वाढत गेला. कर्जथकबाकीचे एकूण कर्जे व भांडवलाशी असणाऱ्या गुणोत्तरात लक्षणीय घट झाली. निव्वळ कर्जांशी निव्वळ कर्जबाकीचे गुणोत्तर २००९-१० मध्ये १% होते. प्रगत वित्तीय व्यवस्था असणाऱ्या विकसित देशांशी या प्रमाणाची तुलना होऊ शकेल. वस्तू आणि सेवांच्या एकूण निर्यातीचे सरासरी राष्ट्रीय उत्पन्नाशी असणारे १९९० मधील ७.३% गुणोत्तर २००० मध्ये दुपटीने वाढून १४% झाले.

आयातीमधील वाढ अधिक महत्त्वपूर्ण होती, कारण १९९० मध्ये वाढत्या विदेशी व्यापारी कर्जांच्या वापर आयातीसाठी मोठ्या प्रमाणात केला जात होता. २००० मध्ये मात्र अशी स्थिती नव्हती. स्पर्धेमुळे ग्राहकांचा सर्वाधिक लाभ झाला. आज मोटारी, श्राव्ययंत्रे, फ्रिज, धुलाई यंत्रे, टीव्ही संच आणि वातानुकुलन यंत्रे अशा सर्व टिकाऊ उपभोग्य वस्तूंबाबत उपभोक्त्याला निवडीला सुधारणापूर्व कालखंडाच्या तुलनेत अतिशय मोठा वाव आहे.

२००३ मध्ये भारतीय अर्थव्यवस्था जगातील सर्वाधिक वेगाने वाढणारी दुसऱ्या क्रमांकाची अर्थव्यवस्था बनली. अर्थव्यवस्था अगोदरच खुली झालेली असल्याने आणि बाजारपेठा विस्तारत असल्यामुळे अधिकाधिक विदेशी कंपन्यांना भारतात गुंतवणूक करण्यास रुची वाटू लागली. यामुळे मोठ्या प्रमाणात थेट परकीय गुंतवणुकीचा ओघ वाढू लागला. १९९२-९३ मध्ये सरासरी राष्ट्रीय उत्पन्नाच्या केवळ ०.१% असणारे निव्वळ थेट परकीय गुंतवणुकीचे निव्वळ भांडवलाचा प्रवाह चढत्या पातळीत सुरू राहिला आणि २००७-०८ मध्ये सरासरी राष्ट्रीय उत्पन्नाच्या ९% पेक्षा जास्त (१०७ अब्ज अमेरिकन डॉलर्स) असा उच्चांकी झाला.[१४]

आर्थिक व्यवहारांत वाढ झाल्यामुळे २००४-०५ मधील एकूण कर वसुलीतदेखील वाढ झाली. हे लक्षणीय आहे. सुधारणांचा एक भाग असलेल्या जकात-कपातीमुळे केंद्रीय करांचे राष्ट्रीय उत्पन्नाशी असलेले गुणोत्तर घटले. लोकांना बचत आणि गुंतवणूक करण्याची अधिक प्रेरणा व्हावी या उद्देशाने प्रत्यक्ष करात देखील कपात करण्यात आली होती. तरीही, १९९१ च्या सुधारणोत्तर काळात आर्थिक व्यवहारांचा विस्तार झाल्यामुळे एकूण कर संकलनात वाढ झाली. विकासाच्या निर्देशांकाविषयी बोलायचे झाल्यास, १९८० च्या दशकाच्या तुलनेत लक्षणीय सुधारणा झालेली आहे. १९९९-२००० च्या स्थिर किंमतपातळीतील १९८१ मधील दरडोई उत्पन्नात ८,५९४ रुपयांवरून २००९ मध्या २५,९५४ रुपये अशी वाढ झाली आहे. लोकसंख्येचे गुणोत्तर १९८१ मध्ये ४३% होते, ते २००५ मध्ये २८% इतके घटले. आयुर्मान पातळी १९८१ मध्ये ५० वर्षे होती, त्यात वाढ होऊन २००७ मध्ये ६४ वर्षे अशी झाली.[१५] याच धर्तीवर, २००५ ते २०१२ दरम्यान दारिद्र्यरेषेखाली राहणाऱ्या लोकसंख्येच्या प्रमाणात घट झाली. १९९३ ते २००४ दरम्यान दरवर्षी ०.८५ अंकांनी दारिद्र्याच्या प्रमाणात घट झाली, तर २००४ ते २०११ दरम्यान ही घट दरवर्षी २% झाली. २००७ नंतर वास्तव वेतन चारपट वेगाने वाढले. राहणीमानाची पातळी वाढली. फळे, दूध, मांसे, मांस, डाळी अशा उच्च दर्जाच्या वस्तूंच्या वाढत्या उपभोगामधून याची

[१४] तत्रैव.

[१५] विकास निर्देशांकातील आकडेवारी विविध वर्षांच्या आर्थिक सर्वेक्षण, वित्त मंत्रालय, भारत शासनामधून घेतलेली आहे.

साक्ष पटते. बाराव्या पंचवार्षिक योजना काळात ग्रामीण भागातील विद्युत पुरवठा, ग्रामीण रस्ते, पाणी पुरवठा अशा कृषिसंलग्न क्षेत्रातील सार्वजनिक गुंतवणूक अकराव्या पंचवार्षिक योजना काळात तुलनेत वाढली आहे. विकासाची प्रक्रिया चालू राहावी यासाठी शासनाने प्रयत्न केले आहेत.

१९९१ सुधारणोत्तर काळातील सद्यःस्थितीतील अडथळे

असे असले तरीही १९९१ सुधारणोत्तर काळातील एक महत्त्वाचा अडथळा म्हणजे वाढती उत्पन्न विषमता होय. दुसऱ्या प्रकरणात उल्लेख केल्याप्रमाणे प्रादेशिक उत्पन्न विषमता घटली, परंतु विशिष्ट प्रदेशांतर्गत किंवा जिल्ह्यांतर्गत गरीब आणि श्रीमंत यांच्यातील दरी मात्र वाढली आहे. सुधारणांचा लाभ प्रत्येकाला झाला आहे का? याचे उत्तर 'नाही' असे आहे. सुधारणांचा लाभ प्रत्येकाला जितका व्हायला हवा होता त्या प्रमाणात झाला आहे का हे तपासून पाहिले असता उत्तर नकारार्थी येते. लोकसंख्येच्या सर्व स्तरांपर्यंत विकास प्रक्रिया पोहोचलेली नाही.

उत्पादन घटकांचा परतावा मिळवून देण्यात बाजार यंत्रणेची भूमिका प्रभावी असल्यामुळे वंचित लोकांपर्यंत लाभ पोचण्यासाठी शासनाने योग्य धोरणे राबवली होती की? याचे उत्तर होकारार्थी आहे. अधिक कौशल्य असणाऱ्या लोकांना किंवा निर्याताभिमुख क्षेत्रात रोजगार असणाऱ्या लोकांना बाजार यंत्रणेपासून अधिक लाभ होतील हे जाणून युपीए शासनाने विविध समाज कल्याण योजनांद्वारे बाजार यंत्रणेत हस्तक्षेप करण्यास सुरुवात केली. सर्वसामान्य लोकांमध्ये शिक्षणाचा आणि आवश्यक कौशल्याचा प्रसार करण्यासाठी सर्व शिक्षा अभियान (SSA) योजना सुरू केली गेली. एकात्मिक ग्रामीण विकास योजना (IRDP), स्वर्णजयंती ग्राम स्वरोजगार योजना (SGSP) आणि मनरेगा (MGNREGA) योजनांच्या रूपाने श्रमाच्या बाजारपेठेत हस्तक्षेप केला गेला. उदाहरणार्थ, मनरेगा योजनांर्तगत गरीब कुटुंबातील एका सभासदाला किमान १०० दिवसांच्या रोजगाराची हमी दिली आहे. राष्ट्रीय ग्रामीण आरोग्य मोहीम या योजनेद्वारे शासनाने आरोग्यक्षेत्रात हस्तक्षेप केला. सूक्ष्म-वित्त योजनाही धुमधडाक्यात अमलात आली.

समस्या अशी आहे की, चांगल्या हेतूने सुरू केल्या गेलेल्या या बहुतेक धोरणांच्या प्रभावीपणाबाबत प्रश्न निर्माण झाले. कारण यापैकी काही योजनांची अंमलबजावणी योग्य तऱ्हेने झाली नाही. आरोग्य आणि शिक्षण या विकासाच्या दोन महत्त्वाच्या आधारस्तंभाचे उदाहरण घ्या. मध्यंतरी काही लक्षणीय बाबी घडल्या. एकूण संख्यात्मक परिणामांच्या चलात वाढ झाली. उदाहरणार्थ, शाळा आणि दवाखान्यांची संख्या वाढली. शाळेत जाणाऱ्या विद्यार्थ्यांची संख्या वाढली, शासकीय इस्पितळात बाळंत होणाऱ्या आदिवासी स्त्रियांचे प्रमाण वाढले, इत्यादी. यावरून हस्तक्षेपामुळे योग्य परिणाम झाल्याचे दिसते. मात्र, पुरवल्या गेलेल्या सेवांच्या दर्जाबाबत बोलायला गेल्यास कोणतीही सुधारणा झाली नसल्याचे सर्वसाधारणपणे दिसून येते.

सर्वप्रथम आपण शिक्षणक्षेत्राविषयी बोलूया. साक्षरता पातळीत वाढ आणि एकूण प्राथमिक शाळेतील मुलांच्या नोंदणीकडे पाहिल्यास सर्व शिक्षा अभियान यशस्वी झाल्याचे आढळते. भारतातील मूलभूत

शिक्षणावरील सार्वजनिक अहवाल (PROBE) शालेय नोंदणीमधील सामाजिक विषमता खूपच कमी झाली आहे असे सूचित करतो. उदाहरणार्थ, प्राथमिक शिक्षणाच्या टप्प्यावर नोंदणीकृत मुले आणि मुलींच्या संख्येतील तफावत जवळजवळ नाहीशी झाली आहे. अनुसूचित जाती आणि मुस्लीम मुलांच्या शाळाप्रवेशाचे प्रमाण नमुना सरासरी दराच्या जवळ जाणारे आहे. एकूण प्राथमिक शाळांपैकी जवळजवळ तीनचतुर्थांश शाळांमध्ये आता पिण्याच्या पाण्याची सोय आहे. ६०% पेक्षा अधिक शाळांत स्वच्छतागृहे बांधली गेली आहेत.

परंतु या शिक्षणाच्या दर्जात वाढ झाली आहे की नाही हे या सुधारणांवरून कळत नाही. सन २०१२ मध्ये शालेय विद्यार्थ्यांच्या वाचन आणि गणिती क्षमतांच्या जागतिक चाचणीत भारताने प्रथमच भाग घेतला. शेवटून दुसऱ्या क्रमांकासाठी भारताने किरगिझस्तानशी निकराची स्पर्धा केली.[१६] ही चाचणी यापूर्वी २००३ मध्ये दुसऱ्या एका संघटनेने घेतलेल्या शालेय अध्ययनाच्या परिणामांविषयी घेतलेल्या पाहणीत शिक्कामोर्तब करणारी ठरली. त्यात भारताचा समावेश जगातील सर्वांत निकृष्ट पाच देशांमध्ये केला गेला होता. या चाचणीनंतरच्या गेल्या आठ वर्षांत आमची अधोगतीच झालेले आहे. खरे तर, शिक्षणाच्या सद्यःस्थितीचा वार्षिक अहवाल २०१३ असे दर्शवतो की, दुसरीची साधी भागाकाराची उदाहरणे सोडवू न शकलेल्या पाचव्या इयत्तेतील विद्यार्थ्यांचे प्रमाण ५८.६% वरून ७७.४% इतक्या धोकादायक पातळीत वाढले. अजूनही शालेय शिक्षकांच्या रिक्त जागा मोठ्या प्रमाणात आहेत. आणि जर या रिक्त जागा भरल्या गेल्या नाही तर राज्यशासनांचे दिवाळे निघेल.

आरोग्य क्षेत्राचे चित्र याहून रोचक आहे. रानससं आणि आरोग्य व कुटुंब कल्याण मंत्रालयाने आरोग्यक्षेत्राची सर्वेक्षणे केली. रानससं च्या अहवालानुसार[१७] सरासरी ७०% लोक खासगी इस्पितळांमध्ये जाण्याला प्राधान्य देतात. खासगी इस्पितळे आणि दवाखान्यात अधिक चांगल्या वैद्यकीय सुविधा मिळतील, हा हेतू त्यामागे असतो. उत्पन्नातील वाढ या घटकामुळे खासगी इस्पितळांकडे जाण्याचा कल वाढला असावा असा आपण युक्तिवाद करू शकतो. मात्र ही वस्तुस्थिती नाही. शासकीय वैद्यकीय सुविधांविषयी दोनतृतीयांश गरिबांना खात्री वाटत नाही, याची नोंद घेतली पाहिजे.

शासकीय इस्पितळे आणि आरोग्य केंद्रांमध्ये न जाण्याचे प्रमाण बिहारमध्ये सर्वोच्च म्हणजे ९३% आहे. मात्र, काही अपवादही आहेत. उदाहरणार्थ, सिक्कीम, मिझोराम, हिमाचल प्रदेश, अरुणाचल प्रदेश, ओडिशा आणि त्रिपुरा या राज्यातील शासकीय वैद्यकीय सुविधा चांगली असावी. शासकीय इस्पितळात जाणाऱ्यांचे या राज्यातील प्रमाण अनुक्रमे ९१.८%, ९०.६%, ८२.७%, ८२.५%, ७६% आणि ८०% आहे.

---

[१६] आसविसं सचिवालयातर्फे शिक्षण व्यवस्थेचे मूल्यमापन करण्यासाठी दरवर्षी घेतल्या जाणाऱ्या आंतरराष्ट्रीय विद्यार्थी मूल्यांकन कार्यक्रम चाचणीत भाग घेतलेल्या एकूण ७३ देशांमध्ये भारताचा शेवटून दुसरा क्रमांक होता. हे सर्वेक्षण दोन तासांच्या वाचन, गणित आणि विज्ञान क्षमतेच्या जवळजवळ पाच लाख मुलांच्या चाचणीवर आधारित आहे.

[१७] राष्ट्रीय नमुना पाहणी संघटना (२००६) *मॉर्बिडिटी हेल्थ केअर ॲण्ड द कंडिशन ऑफ द एजीएडी*, अहवाल क्र. ५०७.

शासकीय इस्पितळात जाण्याविषयी सार्वत्रिक नावड असण्यामागे पुढील तीन प्रमुख कारणे आहेतः पहिले म्हणजे, शासकीय वैद्यकीय सुविधा यंत्रणा कामच करत नसल्याचा समज होय. अशा प्रकारची भावना सरासरी ५७.७% लोकांची आहे. आदर्शतः, ज्या राज्यांचे उत्पन्न अधिक आहे, त्या राज्यांनी पुरवलेल्या वैद्यकीय सुविधा अधिक चांगल्या असतील असा सकारात्मक सहसंबंध आपण जोडू शकतो. मात्र, आकडेवारीवरून सूचित होते की, पश्चिम बंगाल या मध्यम उत्पन्न गटात असणाऱ्या राज्यातील ४१.४% लोक शासकीय इस्पितळात जात नाहीत तर गुजरातसारख्या उच्च उत्पन्न राज्यात हे प्रमाण ४२.६% आहे.

दुसरे कारण, वैद्यकीय सुविधा मिळण्यासाठी करावा लागणार प्रतिक्षा काळ हा आणखी एक निर्णायक घटक आहे. शासकीय इस्पितळात न जाण्याचे कारण प्रतिक्षा काळ हा घटक आहे असे सरासरीने २४.८% लोकांना वाटते. दिल्ली, केरळ, गुजरात, तामिळनाडू आणि पश्चिम बंगाल या राज्यांसाठी हे प्रमाण अनुक्रमे ५७.४%, ३४.२%, ३१.६%, ३२.३% आणि ३५.२% आहे. या अनुषंगाने दरहजारी लोकसंख्येमागे उपलब्ध डॉक्टरांची संख्या हा घटक महत्त्वाची भूमिका बजावतो. संख्येने कमी आणि अकार्यक्षम डॉक्टरांमुळे रुग्णांचा प्रतिक्षा काळ वाढण्याची शक्यता असते.

तिसरे कारण असे की, सरासरी केवळ १०% लोकांना शासकीय दवाखान्याच्या बदल्यात उपवैद्यकीय सेवा मिळू शकतात. हे प्रमाण पश्चिम बंगाल (४.३%), दिल्ली (२.३%), तामिळनाडू (३%), सिक्कीम (४.७%), गोवा (४.४%) आणि महाराष्ट्र (५.३%) असे सरासरीपेक्षा कमी आहे. याचा एक अर्थ असाही निघतो की, लोक अशा निमवैद्यकीय सेवांना महत्त्व देत नाहीत. निमवैद्यकीय सुविधांच्या संख्येपेक्षा त्यांच्या सेवांचा दर्जा अधिक महत्त्वाचा ठरतो. एका नमुना प्रतिसादकर्त्याने असे म्हटले की, या निमवैद्यकीय सेवा शासकीय इस्पितळापेक्षा खासगी इस्पितळांमध्ये अधिक चांगल्या प्रकारे पुरवल्या जातात.

शेवटचा राष्ट्रीय नमुना सर्वेक्षण संघटना अहवाल २००६ मध्ये प्रसिद्ध झाला. राष्ट्रीय नमुना सर्वेक्षण संघटनेच्या पुढील संपूर्ण भारतभरातील कुटुंबाचा प्रातिनिधिक नमुना बहु-फेरीतील मोठ्या प्रमाणातील सर्वेक्षण जेव्हा २०१४-१५ मध्ये घेतले जाईल, त्यात हा दृष्टिकोन बदलतो का ते पाहणे मनोरंजक ठरेल. शासनाच्या आरोग्यसुविधा क्षेत्रातील राग्राआव्य आणि जननी सुरक्षा योजनेसारखे हस्तक्षेप प्रभावी ठरतात का यावर हा दृष्टिकोन बदलू शकेल.

अशा प्रकारे महत्त्वाचा सारांश असा की, शिक्षण आणि आरोग्यक्षेत्रात केवळ शाळा व इस्पितळांची संख्या वाढवून चालणार नाही, तर या सेवांचा दर्जा अधिक महत्त्वाचा ठरतो. निरोगी मुले शाळेत अनुपस्थित राहण्याचे प्रमाण कमी असेल आणि त्यांची ग्रहणक्षमता अधिक असल्याने शालान्त शिक्षणाचे प्रमाण, सरासरी शालेय वर्षे इत्यादी अशा शैक्षणिक परिणामांमध्ये सुधारणा होऊ शकेल. अधिक सुशिक्षित लोकसंख्या चांगल्या आरोग्याचे महत्त्व जाणू शकेल. उदाहरणार्थ, जगातील लसीकरण नियमित न मिळणाऱ्या एकूण मुलांपैकी ३२% मुले भारतात आहेत.

आरोग्य आणि शिक्षणाच्या सेवांचा दर्जा व उत्पादकतेत वाढ न करता केलेल्या शासकीय खर्चामुळे भाववाढ होईल. याउलट, अधिक परिणामकारक आरोग्यसेवा आणि शिक्षणव्यवस्थेमुळे कोणत्याही अर्थव्यवस्थेतील नागरिकांना ज्ञान अधिक कार्यक्षमतेने मिळवण्याची पात्रता येईल व त्यामुळे उत्पादकता आणि वृद्धीत वाढ होऊ शकेल.

परिणामकारकतेच्या बरोबरीने लाभार्थींमध्ये या योजनांविषयी जागरूकता नाही, असेही आढळून आले. उदाहरणार्थ, संपुआ शासनाची सर्वांत महत्त्वाची मनरेगा योजनेद्वारे होणारी रोजगार निर्मिती लक्षणीयरित्या घटली. २००९-१० आणि २०११-१२ या दरम्यान या योजनेतून निर्माण झालेला एकूण रोजगार २८४ कोटी प्रतिदिन व्यक्तीवरून २११ कोटी प्रतिदिन व्यक्ती इतका घटला. प्रतिदिन व्यक्ती म्हणजे एका व्यक्तीने एक दिवस केलेले काम होय. संपूर्ण भारताच्या पातळीवर ही घट सुमारे २५% होती. या काळात लक्षणीय रोजगार घट झालेली राज्ये अशी - कर्नाटक (६५%), राजस्थान (५८%), आसाम (५२%), गुजरात (४७%), बिहार (४५%) आणि मध्यप्रदेश (४०%).[१८] महाराष्ट्र, तामिळनाडू, केरळ, हरियाना, छत्तीसगढ आणि जम्मू आणि काश्मीर अशा मोजक्या राज्यांमध्ये या योजनेअंतर्गत रोजगार वाढ झाली. रोजगारातील ही घट अंशतः मनरेगा रोजगार हा आपला हक्क असून केवळ व्यवस्थेद्वारे केलेली तरतूद नव्हे याबाबतच्या जागरूकतेच्या अभावामुळे झाली. याशिवाय भ्रष्टाचार, तुटीच्या अर्थभरण्याद्वारे निधी जमा करणे या योजनेतून निर्माण केलेल्या पायाभूत सुविधांचा सुमार दर्जा आणि सुप्रशासन या मुद्द्यांवर या योजनेच्या परिणामकारकतेवर प्रश्न चिन्ह उभे राहिले.

संयुक्त राष्ट्रसंघाच्या कार्यगट अहवालानुसार[१९] २००७ ते २०१२ या उच्च दराने आर्थिक विकास होण्याच्या काळात भारतात सरासरी वृद्धिदर ८.२% होता. मात्र, जरी दारिद्र्याच्या प्रमाणात घट झाली असली तरी दारिद्र्यरेषेखाली राहणाऱ्या लोकांच्या संख्येत वाढ झाली. भारतात लष्करी संघर्षामुळे (५.०६ लाख) किंवा स्वातंत्र्योत्तर काळातील विकास प्रकल्पांमुळे ८०% *दलित* व आदिवासी लोकसंख्येपैकी ६० ते ६५ दशलक्ष लोक विस्थापित झालेले आहेत. याचा अर्थ दरवर्षी सुमारे १० लाख लोक विस्थापित होत असतात. आपल्या लोकसंख्येतील सुमारे २३.१ कोटी लोकांना दररोज उपाशी राहावे लागते. तर त्याच वेळी शासकीय गोदामातील ६७,००० टन अन्नधान्याची नासाडी होत असते. सार्वजनिक वितरण योजनेत कित्येक खरोखरच्या दरिद्री लोकांना वगळले गेले आहे. ५१% लोकसंख्या उघड्यावर शौच करत आहे आणि स्वच्छ पेयजल व स्वच्छतेच्या सोयींपासून वंचित राहते. सुमारे ३४% भारतीय लोकसंख्येजवळ योग्य सांडपाण्याच्या निस्सारण सुविधेचा अभाव आहे. सांडपाणी पेयजलात मिसळले जाणे ही भारतात सर्वसाधारण बाब आहे.

*टाइम्स ऑफ इंडिया*तील एका लेखात महिलांवर अत्याचार होण्यासाठी स्वच्छता सुविधांच्या अभावाला प्रामुख्याने दोषी धरले आहे.[२०] २०१२ मध्ये ग्रामीण बिहार भागात झालेले किमान ४००

---

[१८] सुबोध वर्मा (२०१३), 'युपीए फ्लॅगशिप एनआरईजीएस सीज शार्प स्लाईट इन जॉब क्रिएशन', *टाइम्स ऑफ इंडिया*, ३ फेब्रुवारी.

[१९] संयुक्त राष्ट्र मानवी हक्क संसद (२०१२), *रिपोर्ट ऑफ द वर्किंग ग्रुप ऑन द युनिव्हर्सल पिरिऑडिक रिव्ह्यू: भारत*, १ जुलै, अहवाल, क्र.A/HRC/21/10.

[२०] मदन कुमार (२०१३) 'लू-लेसनेस टू ब्लेम फॉर ४०% ऑफ बिहार्स रेप्स', *टाइम्स ऑफ इंडिया*, २१ जानेवारी.

बलात्कार शासनाने टोटल सॅनिटेशन स्कीम किंवा निर्मल भारत अभियान अंतर्गत कुटुंबांना स्वच्छतागृहे पुरवली असती तर टाळता आले असते. २००६ ते २०११ दरम्यानच्या पोलीस नोंदीवरून असे दिसते की, दरवर्षी होणाऱ्या ९८० पेक्षा जास्त बलात्कार प्रकरणांपैकी ४०-४५% बलात्कार स्त्रिया नैसर्गिक विधीसाठी बाहेर गेल्या असताना झालेले आहेत.

विषमता आणि शासकीय अडथळ्याबरोबरच भ्रष्टाचार, वाढती वित्तीय तूट आणि पायाभूत सुविधाक्षेत्रातील लालफितशाही अशा इतर घटकांमुळे भारतीय अर्थव्यवस्थेचा विकास मंदगतीने होत आहे. भारताचा विकास दर २०१०-२०११ मध्ये ९.३% होता तो घटून आता २०११-१२ मध्ये ६.२% आणि पुढे २०१२-१३ मध्ये सुमारे ५.७% इतका झाला याची नोंद घेतली पाहिजे. २०११-१२ मध्ये वार्षिक वास्तव दरडोई उत्पन्न (२००४-०५ मधील किमतींआधारे) ३८,०३७ रुपये होते तर मागील वित्तीय वर्षात ते ५४,१५१ रुपये होते. २०१०-११ मधील १७.१% वाढीच्या तुलनेत ही घट १३.७% होती. (केंसांसं, २०१३) वित्तीय एकत्रीकरणासाठीच्या वित्तीय दायित्व आणि अर्थसंकल्प व्यवस्थापन कायदा २००३ वित्तीय तूट सरासरी राष्ट्रीय उत्पन्नाच्या ३% पर्यंत खाली आणण्याचे आणि महसुली तूट शून्यावर आणण्याचे उद्दिष्ट कधीही पूर्ण झालेले नाही. खरे तर, वित्तीय तूट नियंत्रणात आणणे शासनाला जड जात आहे. वित्तीय तुटीत वाढ होणे आणि ती नियंत्रणात ठेवता न येणे हे वाईट तर आहेच, विशेषतः स्वतंत्रपणे अर्थव्यस्थेचे मूल्यांकन करणाऱ्या संस्थांच्या दृष्टिकोनातून ते अधिकच अयोग्य ठरते. खरे तर, जुलै २०१२ मध्ये स्टँडर्ड आणि पुअर्स संस्थेने भारताला सध्याच्या 'BBB' स्थितीवरून निम्न स्थितीत नेण्याचा इशारा दिलेला होता. जर असे घडले असते तर थेट परकीय गुंतवणुकीसाठी लोकत्रिय ठिकाण असणाऱ्या भारताला आपले स्थान गमवावे लागेल आणि चालू खात्यावरील तूट आणि वित्तीय तुटीच्या स्थितीही अधिकच वाईट होईल. अगोदरच चालू खात्यावरील २०१२-१३ च्या तिसऱ्या तिमाहीमध्ये सरासरी राष्ट्रीय उत्पन्नाच्या ६.७% अशी विक्रमी उच्च पातळी होती.

२००४ मध्ये संपुआ शासन सत्तेत येण्याच्या थोडे अगोदर वित्तीय तूट ३.८% होती. २०११-१२ या वित्तीय वर्षात वित्त मंत्रालयाला वित्तीय तुटीचे प्रमाण ४.६% पर्यंत मर्यादित ठेवायचे होते, तरी प्रत्यक्षात तूट ५.९% इतकी वाढली. २०१२-१३ या वित्तीय वर्षासाठी शासनाने आपल्या विकास-प्रकल्पांसाठी ५६९ अब्ज रुपयांचे कर्जाचे नियोजन केले होते. अर्थव्यवस्थेचा ७.६% दराने विकास होईल आणि भाववाढीचे प्रमाण ६.५% असेल हे गृहीत धरून ही कर्जे काढण्यात येणार होती. असे घडणार हे आपणा सर्वांना माहीत होतेच.

२०१२ मधील एप्रिल ते जून या तिमाहीत भारतीय अर्थव्यवस्था ५.५% दराने वाढली. मागील वर्षाच्या ८% दरापेक्षा ही पातळी कमी आहे. क्षेत्रवार पाहिले असता, कृषिक्षेत्र २.९%, वस्तुनिर्माण अतिशय निराशाजनक ०.२% आणि सेवाक्षेत्र मागील वर्षाच्या ९.३% दाराच्या तुलनेत ६.९% अशा प्रमाणात वाढले. २०१२ च्या तिसऱ्या तिमाहीत विकासदर मागील नऊ वर्षातील सर्वांत नीचांकी ५.३% असा घटला. मार्च २०१३ मध्ये एकूण भारताच्या सर्वसाधारण उपभोक्ता-किंमत निर्देशांकावर आधारित उपभोक्ता भाववाढ दर (ग्रामीण व शहरी दोन्ही) १०.३९% इतका राहिला.

अशा तुटीच्या आकडेवारीविषयी चार मुद्दे मांडणे आवश्यक आहे. पहिला, ही आकडेवारी केंद्रीय स्वरूपाची आहे आणि राज्यांची एकूण वित्तीय तुटीचा त्यात समावेश नाही. दुसरा, यात अर्थसंकल्प बाह्य बाबी नैसर्गिक - ज्यांचा तुटीप्रमाणेच परिणाम दिसून येतो. उदाहरणार्थ, आपत्ती, दहशतवाद अशासाठी दिलेले सहाय्य यांचा समावेश नाही. तिसरा मुद्दा - सप्टेंबर २००८ नंतर दिल्या गेलेल्या वित्तीय सहाय्यामुळे तूट वाढण्यास हातभार लागला आहे. जर आपण मनरेगा, शेतकऱ्यांची कर्जमाफी आणि शासकीय कर्मचाऱ्यांचे सहाव्या वेतन आयोगाचे वेतन अशा सार्वजनिक खर्चांचा समावेश केला असता तर ही तूट कितीतरी अधिक झाली असती. चौथा आणि सर्वांत महत्त्वाचा मुद्दा म्हणजे, तुटीविषयीचा दृष्टिकोन होय.

तुटीबाबतचा सर्वसाधारण दृष्टिकोन म्हणजे शासन गरिबांसाठी अन्नधान्य अनुदान विधेयक आणि रोजगार हमी योजना राबवून खर्च करण्यामुळे तूट निर्माण होते. मात्र, प्रत्यक्षात शासन वीज, इंधन आणि खते यावरील बिगर गुणात्मक अनुदानांवर म्हणजे तुलनेने समाजातील अधिक चांगल्या परिस्थितीतील घटकांवर अधिक खर्च करते. सन २०१२ मध्ये अन्नधान्यावरील अनुदाने सराउ च्या ०.८५% होती आणि मनरेगावरील खर्च सराउ चा ०.२९% होता. एकूण हे प्रमाण सरासरी राष्ट्रीय उत्पन्नाच्या १.१४% झाले. समाजातील तुलनेने अधिक चांगल्या घटकांवरील वीज, इंधन आणि खतांवरील अनुदानाचा खर्च सरासरी राष्ट्रीय उत्पन्नाच्या सुमारे २.६३% होता.[२१]

त्यामुळे वित्तीय तुटीत वाढ होण्याची पुढील तीन कारणे असू शकतात. - (१) मंद गतीने वाढणारी भारतीय अर्थव्यवस्था, (२) आरोग्य आणि शिक्षणक्षेत्राप्रमाणेच खर्च उत्पादकरित्या केला जात नाही आणि (३) बिगर गुणात्मक अनुदानांचे प्रमाण कमी होत नाही. संथ विकासाचे कारण संरचनात्मक स्वरूपाचे आहे. विशेषतः पायाभूत सुविधांमधील गुंतवणुकीच्या अभावामुळे विकास मंदावतो. इतर कारणांमध्ये घोटाळे, धोरणलकवा आणि उचित सुधारणांचा अभाव यामुळे सराउ ची वाढ कमी झाली आहे. अर्थव्यवस्था मंदावण्याबाबत असा एक समज आहे की, उत्पन्न मिळवण्याच्या, खर्च करण्याच्या संधी कमी असल्याने मागणी कमी होती आणि त्यामुळे गुंतवणुकीची प्रेरणा कमी होती. कमी गुंतवणुकीमुळे (औद्योगिक उत्पादन निर्देशांकातील स्थिर पातळीने सूचित होणाऱ्या) बेरोजगारीच्या दरात होणाऱ्या वाढीची काळजी सामान्य माणसाला भेडसावत असते. ऑगस्ट २०१२ मध्ये भारतातील औद्योगिक उत्पादन वार्षिक १.१% अशा नगण्य दराने वाढले होते. जुलै २०१२ मध्ये ही वाढ जवळजवळ नव्हतीच. २००९-२०१३ दरम्यान भारतीय अर्थव्यवस्था स्थितिशील भाववाढीच्या काळातून जात होती. या स्थितीची वैशिष्ट्ये म्हणजे रोजगारात घट आणि किमतीत वाढ होय. २००४ मध्ये संपलेल्या दशकात विकासापेक्षा वृद्धीवर भर दिला गेल्याने विषमतेसारखे सामाजिक-आर्थिक अडथळे निर्माण झाले होते. या प्रवृत्तीच्या विरुद्ध वरील स्थिती होती. वृद्धिदराची गती मंदावण्याचे कारण संरचनात्मक स्वरूपाचे आहे. विशेषतः पायाभूत सुविधा क्षेत्रातील गुंतवणुकीच्या अभावामुळे हे घडले (पहा नमुना अभ्यास ५.१).

---

[२१] अमर्त्य सेन (२०१४) बीजभाषण जयपूर लिटररी फेस्टिव्हल.

नमुना अभ्यास ५.१: नफा, वेतन आणि व्यापारचक्रे*

वेतन विरुद्ध नफा

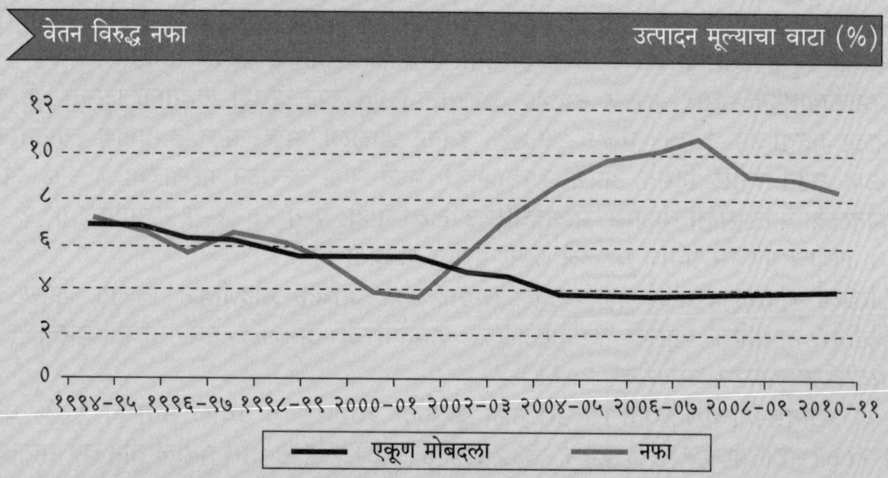

श्रम, भांडवल, शेतकरी आणि भूमी संपत्तीचे विलीनीकरण करा यामुळे सडक्या व्यवस्थेचा निचरा होईल.

अँड्र्यू डब्ल्यू मेलन, यूएस ट्रेझरी सेक्रेटरी, महामंदी काळादरम्यान

भारताच्या सध्याच्या मंदीचे मूळ जुलै २०११ पर्यंत मागे नेता येते. तेव्हा गुंतवणुकी घटू लागल्या आणि औद्योगिक वस्तूंच्या वाढीचा निर्देशांक ऋण ते निम्न वृद्धिदर दर्शवू लागला होता.

उपभोगाच्या दृष्टिकोनातून पाहिले तर ही मंदी अलीकडील काळातील आहे. जुलै २०१२ नंतरच घटणाऱ्या गुंतवणुकीमुळे उपभोग्य वस्तू क्षेत्रातील उत्पन्न आणि रोजगारातील कपात औद्योगिक उत्पादन निर्देशांकात दृग्गोचर होऊ लागली.

परंतु मंदी ही केवळ गुंतवणूक किंवा उपभोग वस्तूंबाबतच असते असे नाही, तर लोक, भांडवलदार, कामगार आणि शेतकऱ्यांबाबतही असते. सध्याच्या मंदीची चिकित्सा त्यामुळेच त्यातील प्रमुख घटकांच्या क्रमवार परीक्षणातून करणे योग्य होईल.

याची योग्य सुरुवात वार्षिक औद्योगिक सर्वेक्षण आहे (ASI). वाऔस हे १० किंवा त्याहून अधिक कामगार असणाऱ्या (ऊर्जा वापर नसेल तर २० कामगार) सर्व कारखान्यांची व्यापक औद्योगिक सांख्यिकी माहिती दर्शवते. २०१०-११ मध्ये अखेरचे वाऔस सर्वेक्षण झाले त्यात २.१३ लाख आस्थापनांचा समावेश होता.

(नमुना अभ्यास ५.१ पुढे चालू)

* लेखक हरिश दामोदरन *द हिंदू बिझिनेस लाइन* (६ नोव्हेंबर २०१३)

(नमुना अभ्यास ५.१ पुढे चालू)

चढउतार

लेखाच्या सुरुवातीला दिलेल्या आलेखामध्ये १९९४-९५ ते २०१०-११ दरम्यान वाऔस सर्वेक्षणातील कारखान्यांचा नफा व वेतनाच्या हिश्शाच्या नोंदी आहेत. वेतनामध्ये कामगारांवर झालेल्या एकूण पैशाच्या किंवा इतर स्वरूपातील खर्चाचा समावेश केलेला आहे.

आलेखामध्ये २००१-०२ ते २००७-०८ या काळात नफा दरवर्षी वाढताना दिसतो. ही वाढ उत्पादन मूल्याच्या ३.६% वरून १०.७% इतकी झालेली आहे. परंतु हे प्रमाण त्यानंतरच्या काळात घटत गेलेले दिसते आणि २०१०-११ मध्ये नफा उत्पादन मूल्याच्या ८.३% आहे. त्यानंतरच्या काळासाठी वाऔस आकडेवारी उपलब्ध नाही. परंतु २०११-१२ आणि २०१२-१३ मध्ये नफ्याचे गुणोत्तर प्रमाण घटलेले असण्याचीच शक्यता आहे.

रिझर्व्ह बँकेचा अगदी अलीकडचा ३००० पेक्षा अधिक नोंदणीकृत वित्तीय कंपन्यांच्या माहितीवर आधारित खासगी उद्योगक्षेत्राच्या कामगिरीचा अहवाल हेच सूचित करतो (पहा *आरबीआय बुलेटिन*, ऑक्टोबर २०१३).

या उद्योगसंस्थांचा निव्वळ सरासरी नफा ड्ढमर्यादा २००७-०८ मधील सर्वोच्च ११% वरून पुढे २००९-१० मध्ये ९.४% वरून ९%, ६.४% आणि ५.९% असे पुढील तीन वर्षे सातत्याने घटत गेले. हे बऱ्यापैकी वाऔस सांख्यिकी पातळीशी जुळणारे आहे.

नफा आणि गुंतवणूक

वरील प्रमाणांचे गुंतवणूक व्यवहारांशी अतिशय घनिष्ट सहसंबंध असल्याचे हे महत्त्वपूर्ण ठरतात. भांडवलदारांचे भांडवलखर्चाचे निर्णय नफ्याच्या अपेक्षेवर अवलंबून असतात आणि नफ्याची अपेक्षा प्रत्यक्षात नोंदलेल्या नफ्याच्या दरावर ठरतात. जसजसा नफा वाढेल तसतशी गुंतवणूक वाढत जाईल, अर्थातच काही कालांतराने.

अशाप्रकारे २००२-०३ पासून नफ्याचे प्रमाण वाढत गेल्याने खासगी औद्योगिक क्षेत्रातील गुंतवणूका नंतर २००४-०५ मध्येच वाढून सर्वप्रथमच सराउ च्या १०% पेक्षा अधिक झाल्या. नंतर आणखी वाढत जाऊन २००७-०८ मध्ये १७.३% झाल्या.

नफा जेव्हा आकुंचन पावतो तेव्हा ही प्रक्रिया उलट्या दिशेने होत जाते.

खासगी औद्योगिक भांडवल उभारणीचे सराउ शी असलेले गुणोत्तर २००८-०९ मध्ये घटून ११.३% झाले. कदाचित त्या वर्षी आलेल्या जागतिक मंदीचा हा परिणाम असावा. नंतरच्या दोन वर्षांत औद्योगिक गुंतवणुकीचा दर सुधारून १२.१% आणि १३.४% झाला. २०११-१२ पासून १०% आणि त्याहून कमी अशी घट व्हायला सुरुवात झाली. प्रत्यक्षात नोंदलेल्या नफ्याच्या दराला गुंतवणुकीस कालांतराने होणाऱ्या प्रतिसादाच्या आपल्या गृहितकाशी जुळणारेच होते.

व्यापारचक्राच्या सर्वसाधारण सिद्धान्तात या साऱ्यामुळे भर पडली आहे. उत्पादन आणि रोजगारातील वाढ ही गुंतवणूक व्यवहारावर काहीशा प्रमाणात अवलंबून असते आणि अंतिमतः नफ्याच्या दरावर निश्चित होते. व्यापारचक्रातील चढउतारदेखील नफ्याच्या दराशी घनिष्टपणे निगडित असते.

(नमुना अभ्यास ५.१ पुढे चालू)

(नमुना अभ्यास ५.१ पुढे चालू)

यापूर्वी १९९४-९५ ते १९९७-९८ दरम्यानच्या गुंतवणुकीतील वाढ नफ्याचे उत्पादनातील प्रमाण घटल्यामुळे आणि ते उद्योजकांच्या लक्षात आल्यामुळे कमी झाली, हे या सिद्धान्तावरून स्पष्ट होऊ शकते. गुंतवणुकीतील पुढील वाढ २००४-०५ मध्ये जेव्हा उद्योजकांनी नफा पुनश्च वाढताना पाहिले तेव्हाच झाली.

आणि त्याक्षणी, त्यांच्यातील धाडसी पशुवृत्तीने त्यांचा ताबा घेतला.

आपण आता व्यापारचक्राच्या अशा पातळीत आहोत, जिथे नफा घटू लागतो. हे उद्योजकांना २०११-१२ पासून खरोखर समजू लागले आणि हे त्यांच्या योजनांमध्ये दिसून आले व अजूनही हीच स्थिती चालू आहे. परंतु यावेळची निराळी बाब म्हणजे ही स्थिती वेतनापर्यंत येऊन पोचली नाही.

वाऔस सांख्यिकीनुसार, २००६-०७ मधील किमान पातळीनंतर एकूण वेतनाची कारखान्यातील उत्पादनाशी असणाऱ्या टक्केवारीत प्रत्यक्षात किंचित वाढच झाली आहे. त्याचप्रमाणे रिझर्व्ह बँकेच्या नमुना कंपन्यांमधील कर्मचारी खर्चाच्या विक्रीशी असणाऱ्या गुणोत्तरात २०१०-११ आणि २०१२-१३ दरम्यान ७% वरून ७.३% वाढ झाली.

मागच्या मंदीत तुलनेने नफा व वेतनाच्या प्रमाणात जवळजवळ एकाचवेळी घट झाली होती. शिवाय, आलेखात दर्शवल्याप्रमाणे वेतनातील घट नफ्यात वाढ झाल्यानंतरही थांबली नाही.

निदान २०१२-१३ पर्यंत घटत्या नफ्यामुळे वेतनात घट झाल्याचा उत्पादनसंस्थांचा अनुभव नव्हता. या वस्तुस्थितीमुळे सध्याची मंदी यापूर्वीच्या मंदीपेक्षा निराळी ठरते.

याचे कारण अन्नधान्याच्या किमतींमध्ये आहे. २००५-०६ ते २०१२-१३ या काळात वार्षिक सरासरी ९.९% दराने होणाऱ्या अन्नधान्याची भाववाढ ही त्या अगोदरच्या आठ वर्षांतील केवळ ३.९% दराच्या तुलनेत प्रचंड असल्याने वेतन दर ताठर राहिले आणि अगदी मंदीतही खालच्या दिशेने जाणाऱ्या बदलांपासून अलिप्त राहिले.

मी या अगोदर इतरत्र म्हटल्याप्रमाणे ('हार्डली अ *मुकाबला*', द हिंदू बिझिनेस लाइन, २१ जुलै २०१३) ही घटना कृषिक्षेत्रातील व्यापार शर्तींमधील सर्वसाधारण सुधारणांशी निगडित आहे.

१९९८-२००४ दरम्याची यापूर्वीची मंदी याबरोबरच विरुद्ध स्थितीत म्हणजे कृषिक्षेत्रातील तीव्र घसरण आणि पिकांच्या कोसळलेल्या किमती अशी होती. त्यामुळे त्यानंतरच्या काळातील पुनरुज्जीवनासाठी आवश्यक वेतनातील घटत्या पातळीवरील जुळवणीच्या दृष्टीने ही स्थिती अनुकूल होती.

स्क्रू घट्ट करणे

सद्य:स्थितीतील अन्नधान्याच्या किमतीतील दोन अंकी भाववाढ म्हणजे वेतनकपात करणे उद्योजकांना फारसे सुलभ जाणारे नाही.

त्यामुळे ते मोठ्या प्रमाणात कारखाने बंद ठेवण्याच्या पर्यायाचा आधार घेत आहेत. जसजशी टाळेबंदी वाढत जाईल आणि पुनर्नियुक्तीच्या संधी कमी होत जातील, तसे एखाद्या विशिष्ट टप्प्यांवर

(नमुना अभ्यास ५.१ पुढे चालू)

(नमुना अभ्यास ५.१ पुढे चालू)

वेतनकपात स्वीकारण्याशिवाय कामगारांजवळ पर्यायच उरत नाहीत. रिझर्व्ह बँकेचे सध्याचे ताठर मौद्रिक धोरण – जे मंदीच्या काळात सहसा प्रचलित नसते, त्यामुळे ही प्रक्रिया पुढे अशीच चालत राहील.

आपण सध्या बहुतेक अगोदरपासूनच वास्तव स्वरूपातील वेतन कपातीची सुरुवात अनुभवत आहोत. ऑगस्टमध्ये वास्तव ग्रामीण वेतनातील वाढ खरेच सुधारून २.२% झाली तर विविध क्षेत्रातील वेतनात किंचित वाढ झाल्याचे अनेक पुरावे आहेत.

२०११-१२ आणि २०१२-१३ ही जर नफा घटीची वर्षे असतील तर चालू वित्तीय वर्ष आणि त्यानंतरचे एक वर्ष वेतन आणि पिकांच्या किमतीकरिताही त्याप्रमाणेच असू शकेल.

नफ्यात निश्चितपणे वाढ होत राहण्याची आणि मंदीचा काळ खरोखरच संपला असण्याची भांडवलदारांची जेव्हा खात्री होईल तेव्हाच ते पुन्हा एकवार गुंतवणुकीकडे वळल्याचे आपण पाहू शकू.

भविष्याचा वेधः भविष्यातील सुधारणांची व्याप्ती

भारतीय अर्थव्यवस्थेचे वार्षिक दरडोई उत्पन्न १०,००० असे डॉलर्स अशी श्रीमंत देशांत गणना होण्याच्या दृष्टीने बरीच मोठी मजल मारायची आहे. सुधारणांची प्रक्रिया सातत्याने चालू असते आणि चालू राहील. आर्थिक वृद्धीचा दर ६% पातळीत राखण्यासाठी राजकारणी नेते आणि धोरणकर्त्यांनी खालील बाबींवर लक्ष देणे गरजेचे आहे.

पायाभूत सुविधा

आर्थिक सुधारणा अजून पायाभूत सुविधांच्या क्षेत्रापर्यंत पोहोचलेल्या नाहीत. दूरसंचार क्षेत्र याला एकमेव अपवाद आहे. ऊर्जा आणि बंदरासारख्या पायाभूत क्षेत्राच्या खासगीकरण आणि व्यापारीकरणाशिवाय औद्योगिक क्षेत्राची पूर्ण क्षमता उपयोगात येणार नाही. पायाभूत सुविधांच्या क्षेत्रातील लालफितशाहीमुळे खासगी क्षेत्राच्या सहभागाला सध्या अटकाव होतो आहे. विविध लाभार्थींमध्ये समन्वय साधणे ही मूलभूत समस्या आहे. भूमी अधिग्रहणातील विलंब, मंत्रालयाअंतर्गत समन्वय आणि कामकाजातील वेळ, निधीची कमतरता आणि करारासंदर्भातील वाद-विवाद यामुळे पायाभूत सुविधांच्या प्रकल्पाचा वेळ आणि खर्च यात वाढ होते.

उदाहरणार्थ, ऊर्जा क्षेत्रातील प्रकल्पांसाठी ५६ निरनिराळ्या अधिकारी आणि मंत्रालयांची परवानगी आवश्यक असते. केंद्र, राज्य आणि स्थानिक पातळीवरील ग्रामपंचायत व नगरपालिका अशा तिन्ही घटनात्मक रचनेतील स्तरांवर हे अधिकारी कार्यरत असतात. कोळसा, रेल्वे, पर्यावरण, राज्य पर्यावरण समिती, राज्य प्रदूषण नियंत्रण मंडळ, वनखाते, केंद्रीय विद्युत मंडळ, पॉवरग्रीड कॉर्पोरेशन, केंद्रीय विद्युत

नियंत्रण आयोग, राज्य ऊर्जावहन आयोग, जलसंपदा खाते, नागरी हवाई वाहतूक, ऊर्जा मंत्रालय, बंदरे अधिकारी, स्फोटके मुख्य नियंत्रक, सीमाशुल्क विभाग आणि वनजीवनाशी निगडित परिणामांची हमी, किनारी विभाग आणि पुरातत्व विभाग ही यातील संबंधित मंत्रालये अशी आहेत. यातील प्रत्येक मंत्रालय परस्परांहून स्वतंत्रपणे कार्य करते आणि कोणत्याही एका खात्याकडून परवानगी मिळण्यात अडथळे आल्यास ऊर्जा प्रकल्प सुरू करण्याच्या प्रक्रियेत विलंब होऊ शकतो, याचीही नोंद घ्यायला हवी.

संबंधित लाभार्थींमध्ये समन्वय साधण्यातील अपयशाबरोबरच ऊर्जाप्रकल्पाची किंमत-निश्चिती आणि यशस्वीरित्या पूर्ण होण्यासंबंधी अनेक घटक निगडित असतात. राज्य विद्युत महामंडळाचे दिवाळे निघण्यास राजकीय नेते जबाबदार आहेत. उदाहरणार्थ, १९९४ मध्ये ऊर्जानिर्मितीमध्ये खासगी गुंतवणुकीला परवानगी दिल्यानंतर ऊर्जा क्षेत्रात उदारीकरण सुरू झाले. १९९८ मध्ये ऊर्जावहन व वितरणामध्ये उदारीकरणास मान्यता मिळाली. केंद्रीय नियंत्रण आयोगाची स्थापना १९९८ मध्ये झाली. प्रत्येक राज्यासाठी आणि काही ठिकाणी राज्यांच्या गटासाठी आयोग स्थापले गेले. मात्र, ऊर्जा क्षेत्रातील या सुधारणांमुळे ऊर्जाक्षेत्राला चालना मिळाली नाही. वीज सर्वांना, अगदी ज्यांना परवडत नाहीत त्यांच्यासाठीही उपलब्ध झाली पाहिजे. हा अतार्किक समज यात मुख्य अडथळा ठरला. तमिळनाडूसारख्या अधिक विकसित राज्याबाबत ही सत्यस्थिती आहे. एआयडीएमके किंवा डीएमके कोणत्याही शासनाच्या राजकीय पुढाऱ्यांनी राज्य विद्युत मंडळाला खर्च भागवण्यापुरत्या पातळीइतकेही दर वाढवू दिले नाहीत. अतिशय मोठ्या संख्येतील उपभोक्त्यांना मोफत वीज पुरवण्याचे बंधन घातले गेले. अनेक कृषिजोडण्या आणि झोपडीत राहणाऱ्यांनाही मोफत वीज पुरवली गेली. तमिळनाडू इलेक्ट्रिसिटी बोर्डाजवळ खासगी क्षेत्राकडून महागड्या दराने वीज खरेदी करण्यासाठी पैसे नव्हते. सन २०१२ मध्ये नऊ वर्षांच्या कालावधीने गोष्टी हाताबाहेर जाऊ लागल्यानंतर तमिळनाडूमध्ये विजेच्या दरात वाढ करण्यात आली.

सुधारित पायाभूत सुविधांमुळे विकासाला कशी चालना मिळू शकते याचे 'सुवर्ण चतुष्कोन' (Golden Quadrilateral) हे उत्तम उदाहरण आहे. २००१ मध्ये अटलबिहारी वाजपेयींच्या नेतृत्वाखाली रालोआ शासनाने सुरू केलेल्या या प्रकल्पाचे उद्दिष्ट देशातील कोलकता, चेन्नई, मुंबई आणि दिल्ली ही चार महानगरे जोडण्यासाठी चार व सहा पदरी महामार्ग बांधणे हे होते. बेंगळुरू, पुणे, अहमदाबाद, सुरत आणि कानपूर ही जोडली गेलेली आणखी काही प्रमुख शहरे होत. भारतीय राष्ट्रीय महामार्ग मंडळाच्या मते जानेवारी २०१३ पर्यंत ९९.७% प्रकल्पकार्य पूर्णत्वाला गेले होते. ही रस्तेबांधणी पूर्ण होण्याचा परिणाम सांगण्याजोगा आहे. कानपूर आणि कोलकता यांच्या दरम्यान प्रवासाचे वेळ ४८ तासांवरून ३६ तासांपर्यंत कमी झाला.[२२] वस्तू आणि माणसांच्या दळणवळणातील सुलभीकरणाबरोबरच उद्योगांच्या उभारणीसाठीच्या स्थानांमध्ये अधिक निवडीची संधी आणि कृषिक्षेत्रातील नासाडीचे प्रमाण कमी, असे इतरही काही आर्थिक लाभ यापासून झाले आहेत.

---

[२२] *बिझिनेस टुडे* (२०१३), हायवे टु प्रॉस्परिटी. पृ. १६, मे.

श्रम बाजार

सर्वसमावेशक वृद्धीच्या मार्गात येणारा आणखी एक घटक म्हणजे श्रमबाजारात आर्थिक सुधारणांचा पाठपुरावा करण्यात येणाऱ्या अडचणी होत. श्रमबाजारातील सुधारणांच्या अभावी भारताला आपल्या लोकसंख्या लाभांशाचा योग्य उपयोग करून घेता येत नाही. कामगार मालक संबंधात अधिक लवचिकता व तर्कसुसंगती आणायला पाहिजे. भारतात तरुण कामगार वर्गाची लोकसंख्या प्रचंड आहे. त्यामुळेच भारतात श्रमिकांवरील खर्च स्वस्त असतो हे स्पष्टीकरण देता येते. राष्ट्रीय नमुना सर्वेक्षणानुसार (रानस) १९८३–८४ ते १९९३–९४ दरम्यान भारतातील श्रमदल वार्षिक २.०९% दराने वाढले. १९९९–२००० ते २००९–१० दरम्यान ही वाढ २.४८% दराने झाली. मात्र, श्रमबाजारातील सध्याच्या ताठरतेमुळे भारतीय वस्तू निर्माण क्षेत्राला श्रमिकांना कामावर घेण्याची प्रेरणा मिळत नाही.

कामगारविषयक बाबी कायद्याच्या तरतुदीनुसार केंद्र आणि राज्य या दोन्ही शासनांच्या अखत्यारित मोडतात. या समाईक कामागार कायद्यांच्या स्वरूपामुळे समस्या निर्माण होतात. राज्य शासनांना केंद्राचे कायदे बदलल्याचे किंवा उपकायदे लागू करण्याचे अधिकार आहेत. या व्यतिरिक्त अनेक कामगार कायद्यांची अंमलबजावणी अगदी केंद्र सरकारने लागू केलेल्या कायद्यांचीही अंमलबजावणी राज्य शासनाकडे असते. वेतन, कामगार, कर्मचारी, कारखाना आणि कंत्राटी कामगार यांच्या व्याख्या सुद्धा प्रत्येक राज्यांत निरनिराळ्या असतात.[२३] राज्या–राज्यांमधील कामगार कायद्यांमधील भिन्नतेमुळे या कायद्याचा अर्थ लावण्यात फरक पडू शकतो आणि त्यामुळे भ्रष्टाचार आणि पैसे खाण्याच्या व्यवहारांना उत्तेजन मिळते. यामुळे, उत्पादनसंस्थांचे मालक कामगार निरीक्षकांचे सुलभतेने बळी ठरतात. एकूण ५१ केंद्रीय आणि १७० राज्य कामगार नियम आहेत. त्यापैकी काही तर स्वातंत्र्यपूर्व काळातील आहेत.

त्यामुळे उत्पादन संस्थांना मोजक्या कर्मचाऱ्यांनिशी लोकांना कामावरून काढून टाकणे आणि वादांना कायद्याच्या कठोर कसोटीतून पार पाडणे किती अवघड जात असेल, हे लक्षात येईल. कामगार कायद्यात पळवाटा शोधण्यासाठी कंपन्यांनी त्रयस्थ घटकांकडून कामगारांना कामावर घेणे आणि 'कंत्राटी' कामगारांचा वापर करण्यास सुरुवात केली आहे. परंतु असे करताना त्यांना स्वतःच्या कामगारांना प्रशिक्षण देण्यात अडथळे येऊन कामगारांच्या रोषाला तोंड द्यावे लागत आहे.

वस्तुनिर्माण क्षेत्रात कामगारांना कामावर ठेवण्यात आणि कामावरून काढून टाकण्यात अनेक लक्षणीय अडचणी आहेत. औद्योगिक कलह कायद्यानुसार (IDA), शंभरपेक्षा जास्त कामगार कामावर ठेवणाऱ्या उत्पादन संस्थांना कामगारांना कामावरून काढून टाकण्यासाठी राज्यशासनाची परवानगी घ्यावी लागते. १९७६ पर्यंत औकका द्वारे उत्पादनसंस्था त्यांच्या आर्थिक स्थितीनुसार पुरेशी सूचना देऊन, वेतन भरपाई देऊन कामगारकपात करणे शक्य होते. १९७६ मधील बदलाद्वारे (चॅप्टर ५ब) ३०० पेक्षा जास्त कामगारांना कामावर घेणाऱ्या उद्योजकांना कामगारांना काढून टाकण्यासाठी योग्य त्या शासनाची आगाऊ परवानगी घेणे बंधनकारक केले गेले. १९८२ मधील पुढील सुधारणेद्वारे या नियमाची व्याप्ती वाढवून १०० पेक्षा अधिक कामगार असणाऱ्या उद्योजकांनाही लागू केली गेली.

---

[२३] पहा बी. डेबरॉय (२००५) *इश्यूज इन लेबर लॉज रिफॉर्म इन रिफॉर्मिंग द लेबर मार्केट*, संपादक बी. डेबरॉय आणि पी. डी. कौशिक.

उद्योगक्षेत्रातील कायदे

किंगफिशर एअरलाईन्सच्या अनुभवाप्रमाणे जरी एखादी उद्योगसंस्था दिवाळखोर झाली तरी, उत्पादनसंस्थेच्या मालकाला कर्जे चुकती करण्यासाठी कंपनी बंद करणे शक्य होत नाही. कारण उद्योगांच्या कर्जबारीपणाविषयक आणि दिवाळखोरीविषयी पहायचे झाल्यास तर प्रामुख्याने चार महत्त्वाच्या कायद्यांचा संबंध येतो - (१) कंपनी कायदा (१९५६), (२) आजारी औद्योगिक कंपनी कायदा (१९८५) (SICA), (३) सिक्युरिटीज ॲण्ड रिकन्स्ट्रक्शन ऑफ फायनान्शियल ॲसेटस् ॲण्ड एन्फोर्समेंट ऑफ सिक्युरिटीज इंटरेस्ट ॲक्ट (२००३) आणि (४) रिकव्हरी ऑफ डेट्स ड्यू टू बँक्स ॲण्ड फायनान्शियल इन्स्टिट्यूशन्स ॲक्ट (१९९३). दिवाळखोरी आणि कर्जबाजारीपणा यात फरक आहे. कर्जबाजारीपणा ही अशी स्थिती असते की, ज्यात ऋणको कंपनी आपली देणी देण्यास असमर्थ असते. दिवाळखोरी ही अशी कायदेशीर परिस्थिती असते, ज्यात एखादा दिवाळे निघालेला ऋणको किंवा कंपनी आपले अस्तित्व टिकवून ठेवण्यासाठी कर्जात सवलती मागत असते.

आजारी उद्योगाचे संचालन औद्योगिक आणि वित्तीय पुनर्बांधणी मंडळ (औविपुमं) या निमवैधानिक संस्थेकडे जाऊ शकतात. पाच वर्षांहून जुन्या कंपनीला जर त्या कंपनीला तिच्या निव्वळ भांडवलाइतका किंवा अधिक तोटा होत असेल तर, औविपुमं कडे जाण्याची मुभा कायद्याने दिलेली आहे. त्यानंतर औविपुमं एकतर मृदू कर्जे देऊन नफाक्षम कंपन्यांचे पुनरुज्जीवीकरण करू शकते किंवा जर तिला कंपनी पूर्णतः अकार्यक्षम वाटली तर कंपनी बंद करण्याचा निर्णय घेण्यासाठी उच्च न्यायालयाकडे प्रकरण पाठवू शकते. निव्वळ भांडवलात क्षय होण्याच्या स्थितीमध्ये पुनर्रचना करण्यासाठी फार उशीर झालेला असतो. निव्वळ भांडवल साफ होते. म्हणजे आजारी कंपनी पुनरुज्जीवन करण्यापलीकडे गेलेली असते.

आणखीही काही समस्या असतात. पहिली म्हणजे, कंपनी ज्या व्यवस्थापनाखाली आजारी पडली, त्याच व्यवस्थापनात सुरू करण्याची बोलणी औविपुमं सर्वप्रथम करते. हे म्हणजे एखादे जुने घर कोसळल्यापासून वाचवण्यासाठी एखाद्या अकार्यक्षम अभियंत्याला सांगण्यासारखे आहे. दुसरी समस्या – कंपनी कशी चालते याचे मर्यादित ज्ञान असणारे वरिष्ठ नोकरशहा कंपनीची कार्यक्षमता निश्चित करतात, हे काही नेहमीच योग्य ठरेल असे नाही. तिसरी समस्या म्हणजे, कंपनीला नवा उद्योग सुरू करण्याची आणि त्यातून कर्जे चुकती करण्यास परवानगी न देणे हे तर्काला धरून जाणारे नाही. प्रचलित दिवाळखोरी कायद्यानुसार जर विजय मल्ल्या, किंगफिशर एअरलाईन्स कंपनीचा मुख्य कार्यकारी अधिकारी (सीइओ) हवाई वाहतूक उद्योगातून बाहेर पडून कर्जे चुकवण्यासाठी नवा उद्योग सुरू करू इच्छित असेल तर त्याला तसे करता येणार नाही. चौथे म्हणजे सध्याच्या दिवाळखोरी कायद्यात केवळ वस्तुनिर्माण उद्योगच सवलतीसाठी अर्ज करू शकतात. जेव्हा आऔकंका अमलात आले तेव्हा भारतीय उद्योगक्षेत्रातील सेवांचे स्थान महत्त्वाचे नसल्याने दिवाळखोरी कायद्याच्या अधिकारात सेवा क्षेत्रे बसत नाहीत, म्हणून किंगफिशर एअरलाईन्स पुनर्रचनेसाठी औविपुमं कडे जाऊ शकत नाही, तर त्या ऐवजी तिला धनकोकडे तोंड वेंगाडावे लागते.

अमेरिकन दिवाळखोरी कायद्याकडून भारताने धडे शिकण्यासारखे आहे. दिवाळखोरी संहितेचा समावेश झाल्यानंतर 'चॅप्टर ११' असे लोकप्रिय नाव मिळालेल्या या कायद्यात कंपनीच्या पुनर्संघटनातून

दिवाळखोरीपासून न्यायालयीन संरक्षण मिळण्याची तरतूद आहे. अमेरिकेतील दिवाळखोरी न्यायालय कंपनीच्या सर्व लाभार्थींशी विचारविनिमय करते आणि उपाययोजना करण्यासाठी तज्ज्ञांची नेमणूक करते. न्यायालयाने सुचवलेली पुनर्रचना योजना न्यायालयात गेलेल्या कंपन्यांना बंधनकारक असते आणि कंपनीला नवा उद्योग सुरू करता येतो. ही स्थिती भारताच्या उलट आहे. कारण इथे कंपनीला आपले भांडवल मोकळे करण्यासाठी तोच उद्योग चालू ठेवावा लागतो.

या सर्वांमुळे आपली श्रम बाजारपेठ कमालीची ताठर झालेली आहे व उद्योजकांना उत्पादनसाठी भांडवल-प्रधान पद्धती वापरणे भाग पडते. भारताच्या वस्तुनिर्माण क्षेत्रातील यशस्वी गाथा – मग ती टाटा, बिर्ला, गोदरेज किंवा रिलायन्स अशी कुठलीही असो – ही भांडवलप्रधान उत्पादन पद्धती वापरून झालेली आहे.[२४] खरे तर श्रम बाजारातील सुधारणांअभावी ९२% कामगार कामगार कायदे बहुतांशी अस्तित्वातच नसलेल्या असंघटित क्षेत्रात रोजगार शोधतात. श्रमप्रधान उत्पादन पद्धती वापरली असती तर विकास-प्रक्रिया सर्वसमावेशक होऊ शकली असती आणि श्रमबाजारामधील सुधारणांद्वारे हेच घडणे अपेक्षित आहे.

न्याय व्यवस्था

विकासाशी निगडित असणारा आणखी एक घटक म्हणजे कायदा व सुव्यवस्था किंवा प्रशासन होय. सदोष न्याय व्यवस्थेमुळे सदोष प्रशासन निर्माण होते. जर वादांचे निकाल लागण्यास विलंब लागत असेल आणि प्रशासन सदोष असेल तर गुंतवणूकदार गुंतवणूक करण्यास इच्छुक नसतील. २००८ मध्ये सर्वोच्च न्यायालयात ५०,००० पेक्षा जास्त, उच्च न्यायालयात ४० लाखांहून अधिक आणि खालच्या न्यायालयांमध्ये सुमारे २ कोटी ७५ लाखांहून अधिक खटले निकालाच्या प्रतीक्षेत होते. प्रलंबित खटल्यांच्या एकूण संख्येचा विचार करता देशातील प्रत्येक न्यायाधीशाकडे सरासरी सुमारे २,१४७ खटल्यांचा भार आहे. भारतात एकूण १४,५७६ न्यायाधीश आहेत, ज्यात उच्च न्यायालयातील ६३० न्यायाधीशांचाही समावेश आहे. न्यायाधीशांची मंजूर केलेली संख्या १७,६४१ आहे. दर दहा लाख लोकसंख्येला १०.५ न्यायाधीश असे हे गुणोत्तर येते.[२५]

साक्षरता जसजशी वाढेल तसे हे गुणोत्तर वाढत जाईल, कारण साक्षरतेमुळे फिर्यादींची संख्याही वाढेल. उदाहरणार्थ, केरळसारख्या तुलनेने अधिक साक्षर राज्यामध्ये वार्षिक दर हजारी लोकसंख्येमागे २८ खटल्यांची भर पडत आहे, तर बिहारमध्ये हे प्रमाण केवळ ३ इतकेच आहे.[२६]

---

[२४] यावर अधिक माहितीसाठी पहा – मृणाल दत्त चौधरी (१९९६) *लेबर मार्केट्स अॅज सोशल इन्स्टिट्यूशन्स इन इंडिया,* आयआरआयएस – इंडिया वर्किंग पेपर नं १०, युनिव्हर्सिटी ऑफ मेरीलँड अॅट कॉलेज पार्क.

[२५] निक रॉबिन्सन (२००९), 'एक्स्पांडिंग ज्युडिशिअरीजः इंडिया अॅण्ड द राइज ऑफ द गुड गव्हर्नन्स कोर्ट, *वॉशिंग्टन युनिव्हर्सिटी ग्लोबल स्टडीज लॉ रिव्ह्यू,* खंड ८, क्र. १, पृष्ठ १-७०.

[२६] http://articles. timesofindia.indiatimes.com/2010-03-06/india/28143242_1_ high-court-judges-literacy-rate-cacklog

न्यायाधीशांच्या मर्यादित संख्येमुळे अपीलांच्या संख्येत होणारी वाढ हेही एक कारण आहे. २००५ ते २००८ दरम्यान सुमारे १२% खटले (५७,००० पैकी ६,९००) सर्वोच्च न्यायालयात अपीलाच्या सुनावणीसाठी स्वीकारले गेले. अमेरिकेत हे प्रमाण सुमारे एक टक्का आहे. सर्वोच्च न्यायालयाच्या मते, खालच्या कोर्टातून वरच्या कोर्टात अपील करणे अतिशय सोपे आहे. त्यातच अपीलांच्या खटल्यांचा स्वीकार करण्याच्या मोठ्या प्रमाणामुळे प्रलंबित खटल्यांमागचे कारण स्पष्ट होते. जर निवाडा होण्यात विलंब होत असेल आणि प्रशासन दुर्बल असेल तर गुंतवणूकदार गुंतवणूक करण्यास इच्छुक नसतील (पहा नमुना अभ्यास ५.२).

नमुना अभ्यास ५.२: भ्रष्टाचारामुळे विदेशी गुंतवणूकदार घाबरून दूर जातात*

भ्रष्टाचाराच्या बाबतीत भारताचा अजूनही वरचा क्रमांक लागतो. ट्रान्सपरन्सी इंटरनॅशनल भ्रष्टाचाराच्या आधारे देशांच्या क्रमवारीत अहवाल प्रसिद्ध करते.

मागील वर्षी भ्रष्टाचार दृष्टिकोन निर्देशकाने भारताचा १७६ देशांमध्ये ९४ वा क्रमांक लावला. शून्य (सर्वाधिक भ्रष्ट) आणि १०० (किमान भ्रष्ट) या क्रमवारीत भारताने अतिशय खालच्या पातळीतले ३६ गुण मिळवले. भारतातील भ्रष्टाचाराचे मुख्य कारण सरकारी अधिकाऱ्यांना देण्यात येणारी लाच हे आहे.

देशाच्या वृद्धिदरावर भ्रष्टाचाराचा होणारा परिणामाचे मापन करणारा कोणताही विशिष्ट समग्र पातळीवरील अभ्यास झालेला नसला तरी श्रीमंत देश आणि भ्रष्टाचाराची कमी पातळी यात घनिष्ट सहसंबंध असतो.

डेन्मार्क, फिनलंड, स्वीडन आणि सिंगापूरसारख्या जगातील काही सर्वांत श्रीमंत अर्थव्यवस्थांमध्ये किमान पातळीतील भ्रष्टाचार आहे.

दुसरीकडे सोमालिया, अफगणिस्तान आणि म्यानमारसारख्या आर्थिकदृष्ट्या गरीब देशांमध्ये अतिशय मोठ्या प्रमाणात भ्रष्टाचार आहे. इटली, ग्रीस आणि आयर्लंड अशा वित्तीय संकटांनी ग्रस्त झालेल्या देशांची भ्रष्टाचार निर्देशांकामधील क्रमवारी वेगाने खाली घसरली आहे.

न्यायव्यवस्थेतील सुधारणा

भ्रष्टाचार निर्देशांक हा दृष्टिकोनावर आधारित असल्याने मोठा भ्रष्टाचार असलेले देश विदेशी उत्पादनसंस्थांना कमी आकर्षक वाटतात. थेट परकीय गुंतवणुकीच्या संदर्भात श्रीमंत देशांवर अधिक विश्वास टाकला जातो. भारतातील घोटाळे आणि भ्रष्टाचारांनी केवळ आपली राष्ट्रीय उत्पन्नातील वाढच कमी केलेली नाही तर, थेट परकीय गुंतवणुकीचा प्रवाहही आटवला आहे. २००८ मध्ये भारतातील एकूण थेट परकीय गुंतवणूक ४८ अब्ज अमेरिकन डॉलर्स होती, ती २०१३ मध्ये घटून २७ अब्ज अमेरिकन डॉलर्स झाली.

(नमुना अभ्यास ५.२ पुढे चालू)

* लेखाकडून पूर्वप्रकाशित *द हिंदू बिझनेस लाइन* (१८ सप्टेंबर २०१३).

(नमुना अभ्यास ५.२ पुढे चालू)

भ्रष्टाचार निपटून काढण्यासाठी राजकीय आणि न्यायालयीन अशा दोन्ही सुधारणांची आवश्यकता आहे. जर वादविवादांवर तोडगा काढण्यात विलंब लागला तर गुंतवणूकदारांना गुंतवणुकीत स्वारस्य उरणार नाही.

निकाली काढलेल्या न्यायालयीन खटल्यांवरील अलीकडील माहिती उपलब्ध नाही. परंतु, २००८ मध्ये सर्वोच्च न्यायालयातील ५०,००० पेक्षा अधिक खटले, उच्च न्यायालयातील ४० लाख खटले आणि २७५ लाख खालच्या कोर्टातील खटले निकालाच्या प्रतीक्षेत होते.

प्रलंबित खटल्यांची एकूण संख्या विचारात घेता देशातील प्रत्येक न्यायाधीशाकडे सरासरी सुमारे २,४१७ खटलच्यांचा कार्यभार आहे. भारतात एकूण मंजूर न्यायाधीशांची संख्या १७,६४१ आहे परंतु सध्या केवळ १४,५७६ न्यायाधीश नियुक्त आहेत. त्यापैकी ६३० न्यायाधीश उच्च न्यायालयातील आहेत. म्हणजे हे गुणोत्तर दर दहा लाख लोकसंख्येमागे १.०५ न्यायाधीश असे होते. जसजसे अधिकाधिक लोक साक्षर/सुशिक्षित होत जातील तसतसे हे गुणोत्तर अधिक विषम होत जाईल.

उदाहरणार्थ, केरळसारख्या तुलनेने अधिक साक्षर असलेल्या राज्यामध्ये दरवर्षी दरहजारी लोकसंख्येमागे २८ नवीन अतिरिक्त खटले आहेत. तर बिहारमध्ये दरवर्षी दरहजारी लोकसंख्येमागे केवळ तीन नवीन खटले नोंदवले जातात. २००५ ते २००८ दरम्यान सुमारे १२% अपिले (५७,००० खटल्यांपैकी ६,९००) सर्वोच्च न्यायालयातील सुनावणीसाठी स्वीकारण्यात आली.

अमेरिकेत हे प्रमाण एक टक्क्याच्या आसपास आहे. भारतात खालच्या न्यायालयातून वरच्या न्यायालयात अगदी सर्वोच्च न्यायालयात जाणे सुलभ आहे. यामुळे प्रलंबित खटल्यांची संख्या वाढत जाते. गुंतवणूक वातावरण सुधारण्यासाठी न्यायव्यवस्थेतील सुधारणा आवश्यक आहेत.

संख्यात्मक घटक

भ्रष्टाचार, राजकीय आणि न्यायव्यवस्था यानंतर नुकतेच सर्वोच्च न्यायालयाने तुरुंगात किंवा पोलिस कोठडीत असलेल्या राजकीय नेत्यांना निवडणुका लढवण्यावर घातलेल्या निर्बंधांचा निर्णय हे एक स्वागतार्ह पाऊल उचलले आहे.

राजकीय खटल्यांचा निकाल काही वर्षांच्या आतच लागला गेला पाहिजे. राजकीय निधी संकलन हे अपारदर्शक झाले आहे. करातून गोळा झालेल्या पैशांवर डल्ला मारून जनेतला लुबाडून किंवा वशिलेबाजीतून तो गोळा केला जातो.

न्यायालयाचा कार्यभार विभागून घेण्यासाठी एखाद्या संस्थेची निर्मिती करणे हा आणखी एक पर्याय होऊ शकेल. राष्ट्रीय मानवी हक्क आयोग आणि बालहक्क आयोग यांची स्थापना अत्याचाराच्या वाढत्या घटना रोखण्यात न्यायव्यवस्थेला आलेल्या अपयशातून केली गेली. तसेच निवडणूक आयोग भारतीय दूरसंचार नियमन अधिकारी, केंद्रीय विद्युत नियमन आयोग आणि

(नमुना अभ्यास ५.२ पुढे चालू)

(नमुना अभ्यास ५.२ पुढे चालू)

भारतीय रोखे नियंत्रण मंडळ ह्या संस्था सुप्रशानसाची उत्तम उदाहरणे आहेत. शेवटी पब्लिक प्रोक्यअरमेंट बिल २०१२ (सार्वजनिक अधिप्राप्ती विधेयक २०१२) मुळे राष्ट्रकुल स्पर्धेसारख्या शासकीय खरेदीत झालेल्या घोटाळ्यांचे प्रमाण कमी होण्याची अपेक्षा आहे.

धोरणात्मक सूचना

पायाभूत सुविधा

समन्वयाचा अभाव ही पायाभूत सुविधांची समस्या आहे. समन्वयाच्या या समस्येवर उपाय म्हणजे विविध मंत्रालये आणि खात्यांदरम्यान समन्वय साधण्यासाठी आणि पायाभूत सुविधा प्रकल्पांच्या स्वतंत्रपणे अंमलबजावणीसाठी एक पूर्णतः स्वायत्त संस्था स्थापन करणे होय. उदाहरणार्थ, जपानमध्ये पायाभूत सुविधा मंत्रालयात जमीन, पायाभूत सुविधा आणि वाहतुकीचा समावेश आहे. फ्रान्समध्ये हे मंत्रालय वाहतूक विभागीय नियोजन, पर्यटन आणि समुद्र या घटकांचा कारभार सांभाळते.

सार्वजनिक-खासगी-भागीदारीच्या (पीपीपी) आधारे प्रकल्पांचे वाटप करून शासन पैशांची बचत करू शकते. यातून केवळ प्रकल्पासाठी आवश्यक असणारा पैसाच खासगी क्षेत्राकडून शासनाला मिळेल, असे नाही तर प्रकल्पपूर्तीनंतर खासगी क्षेत्राला प्रकल्पाची देखभाल व कामकाज करावयाची असल्याने त्यांना बांधकामाचे साहित्य चांगल्या दर्जाचे वापरणे बंधनकारक होईल. अन्यथा, प्रकल्पपूर्तीनंतरच्या देखभाल खर्चात वाढ होईल. मात्र, बांधकाम घटक दर्जेदार पुरवण्याचे बंधन घटक दर (Item Rate – I.R.) किंवा स्थिर किंमत (Fixed Price – FP) करार पद्धतीत असत नाहीत. स्थिर किंमत करारान्वये मागणी करणारा विभाग कंत्राटदारांना करारात नमूद केलेल्या विशिष्ट कामाची निश्चित किंमत अदा करण्याचे वचन देतो आणि घटक दर पद्धतीमध्ये कंत्राटदारांना दर घटकानुसार पैसे मिळतात आणि एकूण पुरवलेल्या घटकांच्या संख्येवर एकूण खर्च अवलंबून असतो. त्यामुळे स्थिर किंमत आणि घटक दर अशा दोन्ही करार पद्धतीत एकदा प्रकल्प पूर्ण झाला की, शासन त्याचे कार्य आणि देखभालीची जबाबदारी उचलत असते.

ऊर्जाक्षेत्राप्रमाणेच शासनाला वित्तीय क्षेत्रातही काही नवप्रवर्तन घडवून आणता येईल. २०१२ मध्ये केंद्र सरकारने कर्जाच्या विळख्यात सापडलेल्या राज्य विद्युत मंडळासाठी विमोचन योजना (Bailout Package) जाहीर केली. या योजनेअंतर्गत राज्यशासनाला एकूण थकित कर्जांपैकी निम्म्या कर्जाची जबाबदारी स्वीकारून त्याचे रोख्यात रूपांतर करावयाचे होते. हे रोखे शासनाच्या हमीसह धनकोंना वितरीत करणे अपेक्षित होते. धनको कर्जाच्या उर्वरित रकमेची पुनरर्चना करून मुद्दलाची रक्कम तीन वर्षांमध्ये परत फेडण्याच्या दृष्टीने सवलत देऊ शकणार होते. क्षमतेत वाढ आणि नफाक्षमता साधण्याच्या दृष्टीने राज्य विद्युत मंडळांना स्वतंत्र व्यापारी घटक म्हणून कामकाज करू देण्याची आवश्यकता आहे.

ऊर्जाक्षेत्राप्रमाणेच (विद्युत) कोळसा व पेट्रोलियम या ऊर्जेच्या इतर क्षेत्रांमध्येही स्वतंत्र नियंत्रक नेमण्याची गरज भासते आहे. स्वतंत्र कोळसा नियंत्रकाच्या आवश्यकतेनुसार दीर्घ काळापासून चर्चा होत आहे. कोल इंडिया लिमिटेड (CIL) असली तरी अनेक उत्पादनसंस्थांना बंदिस्त विभाग देण्यात आले आहेत आणि काहींना तर अतिरिक्त उत्पादन विकण्याचीही मुभा देण्यात आलेली आहे. कोल इंडिया लिमिटेडच्या मक्तेदारी सामर्थ्याविषयी आणि सदोष मूल्यनिश्चितीबाबत तसेच विशिष्ट खासगी खरेदीदारांबाबत शासन नियम मोडून पक्षपात करत असण्याबद्दल तक्रारी करण्यात आलेल्या आहेत. कोळसा साठ्याच्या बाजारभावाच्या आधारे किंमतनिश्चित करण्यासाठी सक्षम अशा कोळसा नियंत्रकाची आवश्यकता आहे. पेट्रोलियम आणि क्रूड तेलाच्या नियंत्रकाने संपादित तेलविहिरी आणि तेल खाणींचे विभाग शोधून काढण्याविषयी उत्पादन विभागणीच्या करारासारख्या महत्त्वाच्या बाबींचे निर्णय घेण्याकरता सक्षम असले पाहिजे. तेलवायू क्षेत्रातील गुंतवणुकीला प्रोत्साहन देणे आणि उत्पादक क्षेत्रांच्या कामगिरीचा आढावा घेणे हेही या नियंत्रकाने करणे आवश्यक आहे. स्वतंत्र नियंत्रक नेमल्यामुळे ऊर्जाक्षेत्रातील उधळपट्टी अणि भ्रष्टाचार बराचसा कमी होईल. आयोगातील कर्मचाऱ्यांची निवड आणि भरती स्वतंत्रपणे केली जावी आणि आयोगाचे सदस्यत्व केवळ निवृत्त नोकरशहांपुरतेच मर्यादित असू नये. जमीन, पर्यावरण, जंगले अशा विभागाकडून प्रमाणपत्रे देण्यात विलंब केलेल्या शासकीय खात्यांना दंड ठोठावला गेला पाहिजे.

भूमी अधिग्रहण

पायाभूत सुविधा आणि उद्योगांच्या उभारणीसाठी जमीन संपादन करणे ही खरी समस्या आहे आणि यामुळे विकासाचा वेग मंदावू शकतो. कृषी जमीन अकृषी वापराकरता मंजूर करण्याचे धोरण अशा प्रकारे आखले गेले पाहिजे की ज्यामुळे शेतकऱ्यांना कृषीप्रमाणेच लाभ मिळत राहिला पाहिजे. जमिनीमुळे उत्पन्नाची कायमस्वरूपी हमी मिळत असल्याने शेतकऱ्यांना ती द्यायची इच्छा नसते. भूमी अधिग्रहण प्रक्रिया बाजारयंत्रणेवर सोडून देता येणार नाही. कारण खरेदीदाराला असंख्य लहान शेतकऱ्यांबरोबर बोलणी करावी लागत असल्याने आणि जमीन नोंदीची कागदपत्रे व्यवस्थित नसल्यामुळे हस्तांतरणाचा खर्च खूपच मोठा असतो. ही प्रक्रिया केवळ शासनावरही सोडून देता येणार नाही. कारण शासन देऊ करत असलेली किंमत वास्तवाला धरून असेलच असे नाही. भक्कम राजकीय लागेबांधे असणाऱ्या जमीन व्यवहारांच्या दलालांच्या हस्तक्षेपामुळे बऱ्याचदा बाजारभावापेक्षा जमिनीच्या किमती अधिक होतात. प्रकल्प सुरू होण्यापूर्वीच हे दलाल मोठ्या प्रमाणात जमिनी खरेदी करून ठेवतात. त्यामुळे जरी प्रकल्प सुरू होण्यापूर्वीच शेतकऱ्यांनी शासनाला आणि दलालांना झाल्यानंतर जमिनीच्या किमती आभाळाला भिडल्याचे पाहून ते त्या विरोधी आंदोलन करू लागण्याची शक्यता असते. मे २०११ मधील उत्तर प्रदेशातील ग्रेटर नोएडा येथे झालेले शेतकऱ्यांचे आंदोलन अशा प्रकारचे होते. ज्यांनी अगोदर स्वेच्छेने जमीन दिली होती, त्यांना आपल्याला फसवले गेले आहे अशी भावना झाली. कारण दिल्ली–आग्रा महामार्ग जोडणारा यमुना एक्स्प्रेस वे पूर्ण झाल्यामुळे जमिनीच्या किमतींमध्ये अनेकपटींनी वाढ झाली.

भारतात जमिनीची बाजारपेठ ज्याप्रकारे अस्तित्वात आहे, ते पाहता जमिनीसारख्या अत्यंत दुर्मिळ घटकाचा कार्यक्षम वापर करण्यासाठी किंवा त्याबद्दल भरपाई देण्यासाठी बाजारभाव हे पुरेसे निर्देशक नाहीत असे म्हणावे लागते. अर्थतज्ज्ञ प्रणव बर्धन यांनी भूमी अधिग्रहणावर देखरेख करण्यासाठी एक स्वतंत्र, अर्ध-न्यायिक अधिकारी असावा अशी कल्पना मांडली आहे. अर्थव्यवस्थेतील अनेक क्षेत्रांत नियामक प्राधिकरणांची स्थापना केली गेली आहे. उदाहरणार्थ, दूरसंचार क्षेत्र आणि शेअरबाजार. अशी अर्ध-न्यायिक संस्था गरजेची असलेले आणखी एक क्षेत्र म्हणजे भूमी संपादन होय. जमीन हस्तांतरण, भरपाई निश्चित आणि व्यवहारांची पूर्तता हा संपूर्ण कारभार स्वतंत्र अर्ध-न्यायिक संस्थेमार्फत व्हायला हवा. ही संस्था राजकीय प्रभावापासून स्वतंत्र असायला हवी. परंतु वेळोवेळी तिचे कायद्याच्या दृष्टिकोनातून मूल्यमापन केले गेले पाहिजे. घटक आणि घोष यांच्या मते [२७] ही समस्या प्रकल्पाचा प्रदेश आणि आजूबाजूच्या शेतजमिनीच्या लिलावातून सोडवता येऊ शकते. योग्य रीतीने अमलात आणल्यास या प्रक्रियेमुळे शेतकऱ्यांना आपली भरपाई रोख किंवा जमिनीच्या स्वरूपात घ्यावयाची ही निवड करता येईल आणि जमिनीची किंमत निश्चिती करण्याचे काम शासनावर सोपवण्याऐवजी ते स्वतःच आपल्या जमिनीची किंमत ठरवू शकतील.

शेतकऱ्यांची आंदोलने टाळण्यासाठी आणि भूमी अधिग्रहण विनासायास होण्याच्या दृष्टीने शेतकऱ्यांना लाभार्थी बनवणे हा कळीचा मुद्दा आहे. शेतकऱ्यांना काही जमीन विकसित स्वरूपात देता येईल. उदाहरणार्थ, उत्तर प्रदेशातील राजकीय नेत्या मायावती यांनी शेतकऱ्यांना त्यांच्या जमिनीच्या १३% जमीन विकसित स्वरूपात देण्याचे आश्वासन दिले. रोजगार पुरवणे हा दुसरा मार्ग झाला. भारताचे सध्याचे पंतप्रधान आणि गुजरातचे माजी मुख्यमंत्री नरेंद्र मोदी यांनी हा मार्ग वापरला होता. जर संपादित जमिनीवर कारखाना उभा राहिला तर कुटुंबातील एकाला तेथे रोजगार देण्याची त्यांची योजना होती.

२९ ऑगस्ट २०१३ रोजी भूमी अधिग्रहण विधेयक संमत झाले. यात खासगी उद्योगासाठी जमीन ताब्यात घेताना ८०% जमिनमालकांची त्या जमिनीवर राहणाऱ्या लोकांची संमती मिळवण्याचा उल्लेख आहे. (पहा नमुना अभ्यास ५.३) आपल्या उपजीविकेसाठी त्या जमिनीवर अवलंबून राहणाऱ्या लोकांच्या संमतीची गरज नाही असे म्हटले होते. खासगी - सार्वजनिक भागिदारी प्रकल्पांसाठी (पीपीपी) ७०% जमीनमालकांची आणि शासनकृत जमिनीवरील लोकांची संमती घेण्याची आवश्यकता नमूद केली होती. खासगी-सार्वजनिक-भागिदारी प्रकल्पांच्या जमिनीची मालकी शासनाने स्वतःकडेच ठेवून घेतली होती. जमीन ताब्यात घेण्याची एक वर्षाची कालमर्यादा निश्चित करण्यात आली होती. कमी किमतीला जमिनी विकत घेणाऱ्या नफेखोरांना लाभ मिळू नये यासाठी अशा तरतुदींची भर घालण्यात आली. विशिष्ट कालावधीपेक्षा जास्त काळासाठी खंडाने जमिनी कसणाऱ्यांना भरपाई मिळाली. राज्यांनी अंतिम स्वरूपातील पद्धती निश्चित केल्या.

---

[२७] मैत्रिश घटक आणि परिक्षित घोष (२०११) *द लँड ॲक्विझिशन बिल, अ क्रिटीक ॲण्ड अ प्रपोजल* सेंटर फॉर डेव्हलपमेंट इकॉनॉमिक्स वर्किंग पेपर नं. २०४, दिल्ली स्कूल ऑफ इकॉनॉमिक्स, सप्टेंबर.

नमुना अभ्यास ५.३: लहान धारणक्षेत्रांचा ताबा मिळवणे महाग असते*

भूमी अधिग्रहण विधेयकानुसार शासनाला केवळ जमिनीच्या किमतीच्या कित्येक पट रक्कमच द्यावी लागणार नसून विस्थापित कुटुंबाला १.३६ लाख रुपये आणि उदरनिर्वाहासाठी ५ लाख रुपये द्यावे लागतील.

भारतीय अर्थव्यवस्थेची सद्यःस्थितीतील आकडेवारी निर्देशक मानल्यास सर्व काही ठीक नसल्याचा संकेत मिळतो. २०१२ च्या तिसऱ्या तिमाहीत भारतीय अर्थव्यवस्थेचा वृद्धिदर घटून ५.३% इतका मागील नऊ वर्षांतील किमान पातळीत झाला. बचतींचे प्रमाण घटत आहे आणि म्हणून गुंतवणुकाही घटत आहेत.

सप्टेंबरमध्ये उद्योग गुंतवणूक निर्देशांक मागील वर्षाच्या तुलनेत ०.४% ने घटला. ओळीने सहा महिने निर्यात घटत आहे. त्यामुळे ऑक्टोबरमधील व्यापार तूट वर्षातील सर्वाधिक झाली. नोव्हेंबरमध्ये परकीय चलनासाठी मागील वर्षाच्या तुलनेत २.३२ अब्ज अमेरिकन डॉलर्स घटून २९३.६ अब्ज अमेरिकन डॉलर्स झाला.

या आधारभूत निदर्शकांच्या आधारे खासगी गुंतवणुकीची कमतरता भासून अर्थव्यवस्थेची गती मंदावत असल्याचे सूचित होते. २०११-१२ मध्ये सार्वजनिक उपक्रमांच्या निर्गुंतवणुकीद्वारे मिळणाऱ्या ४० हजार कोटी रुपये या अर्थसंकल्पीय उद्दिष्टांपैकी शासनाला केवळ १३,८९४ कोटी रुपये मिळवता आले.

चालू वित्तीय वर्षांत हे उद्दिष्ट ३०,००० कोटी रुपयांचे होते आणि अजून आपण १०,००० कोटी रुपयांची पातळीही ओलांडू शकलेलो नाहीत आणि यात शासनाला २जी लिलावातील १२२ परवान्यांपैकी केवळ २२ परवाने विकता येऊन मिळालेल्या प्राप्तीचाही समावेश आहे. संसदेच्या हिवाळी अधिवेशनात अनेक ब्रँड किरकोळ विक्री क्षेत्रातील थेट परकीय गुंतवणुकीमध्ये किती कंपन्या इच्छुक असतील हे पाहणेही औत्सुक्याचे ठरणार आहे. ऑक्टोबरमध्ये धुमधडाक्याने जाहीर केलेल्या सुधारणांचा बहर अल्पजीवी ठरल्याचे दिसून येत आहे.

सध्या शासनाला वित्तीय तुटीचे व्यवस्थापन करणे कठीण जात असल्याने योग्य धोरणात्मक उपाययोजना स्वीकारल्या पाहिजेत. २००४ मध्ये संपुआ शासन सत्तेवर येण्याच्या जरा अगोदर वित्तीय तूट ३.८% होती हे लक्षात घेतले पाहिजे. २०११-१२ च्या वित्तीय वर्षांत वित्तीय तूट वेगाने वाढून ५.८% झाली. २०१२-१३ या वित्तीय वर्षामध्ये शासनाची आपल्या विकास प्रकल्पांसाठी ५.६९ अब्ज (ट्रिलियन) रुपयांच्या कर्जाची योजना होती. अर्थव्यवस्थेतील वृद्धिदर ७.६% असेल आणि भाववाढीचा दर ६.५% असेल हे गृहीत धरून या कर्जाची योजना केली गेली. परंतु हे घडणे शक्य नव्हते.

वैयक्तिक वित्तव्यवहारांप्रमाणे शासकीय वित्तव्यवहारांचेही नियंत्रण नवोन्मेषी धोरणरचनेद्वारे केले जाऊ शकते. ६% वृद्धिदर राखण्यासाठी शासनाने घटणाऱ्या कृषिक्षेत्रातील अतिरिक्त

(नमुना अभ्यास ५.३ पुढे चालू)

*पूर्वप्रकाशित *द फिनान्शिअल एक्स्प्रेस*, १४ डिसेंबर २०१२

(नमुना अभ्यास ५.३ पुढे चालू)

श्रमिकांना सामावून घेण्याच्या दृष्टीने वस्तुनिर्माण क्षेत्र अणि सेवाक्षेत्राच्या विकासाला मदत करणाऱ्या सहाय्यकर्त्याची भूमिका बजावली पाहिजे. मात्र, विकासाच्या मार्गात काही सदोष धोरणे अडथळा आणत आहेत.

उदाहरणार्थ, नवीन भूमी अधिग्रहण, पुनर्वसन आणि पुनर्स्थापन कायदा २०११. या कायद्यान्वये जमीन ताब्यात घेताना शासनाने शहरी भागात जमिनीच्या बाजारभावाच्या दुप्पट आणि जमीन ग्रामीण भागात असेल तर, दोन ते चारपट किंमत दिली पाहिजे. शिवाय पुनर्वसनासाठी विस्थापित कुटुंबांना १.३६ लाख रुपये द्यावे लागतील आणि उदरनिर्वाहाकरता कुटुंबातील एका सदस्याला रोजगार किंवा एकरकमी ५ लाख रुपये द्यावे लागणार आहेत.

आकड्यांच्या रूपात बोलायचे झाल्यास समजा, जर चेन्नईमधील एक कोटी रुपये किंमत असलेली जमीन शासनाला ताब्यात घ्यायची आहे, तर त्यासाठी २ कोटी रुपये अधिक पुनर्वसनासाठी १.३६ लाख रुपये अधिक ५ लाख रुपये विस्थापित कुटुंबांच्या उदरनिर्वाहाकरिता द्यावे लागतील. ग्रामीण भागातील विस्थापितांसाठी हा हिशेब अधिकच गुंतागुंतीचा होतो. राज्याराज्यांत सरासरी धारणक्षेत्रांचा आकार भिन्नभिन्न असल्याने उद्योगांच्या उभारणीसाठी मोठ्या आकाराच्या जमिनीच्या तुलनेत लहान जमिनीसाठी शासनाला द्यावे लागणारे पैसे किती तरी अधिक असतील.

कारण सरासरी लहान धारणक्षेत्रांमध्ये पुनर्वसन आणि पुनर्स्थापनेसाठीच्या भरपाईसाठी मोठ्या धारणक्षेत्राच्या तुलनेत अधिक लोकांचा हक्क असतो. पंजाबमधील शेतकऱ्यांचे सरासरी धारणक्षेत्र पश्चिम बंगालपेक्षा सुमारे पाचपट आहे, त्यामुळे पंजाबपेक्षा पश्चिम बंगालमधील भूमी अधिग्रहणाचा खर्च तुलनेने जास्त आहे.

यामुळे समस्या निर्माण होऊ शकतात. जर शासन सार्वजनिक-खासगी भागीदारीत प्रकल्प उभारण्यास इच्छुक असेल तर स्वाभाविकपणे पश्चिम बंगालसारख्या तुलनेने मागास राज्यात पंजाबपेक्षा अधिक खर्च होईल. अगदी स्वाभाविकपणे तुलनेने मागास राज्यांमध्ये खासगी कंपन्या राष्ट्रनिर्माणाच्या कार्यक्रमात शासनाबरोबर भागीदारी करण्यास नाखूष असतील. अशाप्रकारे प्रादेशिक विषमतेत आणखी वाढ होईल.

लहान धारणक्षेत्रांमुळे समन्वयाच्या समस्याही निर्माण होऊ शकतात. पश्चिम बंगालमध्ये राष्ट्रीय महामार्ग मंडळाने आतापर्यंत राष्ट्रीय महामार्ग राष्ट्रीय महामार्ग ३४ व ३१ च्या विस्तारासाठी आवश्यक असलेल्या जमिनीच्या केवळ १.९३% जमीन ताब्यात घेणे शक्य झाले आहे. ऐतिहासिक महत्त्वाच्या पश्चिम बंगालमधील पासीपूर ते मुर्शिदाबाद जिल्ह्यातील अझीमगंज दरम्यान रेल्वे बांधणी केवळ ७.५ एकर जमीन मिळाल्याने ठप्प झाली आहे.

जमिनीच्या अभावामुळे केवळ उद्योग आणि पर्यटन क्षेत्रच बाधित होते असे नाही तर त्याचे काही दुरगामी परिणामही होतात. उदाहरणार्थ, शिक्षण. प्राथमिक शिक्षणातील विद्यार्थ्यांच्या प्रवेशामध्ये यश मिळाले असले तरी कृषिक्षेत्रात अजून प्रचंड लोकसंख्या अडकलेली आहे. खरे तर, कृषिक्षेत्रात ७५% बेरोजगारी आहे. सार्वजनिक - खासगी भागीदारीत शासन व्यावसायिक शिक्षणाची सोय

(नमुना अभ्यास ५.३ पुढे चालू)

(नमुना अभ्यास ५.३ पुढे चालू)

करण्याचा प्रयत्न करू शकते. पॉलिटेक्निक (तंत्रशिक्षण) किंवा हॉटेल व्यवस्थापनासारखी पदवी घेतलेल्या विद्यार्थ्यांना वेगाने विस्तारत असणाऱ्या सेवा क्षेत्रांमध्ये मागणी असेल. अशा प्रकारे, कृषिक्षेत्रातील अतिरिक्त श्रमिक सेवा क्षेत्राच्या विकासासाठी वापरले जाऊ शकतील.

परंतु, येथेही जमीन ताब्यात घेण्याविषयी समस्या आहे. कोणतीही तंत्रशिक्षणाची संस्था सुरू करण्याकरता अखिल भारतीय तंत्रशिक्षण परिषदने शहरी भागात किमान १.५ एकर जमीन आणि ग्रामीण भागात किमान ५ एकर जमीन असण्याचे बंधन घातलेले आहे. मागील महिन्यात पश्चिम बंगाल शासन तंत्रशिक्षण शाळांसाठी जमीन शोधत होते, परंतु अपयशी ठरले.

सदोष धोरणांमुळे आणि महसुलवाढी अभावी उद्योगक्षेत्राच्या विस्तारात अडथळे येत आहेत. अशा परिस्थितीत वित्तीय तुटीचे नियंत्रण करण्यासाठी शासनाने मार्ग शोधण्याची गरज आहे. अलीकडेच (१ जानेवारी २०१३) पंतप्रधानांनी लाभार्थींना थेट रोख अनुदाने देण्यांची योजना स्तुत्य आहे. अनुदानाची रक्कम लाभार्थींच्या आधारकार्डाशी संलग्न बँक खात्यात थेट जमा होईल. शिवाय, शासन बँकयंत्रणा व पोस्ट ऑफिसांचे एकत्रीकरण करण्याचाही विचार करत आहे. विशेषतः ग्रामीण भागात आधारकार्ड योजना कार्यक्षम होण्याच्या दृष्टीने यावर विचार होत आहे. अशाप्रकारे शासनाच्या कल्याणकारी योजना राबवण्याच्या खर्चात मोठीच कपात होऊ शकेल आणि त्याचबरोबर निवृत्तिवेतन, शिक्षण आणि आरोग्याशी निगडित योजना एकाच छत्राखाली आणता येऊ शकतील. थेट रोख हस्तांतरण राज्य, जिल्हा आणि पंचायत पातळीतील व्यवस्थापकीय अडथळे टाळून शासनाचा अत्युपयोग पैसा वाचवू शकेल आणि खरोखरच वित्तीय तूट घटू शकेल. अर्थात, थेट रोख हस्तांतरणाचे यश वित्तीय साक्षरता आणि वित्तीय समावेशनावर अवलंबून राहील. योग्य दिशेने जाणारे हे पहिले पाऊल आहे इतकेच.

भ्रष्टाचार

भ्रष्टाचार निर्मूलनासाठी राजकीय क्षेत्रात आणि न्यायक्षेत्रात सुधारणा या दोहोंची गरज असते. सध्या राजकीय निधीबाबत धुसरता व अपारदर्शकता आहे आणि बहुतेक सर्व निधी भ्रष्टाचारातूनच येतो. राजकीय निधी कर चुकवून, लोकांना लुबाडून किंवा कामे देण्यासाठी पैसे घेऊन मिळवला जातो. तसेच, प्रशासनात सुधारणा करण्यासाठी आणि गुंतवणुकीसाठी सुयोग्य वातावरण निर्मितीसाठी न्यायक्षेत्रात सुधारणांची गरज आहे. एकदा खटल्याचे कामकाज सुरू झाल्यावर रास्त मुदतीत त्याचा निकाल लागायला हवा. न्यायालयाचा कार्यभार काही प्रमाणात वाटून घेण्याऱ्या एखाद्या प्रभावी संस्थेची निर्मिती हा आणखी एक पर्याय होय. उदाहरणार्थ, राष्ट्रीय मानवी हक्क आयोग किंवा बालहक्क आयोगाची स्थापना न्यायव्यवस्थेकडून या घटकांवरील अत्याचाराचे नियंत्रण करण्यात आलेल्या अपयशामुळे करण्यात आली आहे. तसेच, निवडणूक आयोग, भारतीय दूरसंचार नियामक अधिकार मंडळ, केंद्रीय विद्युत नियामक आयोग आणि सिक्युरिटीज ॲण्ड एक्स्चेंज बोर्ड ऑफ इंडिया यांसारख्या संख्या सुप्रशासन पुरविण्यात महत्त्वाची भूमिका बजावत आहेत.

व्यवस्थापकीय आणि श्रम बाजारातील सुधारणा

नागरी सेवा सुधारणांसारख्या व्यवस्थापकीय सुधारणा प्रशासनातील सुधारणांसाठी महत्त्वपूर्ण ठरतात. नोकरशाही आणि पोलिस खाते कायदेमंडळापासून (राजकारण) स्वतंत्र होण्याची गरज आहे. शासन नेहमीच पोलिस आणि वकिलांचा राजकीय खेळीमध्ये प्याद्यांसारखा वापर करत असते. बहुजन समाजपक्षाच्या नेत्या मायावती विरुद्ध ताज कॉरिडॉर प्रकरणाचे उदाहरण लक्षात घ्या. काँग्रेसप्रणित संपुआ शासनाने मायावती यांना शांत करण्यासाठी खटल्याचे कामकाज संथगतीने केले तर, जेव्हा मायावतींनी विरोध केला तेव्हा कायद्याचा बडगा उगारला होता. असेच काहीसे समाजवादी पक्षाचे नेते मुलायम सिंग यादव यांच्या संपत्तीविषयक सीबीआय चौकशीबाबत म्हणता येईल. साधारणपणे एकमेकांच्या विरोधात असणाऱ्या मायावती आणि मुलायम यांनी सप्टेंबर २०१२ मध्ये संपुआ शासनातील घटकपक्ष असणाऱ्या ममता बॅनर्जींनी सहभाग काढून घेतल्यानंतर बहुमत गमावलेल्या मनमोहन सिंग शासनाला वाचवण्याबाबत एकमत केले, हा काही योगायोग नव्हे. भ्रष्टाचार निर्मूलनाच्या दृष्टीने गुन्ह्यांचा शोध घेऊन न्यायदानासाठी निवडणूक आयोगाच्या धर्तीवर स्वतंत्र वैधानिक पोलीस आयोगाची स्थापना करण्याची गरज आहे. आदर्श पद्धतीने प्रत्येक राज्यासाठी स्वतंत्र राज्य पोलीस आयोगचीच आवश्यकता आहे. त्यामुळे राजकीय हस्तक्षेप थांबेल व भ्रष्टाचाराला आळा बसेल.

या व्यतिरिक्त, नोकरशाहीची कार्यक्षमता सुधारण्यासाठी मनुष्यबळाची कपात करणे, अतिरिक्त मनुष्यबळ शोधणे, पुनःप्रशिक्षण, स्वेच्छानिवृत्ती योजना, कंत्राटी नियुक्ती आणि समकक्ष प्रवेश इत्यादी मार्गाने कार्यवाहीचीदेखील आवश्यकता आहे. शिवाय, श्रमबाजारात विविध सुधारणा करण्याचीही गरज आहे. ताठर श्रमबाजारामुळे भारतातील औद्योगिक वस्तुनिर्माण क्षेत्र सहसा भांडवलप्रधान उत्पादन पद्धतीचा वापर करते आणि केवळ उच्च कौशल्य प्रकारच्या वस्तुनिर्माण क्षेत्रातच रोजगाराची मागणी असते. श्रमबाजारातील सुधारणांमुळे वस्तुनिर्माण क्षेत्रात निम्न कौशल्य प्रकारच्या कामगारांनाही संधीची दारे उघडली जातील.

व्यवस्थेमधील गळती रोखण्यासाठी एक महत्त्वाची सुधारणा म्हणजे थेट रोख हस्तांतरण योजना होय. सुरुवातीला थेट रोख हस्तांतरण योजना शिष्यवृत्त्या आणि निवृत्तिवेतनापुरतीच केंद्रित असेल, परंतु नंतर खतांवरील अनुदाने, स्वयंपाकाचा गॅस, मनरेगाचे वेतन, शालेय शिक्षण (शिक्षकांचे वेतन, माध्यान्ह भोजन, पाठ्यपुस्तके आणि गणवेश) आणि इंदिरा आवास योजना, जननी सुरक्षा योजना आणि एकात्मिक बालविकास सेवा अशा इतर योजनांसाठीही वापरली जाईल. नोव्हेंबर २०१२ मध्ये थेट रोख हस्तांतरण योजना सुरुवातीला प्रायोगिक पातळीवर केवळ २० जिल्ह्यांमध्ये सुरू करण्यात आली. २०१३ च्या अखेरीपर्यंत ६०० हून अधिक जिल्ह्यांपर्यंत ही योजना पसरवण्याचे उद्दिष्ट होते.

या योजनांचा लाभ लाभार्थींच्या गटापर्यंत कसा पोचला जाईल? निवृत्तीवेतन किंवा शिष्यवृत्तीमधील प्रत्येक व्यक्तीचे *आधार*क्रमांकाशी (Unique Identification Number) संलग्न बँक खात्यावर थेट रोख हस्तांतरण दिले जाते. प्रत्येक व्यक्तीला विशिष्ट ओळख क्रमांक असल्यामुळे दोनदा पैसे हस्तांतरित होणे टळेल व निधी हस्तांतरणाची प्रक्रिया सुरळीत होईल.

उदाहरणार्थ, मनरेगामधून पैसे मिळणाऱ्या व्यक्तीला ती रोजगार करत असल्याने तत्त्वतः निवृत्तीवेतनाचे लाभ मिळू नयेत. परंतु, भ्रष्टाचारामुळे संबंधित व्यक्ती एकाच वेळी अनेक योजनांमधून पैसे उकळतात. शिवाय अपेक्षित गटांना निधी पोहोचत नाही.

यापूर्वी, जर एखाद्याला शिष्यवृत्तीचे पैसे मिळायचे असतील तर त्याला खूप काळ प्रतीक्षा करावी लागत असे आणि संबंधित अधिकाऱ्याला लाच द्यावी लागत असे. आधारकार्ड व थेट रोख हस्तांतरणामुळे ह्या सर्व गोष्टी बहुतेक टाळल्या जातील. उदाहरणार्थ, आंध्र प्रदेशामध्ये दोनदा पैसे दिल्यामुळे वाया गेलेल्या पैशांचे प्रमाण २० ते ४०% च्या दरम्यान आहे. थेट रोख हस्तांतरणामुळे शासकीय तिजोरीचा हा तोटा वाचू शकेल.

वित्तीय समावेशनावरही याचा प्रचंड प्रभाव पडेल. बँक खाती असणाऱ्या लोकांच्या संख्येत प्रचंड वाढ होईल. आधारकार्ड असणाऱ्या कोणालाही 'शून्य शिल्लक' खाती उघडण्याचे आदेश रिझर्व्ह बँकेने इतर बँकांना दिलेले आहेत. २००५ मध्ये मध्यवर्ती बँकेने 'शून्य शिल्लक' खात्यांची योजना गरिबांना बँकींग सुविधा मिळण्यासाठी आणि वित्तीय समावेशनाचा प्रसार करण्याच्या उद्देशाने सुरू केली. ही खाती शून्य किंवा अतिशय कमी शिल्लक ठेवून चालू ठेवता येतात. खरे तर, रिझर्व्ह बँकेने व्यापारी बँकांच्या अस्तित्वातील 'शून्य शिल्लक' खात्यांना मूलभूत बचत बँक ठेव खात्यामध्ये रूपांतरीत करण्यासाठी सूचित केले आहे. एका महिन्यात किती वेळा ठेवी ठेवता येतात यावर जरी मर्यादा नसली तरी मूलभूत बचत बँक ठेवी खातेधारकांना एका महिन्यात एटीएमद्वारे धरून कमाल चार वेळा पैसे काढण्याची मुभा होती.

बँकेत खाते असण्याच्या सुविधेमुळे समस्या निर्माण होऊ शकते असा टीकाकारांचा आक्षेप आहे. व्यवस्थापकीय खर्चामुळे प्रत्येक खेड्यामध्ये बँकांनी शाखा उघडणे किफायदशीर ठरणार नाही. यावर उपाय म्हणून प्रत्येक खेड्यात 'बँकिंग कॉरस्पाँडंट' (बँकिंग प्रतिनिधी) नेमण्याबाबत विचार चालू आहे. ज्याना बँक आणि रोख हस्तांतरणधारकांमधील प्रत्येक व्यवहारावर कमिशन मिळत असते. अशा व्यक्ती बँकिंग प्रतिनिधी असतात. थेट रोख हस्तांतरणासाठी पोस्ट ऑफिसचा उपयोग करण्याविषयीही शासन विचार करत आहे. बँकांच्या संख्येच्या तुलनेत खेड्यांमधील पोस्टांची संख्या अधिक आहे. ग्रामीण भागात एकूण १,३९,०४० पोस्ट ऑफिस आहेत. म्हणजेच दर २२ चौ. किमीला आणि ५,९९२ लोकांमागे एक पोस्टऑफिस आहे.[२८] बँकांची पोहोच मर्यादित असते. भारताच्या जवळजवळ ४०% लोकसंख्येला बँकिंग सुविधा उपलब्ध नाही. ही तफावत पोस्ट ऑफिस भरून काढू शकतील. खरे तर, पोस्ट ऑफिसांकरता संगणकीकरण आणि एक खिडकी योजना विकसित करण्याचे काम इन्फोसिसवर सोपवलेले आहे. त्यामुळे (कोअर बँकिंगप्रमाणे) एखाद्या पोस्ट ऑफिस शाखेतील पैसे भरणे किंवा काढण्याचा व्यवहार इतर सर्व शाखांशी जोडला जाऊ शकेल.

---

[२८] फॉर्च्युन बुक (२०१३) *फॉर्च्युन इंडिया – कॅन इन्फोसिस हेल्प काँग्रेस विन २०१४?* पृ. १०६, कोलकताः एबीपी समूह.

शासन ज्याच्या खात्यात पैसे हस्तांतरित करते ती व्यक्ती आपल्या खेड्यातील कोणत्याही बँकिंग प्रतिनिधीकडे जाऊ शकते. बँकिग प्रतिनिधीजवळील मोबाईल उपकरणामध्ये आपल्या अंगठ्याचा ठसा देऊन किंवा इलेक्ट्रॉनिक स्वाक्षरीद्वारे त्या व्यक्तीला पैसे मिळू शकतील.

ही प्रक्रिया खेड्यामध्ये दूरध्वनीकार्ड विकणाऱ्या किरकोळ दुकानांप्रमाणे असते. सामान्य माणसांना या प्रक्रियेमुळे शहरात जाऊन पैसे घेण्यासाठीचा अर्धा दिवसाचा वेळ आणि दगदग वाचू शकेल. मागील पाच वर्षांमध्ये सुमारे १४७ दशलक्ष 'शून्य शिल्लक' खाती उघडण्यात आली आहेत. पुढील दोन वर्षांमध्ये ही संख्या ५०० दशलक्ष होईल व त्यामुळे वित्तीय समावेशन वास्तवात येईल अशी अपेक्षा आहे.

तरीही फसवणुकीद्वारे भ्रष्टाचाराचा मुद्दा अजूनही उरतोच – जेव्हा एखाद्या मजुराचे खाते त्याला किंवा तिला अज्ञानात ठेवून नरेगा कर्मचारी वापरण्याचे गैरव्यवहार होऊ शकेल, जेव्हा बोगस लाभार्थी निर्माण केले जातील, तेव्हा इतर प्रकारच्या जैवगणन तंत्रज्ञानाचा (Bio-metric) उपयोग होऊ शकेल.

संगणकीकरणासारख्या स्वस्थ तंत्रज्ञानाचा उपयोग खोटी कार्डे शोधण्यात आणि इतर गळती रोखण्यात होऊ शकेल. तमिळनाडू राज्यात पूर्णतः संगणकीकृत लाभार्थी याद्या आहेत आणि एकूण सार्वजनिक वितरण सेवेतील गळती अतिशय नगण्य आहे (२००९-१० – ४%). छत्तीसगडसारख्या राज्यात पीडीएस योजनेतील एकूण गळती २००४-०५ मध्ये ५०% वरून २००९-१० मध्ये १०% पर्यंत कमी झाली. ही घट आधारकार्डाच्या वापराविना आणि संगणकीकरण व इतर उपाययोजनांद्वारे झाली आहे.[२९]

---

[२९] रीतिका खेरा (२०११), रिव्हायव्हल ऑफ द पब्लिक डिस्ट्रीब्यूशन सिस्टिमः एव्हिडन्स ॲण्ड एक्सप्लेनेशान्स, *इकॉनॉमिक ॲण्ड पोलिटिकल वीकली*, खंड ४६, क्र.४४-४५, ५ नोव्हेंबर.

प्रकरण ६

व्यापार

देश व्यापार का करतात?

विविध देशातील उद्योगसंस्था परस्परांशी व्यापार करतात असे म्हणण्याऐवजी देश परस्परांशी व्यापार करतात असे म्हणणे कितपत योग्य आहे? खरे तर या दोन्ही विधानांमध्ये विसंगती नाही. कोणत्याही देशाची व्यापारविषयक आकडेवारी ही त्या देशातील सर्व उद्योगसंस्थांनी केलेल्या व्यापाराची बेरीज असते. परंतु सर्वप्रथम देश व्यापार का करतात हे आपण समजून घेतले पाहिजे. स्वस्त आयात वस्तुमुळे आणि देशांतर्गत मिळणाऱ्या किमतीपेक्षा निर्यातीत अधिक किंमत मिळत असल्याने देश व्यापार करतो. एखादा देश दुसऱ्या देशापेक्षा कमी खर्चात उत्पादन कसे करू शकतो यावर व्यापारविषयक लिखाणात विविध सिद्धान्त आहेत. सुरुवातीच्या काळातील या दिशेच्या प्रयत्नात ॲडम स्मिथ (*वेल्थ ऑफ नेशन्स १७७६*) आणि डेव्हिड रिकार्डो (*ऑन द प्रिन्सिपल्स ऑफ पोलिटिकल इकॉनॉमी ॲण्ड टॅक्सेशन १८१७*) या दोन अर्थतज्ज्ञांचा समावेश होतो. दोघांनीही व्यापारविषयक सिद्धान्तांचे (ॲडम स्मिथ) निव्वळ लाभ आणि रिकार्डो तौलनिक लाभ असे स्पष्टीकरण दिले.

देशांच्या उत्पादन खर्चातील फरकावरून हा लाभ मोजला जातो. काही देशांचा इतर देशांच्या तुलनेत कमी खर्चात उत्पादन करण्याच्या क्षमतेवरून हा लाभ मोजला जातो. जेव्हा एखादा देश एखादे उत्पादन करण्यात अधिक कार्यक्षम असेल आणि दुसरा देशाची दुसरे एखादे उत्पादन करण्यात अधिक कार्यक्षमता असेल तर निव्वळ लाभ अस्तित्वात येतो. कार्यक्षम उत्पादक इतरांच्या तुलनेत कमी खर्चात वस्तूंचे उत्पादन करू शकतो. दिलेल्या तंत्रज्ञान पातळीत कार्यक्षम आणि अकार्यक्षम उत्पादकांमध्ये उत्पादकता पातळीवरून फरक करता येतो. म्हणजे उत्पादकतेतील फरकामुळे व्यापाराचा उदय होतो. या संदर्भातील सर्वोत्तम धोरण म्हणजे दोन्ही देशातील उत्पादक आणि उपभोक्त्यांना परस्पर देशांकडून अमर्यादित वस्तूंची उपलब्धता झाल्यास व्यापारातून मिळणारा लाभ महत्तम होऊ शकेल.

निव्वळ लाभ सिद्धान्ताच्या उलट तौलनिक लाभ असे सुचवितो की देश आपल्या सापेक्ष उत्पादनखर्चातील तफावतीच्या आधारे समृद्ध होऊ शकतात. ज्या वस्तूंच्या उत्पादनात निव्वळ लाभ सर्वाधिक असेल आणि त्या वस्तूच्या उत्पादनात विशिष्ट देश अधिक कार्यक्षम असेल अशा वस्तूंच्या उत्पादनात देशाने विशेषीकरण करावे व त्या वस्तूंची निर्यात करावी. अधिक कार्यक्षम म्हणजे अधिक उत्पादक असा अर्थ कृपया ध्यानात घ्या. भारतीय शेतकऱ्यांच्या तुलनेत अमेरिकन शेतकरी उच्च

उत्पादक बियाणांच्या (HYVP) बियाणांच्या उपलब्धतेमुळे अधिक उत्पादक आहेत, असा युक्तिवाद आपण करू शकतो. पण अमेरिकन शेतकरी उच्च उत्पादक बियाणे पेरतात तर भारतीय शेतकरी पारंपारिक प्रकारची बियाणे वापरतात. त्यामुळे, ही तुलना योग्य होणार नाही. ॲडम स्मिथ आणि रिकार्डो या दोघांनीही तंत्रज्ञान स्थिर मानले, म्हणजेच भारतीय व अमेरिकन शेतकरी असे दोघेही उच्च उत्पादक बियाणे वापरतात असे मानले. केवळ शेतकऱ्यांचा एक गट जमिनीवर पेरणी करण्यात आणि मशागत करण्यात दुसऱ्या गटाच्या तुलनेत अधिक कार्यक्षम आहे, एवढेच त्यांनी लक्षात घेतले. या दोन्ही सिद्धान्तांनी हेही गृहीत धरले की अभिजात अर्थतज्ज्ञांच्या सुप्रसिद्ध गृहीताप्रमाणे बाजारपेठांमध्ये पूर्ण स्पर्धा असते. म्हणजेच श्रम या एकाच उत्पादनघटकाच्या उत्पादकतेतील फरकामुळे व्यापार घडून येतो. व्यवहारात, जसे आपण नंतर पाहूच, हे दोन्ही सिद्धान्त आंतरराष्ट्रीय व्यापाराच्या एका लहान भागाचे स्पष्टीकरण करतात. आपण पूर्ण स्पर्धेच्या बाजारपेठा केवळ एकाच उत्पादन घटक आणि एकसमान तंत्रज्ञान असलेल्या जगात राहात नाही. अभिजातवादी प्रारूपाची आणखी एक समस्या म्हणजे यात स्थिर उत्पादन शक्यता वक्र गृहीत धरलेला असतो. उत्पादन शक्यता वक्रात एका विशिष्ट वस्तूचे दुसऱ्या वस्तूच्या उत्पादनाच्या दिलेल्या पातळीतील महत्तम उत्पादन दर्शवलेले असते. जेव्हा उत्पादन शक्यता संधी स्थिर प्रकारच्या असतात तेव्हा व्यापारातून संपूर्ण विशेषीकरण होते. दोन वस्तू जगाच्या प्रारूपामध्ये एक देश केवळ एकाच वस्तूचे उत्पादन करतो. हे गृहीत फारच संकुचित आहे.

प्रत्यक्षात, एकापेक्षा अधिक उत्पादनघटक असतात आणि कुठलाही देश एकापेक्षा अधिक वस्तूंचे उत्पादन करतो. या दृष्टीने टेक्शचर, ओहलिन आणि सॅम्युएल्सन या तीन अर्थतज्ज्ञांनी प्रयत्न केला होता. टेक्शचर–ओहलिन–सॅम्युएल्सन (टेओसॅ) प्रारूप या नावाने प्रसिद्ध असलेल्या या सिद्धान्तात त्यांनी दोन उत्पादनघटकांचा समावेश करून व्यापाराचे स्पष्टीकरण देण्याचा प्रयत्न केला. काही देशांकडे श्रम अधिक असतील आणि इतर देशांकडे भांडवल अधिक असू शकेल. श्रम आणि भांडवल या उत्पादनघटकांच्या उपलब्धतेतील फरकामुळे विविध देशांच्या उत्पादकतेत तफावत आढळते आणि त्यामुळे कमी खर्चात वस्तूंचे उत्पादन करण्याची क्षमताही भिन्न भिन्न होते. टेओसॅ प्रारूपामध्ये विविध देश उत्पादनघटकांचा वापर निरनिराळ्या प्रमाणात करतात. श्रम अधिक असलेले देश श्रमप्रधान उत्पादन पद्धती वापरतात तर भांडवल अधिक असणारे देश भांडवलप्रधान उत्पादनपद्धत अवलंबतात. याचे कारण सोपे आहे. श्रम विपुल असणे म्हणजे भांडवलाच्या तुलनेत श्रम स्वस्त असणे आणि म्हणून श्रमप्रधान उत्पादनपद्धती वापरून वस्तूंचे स्वस्तात उत्पादन करणे योग्य ठरते. याच तर्काद्वारे, भांडवल अधिक असलेल्या देशाने भांडवलप्रधान उत्पादन पद्धती अंगीकारल्यास वस्तूंचे उत्पादन स्वस्तात करणे शक्य होईल. टेओसॅ प्रारूपात संपूर्ण विशेषीकरणाच्या संदर्भातही स्पष्टीकरण देण्याचा प्रयत्न केला गेला आहे. यासंदर्भात देश एकापेक्षा अधिक वस्तूंचे उत्पादन करू शकतो अशा अपूर्ण विशेषीकरणाच्या व्यापारस्थितीतील वाढत्या संधी खर्चाच्या उत्पादन शक्यता वक्राची मांडणी केलेली आहे.

उत्पादनघटकांच्या निरनिराळ्या प्रमाणातील वापरानुसार जेव्हा देशांमध्ये व्यापार होतो तेव्हा श्रमविपुल देश श्रमप्रधान वस्तूंची निर्यात करू लागतो आणि भांडवलविपुल अर्थव्यवस्था भांडवल प्रधान वस्तूंची निर्यात करते. श्रमविपुल देश श्रमप्रधान वस्तूंची निर्यात करत असल्याने श्रमप्रधान वस्तूंची किंमत वाढते. टेओसॅ प्रारूपातील पूर्ण स्पर्धेच्या गृहीतानुसार यामुळे श्रमाचा मोबदला (वेतन) अशा देशात वाढेल.

तसेच तुलनेने भांडवल विपुल असणाऱ्या देशात भांडवलाचा परतावा वाढेल. *व्यापाराद्वारे विविध देशांमधील उत्पादनघटकांच्या मोबदल्यात समानता येणे अपेक्षित आहे* आणि कोणत्याही एका विशिष्ट देशात, व्यापारामुळे उत्पन्न विभाजनात बदल होतो. यालाच 'स्टॉपलर-सॅम्युएल्सन' परिणाम असे म्हटले जाते. प्रामुख्याने निर्यात वस्तूंच्या उत्पादनासाठी वापरलेल्या उत्पादनघटकाच्या मोबदल्यात वाढ होते आणि प्रामुख्याने आयात वस्तूंच्या उत्पादनात वापरलेल्या उत्पादनघटकांच्या मोबदल्यात घट होते.

अभिजात प्रारूपातील काही निर्बंधात्मक गृहीते टेओसॅ प्रारूपामध्ये शिथिल झाली असली तरी या प्रारूपात अजून काही समस्या आहेत. टेओसॅ प्रारूपाच्या निष्कर्षानुसार विकसित आणि विकसनशील देशांच्या वेतनात समानता येईल. परंतु वास्तवातील आकडेवारी याविरुद्ध स्थिती दर्शवते. विकसनशील देश आणि संबंधित विकसित देशांमधील वेतनातील तफावत कमी होण्याऐवजी वाढली आहे. शिवाय, पूर्ण स्पर्धेच्या गृहीताविषयीही समस्या आहेत. पूर्ण स्पर्धा बाजारपेठ अस्तित्वात नसते, हे आपल्याला ठाऊक आहेच.

अभिजात आणि टेओसॅ प्रारूप हे दोन्ही उद्योगांतर्गत व्यापाराचे स्पष्टीकरण देण्यात कमी पडतात. एकाच वस्तूमधील दुहेरी मार्गाने होणारा व्यापार म्हणजे उद्योगातंर्गत व्यापार. उदाहरणार्थ, भारताने टाटा मोटारींची निर्यात करणे आणि फोर्ड मोटारींची आयात करणे. वाहनोद्योगाव्यतिरिक्त संगणक, घरगुती उपकरणे, दूरसंचार, रसायने आणि अन्न व पेय उत्पादन उद्योगात आपल्याला उद्योगातंर्गत व्यापाराची उदाहरणे सापडू शकतात. उत्पादनघटकांच्या विभिन्न उपलब्धतेवर आधारित टेओसॅ प्रारूप मांडले असल्याने ते केवळ दोन उद्योगांमधील व्यापाराचे स्पष्टीकरण देते आणि उद्योगातंर्गत व्यापाराचे स्पष्टीकरण देत नाही. टेओसॅ गृहीतामध्ये भारताजवळ श्रमविपुल असल्याने वस्त्रोद्योगामध्ये भारताचे विशेषीकरण आहे. तर अमेरिकेकडे भांडवलविपुल असल्याने संगणक उद्योगात अमेरिकेचे विशेषीकरण आहे. तसेच, अभिजात गृहीतानुसार ज्या उत्पादनामध्ये तौलनिक लाभ असेल, (म्हणजे अधिक उत्पादकता असेल) उद्योगामध्ये विशिष्ट देशाचे विशेषीकरण असेल. तौलनिक लाभ असलेल्या उद्योगात उत्पादनघटक वापरले गेल्यामुळे या उद्योगात तौलनिक लाभ नसलेल्या उद्योगाकडून उत्पादनघटक काढून घेतले जातील. विशेषीकरणाचा परिणाम म्हणून निर्यात वस्तू आणि आयात वस्तूंमधील तफावत वाढत जाण्याचा अनुभव त्या विशिष्ट देशाला येईल. म्हणून भारत आणि अमेरिकेदरम्यानचा व्यापारात असमान वस्तूंचा समावेश असेल हे दोन उद्योगांमधील व्यापाराचे उदाहरण आहे.

क्रुगमनच्या नव्या व्यापार सिद्धान्तामध्ये या मर्यादांचे विवेचन केलेले आहे. त्यांचे प्रारूप उत्पादनघटकांच्या वाढत्या प्रतिफलाचा विचार करून मोठ्या उत्पादनाच्या प्रमाणातील स्थिर उत्पादनखर्चाच्या सहाय्याने उद्योगांतर्गत व्यापाराचे स्पष्टीकरण देते. हे करताना मुळातच पूर्ण स्पर्धेचे गृहीतक शिथिल होते. कारण, मोठ्या उद्योगसंस्थांना स्थिर खर्च मोठ्या प्रमाणातील उत्पादनामध्ये विभाजित होऊन सरासरी खर्च घटतो आणि त्यामुळे या उद्योगसंस्था आपल्या उत्पादनांची किंमत असून प्रतिस्पर्ध्यांना बाजारपेठेतून हाकलून देऊ शकतात. उद्योगसंस्थेला सरासरी खर्चात घट घडवून आणण्यासाठी उत्पादनात वाढ करावी लागत असल्याने हिचे उद्दिष्ट विशिष्ट मागणी असणाऱ्या बहुसंख्य उपभोक्त्यांच्या मागणीची पूर्ती करणे हे असते. उदाहरणार्थ, बहुतेक भारतीयांना इंधनबचत करणाऱ्या

लहान मोटारीं आवडतात. त्यामुळे हे ह्युंदाईच्या *सॅन्ट्रो*पेक्षा मारुती सुझुकीच्या *अल्टो* मोटारीला ते प्राधान्य देतात. मात्र, याचबरोबर इतर काही जणांना मोठ्या किंवा मध्यम आकाराच्या मोटारीं आवडू शकतात आणि त्यामुळे ते फोर्ड किंवा होंडा मोटारींचे मालक होण्यास प्राधान्य देऊ शकतील. फोर्ड व होंडा आपल्या उत्पादनांचा पुरवठा भारतातील उपभोक्त्यांच्या अल्पसंख्य गटाला आणि उरलेला पुरवठा इतर जगाला करून टिकून राहू शकतात. होंडा किंवा फोर्डला टिकून राहण्यासाठी म्हणजे उत्पादन नगाच्या खर्चात कपात करण्यासाठी मोठ्या प्रमाणातील उत्पादनाचे फायदे मिळवले पाहिजेत आणि भारतात जे उत्पादन विकण्यात त्यांना अपयश येते हे उत्पादन भारताबाहेर विकले पाहिजे, हे लक्षात घ्या.

म्हणून उद्योगातंर्गत व्यापारामुळे मक्तेदारीयुक्त उद्योगाप्रमाणे विभिन्न उत्पादनांचा व्यापार उदयाला येतो. परकीय प्रतिस्पर्ध्यांवर मात करण्यासाठी एखाद्या देशाला काही प्रकारच्या उत्पादनात विशेषीकरण करावे लागते. विशेषीकरणातील उत्पादनघटकांच्या वाढत्या प्रतिफलामुळे उत्पादनसंस्थांचा प्रतिनग उत्पादनखर्च घटतो आणि परस्परांच्या बाजारपेठेत उत्पादनविक्री करून त्या टिकून राहू शकतात. यातून वाहनोद्योगाप्रमाणे विभेदी वस्तूंमध्ये उद्योगांतर्गत व्यापार सुरू राहतो.

एकसमान वस्तूंबाबत उद्योगांतर्गत व्यापाराचे स्पष्टीकरण वाहतूक खर्चाद्वारे देता येते. उदाहरणार्थ, पूर्वेकडील भारतातील पश्चिम बंगाल राज्यात हिल्सा माशाची आवड मोठ्या प्रमाणात जोपासली जाते. हे मासे दक्षिण भारतातील तामिळनाडु राज्यांकडून विकत घेण्यापेक्षा शेजारच्या बांग्लादेशातून आयात केले जातात. तामिळनाडूतील मासे शेजारच्या श्रीलंका देशात निर्यात केले जाऊ शकतात. या उदाहरणात भारत मासे हे एकच उत्पादन वाहतूक खर्चाच्या कारणामुळे आयात व निर्यात करत आहे.

आता देशांदरम्यान व्यापार का होतो याचे सुलभ ज्ञान आपल्याला झाले आहे. परंतु व्यापारामुळे कोणत्याही देशाला लाभ कसा होतो. पुढील विभागात यावर चर्चा केलेली आहे.

व्यापारावर परिणाम करणारे घटक

व्यापारामुळे देशाच्या उत्पन्नावर तीन मूलभूत प्रकाराने परिणाम होतो. पहिला, व्यापारामुळे कमी उत्पादक क्षेत्राकडून उच्च उत्पादक क्षेत्राकडे साधनांचा प्रवाह वाहण्यास उत्तेजन मिळते. त्यामुळे एकूण उत्पादनात वाढ होते. निर्यातीतील वाढीमुळे उर्वरित अर्थव्यवस्थेत गतिशील विस्तारक परिणाम होऊन एकूण उत्पादकतेत वाढ होऊ शकते. अशा सकारात्मक गतिशील विस्तारक परिणामामध्ये अधिक कार्यक्षम व्यवस्थापन पद्धती, संघटनांचे सुधारित स्वरूप, कामगार प्रशिक्षण आणि तंत्रज्ञान व आंतरराष्ट्रीय बाजारपेठांबद्दल अधिक ज्ञान या घटकांचा संभाव्य समावेश असू शकतो. निर्यात ही सकल राष्ट्रीय उत्पन्नाचा भाग असल्यामुळे निर्यातीतील वेगवान वाढीमुळे केन्सच्या गुणक प्रक्रियेद्वारे त्याहून अधिक वेगाने सकल राष्ट्रीय उत्पन्नात वाढ होते. दुसरा परिणाम म्हणजे निर्यातवाढीमुळे एकूण उत्पादनवाढ होऊन बेरोजगारीत घट होते. जसजशी उत्पादनात वाढ होत जाते. तसतसे उद्योगसंस्थांना मोठ्या प्रमाणावरील उत्पादनाचे फायदे होऊन त्या अधिक कार्यक्षम होतात. तिसरा परिणाम, म्हणजे आंतरराष्ट्रीय व्यापारामुळे परकीय देशांकडून भांडवली वस्तू खरेदी करता येतात आणि त्यामुळे विकसित देशांतील तंत्रज्ञानात्मक प्रगतीचा लाभ देशाला मिळतो. अलीकडील सैद्धान्तिक संशोधनानुसार प्रगत तंत्रज्ञान असलेल्या देशांकडून

आयात केलेल्या भांडवली वस्तूंमुळे उत्पादकता वाढते आणि त्यामुळे वृद्धिदरात वाढ होते. कारण ज्ञान व तंत्रज्ञान हे यंत्रे व उपकरणांशी निगडित असते व व्यापाराद्वारे हे हस्तांतरित होत असते.

या सकारात्मक बाजूबरोबरच अकार्यक्षम उद्योगातील कामगार व उद्योजक बाहेर फेकले जात असल्याच्या कारणावरून (स्टॉपलर-सॅम्युएलसन परिणाम) मुक्त व्यापाराला विरोध केला जातो. उद्योगांना वाढते संरक्षण असावे व खुल्या व्यापारास विरोध असावा यासाठी अकार्यक्षम उद्योजक मोठ्या प्रचाराचा दबाव टाकतात. जागतिक व्यापार कराराच्या चौकटीत जकातीचे निर्बंध (दर) वाढवण्याची परवानगी नसल्याने वैयक्तिकपणे शासन अवपुंजनविरोधी आयातकर उपाययोजना, स्वच्छताविषयक तरतुदी, आयात परवाने अशा बिगर आयातकर निर्बंधात्मक उपायांचा आधार घेऊन आपल्या अर्थव्यवस्थांना संरक्षण पुरवण्याचा प्रयत्न करतात. या उपाययोजनांविषयी प्रकरण ८ मध्ये आपण अधिक माहिती घेऊन त्यामुळे जरी खुला व्यापार इष्ट असला तरी प्रत्यक्षात मात्र तो तसा नाही.

भारताचे उदाहरण

१९९१ नंतरच्या काळात भारताच्या व्यापाराच्या पातळीत सुधारणा झाली. १९८० च्या दशकात जरी काही सुधारणा झालेल्या असल्या तरी जागतिक दृष्टिकोनातील खऱ्या १९ सुधारणांची सुरुवात १९९१ मध्येच झाली. या सुधारणांचा भारताच्या आंतरराष्ट्रीय क्षेत्रावर झालेला परिणाम सकारात्मक आहे हे खालील वस्तुस्थिती पाहिल्यास लक्षात येतेः

१. भारताची सराउच्या तुलनेतील व्यापारतूट १९८०-८१ मध्ये ४.६% होती ती १९९०-९१ मध्ये ३% झाली आणि पुढे २००५-०६ मध्ये केवळ १.१% झाली.[१]

२. १९४७ पासून (भारताला स्वातंत्र्य मिळाले ते वर्ष) भारताच्या निर्यातीचे रुपयातील मूल्य लागोपाठ पुढील १९७२-७३ हे १९७६-७७, १९८१-८२ ते १९८४-८५ आणि १९८६-८७ ते १९९६-९७ या तीन लागोपाठच्या कालावधीमध्ये १०% पेक्षा जास्त प्रमाणात वाढते. परंतु २००१ नंतर मात्र निर्यातीचे रुपयातील मूल्य सरासरीने दरवर्षी २०% पेक्षा अधिक दराने वाढले.

३. १९४९-५० ते १९९९-२००० या काळात भारताची चालू खात्यावरील शिल्लक केवळ १९७२-७३ आणि १९७६-७७ या दोन वर्षी होती. २००० पासून भारताच्या चालू खात्यावरील शिल्लक २००१-०२, २००२-०३ आणि २००३-०४ या सलग तीन वर्षांत होती.

४. १९८१ मध्ये भारताचा एकूण जागतिक निर्यातीत असणारा ०.४७% वाटा १९९१ मध्ये वाढून ०.५% झाला आणि पुढे २००६ मध्ये तो ०.९१% झाला. सेवाक्षेत्रातील निर्यात अधिक परिणामकारक ठरली. १९९१ मध्ये जागतिक निर्यातीत ०.५९% वाटा असणारी ही निर्यात २००६ मध्ये २.३२% झाली.

---

[१] भारतात साधारणतः वित्तीय वर्ष प्रत्येक कॅलेंडर वर्षाच्या १ एप्रिलला सुरू होते आणि पुढील कॅलेंडर वर्षाच्या ३१ मार्चला संपते.

५ भारताच्या निर्यात पातळीने २००५-०६ मध्ये १०० अब्ज अमेरिकन डॉलर्सची पातळी ओलांडली. निर्यातीचे मूल्य आणि प्रमाण या दोहोंतही वाढ झाली. २००५-०६ मध्ये निर्यातीचे प्रमाण ४५.४% इतक्या विक्रमी पातळीत वाढले आणि निर्यात मूल्यात २०.४% वाढ झाली. (रिझर्व्ह बँक बुलेटिन, रिझर्व्ह बँक ऑफ इंडिया, अनेक वर्षांचा अहवाल)

सन २००० च्या दशकातील बहुतांश काळात व्यापार पातळीत सुधारणा चालूच राहिली. कोष्टक ६.१ मध्ये दिल्याप्रमाणे भारताची २००० च्या सुरुवातीच्या काळातील वस्तू आणि सेवा निर्यातीतील प्रगती विशेषतः १९९० च्या दशकाच्या सुरुवातीला असणाऱ्या भारताच्या स्थितीशी तुलना करता लक्षणीय होती. १९९० मध्ये पर्शियन आखातात उद्भवलेल्या संघर्षामुळे आणि त्यातून झालेल्या तेलाच्या किंमत वाढीमुळे भारताच्या परकीय चलन साठ्यावर प्रचंड ताण पडला व त्यामुळे अगोदरच दुर्बल असलेल्या व्यवहार तोलाची स्थिती अधिकच खालावली. त्यामुळे देश तीव्र आर्थिक आपत्तीत सापडला. अगोदरच्या सहा महिन्यात अनुभवलेल्या भाववाढीपेक्षा कितीतरी अधिक प्रमाणात किमती वाढल्या. सन १९९०-९१ या वित्तीय वर्षाच्या अखेरीला परकीय चलनसाठा सुमारे एक अब्ज अमेरिकन डॉलर्स म्हणजे केवळ तीन आठवड्यांच्या आयातीला पुरेल इतक्या पातळीपर्यंत घसरला. ही घसरण रोखण्यासाठी भारताने आंतरराष्ट्रीय नाणेनिधीच्या कर्जाच्या बरोबरीने पूरक व्यवस्था करण्यास सुरुवात केली. आयएमएफच्या अटींनुसार वृद्धिदर शाश्वतपणे वाढण्यासाठी अनेक सुधारणांच्या उपाययोजनांच्या अवलंब केला गेला.

या सुधारणांमुळे आर्थिक निर्णय-प्रक्रियेवरील शासनाचे अतिरिक्त नियंत्रण शिथिल झाले. वस्तुनिर्माण क्षेत्रामध्ये १९९१ च्या औद्योगिक परवाना धोरणाद्वारे बहुतांश सुधारणा केल्या गेल्या. शासनाने एकापाठोपाठ एक निर्णय घेऊन हे धोरण प्रत्यक्षात अमलात आणले. केंद्र शासनाच्या धोरणामुळे खासगी क्षेत्राला प्रवेश निर्बंध असेल असे जवळजवळ कोणतेही क्षेत्र उरले नाही. सन १९९१ नंतरच्या अंदाजपत्रकातून हे धोरण पाळले गेले. बाह्य क्षेत्रामध्ये शासनाने आयातीवरील संख्यात्मक निर्बंध काढून टाकण्याचे आयातीवरील संख्यात्मक निर्बंध काढून टाकण्याचे आयातशुल्क कमी करण्याची आणि विनिमय दर बऱ्यापैकी तरता ठेवण्याची प्रक्रिया सुरू ठेवली. १९९१ मध्ये ३००% असणाऱ्या कृषी वस्तूंवरही आयात शुल्कासह सातत्याने घट होत जाऊन हे २०११ मध्ये सुमारे १०% झाले. निवृत्ती वेतन आणि विमा क्षेत्रातील थेट परकीय गुंतवणुकीसारखे पुढील उदारीकरणाचे राज्ये अजूनही राजकीय सहमतीच्या प्रतीक्षेत असले तरी त्यात कडक व्यापारी निर्बंध नाहीत. शिवाय, भांडवल बाजारातील सुधारणांमुळे कर्जाऊ भांडवलाच्या व्याज खर्चात कपात झाली आहे. या सर्व सुधारणांमुळे औद्योगिक वातावरणात सुधारणा होण्यास मदत होऊन भारताच्या निर्याती प्रचंड वाढली.

सन १९९१-२००० या सुधारणांच्या पहिल्या दशकामध्ये निर्यातीत दरवर्षी ८% वाढ झाली. तर २००१-१० या दुसऱ्या दशकात ही वाढ २१% झाली. साधारणपणे १९९१ नंतर भारताच्या निर्यातीतील वाढ जागतिक निर्यातवाढीपेक्षा अधिक राहिली आहे (पहा आकृती ६.१). १९९१ पूर्वीच्या काळात जागतिक सरासरीपेक्षा भारताच्या निर्यातवाढीचा दर कमी असणाऱ्या विरुद्ध ही स्थिती आहे.[२]

[२] सी. वीरामणी (२००७) सोर्सेस ऑफ इंडियाज एक्सपोर्ट ग्रोथ इन प्री-ॲण्ड-पोस्ट रिफॉर्म पिरिअड्स *इकॉनॉमिक ॲण्ड पोलिटिकल वीकली*, खंड ४२, क्र. २५, पृ. २४१९-२७

कोष्टक ६.१ भारताच्या व्यापारी निर्यातवाढीचा दर (% अब्ज अमेरिकन डॉलर्समधील % मूल्य)

	वृद्धिदर	
काळ	*एकूण*	*बिगर तेल*
१९७०-७१ ते १९९०-९१	१०.८	१०.४
१९९१-९२ ते २०१०-११	१४.५	१३.३
१९९३-९४ ते २०१०-११	१४.९	१३.६
१९७०-७१ ते १९७९-८०	१८.२	१८.३
१९८०-८१ ते १९८९-९०	७.१	७.६
१९९०-९१ ते १९९९-२०००	९.८	१०.१
२००१-०१ ते २००९-१०	२०.३	१८.१
१९९३-९४ ते २००१-०२	८.०	७.७
२००२-०३ ते २००८-०९	२४.०	२१.१
२००२-०३ ते २०१०-११	२०.६	१८.४
२००९-१०	-३.६	-४.६
२०१०-११	३७.४	३५.४
२०११-१२ (एप्रिल ते नोव्हेंबर)*	३३.२	लागू नाही

स्रोत: व्यवहारतोल आकडेवारी, रिझर्व्ह बँक ऑफ इंडिया.

टीप: *तात्पुरता अंदाज

आकृती ६.१ भारत आणि जगाची निर्यात

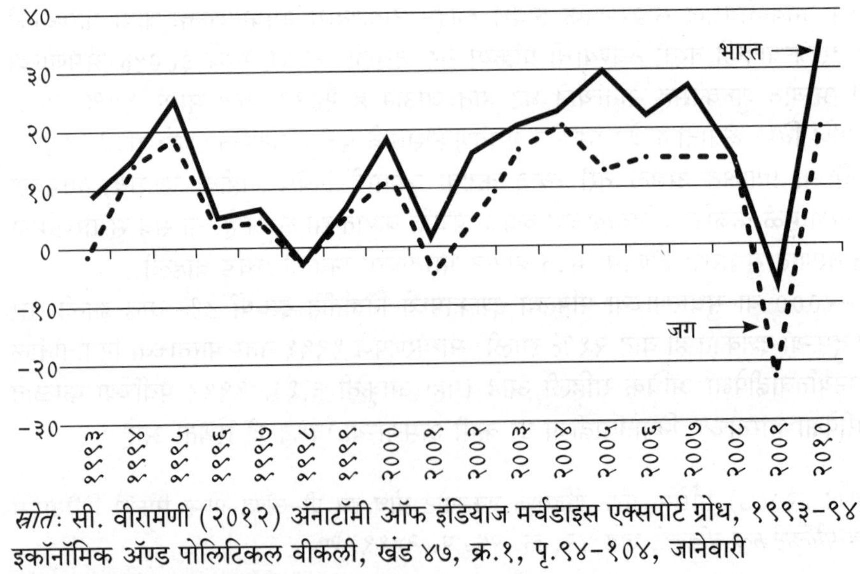

स्रोत: सी. वीरामणी (२०१२) ॲनाटॉमी ऑफ इंडियाज मर्चडाइस एक्सपोर्ट ग्रोथ, १९९३-९४ ते २०१०-११, इकॉनॉमिक ॲण्ड पोलिटिकल वीकली, खंड ४७, क्र.१, पृ.९४-१०४, जानेवारी

आकृती ६.२ भारताच्या निर्यातीवर परिणाम करणारे घटक

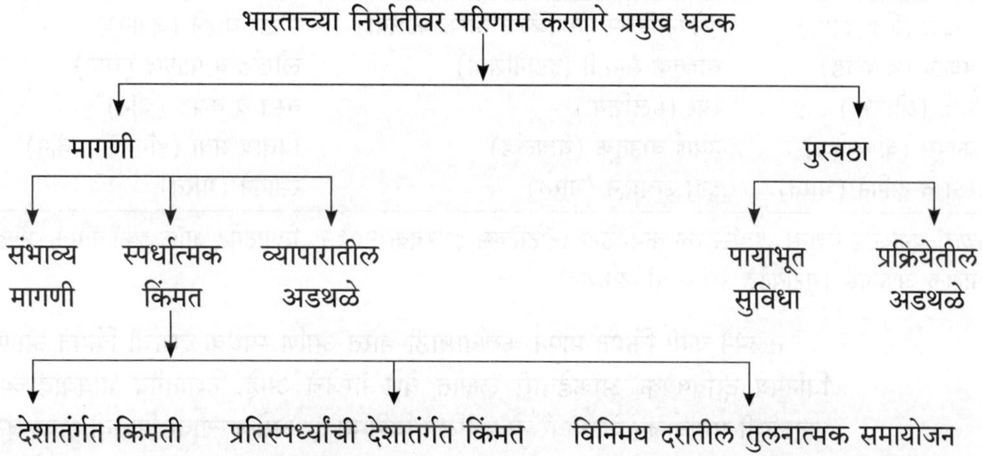

निर्यातीवर परिणाम करणारे घटक

आकृती ६.२ मध्ये स्पष्ट केल्याप्रमाणे निर्यातीवर अनेक घटकांचा प्रभाव पडत असतो. या घटकांचे स्थूलमानाने दोन गटांत वर्गीकरण करता येऊ शकेल. अचानक वाढ घडवून आणणाऱ्या मागणी बाजूचे घटक एका गटात तर दुसऱ्या गटात पुरवठा बाजूच्या घटकांचा समावेश होतो. जर पुरवठा बाजूचे घटक अनुकूल नसतील तर निर्याती सुधारण्यामध्ये आणि दीर्घकाळात उच्च वृद्धिदर स्थिर ठेवण्यामध्ये अडथळे येऊ शकतात.

१. *मागणी – बाजूचे घटक*

(अ) स्पर्धात्मक किंमत

भारताच्या प्रामुख्याने अल्प तांत्रिक उत्पादनांच्या निर्यातीचे स्वरूप आग्नेय आशियाई देशांशी मिळते–जुळते आहे. कोष्टक ६.२ मध्ये आशियाई देशांमधील प्रमुख व्यापारी वस्तू दिल्या आहेत. कंसामधील देशांची नावे प्रमुख उत्पादक देशांची आहेत. मात्र, प्रदेशातील इतर देशांनाही या वस्तूंचे उत्पादन करण्यात तौलनिक लाभ असू शकतो.

भारताची बहुतेक व्यापारी उत्पादने कातडी चपला, दुग्ध उत्पादने, लोखंड आणि पोलाद, पेये, मका आणि भाज्या, वस्त्रे आणि तयार कपडे अशी अल्प तांत्रिक स्वरूपाची आहेत. ही उत्पादने बऱ्यापैकी विभिन्न स्वरूपाची असल्याने परस्परांना निकट प्रतिस्पर्धी असतात व त्यांची मागणी किमतीला संवेदनशील असते. जी उत्पादनसंख्या प्रतिस्पर्ध्यांच्या तुलनेत कमी किंमत आकारेल तिची विक्री वाढेल. म्हणून शेजारील देशांच्या तुलनेतील भारताची बाह्य स्पर्धात्मकता पाहण्यासाठी किंमत या घटकाचा अभ्यास करणे महत्त्वाचे ठरते.

कोष्टक ६.२ भारत आणि काही स्पर्धक देशांची प्रमुख व्यापारी उत्पादने

तांदूळ (व्हिएतनाम)	इलेक्ट्रॉनिक्स (रिपब्लिक ऑफ कोरिया)	मोटार वाहने (जपान)
पर्यटन (थायलंड)	वाहतूक सामग्री (इंडोनेशिया)	लोखंड व पोलाद (चीन)
चहा (श्रीलंका)	रबर (मलेशिया)	वस्त्र व कपडे (चीन)
कापूस (बांग्लादेश)	हवाई वाहतूक (थायलंड)	वित्तीय सेवा (हाँगकाँग, चीन)
रत्ने व दागिने (भारत)	दुग्ध उत्पादने (भारत)	रसायने (भारत)

स्रोत: युनायटेड नेशन्स, इंडस्ट्रियल कमॉडिटी स्टॅटिटिक्स इअरबुक २०१२. डिपार्टमेंट ऑफ इकॉनॉमिक ॲण्ड सोशल अफेअर्स (युनायटेड नेशन्स पब्लिकेशन).

तुलनेने कमी किंमत मापन करण्यासाठी भारत आणि स्पर्धक देशांची किंमत आणि विनिमय दरविषयक आकडेवारी लक्षात घेणे गरजेचे आहे. देशांतर्गत भाववाढीच्या पातळीशी समायोजन केल्यावर नो प्रचलित विनिमय दर असेल त्यावर निर्याती अवलंबून असतात.

वास्तव विनिमय दर (R) = द्रव्यीय विनिमय दर (e) × परकीय देशातील किंमत (P^*)/देशातंर्गत किंमत (P) देशातील विनिमय दर हा एकूण परकीय चलनाच्या मात्रेत देशांतर्गत चलनाच्या प्रमाणाशी मोजला जातो. सम किमतीच्या नियमानुसार Price[3]: $e \times p^*/p = 1$ यात थोडी सुधारणा करून $de/e = dp/p - dp^*/p^*$ म्हणजेच भारतातील भाववाढीचा दर स्पर्धक परकीय देशांच्या तुलनेत ३% ने जास्त असेल तर भारतीय निर्यात स्पर्धात्मक राहण्यासाठी रुपयाचे ३% अवमूल्यन केले पाहिजे.

अवमूल्यनाला किंवा मूल्यऱ्हासाला भारताची निर्यात अनुकूल प्रतिसाद दर्शवते असे प्रत्यक्षातील उदाहरणावरून आढळले आहे. १९४९ च्या अवमूल्यनानंतर १९५०-५१ आणि १९५१-५२ दरम्यान निर्यातीच्या प्रमाणात वाढ झाली. त्याचप्रमाणे १९९१ च्या अवमूल्यनानंतर १९९३-९४ आणि १९९५-९६ दरम्यान निर्यातीत वाढ झाली. १९६१ ते १९८७ हा काळ लक्षात घेतल्यास निर्यातीच्या मागणीची किंमत लवचिकता अल्पकाळात १.१ तर दीर्घकाळात ३ होती. भारताच्या निर्यातीची स्पर्धात्मक किंमत हा निर्यातीचे प्रमाण ठरवणारा एक महत्त्वपूर्ण निर्धारक घटक आहे. आणि रुपयाचे अवमूल्यन चालू खात्यावरील शिलकीवर महत्त्वाचा सकारात्मक बदल घडवून आणू शकते.[4]

---

[3] एक किंमत नियम हा असा आर्थिक नियम आहे ज्यात म्हटले आहे की जेव्हा बाजारपेठेत पूर्ण स्पर्धा असते तेव्हा एकजिनसी वस्तू एकाच किमतीला विकल्या जातील. म्हणजे कोका कोलाच्या बाटलीची अमेरिकेतील किंमत १ डॉलर असेल तर भारतात तिची किंमत रु.५४ असेल. २०१२ मध्ये भारतीय रुपया आणि अमेरिकन डॉलर मधील विनिमय दर साधारणपणे एक डॉलर = ५४ रुपये असा होता.

[4] यावरील अधिक माहितीसाठी आणि भारताच्या निर्यात कामगिरीसाठी पहा. एन. बानीक (२००७), इंडियाज् एक्सपोर्ट्सः इज द बुल रन ओव्हर, *एशिया पॅसिफिक ट्रेड ॲण्ड इन्व्हेस्टमेंट रिव्ह्यू*, खंड ३, क्र. २, पृ. ४७-६६.

कोष्टक ६.३ भारतीय निर्यातीची स्पर्धात्मकता

भाववाढ (धा.कि.मी)	*चीन*	*भारत*	*इंडोनेशिया*	*मलेशिया*	*पाकिस्तान*	*थायलंड*	*श्रीलंका*
२००६	३.१	४.७	१३.७	६.७	८.५	७.१	११.७
२००७	३.१	५.०	१४.७	५.५	८.२	३.२	२४.४
२००८	६.९	८.६	२७.०	१०.१	२५.४	१२.५	२४.९
२००९	−५.४	२.३	−१.८	−७.३	७.२	−३.८	−४.२
२०१०	५.५	९.६	४.९	५.६	२१.४	९.४	११.३
विनिमय दरातील बदल (%)[a]							
२००६	−३.३	−१.८	−८.२	−५.४	१.८	−१२.२	५.५
२००७	−६.४	−१०.९	४.४	−५.७	०.५	−६.४	०.९
२००८	−६.८	२२.९	१६.३	३.०	२९.२	३.५	४.८
२००९	०.०	−३.७	−१४.२	०.०	६.५	−४.५	१.१
२०१०	−२.९	−४.०	−४.४	−११.८	१.७	−९.५	−३.०
बाह्य स्पर्धात्मकता (भाववाढ – द्रव्यीय विनिमय दरातील बदल %)[b]							
२००६	६.४	६.५	२१.९	१२.१	६.७	१९.३	६.२
२००७	९.५	१५.९	१०.३	११.२	७.७	९.६	२३.४
२००८	१३.७	−१४.३	१०.७	७.१	−३.८	९.०	२०.१
२००९	−५.४	६.०	१२.३	−७.३	०.७	०.७	−५.३
२०१०	८.४	१३.६	९.२	१७.३	१९.६	१८.९	१४.२

स्रोत: लेखकाच्या स्वनोंदी आणि आयएमएल्फ, इंटरनॅशनल फायनान्शिअल स्टॅटिस्टिक इअरबुक २०१२.

[a] ऋण चिन्ह विनिमय दरात घट दर्शवते.

[b] कमी मूल्य स्पर्धात्मकतेतील वाढ दर्शवते.

कोष्टक ६.३ मध्ये भारताची आंतरराष्ट्रीय स्पर्धात्मकता दर्शवली आहे. हेच सूत्र पुढे नेऊन आपण भविष्यामध्ये भारताची व्यापारातील स्पर्धात्मकता जरी घटली असली तरी भारताबाबत मात्र बाह्य स्पर्धात्मकतेतील घटीमुळे किंमत संवेदनशील उत्पादनांच्या निर्यातीत घट झाली आहे. अन्नपदार्थ आणि पेये, भाजीपाल्याची उत्पादने, कातडी वस्तू आणि लाकडी कोरीव वस्तू अशा सारख्या उत्पादनांची २००५ नंतर निर्यातीत घट झाली आहे. जरी भारताची एकूण व्यापारी निर्यात वाढली असली तरी बाह्य स्पर्धात्मकता स्पर्धकांच्या तुलनेत घटली आहे, हे लक्षात घेतले पाहिजे. काही स्पर्धकांची स्पर्धात्मकताही अलीकडील काही वर्षांमध्ये घसरली आहे ही वस्तुस्थिती लक्षात घेऊनही हे सत्य ठरते. हा निष्कर्ष अगोदरच्या उताऱ्यात म्हटल्याप्रमाणे भारताची १९९१ सुधारणोत्तर काळात निर्यात कामगिरीत सुधारणा झाली आहे या मताविरुद्ध आहे.

या जाणवण्याजोग्या विरोधाभासातून भारताच्या निर्यातीचे स्वरूप किंमत-संवेदनशील उत्पादनांकडून कमी किंमत-संवेदनशील उत्पादनांकडे बदलल्याचे दिसून येते. खरे तर सध्याची निर्यातीतील प्रचंड वाढ ही रसायने, इंधन, कोळसावर्गीय उत्पादने अशी खाणउत्पादने आणि यंत्रे व यांत्रिक वाहतूक सामग्री अशा वस्तूंच्या निर्यातवाढीमुळे झालेली आहे. ह्या उत्पादनांची किंमत लवचिकता ताठर असते. भारताच्या पेट्रोलियम उत्पादनांचा निर्यातीतील हिस्सा १९९३ मध्ये २% होता तो २०१२ मध्ये सुमारे २०% झाला हे लक्षात घेतले पाहिजे. भारताच्या तेलशुद्धीकरण प्रक्रियेतील क्षमतावाढीमुळे पेट्रोलियम उत्पादनांच्या निर्यातीत मोठी वाढ झाली आहे. सेंटर फॉर मॉनिटरिंग इंडियन इकॉनॉमिज प्रावेस आकडेवारीनुसार २०१०-११ या वित्तीय वर्षासाठी रिलायन्स उद्योग आणि एस्सार ऑइल कंपन्यांचे भारताच्या पेट्रोलिअम निर्यातीतील योगदान अनुक्रमे ६८% आणि ८% होते. (पहा कोष्टक ६.४)

कोष्टक ६.४ सरासरी वार्षिक निर्यात वृद्धिदर (१९९३-२०१०, अमेरिकन अब्ज डॉलर)

गट	*तपशील*	*१९९३-२०००*	*२००२-०८*	*२००२-१०*
१.	जिवंत प्राणी व उत्पादने	५.४	१०.८	११.१
२.	भाजीपाला उत्पादने	५.६	१६.२	१३.२
३.	चरबी व तेले	७.४	२३.५	२०.३
४.	अन्नपदार्थ, पेये व तंबाखू	-०.२	३०.७	२२.४
५.	खाणउत्पादने	६.१	५१.५	३७.१
६.	रासायनिकि उत्पादने	११.८	२४.८	२०.६
७.	प्लास्टिक व रबर उत्पादने	६.७	२१.१	१५.४
८.	कातडी, चामडे	३.४	११.०	७.१
९.	लोकर व शाली/वल्कले	-५.९	२७.०	१८.६
१०.	कागद व कागद उत्पादने	१४.७	१८.०	१५.६
११.	वस्त्रे व कपडे	७.२	१२.९	११.०
१२.	पादत्राणे, छत्र्या इ.	३.१	१८.५	१४.४
१३.	दगड, काच, सिमेंट इ.	११.३	१९.१	१४.५
१४.	नैसर्गिक, संपादित मोती, रत्ने इ.	८.४	१४.७	१७.४
१५.	मूलभूत धातू व वस्तू	९.२	३२.२	२२.५
१६.	यंत्रे	११.६	२९.२	२५.७
१७.	वाहतूक उपकरणे	४.१	३९.८	३६.४
१८.	उपकरणे व हत्यारे	२०.०	१८.१	१७.२
१९.	इतर उत्पादने	७.८	२४.४	१९.७
	एकूण	७.७	२४.५	२०.८

स्रोतः वीरामणी, *ॲनाटॉमी ऑफ इंडियाज मर्कंडाइझ एक्सपोर्ट ग्रोथ*, पृ. ९६

कोष्टक ६.५ भारताच्या निवडक देशांच्या आयातीतील वृद्धिदर, २००५–११

वर्ष	*चीन*	*फ्रान्स*	*इटली*	*जपान*	*यूके*	*यूएस*
२००५	१७.६	७.०	८.३	१.३५	९.१	१३.६
२००६	१९.९	७.५	१५.०	१२.३	१७.१	१०.७
२००७	२०.८	१६.४	१५.६	७.५	३.६	५.३
२००८	१८.५	१३.६	९.८	२२.५	१.७	७.४
२००९	–११.२	–२१.८	–२६.१	–२७.८	–२३.८	–२६.०
२०१०	३८.७	८.७	१७.३	२५.७	१६.३	२२.७
२०११	२५.०	१७.१	१४.५	२३.२	१३.६	१५.१

स्रोतः जागतिक व्यापार संघटना सांख्यिकी आकडेवारी http://stat.wto.org/Home/WSOBHome.aspx येथे उपलब्ध

(ब) संभाव्य मागणी

संबंधित किमतीव्यतिरिक्त आयात करणाऱ्या देशांचे सकल राष्ट्रीय उत्पन्न हाही घटक निर्यात मागणी निश्चित करण्यात महत्त्वाचा मानला जातो. भारताशी व्यापार करणाऱ्या देशांची आयात ही दुय्यम मागणीवर म्हणजे त्यांच्या स.रा.उ.वर अवलंबून असल्याने भारताच्या निर्यात वस्तूंची मागणी प्रत्यक्षातील मागणीपेक्षा संभाव्य मागणीशी निगडित आहे. कोष्टक ६.५ मध्ये भारताशी व्यापार करणाऱ्या देशांच्या आयातीतील वाढ दाखवली आहे. २००९ मध्ये सर्वच देशांच्या आयात वृद्धिदरामध्ये घट झाली होती. परंतु, ही घट जागतिक वित्तीय आपत्तीशी निगडित होती. या एका वर्षाव्यतिरिक्त, सर्वसाधारणपणे, या देशांच्या आयातीने वाढीची प्रवृत्ती दर्शवलेली आहे. म्हणून, भारताच्या निर्यात वाढीचे स्पष्टीकरण काही अंशी भारताशी व्यापार करणाऱ्या देशांच्या आयातवाढीद्वारे करता येते.

भारताच्या व्यापाराच्या स्वरूपात काहीसा दिशादर्शक बदल झालेला आहे. (पहा कोष्टक ६.६ आणि ६.७) भारताच्या व्यापाराचा रोख हळूहळू विकसित देशांकडून विकसनशील देशांकडे जातो आहे. चीन आणि युएई, दक्षिण कोरिया, इंडोनेशिया आणि मलेशिया हे इतर देश वेगाने भारताच्या व्यापारातील महत्त्वाचे भागीदार होऊ पाहत आहेत. तर भारताची पश्चिम युरोप, उत्तर अमेरिका आणि जपान या देशांना होणारी निर्यात घटू लागली आहे. भारताच्या व्यापारी व सेवाउत्पादनांच्या निर्यातीतील वेगवान वाढीचे एक कारण म्हणजे भारताच्या सेवाक्षेत्रात झालेली लक्षणीय वाढ होय. १९९० च्या दशकाच्या सुरुवातीपासून भारताच्या व्यापारी आणि सेवाक्षेत्रातील निर्यातींमध्ये जागतिक निर्यात सरासरीपेक्षा वेगाने वाढ झाली आहे. भारताची एकूण व्यापारी निर्यातीतील वाटा २००२ मध्ये ०.९% होता तो २०११ मध्ये सुमारे १.९% इतका वाढला. व्यापारी निर्यातीमध्ये सेवा क्षेत्रातील निर्यातवाढ अधिक लक्षणीय स्वरूपाची आहे. १९९० च्या दशकाच्या मध्यापासून भारताचा जागतिक सेवाक्षेत्रातील निर्यातीचा

कोष्टक ६.६ विकसित अर्थव्यवस्थांकडील भारताच्या निर्यातीची दिशा

		एकूण निर्यातीमधील वाटा (%)			*व्यापार तीव्रता*		
प्रदेश	*देश*	*१९९३*	*२००२*	*२०१०*	*१९९३*	*२००२*	*२०१०*
	जपान	८.१	३.७	२.२	१.५	०.८	०.६
उत्तर अमेरिका		१९.६	२२.७	११.५	०.९	१.०	०.७
	कॅनडा	१.१	१.४	०.५	०.३	०.४	०.२
	युएसए	१८.५	२१.३	११.०	१.१	१.१	०.८
पूर्व युरोप		४.६	५.६	४.०	१.८	०.९	०.५
	बेल्जियम	३.८	३.३	२.३	१.२	१.१	१.०
	रशिया	३.०	१.५	०.६	३.३	१.९	०.५
उत्तर युरोप		७.८	६.२	४.०	०.८	०.६	०.६
	यु.के.	६.४	४.९	३.०	१.२	०.९	०.३
दक्षिण युरोप		४.३	४.९	४.२	०.६	०.६	०.६
	इटली	२.८	२.६	१.९	०.८	०.७	०.६
	स्पेन	१.०	१.५	१.१	०.५	०.६	०.५
पश्चिम युरोप		१७.२	९.२	८.७	०.७	०.५	०.५
	फ्रान्स	२.३	२.१	२.३	०.४	०.४	०.६
	जर्मनी	७.१	४.२	२.८	०.८	०.६	०.४
	नेदरलँड्स	२.४	२.०	३.१	०.७	०.६	०.९
ओशानिया		१.३	१.२	०.९	०.९	०.८	०.६
	ऑस्ट्रेलिया	१.१	१.०	०.८	१.०	०.९	०.६
एकूण		६२.९	५३.५	३५.५	०.९	०.७	०.६

स्रोत: वीरामणी, *ॲनाटॉमी ऑफ इंडियाज मचेंडाइज् एक्सपोर्ट ग्रोथ,* पृ. १००

वाटा १९९२ मध्ये ०.५३% वरून २०१२ मध्ये ४% पर्यंत वाढला. सेवाक्षेत्रांतर्गत माहिती तंत्रज्ञान आणि माहिती-तंत्रज्ञान पूरक सेवा क्षेत्राचा सहभाग भारताच्या एकूण सेवा निर्यातीत सुमारे ४०% आहे.[५] २०१२ मध्ये भारताचा जागतिक संगणक आणि माहिती सेवा निर्यातीतील वाटा एकूण सेवा निर्यातीतील जागतिक ४% प्रमाणाच्या तुलनेत १८% होता. आयटी व आयटीइएस मधील ७५% अधिक निर्यात यूएस, युके आणि कॅनडा या तीन देशांना होते.

---

[५] आयटी पूरक सेवा म्हणजे अशा सेवा ज्या माहिती तंत्रज्ञानाद्वारे वितरित केल्या जातात, ज्यातून अंकीकरण, सांकेतिकीकरण आणि विभाजन केले जाते आणि त्यामुळे मूळ उद्योगाच्या स्थानापासून कितीही अंतरावर असणाऱ्या अंतिम उपभोक्त्यापर्यंत नेल्या जाऊ शकतात. या सेवांमध्ये प्रामुख्याने बाह्यसेवा, हिशोब व लेखापाल, वित्तीय विश्लेषण, कॉल सेंटर सेवा, स्थापत्यविषयक आरेखन आणि आरोग्य नोंदीचे मुद्रण यांचा इतर सेवा प्रकियांच्या बरोबरीने समावेश होतो.

कोष्टक ६.७ विकसनशील व उदयोन्मुख अर्थव्यवस्थांकडील भारतीय निर्यातीची दिशा

		एकूण निर्यातीमधील वाटा (%)			*व्यापार तीव्रता*		
प्रदेश	*देश*	१९९३	२००२	२०१०	१९९३	२००२	२०१०
मध्य आशिया		0.0	0.२	0.१	0.४	१.७	0.३
पूर्व आशिया (जपान वगळून)		८.३	९.६	१४.५	१.0	१.0	१.0
	चीन	१.३	३.१	८.१	0.४	0.८	१.0
	हाँगकाँग	५.८	४.८	४.४	१.८	१.४	१.२
	द. कोरिया	१.0	१.३	१.७	0.५	0.६	0.७
आग्नेय आशिया		७.९	९.३	१0.९	१.३	१.७	१.७
	इंडोनेशिया	१.१	१.६	२.१	१.७	३.४	२.२
	मलेशिया	१.१	१.५	१.७	१.0	१.२	१.३
	फिलिपाइन्स	0.३	१.0	0.४	0.५	१.६	0.७
	सिंगापूर	३.५	२.८	४.२	१.६	१.६	२.४
	थायलंड	१.७	१.५	१.0	१.५	१.७	१.0
	व्हिएतनाम	0.१	0.६	१.२	१.0	२.३	१.८
दक्षिण आशिया		५.0	६.0	६.३	३.९	५.१	२.६
	बांग्लादेश	२.0	२.१	१.४	२३.६	२१.८	८.३
	इराण	0.७	१.0	१.२	२.0	४.१	३.५
	पाकिस्तान	0.३	0.४	१.0	१.३	२.९	५.३
	श्रीलंका	१.३	१.७	१.५	१४.९	२६.६	२१.८
पश्चिम आशिया		११.0	१२.८	१९.९	३.१	४.४	५.0
	इस्राएल	0.६	१.२	१.३	१.३	२.८	३.६
	सौदी अरेबिया	२.४	१.९	२.१	२.६	३.३	३.१
	तुर्कस्तान	0.५	0.७	१.१	0.८	१.२	१.१
	युएइ	५.४	६.४	१२.७	९.८	१0.२	१४.0
पूर्व आफ्रिका		१.७	१.६	२.६	४.८	७.२	८.२
मध्य आफ्रिका		0.१	0.२	0.५	0.७	१.९	२.१
उत्तर आफ्रिका		१.0	१.३	१.८	0.९	१.५	१.५
दक्षिण आफ्रिका		0.२	१.0	१.८	0.४	२.४	३.३
	आफ्रिका	0.२	१.0	१.७	0.४	२.४	३.३
पश्चिम अफ्रिका		0.९	२.१	१.७	१.६	५.0	२.६
	नायजेरिया	0.६	१.0	0.९	२.९	५.६	३.५
दक्षिण अमेरिका		0.७	१.४	२.१७	0.३	0.७	0.८
	ब्राझील	0.३	0.७	१.७	0.४	0.९	१.३
कॅरेबिअन		0.१	0.३	१.१	0.१	0.५	२.३
मध्य अमेरिका		0.४	0.८	0.५	0.१	0.३	0.२
एकूण		३७.१	४६.५	६४.५	१.४	१.७	१.८

स्रोतः *वीरामणी, ॲनाटॉमी ऑफ इंडियाज मर्चंडाइज़् एक्सपोर्ट ग्रोथ*, पृ.१०१

(क) व्यापार निर्बंध

वस्तू आणि सेवांच्या व्यापारावर निर्बंध घालण्याचे दोन मार्ग आहेतः जकात निर्बंध आणि (एनटीबी) मात्र, अलीकडील काळात बाजारपेठेतील प्रवेशावर निर्बंध घालण्यास जकातीपेक्षा बिगर जकात निर्बंध (एनटीबी) अधिक प्रबळ ठरू लागले आहेत. जागतिक व्यापार संघटनेअंतर्गत वारंवार झालेल्या बहुपक्षीय व्यापार करारांमुळे औद्योगिक जकातींमध्ये सातत्याने घट झाली. जागतिक व्यापार संघटनांच्या नियमांमुळे कोणत्याही देशाला संबंधित देशांशी पुरेशी बोलणी केल्याखेरीज आणि भरपाई दिल्याखेरीज जकातीत वाढ करणे सोपे जात नाही. त्यामुळे अनेक देश आता आपल्या अर्थव्यवस्थेला संरक्षण पुरवण्यासाठी बिगर जकात निर्बंधाचा वापर करत आहेत. उदारीकरणाच्या काळात म्हणजे १९९१ पूर्वी जागतिक व्यापारातील भारताचा नगण्य वाटा आणि भारताच्या राष्ट्रीय उत्पन्नातील अल्प हिश्शामुळे बिगर जकात निर्बंध महत्त्वपूर्ण नव्हते. मात्र, उदारीकरणापासून भारताचे धोरण बहिर्मुख झाले आणि बिगर जकात निर्बंधांना महत्त्व आले. काही बिगर जकात निर्बंधाचा देशाच्या निर्यातीवर प्रतिकूल परिणाम होतो. हे निर्बंध परिणाम होतो हे निर्बंध अवपुंजन विरोधी, प्रतितौलनात्मक, स्वच्छताविषयक, आयात परवाने, मूळस्थानाच्या नियमाविषयी, जकात कोटा आणि शासकीय खरेदीविषयक असतात. बिगरजकात निर्बंधाची अधिक चर्चा आपण आठव्या प्रकरणात करणार आहोत. अमेरिका, युरोपीय समूह आणि जपानला होणाऱ्या भारताच्या प्रमुख निर्यातींना या निर्बंधाचा सामना करावा लागतो. हे निर्बंध चार गटात मोडतात. दोन अंकी एकसंघ पद्धत, (Haromoized System – HS)[६] यातील उत्पादने – एचएस संहिता ५२ (सुती वस्त्रे, ज्यांना अवपुंजन विरोधी बंधने आहेत.) एचएस संहिता २३ (अन्नपदार्थ उद्योगातून वाया जाणारी उत्पादनातून गुरांचे खाद्य) यांना स्वच्छताविषयक निर्बंध असतात. एचएस संहिता ८४ (अण्वस्त्र उपकरणे, बॉयलर्स, यंत्रसामग्री, यांत्रिक उपकरणे व त्यांचे सुटे भाग – यांना आयात परवाने आणि शासकीय खरेदीविषयक निर्बंध लागू होतात.) आणि एचएस संहिता ०८ (खाद्य फळे व सुकी फळे यांना मूळस्थानाचे नियम व प्रतितौलनात्मक निर्बंध लागू होतात).[७]

तसेच, बिगरजकात निर्बंधाचा परिणाम सेवाक्षेत्रातील निर्यातीवरही होतो. युरोप आणि उत्तर अमेरिकेतील कामगार संघटनांकडून भारताद्वारे बीपीओ प्रकारच्या सेवा पुरवण्यावर

---

[६] संकेत म्हणजे हार्मोनाइझ्ड कमॉडिटी डिस्क्रिप्शन अँड कोडिंग सिस्टिम. बहुपक्षीय मान्यता दिलेला संकेत. ज्याद्वारे आंतरराष्ट्रीय व्यापारात वापरलेल्या वस्तूंचे वर्गीकरण केले जाते. हा संकेत वर्ल्ड कस्टम्स ऑर्गनायझेशनने विकसित व अमलात आणले आहे. वर्ल्ड कस्टम्स ऑर्गनायझेशन ही फेब्रुवारी २०११ मध्ये १७७ सभासद देशाची स्वतंत्र शासनातंर्गत संघटना आहे.

[७] एन. बानीक (२००७) इंडियाज एक्सपोर्ट्सः इज द बुल रन ओव्हर? *एशिया पॅसिफिक ट्रेड अँड इन्व्हेस्टमेंट रिव्ह्यू*, खंड ३, क्र. २, पृ. ४७–६६.

जोरदार विरोध होतो आहे. युरोपात, कंपन्यांचे हस्तांतरण आणि कर्मचाऱ्यांचे संरक्षण अशा नावाने ओळखली जाणारी कायदेशीर तरतूद आहे. ज्याद्वारे बाह्यसेवा करारापासून कामगारांना संरक्षण दिले जाते. याशिवाय किचकट H-1B व्हिसा कोटा आणि विविध कर धोरणांसारखी इतरही अनेक निर्बंध संगणकप्रणाली उद्योजकांवर लादली जाते. H-1B ही व्हिसा पद्धत अमेरिकेतील बिगर-स्थलांतरित गटासाठी असते. ज्यामुळे त्या देशातील उद्योजकांना विदेशी कुशल कामगारांकडून तात्पुरते सहाय्य घेता येते. अमेरिकेत डॉट कॉम तेजीच्या काळात H-1B व्हिसाची संख्या १९९७ मध्ये ६५,००० पासून १९९९ मध्ये ११५,००० इतकी वाढली परंतु २००२ मध्ये पुन्हा ६५,००० पर्यंत घटली.[८] २००६ मध्ये इंग्लंड आणि उत्तर आयर्लंडने बिगर युरोपीय समूहातील देशातील राष्ट्रीय आरोग्य सेवा प्रशिक्षण पूर्ण करू इच्छिणाऱ्या डॉक्टरांकरिता कामाचा परवाना आवश्यक असणारे वैद्यकीय आणि दंतवैद्यकीय पदवीधर इंग्लंडमधील कनिष्ठ राष्ट्रीय आरोग्य सेवा पदाचे दोन वर्षांचे प्रशिक्षण पूर्ण करण्यासाठी येत असत. यापैकी काही जागा विदेशी डॉक्टरांसाठी राखीव होत्या. यापुढे प्रशिक्षक डॉक्टरांना आणि दंतवैद्यांना त्यांच्या जागी युके किंवा युरोपीय समूहातील डॉक्टरांना नेमता येणे शक्य नसल्याचे सिद्ध केल्याशिवाय प्रशिक्षण कामाचा परवाना मिळणार नाही. इंग्लंडच्या शासनाने याबाबतीत स्पष्टपणे म्हटले की हे म्हणजे मागणीपेक्षा पुरवठा अधिक झाल्याने यूकेमधील पदवीधरांसाठी जागा संरक्षित करणे आहे.[९]

म्हणून मागणी - बाजूंच्या घटकांकडे पाहिल्यास, निर्यातीमधील सकारात्मक बदल हा प्रामुख्याने देशांतर्गत अर्थव्यवस्था आहे. बाह्य क्षेत्रातील सुधारणांमुळे झाला असल्याचे दिसून येतो. सुधारणांच्या व्यतिरिक्त, २००३ पासून जागतिक व्यापारातील वाढ आणि व्यापारामध्ये मूल्यवर्धित उत्पादनांचा झालेला बदल अशा इतर घटकांनी भारताच्या निर्यातवाढीस सहाय्य केले आहे. मात्र, बिगर जकात निर्बंधांचा भारताच्या निर्यातीवर प्रतिकूल परिणाम होत आहे. भारत सरकारच्या वाणिज्य खात्यातील अधिकारी या निर्बंधाकडे नियमितपणे लक्ष ठेवून असतात.

२. *पुरवठा-बाजूचे घटक*

(अ) उत्पादनघटकाची उत्पादकता

पुरवठा बाजूच्या दृष्टिकोनातून निर्यातीतील वाढ ही उत्पादनघटकांच्या उत्पादकतेतील सुधारणांचा परिणाम असू शकते. वॉसवर्थ, कॉलिन्स आणि वीरमणी यांच्या अभ्यासामध्ये

---

[८] *हिंदुस्तान टाइम्स* (२००६), 'बिल गेट्स इज फॉर बिग रेझ इन H-1B व्हिसाज्', *हिंदुस्तान टाइम्स* २१ मार्च.

[९] कॅससिआनी डॉमिनिक (२००६) ओव्हरसीज् एनएचएस डॉक्टर्स 'बिट्रेड', बीबीसी बातमी. २१ एप्रिल. http://news.bbc.co.uk/1/hi/health/4928954.stm येथे उपलब्ध.

१९९१ पासून श्रमाची उत्पादकता वाढल्याचे आढळून आले आहे.[१०] सुधारणोत्तर बहुतांश काळात दर श्रमिकाचे उत्पादन वाढले. अधिक आश्चर्यकारक बाब म्हणजे सेवाक्षेत्रातील दर श्रमिकामागील उत्पादनात प्रचंड वाढ झाली. योगायोगाने ह्याच सेवा क्षेत्राने वस्तुनिर्माण आणि कृषिक्षेत्रातील निर्यातीमधील महत्त्वाची भूमिका बजावलेली आहे. सेवाक्षेत्रातील प्रति श्रमिक उत्पादनाची वाढ १९९३ हे १९९९ दरम्यान यापूर्वीच्या दशकातील २.७% च्या तुलनेत ७% झाली. वस्तुनिर्माण क्षेत्रातील श्रम उत्पादकता खूपच माफक म्हणजे आधीच्या दशकात ३.१% आणि १९९३-९९ काळामध्ये ४.५% अशी झाली. कृषिक्षेत्र सर्वांत मागे म्हणजे आधीच्या दशकातील प्रति श्रमिक उत्पादकता वाढ १.५% तर १९९३-९९ काळात केवळ २.४% अशा पातळीत राहिली.

आकृती ६.३ वरून दिसून येते की कमी उत्पादक असणाऱ्या कृषिक्षेत्रात सर्वाधिक श्रमदल गुंतलेले आहे. याबरोबर विरुद्ध वित्त, विमा आणि जमीन व इमारती क्षेत्र ह्या सर्वाधिक उत्पादक क्षेत्रात अतिशय नगण्य श्रम कार्यरत आहेत. चौकोनाची उंची कोणत्याही विशिष्ट क्षेत्राची श्रम उत्पादकता दर्शवते, तर रुंदी त्या विशिष्ट क्षेत्रात काम करणाऱ्या श्रमिकांचे प्रमाण दर्शवते. भारताच्या कृषिक्षेत्रातील निर्यातीच्या निकृष्ट कामगिरीचे एक कारण कृषिक्षेत्राची कमी उत्पादकता हे देता येईल. कृषिक्षेत्र आणि कृषी संशोधन क्षेत्रात भांडवली गुंतवणूक करण्याची गरज आहे. हरितक्रांतीनंतर भारताची कृषी उत्पादकता कुंठित झाली आहे. भारताकडे अन्नधान्याच्या लागवडीखालील क्षेत्र १७ कोटी हेक्टर आहे आणि २०११-१२ मध्ये त्यातील अन्नधान्य उत्पादन २५.९ कोटी मेट्रिक टन इतके होते. चीनचे लागवडीखालील क्षेत्र भारताच्या केवळ ६०% आहे. परंतु भारताच्या अन्नधान्य उत्पादनाच्या दुप्पट उत्पादन करण्याची त्यांची क्षमता आहे. भारतीय कृषिक्षेत्राची उत्पादकता वाढवणे हे केवळ सर्वसमावेशक वृद्धीच्याच दृष्टिकोनातूनच महत्त्वाचे नाही तर आपली निर्यात कामगिरी सुधारण्यासाठी आवश्यक आहे.

(ब) प्रक्रियेतील अडथळे

जरी भारतात सुधारणांची सुरुवात झाली असली तरी अजून बराच पल्ला गाठावयाचा आहे. पाचव्या प्रकरणात चर्चा केल्याप्रमाणे अजून सुधारणांना बराच वाव आहे. निर्यातदारांना शासकीय आदेश, नियंत्रण नियम आणि प्रक्रियांच्या गुंत्यातून जावे लागते आणि त्यामुळे उत्पादन खर्चात वाढ होऊन निर्यातीवर प्रतिकूल परिणाम होतो. डुइंग बिझनेस - २०१२ मध्ये जागतिक बँकेने १८५ देशांमध्ये भारताला १३२ वे स्थान दिलेले आहे. चीनचे ९१ वे स्थान, श्रीलंका ८१, बांगलादेश (१२९) किंवा पाकिस्तान (१०७) यांच्या तुलनेत भारताचे स्थान उद्योगाच्या सुलभतेबाबत खालच्या पातळीत आहे. भारतात कराराची अंमलबजावणी करण्यासाठी सरासरी १,४२० दिवस आणि ४६

---

[१०] बी. बॅप्सवर्थ एस. कॉलिन्स आणि ए. वीरमणी (२००६) *सोर्सेस ऑफ ग्रोथ इन द इंडियन इकॉनॉमी*, इंडिया पॉलिसी फोरममध्ये सादर केलेला शोधनिबंध. ३१ जुलै - १ ऑगस्ट.

आकृती ६.३ भिन्न भिन्न क्षेत्रातील रोजगाराच्या वाटा आणि श्रम उत्पादकतेतील तफावती, २००९-१०

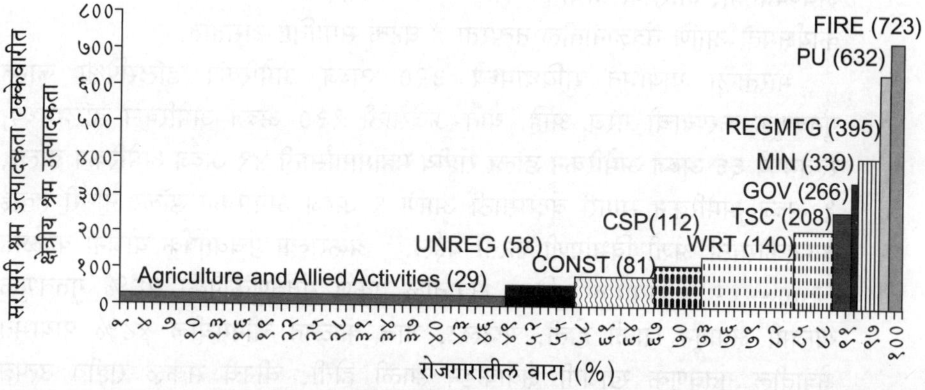

स्रोत: आर हसन, डी. मित्रा आणि ए. सुंदरम (२०१३), व्हॉट एक्स्प्लेन द हाय कॅपिटल इंटेन्सिटी ऑफ इंडियन मॅन्युफॅक्चरिंग, *इंडियन ग्रोथ ॲण्ड डेव्हलपमेंट रिव्ह्यू*, खंड ६, क्र. २, पृ.२१२-४१.

टीपा: UNREG: अनोंदीत वस्तुनिर्माण CONST: बांधकामक्षेत्र, CSP: सामुदायिक, सामाजिक आणि वैयक्तिक सेवा, WRT: घाऊक-किरकोळ व्यापार, उपहारगृह-हॉटेल्स, TSC: वहातूक, साठवणे आणि दळणवळण, GOV: शासकीय सेवा, MIN: खाणकाम व उत्खनन, REGMFG: नोंदणीकृत वस्तुनिर्माण, PU: सार्वजनिक सुविधा, FIRE: वित्त विमा आणि भूमीसंपदा क्षेत्र

विविध प्रक्रिया लागतात. वस्तूंची आयात करण्यासाठी सरासरी २० दिवस आणि ११ प्रकारची कागदपत्रे लागतात. दरवर्षी सरासरी ३३ प्रकारचे कर भरावे लागतात आणि कराच्या प्रक्रियेसाठी २४३ तास लागतात.[११]

(क) पायाभूत सुविधा

निर्यात वाढीवरील वेग टिकवून ठेवण्यासाठी कार्यक्षम पायाभूत सुविधा असणे गरजेचे आहे. यात वीज, रस्ते व रेल्वे, दूरसंपर्क, हवाई वाहतूक आणि कार्यक्षम बंदरांचा समावेश होतो. याबाबतीत भारत पूर्ण आणि आग्नेय आशियाच्या तुलनेत मागे आहे. २०१२-१३ मध्ये जागतिक आर्थिक परिषदेने आपल्या जागतिक स्पर्धात्मकता निर्देशांक अहवालामध्ये भारताला स्थान १४४ नमुना देशांमध्ये ८४ वे दिलेले आहे. पायाभूत सुविधा विकासांच्या निकषावर जेव्हा स्पर्धात्मकता मोजली गेली. (जागतिक आर्थिक परिषद, २०१३)[१२] तेव्हा मात्र भारताचे स्थान एकूण स्पर्धात्मकतेच्या पातळीपेक्षा बरे

---

[११] जागतिक बँक (२०१२), डुइंग बिझनेस रिपोर्ट, वर्ल्ड बँक, http://www.doingbusiness.org/data/exploreeconomics/india येथे उपलब्ध.

[१२] http://www3.wefourum.org/docs/WEF_Globalco-petitivernosReport_ 2012-13. pdf

म्हणजे ५९ व्या स्थानावर होते. यामध्ये देशातील संस्था, पायाभूत सुविधा, समग्र अर्थव्यवस्था, आरोग्य, प्राथमिक शिक्षण, उच्च शिक्षण आणि प्रशिक्षण, बाजारपेठांची कार्यक्षमता आणि तंत्रज्ञानातील तत्परता हे घटक समाविष्ट असतात.

भारताला पायाभूत सुविधांमध्ये ३२० अब्ज अमेरिकन डॉलर्सपेक्षा जास्त गुंतवणूक करण्याची गरज आहे. यात ऊर्जेसाठी १३० अब्ज अमेरिकन डॉलरमध्ये, रेल्वेमध्ये ६६ अब्ज अमेरिकन डॉलर राष्ट्रीय महामार्गांसाठी ४९ अब्ज अमेरिकन डॉलर, १ अब्ज अमेरिकन सागरी बंदरासाठी आणि ९ अब्ज अमेरिकन डॉलर नागरी हवाई वाहतुकीसाठी अशी विभागणी करता येईल.[१३] अकराव्या पंचवार्षिक योजना काळात (२००७-१२). पायाभूत सुविधा क्षेत्रातील एकूण गुंतवणुकीपैकी २६% गुंतवणूक खाजगी क्षेत्रातून झाली होती. याउलट, याच काळात चीनमधील ४८% पायाभूत क्षेत्रातील गुंतवणूक खाजगी क्षेत्राकडून झाली होती. चीनचे सकल राष्ट्रीय उत्पन्न भारताच्या राष्ट्रीय उत्पन्नाच्या जवळजवळ चौपट आहे हे लक्षात घेतले तरीही ही पातळी म्हणजे २०१२ मध्ये चीनमध्ये ८.३ लाख कोटी अमेरिकन डॉलर्स आणि भारतात मात्र २ लाख कोटी अमेरिकन डॉलर्सची गुंतवणूक ही वस्तुस्थिती पाहिली पाहिजे.[१४] मात्र, या पातळीतील गुंतवणुकीसाठी सार्वजनिक क्षेत्राकडे साधनसंपत्ती उपलब्ध नसते. आणि म्हणून खाजगी क्षेत्राचा सहभाग आवश्यक असतो. दुर्दैवाने, अलीकडील काळात नियंत्रणात्मक निर्बंधाच्या समस्यांमुळे खाजगी क्षेत्राचा सहभाग घटला आहे. दूरसंपर्क क्षेत्र वगळता ऊर्जा, बंदरे, हवाई वाहतूक, रेल्वे आणि रस्ते क्षेत्रामध्ये मंद गतीने प्रगती आणि वाढ होत आहे. या प्रत्येक क्षेत्रातील अडथळ्यांच्या स्वरूपाची थोडक्यात चर्चा पुढे केली आहे.

१. ऊर्जाः ऊर्जा क्षेत्र एकरात सापडले आहे. ऊर्जा पुरवठ्यातील सरासरी कमतरता एकूण मागणीच्या जवळजवळ १२% आहे. ऊर्जा पुरवठा अनियमित आणि कमी-जास्त दर्जाचा आहे आणि बहुतांश आशियायी विकसनशील देशांच्या तुलनेत उद्योगांचा ऊर्जा खर्च लक्षणीयरित्या मोठा आहे. २००५-०६ मधील १०.५% असणारी वीजटंचाई २००६-०७ या वित्तीय वर्षाच्या पहिल्या नऊ महिन्यात १४% इतकी विक्रमी झाली. विजेचे वहन व वितरणातील एकूण उत्पादनाच्या टक्केवारीतील गळती २००४ मध्ये २६% होती.[१५] अलीकडील काळात मोठे उद्योगी आपल्या स्वतंत्र

[१३] भारताचे अर्थमंत्री पी. चिदंबरम यांच्या लंडन बिझनेस स्कूल मधील २८ जून २००७ रोजीच्या भाषणातून.

[१४] OCD (२०१३) http://www.oecd-ilibrary.org.economics/country-statistical-profile-china-csp-table-en येथे उपलब्ध (३ एप्रिल २०१३ रोजी पाहणी).

[१५] बानीक, *इंडियाज एक्सपोर्ट्सः इज द बुल रन ओव्हर?*

ऊर्जा निर्मितीवर अवलंबून असले तरीही अनियमित वीजपुरवठ्यामुळे उत्पादनात अडथळे येतात. २००५ नंतर मुंबई, दिल्ली, कोलकातासारख्या प्रमुख महानगरांमधील वीज परिस्थिती सुधारली आहे. याचे श्रेय रिलायन्स, टाटा आणि गोयंकासारख्या मोठ्या उद्योगांच्या वीज वहन व वितरण क्षेत्रातील सहभागाला जाते.

२. बंदरेः भारताच्या बंदरांचा वापर क्षमतेपेक्षा अधिक प्रमाणात झाला आहे. चेन्नई, मुंबई, तुतीकोरिन आणि विशाखापट्टणम या प्रमुख बंदरांमध्ये त्यांच्या क्षमतेपेक्षा जास्त जहाजांची ये-जा आहे. त्यामुळे आशियातील सिंगापूर, हाँगकाँग, चीन आणि कोलंबो बंदरांपेक्षा या बंदरांची कार्यक्षमता कमी आहे. उदाहरणार्थ, सिंगापूरमध्ये मालवाहू जहाजाचा सरासरी ये-जा कालावधी केवळ ६ ते ८ तास आहे तर तुलनेत भारताचा हा कालावधी सरासरी ३.४७ दिवस इतका आहे.[१६] त्यामुळे भारतीय बंदरांमधील मालवाहू जहाजे खर्च - कार्यक्षम नाहीत. त्यांचा प्रतिदिन विलंब खर्च जवळजवळ १५ ते २० हजार अमेरिकन डॉलर्स इतका आहे. जागतिक बँकेच्या एका अंदाजानुसार मालवाहू जहाजांच्या कालावधीमुळे भारतीय बंदरांच्या खर्चात दरवर्षी सुमारे ७० दशलक्ष अमेरिकन डॉलर्स वाढ होते.[१७] बंदरांच्या क्षमतेतही वाढ होताना दिसत नाही. भारतीय बंदरांच्या क्षमतेवरील बंधनामुळे व्यापारविषयक व्यवहारांचा खर्च (वाहतूक खर्च, विमा व इतर शुल्कांमध्ये मोजला जाणारा) वाढतो. निर्यातदारांना या विलंबाचा भुर्दंड सहन करावा लागतो. यात गोदामे, वाढीव विमा शुल्क आणि इतर संबंधित खर्चांचा समावेश होतो. यातून मार्ग काढण्यासाठी गुंतवणूकदारांनी अलीकडे देशभरात खासगी बंदरे आणि मालवाहतूक सुविधा सुरू केल्या आहेत. खासगी क्षेत्राच्या सहभागातून बंदरे निर्मिती आणि बंदरासंबंधी पायाभूत सुविधांच्या निर्मितीमध्ये जवाहरलाल नेहरु पोर्ट ट्रस्ट, मुंबई; गुजरातमधील मुंदरा व पिपाव ही खासगी बंदरे, आणि चेन्नई येथे लक्षणीयरित्या वाढ होत आहे.

३ रेल्वेः कमी प्रवासी वाहतुकीमुळे होणाऱ्या तोट्याच्या मार्गासाठी भरपाई किंवा छेदक-अनुदाने म्हणून माल वाहतुकांचे वाढीव दर ही रेल्वेक्षेत्राबद्दलची एक सर्वसाधारण तक्रार आहे. ब्रॉड-गेज आणि मीटर-गेज रेल्वे मार्गांची जोडणी करण्यातही समस्या आहेत. उदाहरणार्थ, कोलकात्याहून शेजारच्या ढाका शहरात वस्तू पोचवण्यासाठी कोणताही साधा मार्ग नाही. बांगलादेशाच्या सीमेवरील या

[१६] अमित शोवोन रॉय रे (२००५), *मॅनेजिंग पोर्टा रिफॉर्मस इन इंडियाः केस स्टडी ऑफ जेएनपीटी, मुंबई,* जागतिक बँकेचा अहवाल, वॉशिंग्टन, डी.सी, जागतिक विकास अहवालाकरिता http://siterescuries.worldbank.org/INTWDR2005/Resources/477407_09658104035/wdr2005_india_port_reform2.pdb येथे उपलब्ध.

[१७] तत्रैव.

शहरात मीटर-गेज रेल्वे आहे तर भारतात ब्रॉड-गेज रेल्वे आहे. या दोन्ही सांधणे आवश्यक आहे. २००६-०७ च्या रेल्वे अंदाजपत्रकामध्ये रेल्वे मार्फत होणाऱ्या कंटेनर वाहतुकीचे खासगीकरण निर्धारित होते आणि यामुळे निर्यातदारांना लाभ होण्याचा संभव आहे.

४. रस्तेः भारताने रस्ते मार्गाचे बळकटीकरण करण्यास सुरुवात केली आहे. चार व सहा पदरी महामार्ग बांधण्याच्या दृष्टीने प्रगती झाली असली तरी, ग्रामीण रस्त्यांचे जाळे निर्माण होण्याविषयी फार काही घडलेले नाही. प्रमुख रस्तेमार्गांची क्षमता बहुतांश दोन पदरी अशी कमी आहे आणि त्यांची फारशी देखभालही होत नाही. रस्त्यांसारख्या पायाभूत सुविधांच्या विकासासाठी काही निर्बंधासह थेट परकीय गुंतवणुकीतून खासगी क्षेत्राच्या सहभागाला परवानगी दिली गेली आहे. चांगल्या रस्त्यांची सुविधा पुरवण्यासाठी जागतिक बँक आणि आशियाई विकास बँकेसारख्या बहुस्तरीय संघटनांनी भारताच्या केंद्र व राज्य शासनाशी हातमिळवणी करून महत्त्वाच्या रस्ते प्रकल्पांना निधी पुरवला आहे. परकीय कंपन्याही यासाठी करार करू शकतील.

५. हवाई वाहतूकः वाढत्या हवाई वाहतुकीचे व्यवस्थापन करण्यासाठी एकतर सध्या अस्तित्वात असलेल्या विमानतळांचा विस्तार करण्याची गरज आहे किंवा जेथे शक्य असेल तेथे नवीन विमानतळ बांधले पाहिजेत. शासनाच्या सुधारणा धोरणामध्ये विमानतळांच्या खासगीकरणाला स्थान दिलेले आहे आणि दिल्ली व मुंबई या किमान दोन प्रमुख विमानतळांच्या आधुनिकीकरणासाठी खासगी क्षेत्राने यशस्वीपणे सुरुवात केलेली आहे. हैदराबाद आणि बेंगळुरू येथे खासगी क्षेत्राने विकसित केलेल्या दोन अतिरिक्त विमानतळांचे बांधकाम पूर्ण झाले आहे.

६. दूरसंपर्कः दूरसंपर्क क्षेत्र ही भारतातील एक यशोगाथा आहे. १९८१ मध्ये दर १०० लोकसंख्येमागे ०.३ जोडणी असणारी दूरसंचार घनता १९९१ मध्ये ०.६ झाली होती आणि पुढे २० वर्षांनी डिसेंबर २०११ मध्ये सुमारे १२८ पट वाढून दर १०० लोकांमागे ७६.८६ जोडण्या अशी प्रचंड प्रमाणात वाढली. (दळणवळण व माहिती तंत्रज्ञान मंत्रालय, भारत सरकार २०१२). दूरध्वनी जोडणीसाठी कराव्या लागणाऱ्या प्रतीक्षा कालावधीत आश्चर्यकारकरित्या घट झाली आहे. पूर्वी स्थानिक दूरध्वनींसाठी भरपाई-अनुदान देण्यासाठी आणि कामकाजातील अकार्यक्षमता भरून काढण्यासाठी लांब अंतरावरील दूरध्वनी शुल्क मोठ्या प्रमाणात आकारले जाई. आता नियामक मंडळाद्वारे त्यांची पुनर्संतुलन केले जाऊन दूर अंतराच्या दूरध्वनींच्या शुल्कात ९०% कपात झाली आहे. शिवाय सार्वजनिक क्षेत्रातील तत्कालीन मक्तेदार कंपनीने बाजारातील आपला हिस्सा टिकवून ठेवण्यासाठी विक्रमी किंमत कपात केली आहे, हे रोचक आहे. भ्रमणध्वनी सेवांनी स्थिर

दूरध्वनी सेवांना संख्येच्या बाबतीत केव्हाच मागे टाकले आहे. मार्च २०११ पर्यंत भारतात ८११५.९८ लाख भ्रमणध्वनी वापरकर्ते होते तर स्थिर दूरध्वनी वापरणारे केवळ ३.४७ कोटी होते.[१८]

अशा प्रकारे, उत्पादकता वाढीमुळे देशाच्या निर्यातीच्या स्पर्धात्मकतेत वाढ होण्यास साध्य झाले असले व विशेषतः सेवा क्षेत्रात हे आढळून येत असले, तरी पायाभूत सुविधाविषयक आणि प्रक्रियेतील अडथळे दूर करण्याच्या संदर्भात बरेच काही करण्याची गरज आहे. (पहा नमुना अभ्यास ६.१) भारतातील वस्तूंच्या आयात आणि निर्यातीच्या प्रक्रियेचा तपशील पुढे दिला आहे.

नमुना अभ्यास ६.१: भारताचा व्यापार कार्यक्रम

जरी आपण नेहमीच कोणत्याही देशाची व्यापारविषयक आकडेवारी देत असलो तरी वास्तवात मात्र ही देशी उद्योगसंस्थांचा व्यापारविषयक आकडेवारी बाहेरील जगातील व्यापारी घडामोडीतून मिळत असते. व्यापार ही प्रामुख्याने खाजगी क्षेत्रातील घडामोड आहे. भारतीय निर्यातीमधील समस्या जाणून घेणे आवश्यक आहे. एखाद्या उद्योगसंस्थेच्या निर्यात क्षमतेवर परिणाम करणारे घटक प्रामुख्याने दोन गटात मोडतात. शासकीय नियंत्रण व आवश्यक परिवहन पुरवण्यातील अक्षमता असे पुरवठा बाजूचे घटक असतात, तर भारतीय रुपयाचे अधिमूल्यन, जकाती व बिगर-जकात निर्बंध असे मागणी बाजूचे घटक असतात. पुरवठा बाजूचे घटक अधिक प्रभावी ठरतात. मागणी बाजूचे घटक देशांतर्गत शासन किंवा निर्यातदारांच्या नियंत्रणाबाहेरचे असे 'बाह्य' स्वरूपाचे असतात. मात्र, भारतीय निर्यातदार उद्योगसंस्थांना पोषक होतील अशा पुरवठा बाजूंच्या घटकांसाठी भारत शासन कार्यवाही करू शकते.

या संदर्भात चीनकडून महत्त्वाचे धडे शिकता येतील. प्रामुख्याने व्यापार ही खाजगी क्षेत्रातील घडामोड असली तरी सार्वजनिक क्षेत्रातून येणाऱ्या निधीद्वारे निर्माण होणाऱ्या पायाभूत सुविधांवर व्यापार मोठ्या प्रमाणात अवलंबून असतो. भौतिक आणि संस्थात्मक पायाभूत सुविधांमुळे वस्तू आणि सेवांच्या वाहतुकीच्या खर्चात तसेच, एका देशातील व्यापाऱ्याकडील पैसा दुसऱ्या देशातील व्यापाऱ्याकडे पाठवण्याच्या खर्चात बचत होते.

चीनच्या तुलनेत भारत पायाभूत सुविधांवर खूपच कमी खर्च करतो. सकल राष्ट्रीय उत्पन्नाच्या ७% पायाभूत सुविधांमधील चीनच्या गुंतवणुकीच्या तुलनेत भारताची वृद्धीपूरक क्षेत्रातील गुंतवणूक केवळ ४% आहे. अल्प व्यवहार खर्चामुळे ही चीनला निर्यातीची स्पर्धात्मकता मिळाली आहे. उदाहरणार्थ, भारतात निर्यातीसाठी मालाची जागा आरक्षित करण्यासाठी ४० दिवस लागतात तर चीनमध्ये केवळ एक दिवस लागतो.

(नमुना अभ्यास ६.१ पुढे चालू)

[१८] वार्षिक अहवाल, २०११-१२. दूरसंचार खाते, भारत सरकार http://www.dot.gov.in/annualreport/AR%20English%2011-12.pdf येथे उपलब्ध.

(नमुना अभ्यास ६.१ पुढे चालू)

भारताच्या तुलनेत चीनची २०१३ मधील निर्यात ४.१६ लाख कोटी अमेरिकन डॉलर जवळजवळ दहापट का आहे हे नवलच आहे. लोखंड आणि पोलाद, रसायने, यंत्रे आणि दूरसंचार उपकरणे, वस्त्रे व कपडे अशी ज्यात चीन व भारत परस्परांशी आंतरराष्ट्रीय बाजारात स्पर्धा करतात ही उत्पादने पाहिल्यास चीनचा जागतिक बाजारपेठेतील वाटा खूपच मोठा आहे. या वस्तूंचा चीनच्या निर्यातीतील वाटा अनुक्रमे सुमारे ६, ३, १५, १७ आणि २४% आहे. तर तुलनेने भारताचा वाटा अनुक्रमे २,१,१,४ आणि ३% आहे. चीनचे हे यश त्यांच्या चांगल्या भौतिक पायाभूत सुविधांच्या तरतूद करण्याच्या क्षमतेत आणि स्वस्त कर्ज सुलभतेने उपलब्ध असण्यात आहे.

भारताचा दळणवळण खर्च सराउच्या १३% म्हणजे जगात सर्वोच्च आहे. तांदूळ, चहा, अशा खाद्य उत्पादनांच्या भारतीय निर्यातदारांना नजीकच्या बंदरातून माल पाठवण्यात अडचणी येतात. उदाहरणार्थ, पूर्व भारतातील निर्यातदारांना त्यांची खाद्य उत्पादने आंध्र प्रदेशातील काकिनाडा बंदरात रस्ते मार्गाने पाठवावी लागतात. या बंदरात भेसळ प्रतिबंधकतेसाठी पाण्यामध्येच माल भरता येण्याची सुविधा आहे. जवळच्या गर्दीच्या कोलकाता बंदरातून कच्चे लोखंड आणि इतर धातूंचे भंगार पाठवले जातात. या ठिकाणी धातूंची लाल धूळ उडून प्रदूषण होते व त्यामुळे खाद्यपदार्थात भेसळी होण्याची भीती असते.

चीन सरकार इतरही सुविधा पुरवते. स्वस्त कर्जाबरोबरच चिनी उद्योजकांना स्वस्त ऊर्जा, पाणी आणि जमीन उपलब्ध होते. अप्रत्यक्ष सहाय्याबरोबरच शासन विभेदी अनुदानेही देते. उदाहरणार्थ, देशांतर्गत उपभोगासाठी केलेल्या धाग्यांच्या उत्पादनांसाठी अनुदाने कमी असतात. तर हेच धागे निर्यातक्षम पॉलिस्टर धाग्यांसाठी कच्चा माल म्हणून वापरले तर अधिक अनुदान दिले जाते. चीनला जगाचे जुळणी केंद्र करण्याच्या दृष्टीने शून्य जकातींची विशेष आर्थिक क्षेत्रे (SEZs) स्थापली गेली. यासाठी शेजारच्या आशियाई देशांतून कच्चा माल आयात करून चीनमध्ये जोडणी करून नंतर जगात इतरत्र निर्यात केला गेला. याबरोबरच, प्रतिनग उत्पादन खर्चात बचत होण्यासाठी फार मोठ्या प्रमाणावर यंत्रणा राबवली गेली. या साऱ्यांमुळे जागतिक निर्यातीमध्ये चीनचे बरेच मोठे प्रमाण असण्याचे स्पष्टीकरण मिळते.

याउलट, भारतीय निर्यातदारांना शासनाकडून कसलेच सहाय्य मिळत नाही. खते, पोलाद आणि पेट्रोरसायने या अलीकडच्या उभरत्या निर्यात उत्पादकांना त्या उद्योजक नेत्यांनीच पुढाकार घेतला म्हणून यश मिळाले. भारतातील हे उद्योग प्रतिस्पर्धी चिनी उद्योगांच्या आकारमानात तुल्यबळ आहेत. काही वर्षांपूर्वीच्या भांडवलाच्या कमी खर्चाचा लाभ उठवून हे उद्योग स्थापले गेले. या दशकाच्या सुरुवातीला भारतातील कर्जाऊ भांडवलाचा व्याज खर्च सध्याच्या १२ ते १३% तुलनेत ७ ते ८% असा घटला होता. हे उभरते उद्योगक्षेत्र अतिशय भांडवलप्रधान आहे. आणि कातडी वस्तू आणि कपडे उत्पादन क्षेत्राला सध्या भेडसावणाऱ्या कामगार टंचाई समस्या मुक्त आहे.

भारतीय धोरणकर्त्यांनी चिनी शासनकर्त्यांकडून हे धडे शिकून घेतले पाहिजेत. नाहीतर, भारताची रेंगाळलेली निर्यात हे राष्ट्रीय वर्तमानपत्रांचे मथळे असेच सुरू राहतील.

प्रक्रिया

सागरी मार्गाने निर्यात करण्याची प्रक्रिया

टप्पा १

निष्कासन व संप्रेषण अधिकारी क्लिअरिंग व फॉरवर्डिंग एजंट निर्यातदारांकडून वस्तूंची यादी व इन्व्हॉइस प्राप्त झाल्यानंतर जहाज मार्गावरील कंटेनरचे आरक्षण करतो. याचवेळी जहाज वाहतुकीचे दस्तावेज सीमाशुल्क खात्यामध्ये इलेक्ट्रॉनिक पद्धतीने किंवा प्रत्यक्ष पाठवली जातात. जहाज वाहतुकीच्या दस्तावेजात हे निर्यातदारांकडून निर्यात होणाऱ्या वस्तूंची नेमकी नगसंख्या व मूल्य याचे निवेदन असते. (दस्तावेजात याची 'जावक' अशी नोंद असते.) कस्टम्स अधिकाऱ्यांकडून तज्ज्ञ दलालांकडून तयार केलेले दस्तावेज तपासले जाऊन मालाच्या जकाती, नियमावली आणि अचूकतेची निश्चिती केली जाते.

टप्पा २

सीमाशुल्क (कस्टम्स) विभागाकडून मान्यता मिळाल्यानंतर जहाजात माल भरण्यासाठी कंटेनर एकतर कारखान्याच्या आवारात किंवा सीमाशुल्काशी संलग्नित गोदामांमध्ये (CFS) ठेवला जातो. कारखान्याच्या आवारात माल भरला गेल्यास त्या कारखान्याची नोंदणी भारत शासनाच्या उत्पादन शुल्क विभागात झाली असली पाहिजे. उत्पादन शुल्क खात्याचे अधिकारी माल भरतेवेळी कारखान्याच्या आवारात उपस्थित असतात. त्यानंतर हे अधिकारी मालाच्या कंटेनरला सील लावतात आणि ते कंटेनर गोदामांमध्ये पाठवले जाते. तेथे सीमाशुल्क अधिकारी सीलची तपासणी करतात.

टप्पा ३

क्लिअरिंग व फॉरवर्डिंग एजंटस् गोदामांमध्ये माल भरताना कंटेनरची तपासणी झाल्यानंतर सीमाशुल्क अधिकारी Let Export Order अशी सूचना क्लिअरिंग व फॉरवर्डिंग एजंट अधिकाऱ्याला देतात. हा अधिकारी कंटेनरचे आरक्षण करत असतो. माल भरून झाल्यानंतर (कारखाना आवारालाही) कंटेनरला One Time Lock (OTL) कुलूप लावले आहे. हे कुलूप जहाज वाहतूक कंपनीकडून पुरवलेले असते. या ओटीएल कुलुपासाठी एक विशिष्ट क्रमांक दिलेला असतो. या क्रमांकाचा उल्लेख लेडिंग बिलावरती (B/L – माल वाहून नेण्याची पावती)[११] केला जातो. हे ओटीएल कुलूप उघडता येत नसते. जर त्याची मोडतोड झालेली असली तर मालाच्या कंटेनरला सीमाशुल्काच्या तपासणीनंतर कोणीतरी हात लावल्याचे समजले जाते. या औपचारिकतेनंतर कंटेनर बंदराकडे पाठवला जातो.

[११] B/L मध्ये पुढील माहिती असतेः (१) माल पाठवणाऱ्यांचे व स्वीकारणाऱ्यांचे नाव, (२) माल जेथून पाठवला व जेथे पाठनणार त्या बंदरांची नावे, (३) जहाजवाहतूक कंपनीचे नाव, (४) जहाज जाण्याच्या व पोचण्याच्या तारखा, (५) निर्यात वस्तूंची पॅकिंगच्या संख्या व प्रकारासह यादी, (६) पॅकिंगवरील खुणा व क्रमांक, (७) वाहतूक खर्चाचा दर हे बिल मालाचे मालकी हक्क शाबित करणारे आणि हस्तांतरणीय किंवा अहस्तांतरणीय स्वरूपाचे असू शकते. हस्तांतरणीय B/L मध्ये Letter of Credit द्वारे व्यवहार केला जातो. B/L मालाचे नुकसान, विलंब किंवा हरवल्यास भरपाई दाव्यासाठी आवश्यक असते शिवाय मालाच्या मालकीविषयक वादातील निवाड्यासाठीही गरजेचे असते.

टप्पा ४

चेन्नईमध्ये मालाचे कंटेनर जहाज बंदर सोडण्याच्या २४ तासांपूर्वी बंदराच्या आवारात असणे गरजेचे आहे. असे नसल्यास ते कंटेनर 'Shut Out' म्हणजे दुसऱ्या जहाजातून संबंधित सर्व कागदपत्रांमध्ये बदल करून पाठवावे लागते.

टप्पा ५

B/L दिले जाते. जहाज कंपनीकडून B/L एकत्रः

१. कंटेनर जहाजामध्ये ठेवल्यानंतर आणि जहाजाने बंदर सोडल्यानंतर दिले जाते किंवा
२. निर्यातदार देशांच्या क्लिअरिंग व फॉरवर्डिंग एजंटस् गोदामापासून मिळालेल्या पावतीच्या आधारे दिले जाते.

साधारणपणे B/L हे तीन मूळ प्रती व तीन अहस्तांतरणीय प्रतींचे असते. जर निर्यातदार व आयातदार यांच्यातील व्यवहार थेट टेलिग्राफिक ट्रान्सफरद्वारे असेल किंवा आयातदारांकडून निर्यातदाराला आगाऊ रक्कम दिली गेली असेल तर B/L हे मूळ देशात दिले जाते. याचा अर्थ आयातदारांना जहाजातून माल सोडवताना मूळ प्रतीची गरज नसते.

टप्पा ६

जेव्हा जहाज ठरल्या ठिकाणी पोहोचते तेव्हा आयातदाराच्या बाजूचा B/L अधिकारी मूळ प्रत ताब्यात घेतो आणि ती आयातदाराच्या बँकेत जमा करतो. ही बँक निर्यातदाराच्या बँकेला निर्यातदाराला पैसे देण्याची सूचना करते.

टप्पा ७

निर्यातदार B/L आपल्या बँकेत सादर करून एलआयसी मधील सर्व नियमांचे पालन झालेले असल्यास आपल्या खात्यात रक्कम जमा करू शकतो. एलआयसी हे वित्तीय संस्था किंवा तत्सम घटकाने विक्रेत्याला वस्तू आणि सेवांच्या मोबदल्यांची दिलेली हमी असलेले कागदपत्र असते.[२०]

हवाई मार्गाद्वारे निर्यातीची प्रक्रिया

टप्पा १

क्लिअरिंग व फॉरवर्डिंग अधिकारी हवाई वाहतूक कंपनीमध्ये मालासाठी लागणारी जागा तपासून हवाई मार्गे वाहतूक बिल (B/L समान) तयार करतो.

---

[२०] एलआयसी मध्ये विशिष्ट चलनातील विशिष्ट रक्कम देण्याची हमी असते. मात्र यासाठी विक्रेत्याने B/L मध्ये नमूद केलेल्या अटी पूर्ण केलेल्या असाव्या लागतात. आणि हे कागदपत्र निश्चित मुदतीत जमा करावे लागतात. कागदपत्रात सामान्यतः B/L चा किंवा हवाईमार्ग बिल, व्यापारी पावती आणि मूळ प्रमाणपत्र असते. समावेश असतो.

टप्पा २

एकदा हे झाले की हा अधिकारी सीमा शुल्क कार्यालयातील अधिकाऱ्यांशी संपर्क साधून (जे हवाईमार्गे वाहतुकीचे बिलासाठी अधिकृत असतात.) संपर्क साधतात.

टप्पा ३

एकदा हवाई वाहतूक बिल जमा केले की क्लिअरिंग व फॉरवर्डिंग अधिकारी आंतरराष्ट्रीय हवाई वाहतूक संघटना (IATA) अधिकाऱ्यांशी संपर्क साधून हवाई मार्गावर जागेचे आरक्षण करते.

टप्पा ४

हवाई वाहतूक बिल दिले गेल्यानंतर सीमा शुल्क विभाग Let Export जीवशी वितरित करतो.

टप्पा ५

माल भरला जातो आणि हवाई वाहतूक कंपनी मालाचा ताबा घेतो.

टप्पा ६

जमा केलेल्या मालाची तपासणी होऊन तो विमानतळाच्या गोदामात ठेवला जातो. जर मालाचे आकारमान यांत्रिक तपासणीच्या मानाने मोठे असेल तर तो विमानतळ आवारात विशिष्ट जागी २४ तासांकरिता ठेवला जातो. आणि मालामध्ये स्फोटके नसल्याची खात्री केली जाते. माल सागरी मार्गाने पाठवण्यात व यात दोन बाबींचा फरक आहे. पहिला, हवाई वाहतूक बिल हे B/L प्रमाणे हस्तांतरणीय नसून अहस्तांतरणीय असते. दुसरे, हवाई वाहतूक कंपनीने मालाचा ताबा घेऊन विमानतळ गोदामात जमा केल्यानंतर साठवणुकीचा खर्च निर्यातदार करत नसून हवाई वाहतूक कंपनी आहे.

आयात प्रक्रिया

टप्पा १

ठरलेल्या ठिकाणी माल पोचल्यानंतर आयातदाराकडील क्लिअरिंग व फॉरवर्डिंग अधिकारी B/L जमा करून घेतो व आयातदाराच्या बँकेकडे सुपूर्द करतो. ही बँक निर्यातदारांच्या बँकेला पैसे पाठवते.

टप्पा २

माल सीमाशुल्क विभागाच्या गोदामात पोहोचतो. तेथील अधिकारी मालाची तपासणी करून TR-6 चलन नावाचे कागदपत्र वितरित करतात. या चलनासह क्लिअरिंग व फॉरवर्डिंग अधिकारी सीमाशुल्क गोदामात जाऊन माल सोडवून घेतात.

टप्पा ३

सीमाशुल्क विभागाचे अधिकारी मालावर शुल्क भरल्याचा शिक्का मारून माल ताब्यात देतात. या कागदपत्राचा उपयोग सीमाशुल्काचा Duty Entitlement Pass Book (DEPB) योजनेतर्गत

अंशतः परतावा मिळवण्यासाठी होतो. DEPB ही निर्यात प्रोत्साहक योजनेमध्ये त्याने निर्यात केल्यास आयातदाराचे सीमाशुल्क परत देण्याची तरतूद आहे.

टप्पा ४

वनस्पती रोपे किंवा प्राणिजन्य पदार्थ आयात करण्यापूर्वी आयातदार संस्थेने वनस्पतीबाबत Plant Protection, Quarantine & Storage या संचालनालयाकडे किंवा प्राणी असल्यास पुशुसंवर्धन, दुग्धव्यवसाय आणि मत्स्यव्यवसाय विभागाकडे परवान्यासाठी अर्ज करावा लागतो. ही दोन्ही खाती कृषी मंत्रालयाच्या अखत्यारीत येतात. हा परवाना सहा महिने कालावधीसाठी वैध असतो.

टप्पा ५

जर प्राणी किंवा वनस्पतिजन्य आयात असेल तर आयात पदार्थ वनस्पती किंवा प्राणिजन्य भेसळीपासून मुक्त असल्याचे व मानवी उपभोगासाठी सुरक्षित असल्याची आणखी काही कागदपत्रे आवश्यक असतात. आयात वस्तूंचा दर्जा तपासला जातो. हे काम केंद्र शासन नियुक्त परीक्षण यंत्रणा करते. दक्षिण भारतात चेन्नई, म्हैसूर आणि तिरुचिरापल्ली या तीन ठिकाणी अशा परीक्षण सुविधा आहेत. जागतिक आरोग्य संघटनेने (WTO) निर्देशित केलेले आरोग्याचे निकष पाळले जातात.

टप्पा ६

नमुना परीक्षणानंतर अहवाल सीमाशुल्क खात्याकडे रजिस्टर पोस्टाने पाठवला जातो. हा अहवाल मिळाल्यानंतर सीमाशुल्क विभाग अधिकारी गोदामातील माल ताब्यात देतात.

प्रकरण ७

बाह्य लेखा आणि विनिमय दर

भारताचे बाह्य क्षेत्र

सन २०१३-१४ चे अंदाजपत्रक सादर करताना अर्थमंत्री पी. चिदंबरम् यांनी म्हटले आहेः 'चालू खात्यावरील तूट ही माझी मोठी चिंता आहे. अतिरिक्त तेल आयात, मोठ्या प्रमाणावरील कोळसा आयात, आपले सोन्याविषयीचे आकर्षण आणि निर्यातीतील घट या साऱ्यांमुळे सातत्याने चालू खात्यावर तूट दिसत आहे.[१] ही तूट भरून काढण्यासाठी भारताला ७५ अब्ज अमेरिकन डॉलर्सपेक्षा जास्त रकमेची गरज आहे. एका वर्षावरील अधिक काळासाठी चालू खात्यावरील तूट (CAD) भरून काढण्याकरता मोठ्या प्रमाणातील थेट परकीय गुंतवणूक विदेशी संस्थात्मक गुंतवणूक (FII) आणि परकीय व्यापारी कर्जे (ECB) यांची मदत होऊ शकेल.

बाह्य किंवा आंतरराष्ट्रीय क्षेत्र कसे महत्त्वाचे आहे, आणि ते एकूण अर्थव्यवस्थेवर कसा प्रभाव टाकते हे समजून घेण्यासाठी आपल्याला सर्वप्रथम व्यवहारातील किंवा बाह्यलेखा, विनिमय दर आणि व्यापारखर्च समजून घ्यावे लागतील.

बाह्य लेख्यांमध्ये चालू आणि भांडवली खाती असतात. कोणत्याही अर्थव्यवस्थेतील एकूण राष्ट्रीय बचत आणि गुंतवणूक यातील फरक म्हणजे चालू खात्यावरील तूट होय. यात अल्पकाळात अर्थव्यवस्थेत येणारे आणि बाहेर जाणारे साधारणतः एका वित्तीय वर्षामधील भांडवलाचे प्रवाह लक्षात घेतले जातात. चालू खात्यामध्ये दोन घटक असतात. पहिल्या गटात अर्थव्यवस्थेत येणाऱ्या व्यापारी वस्तू (आयात) आणि बाहेर जाणाऱ्या वस्तू (निर्यात) नोंदवल्या जातात. एखाद्या वित्तीय वर्षात जर एखाद्या देशाची निर्यात आयातीपेक्षा अधिक असेल, तर ती व्यापारी शिल्लक असते. अन्यथा व्यापारी तूट असते. दुसऱ्या गटामध्ये सेवांच्या आयात व निर्यातीचे व्यवहार नोंदवले जातात. एखाद्या देशाची व्यापार तूट असूनही चालू खात्यावर शिल्लक असू शकते, कारण सेवांद्वारे होणारी उलाढाल व्यापारतुटीपेक्षा मोठी असू शकते. २००० सालच्या सुरुवातीच्या काळात भारताने नोंदवलेली चालू खात्यावरील शिल्लक सेवा खात्यातील शिलकीमुळेच होती.

विशिष्ट वर्षातील वस्तू आणि सेवांच्या आयात आणि निर्यातीमधून होणारा राष्ट्रीय उत्पन्नातील बदल चालू खात्यावर नोंदला जातो, तर भांडवली खात्यामध्ये राष्ट्रीय मालकीच्या भांडवली वस्तूंमधील बदल

[१] http:/indiadoday.in/story/union-budget-2013-14 fulltext of chidambaram-budget-speech/252048.htmal

दर्शवला जातो. भांडवलाची विक्री आणि मालकीतील बदल होण्यास कालावधी लागत असल्याने भांडवली खात्यावर दीर्घकाळातील *भांडवल* हा शब्द कारखान्यासारख्या भौतिक आणि समभागासारख्या वित्तीय संसाधनांशी निगडित असतो. जेव्हा चेन्नई शहराबाहेर ह्युंदाई कंपनीने वाहन उत्पादक कारखाना सुरू केला, तेव्हा त्याला भारतातील थेट परकीय गुंतवणूक असे म्हटले गेले. जेव्हा एखाद्या भारतीय कंपनीमध्ये गुगल कंपनी समभाग किंवा रोखे खरेदी करते, तेव्हा भारतामध्ये परकीय खातेनिहाय गुंतवणूक होते. याशिवाय भांडवली खात्यात स्वामित्व हक्क, पेटंट, ट्रेडमार्क आणि भौगोलिक दर्शके यावरील परदेशात जाणाऱ्या व परदेशातून येणाऱ्या रकमांचे व्यवहारही समाविष्ट होतात. या संकल्पनांवरील तपशीलवार स्पष्टीकरण आपण प्रकरण ८ मध्ये पाहणार आहोत.

भारतात एखाद्या कंपनीच्या भरणा भांडवलाच्या १०% पर्यंत परकीय संख्यात्मक गुंतवणुकीला परवानगी आहे. याचा अर्थ १०% वरील गुंतवणूक थेट परकीय गुंतवणूक मानली जाईल. अर्थात अशी अधिकृत व्याख्या अस्तित्वात नाही. मात्र, थेट परकीय गुंतवणुकीच्या नावाखाली किती किमान भांडवल गुंतवावे हे निश्चित केलेले नाही.

चालू खात्यावरील तूट असताना भांडवली खाते शिलकीचे असू शकते, हे लक्षात घ्या. देशांतर्गत संसाधनांच्या परकीयांना विक्रीद्वारे जमा होणारी रक्कम (समभाग, रोखे आणि जमीन) आणि परकीय संसाधनाच्या खरेदी रकमेतील फरक भांडवली खात्याचे संतुलन दर्शवते. चालू खात्यावरील तूट किंवा भांडवली खात्यावरील शिल्लक घडण्यासाठी देशांतर्गत संसाधनांची विक्री रक्कम परकीय संसाधनांच्या खरेदीपोटी देशाच्या होणाऱ्या खर्चापेक्षा अधिक असावी लागते. हे घडते तेव्हा मुळात देशातील परकीय चलनाच्या साठ्यात घट होते. व्यवहारतोलामध्ये चालू व भांडवली खात्यांचा समतोल साधला गेला असल्याने कुठल्याही देशाचा व्यवहारतोल नेहमीच शून्य असतो.

एप्रिल २०११ नंतर भारताची चालू खात्यावरील तूट वाढतच गेली. (पहा आकृती ७.१) २०१०-११ या वित्तीय वर्षामध्ये चालू खात्यावरील तूट सरासरी राष्ट्रीय उत्पन्नाच्या २.६% होती, २०११-१२ मध्ये ४.२ आणि २०१२-१३ मध्ये ती आणखी वाढून ५.२% झाली. जर ही तूट डॉलरमध्ये मोजली तर हे प्रमाण कमी होऊ शकेल. मार्च २०११ ते मार्च २०१२ दरम्यान भारतीय रुपयाचे २२% अवमूल्यन झाले. त्यामुळे डॉलरमध्ये मोजल्यास चालू खात्यावरील तूट कमी येईल.

हे मोजमाप क्षणभर बाजूला ठेवले तरी, चालू खात्यावरील तूट वाढत गेली. २०१२-१३ च्या पहिल्या सहा महिन्यात चालू खात्यावरील तूट २०११-१२ च्या पहिल्या सहा महिन्यांपेक्षा २.५ अब्ज अमेरिकन डॉलर्सनी अधिक होती. व्यापारी तूट १.१ अब्ज अमेरिकन डॉलर्सनी वाढल्यामुळे आणि १.४ अब्ज अमेरिकन डॉलर्सनी अदृश्य सेवा व्यवहारांच्या शिलकीत घट झाल्यामुळे ही वाढ झाली होती.[२] व्यापार तूट वाढली. आयातींमध्ये १०.४ अमेरिकन डॉलर्सनी घट होऊनही निर्यात ११.७ अब्ज अमेरिकन डॉलर्सनी घटल्यामुळे व्यापार तूट घडून आली. २०१२-१३ च्या पहिल्या ११ महिन्यात व्यापार तुटीने १८२.१ अब्ज अमेरिकन डॉलर्सची पातळी गाठली. अदृश्य सेवांच्या शिलकीमधील घट

२. आरबीआय मंथली बुलेटिन (अनेक अंक) रिझर्व्ह बँक ऑफ इंडिया, वस्तू आणि सेवांच्या व्यापारावरील सांख्यिकी माहिती. शिवाय पहा, भारत शासनाच्या वाणिज्य मंत्रालयाने, भारताच्या व्यापारावरील प्रसिद्ध केलेली माहितीः http://commerce.nic.in/tradestats/indiatrade.asp येथे उपलब्ध आहे.

आकृती ७.१ भारतातील चालू खात्यावरील तुटीचा मागोवा

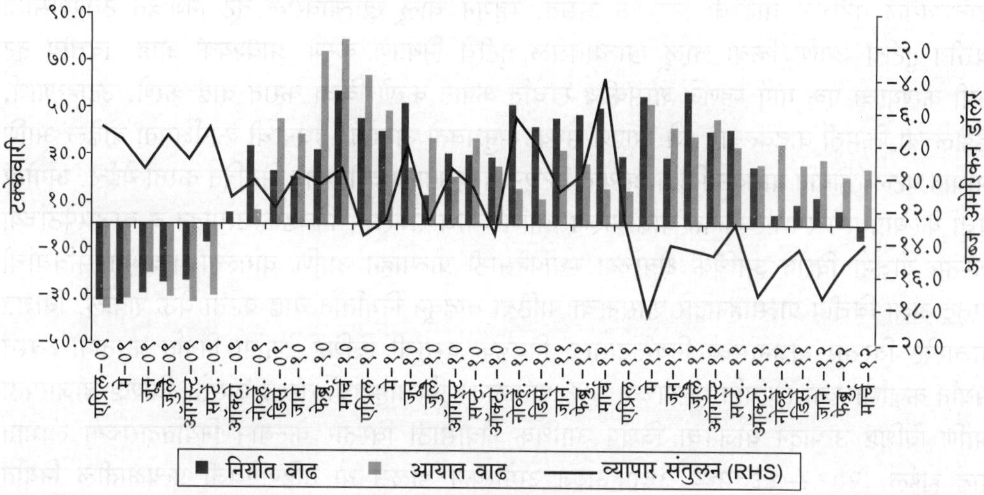

स्रोत: आरबीआय मासिक पत्रिका, जून २०१२, भारतीय रिर्झव्ह बँक

ही सेवांच्या निर्यातीत झालेल्या ८० कोटी अमेरिकन डॉलर्सच्या लहानशा घटीमुळे झाली, तर व्याजापोटी आलेली रक्कम आणि स्वामित्वधन यांच्यातील वाढ व्यक्तिगत व्यवहारातील देणी भागवल्याने कमी अधिक प्रमाणात संतुलित झाली. चालू खात्यावरील तूट वाढत जाण्याचे मुख्य कारण म्हणजे व्यापारी निर्यातीतील घट होय. २०१२–१३ च्या एप्रिल ते सप्टेंबर या कालावधीत व्यापारी निर्यातीतील घट व्यापारी आयातीतील घटीपेक्षा अधिक होती, निर्यातीमध्ये १२ अब्ज अमेरिकन डॉलर्सची घट तर आयाती ९ अब्ज अमेरिकन डॉलर्सने घटल्या. भारताच्या प्रमुख आयात वस्तू खनिज तेल, वंगण, सोने, चांदीसारखे मौल्यवान धातू अशी किंमत लवचिकता असणारी उत्पादने आहेत. २००० च्या बहुतांश दशकात खनिज तेल आणि वंगणांच्या आयातीचे मूल्य भारताच्या एकूण आयातीच्या सुमारे ३०% राहिले. सोने आणि चांदी ही दुसरी महत्त्वाची आयात उत्पादने. किंमत ताठरता असूनही यांच्या मागणीतील घट देशांतर्गत अर्थव्यवस्थेतील मंदी सूचित करते. तसेच भारताच्या निर्यातीतील घट जागतिक मंदी सूचित करते.

चालू खात्यातील तूट नियंत्रित करणे दोन कारणांसाठी महत्त्वाचे आहे. पहिले कारण तुटीचा राष्ट्रीय बचत व गुंतवणुकीशी घनिष्ट संबंध असल्याने ती वृद्धीशी महत्त्वपूर्ण रीतीने निगडित आहे. दुसरे म्हणजे ही तूट विनिमय दरावर परिणाम करते व त्यामुळे अर्थव्यवस्थेच्या निर्यात स्पर्धात्मकतेवरही तिचा प्रभाव पडतो.

चालू व वित्तीय खात्यातील संबंधाची चर्चा करताना आपण जे समीकरण मांडले होते ते आठवून पहा –

$$I = S^{Pvt} + S^{Pub} + S^{Row}$$

$$\Rightarrow (G - T) = (S - I) + (M - X)$$

बंदिस्त अर्थव्यवस्थेत जेव्हा बचत आणि गुंतवणूक समान असते, तेव्हा वित्तीय तुटीतील वाढ चालू खात्यावरील तुटीच्या वाढीची निदर्शक असते. म्हणून चालू खात्यावरील तूट नियंत्रित ठेवण्यासाठी वित्तीय तुटीचे आणि/किंवा चालू खात्यावरील तुटीचे नियंत्रण करणे आवश्यक आहे. वित्तीय तूट कमी करण्याचा एक मार्ग म्हणजे शासकीय खर्चात कपात करणे किंवा करात वाढ करणे. उदाहरणार्थ, डिझेलच्या किमती वाढवल्याने (जे आपण सध्या अनुभवतो आहोत) इंधनाची कार्यक्षमता वाढेल आणि आयात घटेल. निर्यात वाढवून किंवा आयात घटवून चालू खात्यावरील तूट नियंत्रित करता येईल. अगोदर चर्चा केल्याप्रमाणे स्पर्धात्मकतेत वाढ करून आणि व्याज सवलत, निवडक उत्पादने व बाजारपेठांच्या विस्तार योजना विशेष आर्थिक क्षेत्रांच्या स्थापनेसाठी प्रोत्साहन आणि चांगल्या पायाभूत सुविधांची तरतूद अशा वित्तीय प्रोत्साहनांद्वारे शासनाचा पाठिंबा वाढवून निर्यातीत वाढ करता येऊ शकेल. विशिष्ट बाजारपेठ विस्तार योजनांमध्ये निर्यातदाराला निवडक वस्तूंची विशिष्ट देशांना निर्यात करताना स्वस्त निर्यात कर्जासारख्या (निर्यात मूल्याच्या ३% पातळीत) प्रोत्साहनांची तरतूद असते. विशिष्ट बाजारपेठा आणि विशिष्ट उत्पादन योजनेचा विशेष आर्थिक क्षेत्रासाठी विस्तार केल्याने निर्यातदारांच्या लाभात वाढ होईल. २०१२-१३ मध्ये ३६० अब्ज अमेरिकन डॉलर्स या उद्दिष्टाऐवजी प्रत्यक्षातील निर्यात सुमारे ३०० अब्ज अमेरिकन डॉलर्स इतकी कमी पातळीत झाली. निर्यातीतील ही घट ३००.६ अब्ज अमेरिकन डॉलर्स इतकी म्हणजे २०११-१२ च्या ३०५.९ अब्ज अमेरिकन डॉलर्सच्या पातळीत १.७६% होती. २०१२-१३ या वित्तीय वर्षासाठीची व्यापारतूट त्यामागील वर्षामधील १८३.४ अब्ज अमेरिकन डॉलर्सच्या तुलनेत १९०.९१ अब्ज अमेरिकन डॉलर्स इतकी वाढली.

देशांतर्गत भाववाढ नियंत्रणात ठेवणेही गरजेचे आहे. यामुळे आपल्या निर्यातीची स्पर्धात्मकता वाढण्यास मदत होऊन निर्यात वाढेल आणि चालू खात्यावरील तूट कमी होईल. भाववाढ कमी झाल्यास सोन्याची आयात घटण्यासही मदत होईल. साधारणतः गुंतवणूकदार भाववाढीपासून संरक्षण म्हणून सोने आणि चांदी खरेदीचा आधार घेतात. निर्यात वाढीसाठी किमतीशिवाय निर्यातीवर नकारात्मक परिणाम करणाऱ्या (ज्याला व्यापारखर्च असेही म्हटले जाते) अशा प्रक्रियेतील अडथळ्यांना हटवूनही प्रयत्न करता येईल. कोळशाच्या पुरवठ्यातील अथडळे दूर करून त्याद्वारे तेलाची आयात मागणी कमी करण्याचा आणि सोन्यावरील आयात शुल्कात वाढ करून सोन्याची आयात घटवण्यासारखे कार्यक्षम निर्णय घेऊन चालू खात्यावरील तूट नियंत्रणात ठेवता येईल.

विनिमय दर

एका चलनाचा दुसऱ्या चलनात ज्या दरात विनिमय होतो, त्याला विनिमय दर म्हणतात. याला एका देशाच्या चलनाचे दुसऱ्या चलनातील मूल्यही म्हणता येईल. उदाहरणार्थ, १ मार्च २०१३ रोजी जर आपल्याला भारतीय रुपयाच्या बदल्यात १ अमेरिकन डॉलर घ्यायचा असेल तर त्यासाठी आपल्याला सुमारे ५४ रुपये लागले असते. एका विशिष्ट काळासाठी (t) अमलात येणारा हा चालू विनिमय दर (spot) असतो. याशिवाय भावी (forward) विनिमय दरही असतो. भावी विनिमय दर आज रोजी

निश्चित केला जातो, परंतु त्याचा विनिमय व प्रत्यक्ष मोबदला भविष्यातील एखाद्या विशिष्ट तारखेला दिला जातो (*t + १*). विनिमयाची बाजारपेठ समोरासमोरील प्रत्यक्ष व्यवहार स्वरूपाची असते. शेअर बाजाराप्रमाणे संघटित विनिमय करणारी अशी कोणतीही विशिष्ट जागा किंवा इलेक्ट्रॉनिक स्वरूपाची विशिष्ट बाजारपेठ यात नसते, ज्यात केंद्रीय यंत्रणेद्वारे चलनाचे व्यापारी चलनाचा विनिमय करतात. प्रामुख्याने बँकाच्या दूरध्वनी आणि संगणकाची रोटर आणि ब्लूमबर्ग प्रणाली वापरून व्यवहार करणारी आंतरबँक यंत्रणा विनिमय दर बाजारपेठात काम करते.

अर्थव्यवस्थेत आर्थिक स्थैर्य आणि वृद्धी घडवून आणण्यासाठी 'योग्य विनिमय दर असणे' आवश्यक आहे, यावर अर्थतज्ज्ञांचे एकमत होईल. सध्या आशिया आणि उत्तर अमेरिका खंडातील देशांसह अनेक देश विनिमय दराची निश्चिती बाजार यंत्रणेवर अवलंबून ठेवतात. या देशांचा विनिमय दर *तरता* असतो. तो बाजारपेठांद्वारे ठरतो. अधूनमधून या देशांच्या मध्यवर्ती बँका आपल्या वा दुसऱ्या देशाच्या चलनाच्या खरेदी-विक्रीद्वारे *हस्तक्षेप* करून विनिमय दरावर परिणाम साधण्याचा प्रयत्न करतात. हे जेव्हा घडते तेव्हा आपण त्याला विनिमय दर *व्यवस्थापित* तरता आहे, असे म्हणतो (Managed float).

इतर काही देश आपल्या व दुसऱ्या चलनातील विनिमय दर स्थिर ठेवण्याचा प्रयत्न करतात. उदाहरणार्थ, २००५ पर्यंत चीनने आपले युआन चलन व अमेरिकन डॉलर यांच्यातील विनिमय दर स्थिर ठेवला होता. त्यापूर्वी १९७५ मध्ये विकसनशील देशांपैकी ८७% देशांनी आपले विनिमय दर कोणत्या ना कोणत्या प्रकारे तरते ठेवले होते. सन १९९६ पर्यंत हे प्रमाण ५०% पेक्षा खाली आले होते. गेल्या दोन दशकातील प्रवृत्ती पाहता स्थिर विनिमय दराकडून *लवचिक* विनिमय दर अगदी तो *व्यवस्थापित* तरता असला तरी असा बदल झाल्याचे स्पष्टपणे सूचित होते.

व्यवस्थापित तरता विनिमय दर पद्धतीपूर्व जगातील देश *सुवर्ण विनिमय पद्धत* आणि *ब्रेटन वूडस पद्धत* अवलंबत होते. या दोन्ही पद्धती पूर्णतः स्थिर विनिमय पद्धती होत्या. एकोणिसाव्या शतकापासून १९३० च्या दशकापर्यंत प्रचलित राहिलेल्या सुवर्ण विनिमय पद्धतीमध्ये प्रत्येक देशाजवळील सोन्याच्या साठ्याने त्यांच्या देशातील चलनाच्या मूल्याद्वारे विनिमय दर ठरवला जात असे आणि प्रत्येक देशातील पैशाचा पुरवठा उपलब्ध सोन्याच्या साठ्यावर निश्चित केला जाई. अमेरिकेतील न्यू हॅम्पशायर राज्यातील ब्रेटनवूडस येथे १९४४ मध्ये भरलेल्या परिषदेवरून नाव पडलेल्या ब्रेटनवूडस पद्धतीत सर्व सभासद देशांच्या मध्यवर्ती बँकांनी आपापल्या चलनांचे मूल्य अमेरिकन डॉलर्सच्या आधारे निश्चित करण्याचे वचन दिले, तर अमेरिकेने सोन्याच्या खरेदी-विक्रीची स्थिर किंमत ३५ अमेरिकन डॉलर्स दर औंस अशी स्वीकारली. १९७० च्या दशकाच्या सुरुवातीला *ब्रेटन वूडस पद्धत* लयाला गेली आणि बहुतेक देशांनी एक चलन विनिमय दराऐवजी चलनाच्या गटांचा विनिमय दर पद्धत (casket peg) स्वीकारली. यात साधारणतः आयातीच्या विशेष आहरण अधिकाराचा (विआअ) समावेश होता. सध्या, केवळ ५८ देश स्थिर विनिमय दर पद्धत अवलंबत आहेत आणि त्यांचे विनिमय दर प्रामुख्याने अमेरिकन डॉलर व युरोशी संलग्न आहेत.

मात्र काही अपवाद आहेत. आफ्रिकेतील फ्रेंच वसाहती *कॉलनीज़ फ्रॅन्केज़ डी आफ्रिक्* (*सीएफए*) हे उत्तम उदाहरण आहे. या फ्रॅंक प्रदेशातील उप-सहारा आफ्रिकेतील १४ देशांनी १९४८ पासून त्यांचे चलन फ्रेंच फ्रँकशी संलग्न केलेले आहे. १९९४ मध्ये त्यांच्या चलनाचे लक्षणीय अवमूल्यन झाले होते.

शिवाय, काही देशांनी लवचिक विनिमय दरापासून स्थिर विनिमय दराची उलटी दिशाही स्वीकारली. यात १९९१ मध्ये चलन मंडळ व्यवस्था पद्धत स्वीकारण्यास अर्जेंटिना आणि १९८३ पासून यासारखीच विशेष प्रशासकीय क्षेत्र पद्धत (SAR) स्वीकारणाऱ्या हाँगकाँगचा समावेश होतो.

यासंबंधात *सरकती स्थिरता* ही आणखी एक संकल्पना आहे. १९८० च्या दशकात अनेक विकसनशील देशांमध्ये वेगाने भाववाढ झाली. आपल्याशी व्यापार करणाऱ्या मुख्य देशांच्या तुलनेत ज्या देशांमध्ये भाववाढ अधिक होती, त्या देशांनी बहुतेक वेळा आपल्या निर्यातीच्या स्पर्धात्मकतेतील घट रोखण्यासाठी आपल्या चलनाचे अवमूल्यन केले. यामुळे विशेष करून पश्चिम गोलार्धातील अनेक देशांनी भाववाढीतील बदलाच्या दरानुसार विनिमय दर निश्चित करण्याच्या निर्धारित निकषावर आपले विनिमय दर ठेवले. नंतर ज्या देशांमध्ये अतिशय जास्त दराने भाववाढ झाली, ते पुन्हा निश्चित विनिमय दर (Pegged) पद्धतीकडे वळले.

विनिमय दरातील अधिकाधिक लवचिकता स्वीकारण्याची प्रवृत्ती साधारणपणे खुल्या व बहिर्मुख व्यापार आणि गुंतवणूक धोरणांशी आणि बाजाराधिष्ठीत विनिमय दर व व्याजदर निश्चितीवर भर देण्याशी निगडित आहे. इथे अवमूल्यन आणि चलनमूल्य घसरण अवमूल्यन आणि मूल्यऱ्हास यातील फरक सांगणे महत्त्वाचे ठरेल.

स्थिर विनिमय दर पद्धतीमध्ये जेव्हा एखादा देश आपल्या विनिमय मूल्य घटवण्याचा जाणीवपूर्वक निर्णय घेतो, तेव्हा चलनाचे अवमूल्यन होते. अवमूल्यन म्हणजे आयातीच्या खरेदीसाठी आधिक प्रमाणात देशी चलनाची गरज असणे आणि निर्यातदारांना आपल्या निर्वाह मोबदल्याचे देशी चलनात रूपांतर केल्यावर अधिक प्रमाणात देशी चलन मिळणे होय. दुसऱ्या शब्दांत आयात अधिक महाग होते आणि निर्यातीतून अधिक पैसा मिळतो. अवमूल्यनामुळे परकीय बाजारपेठेत निर्यातदारांच्या स्पर्धात्मकतेत वाढ होण्याची अपेक्षा असते. शास्त्रशुद्ध भाषेत बोलायचे झाल्यास अवमूल्यनामुळे 'व्यापारशर्तींमध्ये सुधारणा' होते असे आपण म्हणतो.

याउलट तरत्या विनिमय दर पद्धतीमध्ये जेव्हा चलनाच्या मूल्यात घट होते, तेव्हा चलनात घसरण होते. चलनाचे मूल्य घटण्याच्या कोणत्याही शासनाच्या निर्णयामुळे हे होत नसून मागणी आणि पुरवठा बाजूच्या घटकांमुळे असे होत असते. एखाद्या शासनाने परकीय चलनाच्या बाजारपेठेत आपल्या चलनाची मोठ्या प्रमाणात विक्री केली तरी यामुळे चलनाच्या मूल्यात घसरण होऊ शकते. अवमूल्यन आणि घसरणीप्रमाणेच स्थिर विनिमय दर पद्धतीमध्ये जेव्हा एखाद्या चलनाचे मूल्य वाढते, तेव्हा त्याला *पुनर्मुल्यन* असे म्हणतात, आणि हेच जर लवचिक विनिमय दर पद्धतीमध्ये घडले तर, त्याला *अधिमूल्यन* असे म्हणतात.

भारताने जुलै १९९१ मध्ये आपल्या चलनाचे जवळजवळ १९% अवमूल्यन करून बाह्य क्षेत्रातील सुधारणा धोरणांचा प्रारंभ केला. यापाठोपाठ लगेच मार्च १९९२ मध्ये निर्यातदारांना मुक्त बाजारातील विनिमय दर देणारी स्वतंत्र दुहेरी विनिमय दर पद्धत सुरू झाली. अखेरीस मार्च १९९३ मध्ये एकसंघ पद्धतीने विनिमय दराची बाजाराधिष्ठित यंत्रणेवर निश्चिती करण्याची शासकीय घोषणा केली गेली. १९९३–९४ मधील रिझर्व्ह बँकेचे सर्वांत गुंतागुंतीचे धोरण म्हणजे मोठ्या प्रमाणात देशात भांडवलीचा ओघ येत असताना विनिमय दर धोरणाची अंमलबजावणी करणे होय. यात दोन विरुद्ध पर्याय उपलब्ध

होते. (१) पैशातील विनिमय दराला पूर्णतः तरता ठेवणे आणि (२) परकीय विनिमय दर बाजारपेठेत विनिमय दर स्थिर ठेवण्यासाठी नियमित हस्तक्षेप करणे. यात तेजी किंवा मंदीविरुद्ध उपाययोजना करण्याचे उद्दिष्ट असेल अथवा नसेलही. तज्ज्ञ अधिकाऱ्यांनी देशात येणाऱ्या भांडवलाची तरत्या पार्श्वभूमीवर दुसरा पर्याय स्वीकारला. त्यामुळे लवचिक विनिमय दर पद्धतीमध्ये स्थिर विनिमय दराची लक्षणे दिसू लागली. मात्र, या व्यवस्थेत एक महत्त्वाची त्रुटी होती. या प्रक्रियेत वास्तव विनिमय दराचे अधिमूल्यन झाले. १९९५-९६ मध्ये २०.७% असणाऱ्या निर्यातीत १९९६-९७ मध्ये ५.३% पर्यंत झालेल्या घटीतून हे दिसून आले.

विनिमय दराची मूल्य निश्चिती

विनिमय दराचे मूल्य कसे ठरवले जाते? तरत्या विनियम दर पद्धतीअंतर्गत विनिमय दराचे मूल्य बाजारयंत्रणा निश्चित करते, हे आपण मागील विभागात पाहिले. परंतु, विनिमय दरातील बदल बाजारातील किमतीच्या *योग्य* प्रमाणात होतो आहे की नाही हे कसे सांगता येईल? यासाठी पहिला दृष्टिकोन *वस्तूंच्या* बाजारपेठेचा आहे. यात विनिमय दराचे *अचूक* मूल्य शोधून काढण्यासाठी क्रयशक्ती समानता संकल्पना वापरून एक किंमत नियमाची (Loop) गृहीतके आहेत. दुसरा दृष्टिकोन म्हणजे *भांडवल* किंवा *संसाधन* बाजारपेठ दृष्टिकोन होय. यात विनिमय दराचे मूल्य देशाच्या अर्थव्यवस्थेत येणाऱ्या आणि बाहेर जाणाऱ्या भांडवलाचा ओघ यावर अवलंबून असतो.

वस्तू आणि बाजारपेठा दृष्टिकोन

एक किंमत नियमानुसार (Loop) वाहतूक खर्च आणि जकातीसारख्या इतर खर्चाच्या अभावी एकजिनसी वस्तूंची विक्री किंमत सारखीच असते. जेव्हा बाजारपेठा कार्यक्षम असतात, तेव्हा मूल्यफरकामुळे (arbitrage) हे निश्चितपणे घडते. मूल्यफरक ही अशी व्यापारी गुंतवणूक असते, की त्याद्वारे एकजिनसी वस्तूंच्या विभिन्न किमती पातळीमुळे नफा मिळवला जातो.

एखादी वस्तू विशिष्ट किमतीला खरेदी करून ताबडतोब अधिक किमतीला विकणे म्हणजे मूल्यफरक होय. अशा व्यापाऱ्यांच्या एकत्रित व्यवहारांमुळे वित्तीय साधनांसारख्या एकजिनसी वस्तू दीर्घकाळपर्यंत विभिन्न किमतीला विकल्या जाऊ शकत नाहीत. यालाच एक किमतीचा नियम म्हणतात. यामुळे आपल्या बाजारपेठांमध्ये कार्यक्षमता येऊन किमती आदर्श पातळीत राहण्याची निश्चिती होते. एकिंनि हे खरेदीशक्ती समानता सिद्धान्ताचे अविभाज्य अंग आहे. या सिद्धान्तात घाऊक किंमत निर्देशांक किंवा ग्राहक किंमत निर्देशांकासारख्या मात्रेतील एकूण किंमत पातळी सामायिक चलनात रूपांतरित झाली की ती किंमत निरनिराळ्या देशांमध्ये समान पातळीत असेल. एकूण किंमत लक्षात घेण्याऐवजी एकिंनि नुसार विभागानिहाय स्वतंत्र बाजारपेठेत एकजिनसी वस्तूंची सामायिक चलनातील वैयक्तिक किंमत एकसमान असेल. उदाहरणार्थ, जर पेप्सीच्या एका बाटलीची भारतातील किंमत ५० रुपये आणि अमेरिकेत एक अमेरिकन डॉलर असेल तर खरेदीशक्ती समानतेनुसार भारत आणि अमेरिकेचा विनिमय दर एक

अमेरिकन डॉलर = ५० रुपये असा असला पाहिजे. जर प्रचलित विनिमय दर ५५ रुपये = १ डॉलर असेल तर खरेदीशक्ती समानतेच्या आधारे आपण असे म्हणू शकतो, की भारतीय रुपयाचे अमेरिकन डॉलरच्या तुलनेत *अवमूल्यन* झाले आहे. २००० च्या सुरुवातीच्या बहुतांश काळात चीनने आंतरराष्ट्रीय बाजारपेठात स्पर्धकांवर मात करण्यासाठी जाणीवपूर्वक आपल्या चलनाचे अवमूल्यन केल्याची तक्रार केली जात असे.

द इकॉनॉमिस्ट या नियतकालिकात बिग मॅक निर्देशांक प्रसिद्ध केला जातो. यातून दोन चलनातील खरेदी शक्ती पातळीच्या मापनाची अनौपचारिक पद्धत लक्षात येऊ शकते. या निर्देशांकाचे 'बिग मॅक' हे नाव मॅकडोनाल्ड्स उपाहारगृहाच्या विविध देशांमध्ये विकल्या जाणाऱ्या हॅमबर्गरच्या नावावरून पडले आहे. एकिंनि नियमाचे तत्त्व सोपे आहे. जर हे तत्त्व आमलात आले नसेल तर, विभिन्न किंमत पातळींचा लाभ उठवून धोकेविरहित नफा कमावण्याची संधी मिळेल. दुसऱ्या शब्दांत सांगायले झाल्यास, कमी किंमत पातळीकडून अधिक किंमत असलेल्या ठिकाणांकडे वस्तू पाठवल्या जातील. मात्र, प्रत्यक्षात, एकजिनसी वस्तूंची विभिन्न देशांमधील किंमत एकसारखी असत नाही. यामुळे एकिंनि नियमाच्या विरुद्ध परिस्थिती निर्माण होऊन अपूर्ण बाजारपेठा अस्तित्वात येतात. निरनिराळ्या देशांमध्ये एकजिनसी वस्तूंची किंमत एकसारखी नसण्याचे एक कारण म्हणजे वाहतूक खर्च आणि जकाती व कोटासारखे व्यापार निर्बंध असणे होय. निरनिराळ्या देशांत नोंदणी झालेल्या सभभागांच्या बाबतीत वरीलपैकी सगळे नव्हे तरी बहुतेक खर्च नाहीसे झाले तर एकिंनि नियमाची चाचणी घेण्यासाठी सोईस्कर वातावरण निर्माण होईल.

एकिंनि नियमाची दोन रूपे आहेतः निरपेक्ष खरेदीशक्ती समानता (पीपीपी) आणि सापेक्ष खरेदीशक्ती समानता. निरपेक्ष संकल्पनेत साकलिक किंमत पातळी विचारात घेतली जाते, तर सापेक्ष रूपात विशिष्ट कालावधीतील एकूण किंमत पातळीतील बदल लक्षात घेतला जातो. मूळ स्वरूपात निरपेक्ष खरेदीशक्ती समानता पुढीलप्रमाणे मांडली जाईल.

वास्तव विनिमय दर (R) = चलनी विनिमय दर (e) × परदेशातील किंमत (P^*)/देशांतर्गत किंमत (P).

म्हणजेच, $R = e \times P^*/P$

वरील समीकरणावरून सापेक्ष खरेदीशक्ती समानता काढता येते. सापेक्ष संकल्पना महत्त्वाची आहे. कारण त्यामुळे मोठ्या प्रमाणातील भाववाढीमुळे विनिमय दराचे अवमूल्यन का होते, हे समजण्यास मदत होते. एकिंनि नुसार एकजिनसी वस्तू एकसारख्या किमतीला विकल्या गेल्या पाहिजेत. म्हणजेच, जर एकिंनि अस्तित्वात असेल तर R = १ या माहितीच्या आधारे, आपण वरील समीकरण असे लिहू शकतोः

$$1 = e \times P^*/P; \text{ किंवा } P = \mathrm{e} \times P^*; \text{ किंवा } \mathrm{Log}\, P = \mathrm{Log}\, e \times \mathrm{Log}\, P^*;$$
$$\text{किंवा } \mathrm{dLog}P = \mathrm{dLog}e + \mathrm{dLog}P^*$$

यात व म्हणजे बदलाचा घटक होय. किंवा $\mathrm{d}e/e = \mathrm{d}p/p – \mathrm{d}p^*/p^*$ (कारण $\mathrm{dLog}x/\mathrm{d}x = 1x$. म्हणजे, $\mathrm{dLog}x = \mathrm{d}x/x$).

यावरून हे सिद्ध होते की, परदेशातील भाववाढीपेक्षा (dp/p) देशांतर्गत भाववाढ अधिक असेल (dp^*/p^*) तर $de/e > 0$. देशांतर्गत चलनाची परकीय चलनातील विनिमय दर आपण मोजत असल्याने $de/e > 0$ म्हणजे देशांतर्गत अर्थव्यवस्थेचा विनिमय दर घसरतो आहे.

प्रभावी विनिमय दर (EER) ही आणखी एक संबंधित संकल्पना आहे. एखाद्या देशाच्या चलनाचे इतर देशांच्या चलनाच्या गटाशी निगडित असणारे सामर्थ्य प्रभावी विनिमय दरामधून लक्षात येते. चलनाचा हा गट व्यापारभारीत असतो. उदाहरणार्थ, जर भारताचा व्यापार अमेरिकेशी ४०%, युरो प्रदेशाशी ३०% आणि चीनशी २०% असेल तर भारताचा प्रभावी विनिमय दर ०.४० × ५४ +०.३० × ७१ + ०.२० × ९ = ४४.७ इतका असेल.

येथे आपण १ अमेरिकन डॉलर = ५४ रुपये, १ युरो = ७१ रुपये आणि १ युआन =९ रुपये असे गृहीत धरले आहे.

प्रभावी विनिमय दर मोजताना व्यापारात सहभागी असणारे पहिले दहा मोठे देश लक्षात घेण्यासी पद्धत आहे. वरीलप्रमाणे पुन्हा *वास्तव* प्रभावी विनिमय दर (REER) आणि *चलनी* प्रभावी विनिमय दर (NEER) असतात. म्हणजेच $REER = NEER \times p^*/p$

भांडवली बाजारपेठ दृष्टिकोन

या दृष्टिकोनात विनिमय दराकडे अन्य एखाद्या भांडवली वस्तूप्रमाणे पाहिले जाते. यामध्ये, विनिमय दर हा आंतरराष्ट्रीय व्यापारातील रोखे, समभाग अशा वित्तीय साधनांच्या किमती समान ठेवण्याचे साधन मूल्य असतो. हा दृष्टिकोन पारंपरिक दृष्टिकोनाच्या विरुद्ध आहे. पारंपरिक पद्धतीत आंतरराष्ट्रीय व्यापारातील वस्तूंमध्ये समानता आणण्यासाठी विनिमय दरात समायोजन केले जाते. दोन चलनांचे सापेक्ष मूल्य म्हणजे विनिमय दर आणि हे सापेक्ष मूल्य देशातल्या नागरिकांच्या देशी आणि परकीय वित्तीय साधने बाळगण्याच्या इच्छेनुसार निश्चित होते. वस्तूंच्या किमती वित्तीय साधनांच्या किमतींच्या तुलनेत मंद गतीने बदलतात आणि प्रत्येक कामकाजाच्या दिवशी वित्तीय साधनांची देवाणघेवाण सातत्याने होत असल्याने वस्तूंच्या बाजारपेठेपासून वित्तीय साधनांच्या बाजारपेठेकडे वळण्यातून विनिमय दरातील तरलतेचे महत्त्वपूर्ण स्पष्टीकरण मिळते. विनिमय दर दररोज किंवा दर मिनिटालाही बदलू शकतो. कारण विविध देशातील वित्तीय साधनांच्या मागणी – पुरवठ्यात बदल होत असतो. मात्र गुंतवणूक करण्याची इच्छा व त्यानुसार विनिमय दराचे मूल्य देशांतर्गत आणि परकीय वित्तीय साधनांच्या गुंतवणुकीतील परताव्यावर अवलंबून असते.

उदाहरणार्थ, समजा, तुम्हाला भारतात १ रुपया गुंतवण्याचा किंवा अमेरिकेच्या बाजारपेठेत एक रुपयाच्या सममूल्यात डॉलर गुंतवण्याचा पर्याय उपलब्ध आहे. ही गुंतवणूक एक वर्षासाठी आहे. आपण हे गृहीत धरू की, भारतीय आणि अमेरिकेच्या बाजारपेठेतील *चलनी* व्याजदर i_{india} आणि i_{usa} असा अनुक्रमे आहे. पुढे, असेही माना की, S_t आणि F_t हे भारतातील हजर (Spot) आणि भावी (Future) विनिमय दर आहेत. चालू विनिमय दराचे मूल्य म्हणजे हजर विनिमय दर होय. ७ मार्च २०१३ रोजी भारताचा विनिमय दर एका डॉलरला ५४.८३ रुपये इतका होता. म्हणून ७ मार्च २०१३

रोजी भारताचा तात्कालिक (Spot) विनिमय दर एका डॉलरला ५४.८३ इतका होता. या उलट भविष्यातील कोणत्या तरी दिवशी ज्या हजर विनिमय दराची अपेक्षा असते, त्याला भावी विनिमय दर (Future) असे म्हणतात.

जर तुम्ही भारतात एका रुपयाची गुंतवणूक करत असाल तर वर्षअखेरीस तुम्हाला $(१ + i_{india})$ परतावा मिळेल. अमेरिकेच्या बाजारपेठेत एक रुपया सममूल्याचा डॉलर गुंतवण्यासाठी, सर्वप्रथम आपल्याला एक रुपया डॉलरमध्ये रूपांतरीत करण्यासाठी त्याला हजर विनिमय दराने (S_t) भागावे लागेल. ही रक्कम अमेरिकेच्या बाजारपेठेत एक वर्षासाठी गुंतवल्यास $(१ + i_{usa})S_t$ इतका परतावा मिळेल. हा मोबदला अमेरिकन डॉलर्समध्ये असेल. तुलना अर्थपूर्ण होण्यासाठी आपल्याला ह्या परताव्याचे भारतीय रुपयात रूपांतर करण्यासाठी भावी विनिमय दराचा उपयोग करावा लागेल. अमेरिकेच्या बाजारपेठात रुपयामधील गुंतवणुकीचा परतावा असा $F_t/S_t(१ + i_{usa})$ असेल. विभिन्न देशांमध्ये भांडवलाचा मुक्त प्रवाह होण्याच्या आणि भांडवलावर नियंत्रण व उलाढाल खर्च नसण्याच्या पूर्ण भांडवल गतिशीलतेच्या परिस्थितीमध्ये दोन्ही ठिकाणच्या गुंतवणुकीचा परतावा समान असेल.

म्हणजे,

$$(१ + i_{india}) = F_t/S_t\,(१ + i_{usa})$$
$$i_{india} - i_{usa} = (F_t - S_t)/S_t$$

वरच्या समीकरणाला *आवृत्त व्याज समानता* (Covered Interest Parity) स्थिती असे म्हणतात. यात दोन देशांमधील व्याजदरातील फरकाच्या समान पातळीत विनिमय दराचे समायोजन होते. F_t आणि S_t यातील फरक म्हणजे तर *भावी अधिमूल्य* (Forward Premium). जर $F_t - S_t > 0$ असेल आणि $F_t - S_t < 0$ ही स्थिती असेल तर *भावी सवलतमूल्य*(Forward discount) असेल. भावी सवलत टक्क्यांमध्ये मोजली जाते आणि याद्वारे भावा काळातील देशांतर्गत विनिमय दराच्या मूल्यातील बदल दर्शवला जातो.

जर भारताचा चलनी व्याजदर ९% आणि अमेरिकेतील व्याजदर २% असेल तर आवृत्त व्याज समानतेनुसार भावी सवलत मूल्य ७% असायला हवे. आपण परकीय चलनाच्या प्रमाणात देशी चलनाचे प्रमाण विनिमय दरात मोजत असतो. t या काळात जर भारतातील चलनी व्याजदर अमेरिकेपेक्षा ७% अधिक असेल तर आवृत्त व्याज समानतेनुसार एक वर्षानंतर भारताच्या विनिमय दरात ७% घसरण होईल. भारताचा चलनी व्याजदर अमेरिकेच्या तुलनेत अधिक असण्याचे कारण म्हणजे अमेरिकेच्या तुलनेत भारतातील भाववाढ अधिक प्रमाणात आहे.

हे दोन सैद्धान्तिक दृष्टिकोन आपल्याला विनिमय दराचे मूल्य कसे निश्चित करावे हे सांगत असले तरी, प्रत्यक्षात मात्र विनिमय दरातील दैनंदिन चढ-उताराचे स्पष्टीकरण इतर घटकांच्या सहाय्यानेही करता येऊ शकेल. पुढे, आपण यावरच थोडक्यात चर्चा करू.

बाजारपेठेतील भावना

बाजारपेठेत वादळी चढ-उतार होत असताना साधारणतः गुंतवणूकदार आपल्या खात्यावरील नुकसान टाळण्यासाठी आपले पैसे युएस ट्रेझरी, स्विस फ्रँक, सोने आणि अशासारख्या सुरक्षित ठिकाणी ठेवणे पसंत करतात. अशा सुरक्षित बाबींमध्ये गुंतवणुका हलवण्यासाठी परकीय गुंतवणूकदार भारतातील गुंतवणूक काढून घेण्यास प्रवृत्त होतात. यामुळे भारतीय रुपयाच्या तुलनेत परकीय चलनाच्या मागणीत वाढ होते.

सट्टेबाजी

चलनाच्या दराबाबत अंदाज बांधणे किंवा बचावी व्यवहार करणे यासाठी काही दुय्यम साधने आणि समोरासमोरील प्रत्यक्ष व्यवहार करण्यासाठी चलन साधने असतात. जेव्हा सट्टेबाजांना बाजारपेठेत सुधारणा किंवा घसरणीचा सुगावा लागतो, तेव्हा त्यांना डॉलरच्या अशा वाढीतून किंवा घसरणीतून नफा कमवायचा असतो. त्यामुळे ते डॉलरची खरेदी/विक्री करायला सुरुवात करतात आणि त्यातून भारतीय रुपयाच्या तुलनेत डॉलरच्या मागणी/पुरवठ्यात बदल होतो.

रिझर्व्ह बँकेचा हस्तक्षेप

जेव्हा रुपया - डॉलर दरात मोठे चढउतार होत असतात, तेव्हा देशांतर्गत अर्थव्यवस्थेच्या संरक्षणासाठी रिझर्व्ह बँक दर नियंत्रणाबाहेर जाण्यास प्रतिबंध करते. हे करण्यासाठी जेव्हा रुपयाचे मूल्य अतिरिक्त प्रमाणात वधारते तेव्हा रिझर्व्ह बँक डॉलर्सची खरेदी करते आणि रुपया लक्षणीयरीत्या घसरतो तेव्हा डॉलर्सची विक्री करते.

निर्यात आणि आयाती

निर्यातदारांसाठी प्रोत्साहक अशा अनेक योजना आहेत, परंतु आयातदारांना मात्र अनेक अटी आणि करांचा भार सोसावा लागतो. रुपयाच्या प्रचंड घसरणीपासून आपल्या अर्थव्यवस्थेचे संरक्षण करण्यासाठी हा धोरणात्मक हस्तक्षेप केला जातो. परदेशी वस्तूंच्या आयातीसाठी आपल्याला डॉलर्समध्ये मोबदला द्यावा लागतो आणि यामुळे डॉलरच्या मागणीत भर पडते. भारतीय वस्तू आणि सेवांच्या निर्यातीमुळे याबरोबर विरुद्ध घडते.

सार्वजनिक कर्ज/राज्यवित्तीय धोरण

जेव्हा आपल्या शासनाला खर्चाच्या बरोबरीने उत्पन्न मिळवण्यात अपयश येते, तेव्हा निधीची कमतरता भासते, ही भरून काढण्यासाठी बऱ्याच वेळा शासन जागतिक बँक आणि आंतरराष्ट्रीय नाणेनिधी अशा संस्थांकडून कर्जे घेते. ही कर्जे अधिक त्यावरील व्याज आणि कर्जफेड यामुळे चलनसाठ्यात चढउतार होतात. नमुना अभ्यास ७.१ द्वारे कोणत्या घटकांमुळे भारतीय रुपयाची घसरण झाली हे समजण्यास सहाय्य होते.

नमुना अभ्यास ७.१: रुपयाच्या घसरणीची गोष्टः रुपया इतका दुर्बल का आहे? तो वर ओढण्यासाठी काय करता येईल?

प्रत्येकाच्या मनामध्ये हा प्रश्न आहे की, रुपयाच्या मूल्यामध्ये ही अचानक घट का झाली आणि त्याला काही शेवट आहे का? ही बाब स्पष्ट करण्यासाठी आपल्याला काही ठिपके जोडावे लागतील. - विनिमय दर, भाववाढ दर, वित्तीय तूट, चालू खात्यावरील तूट, निर्याती, आयाती आणि अमेरिकन अर्थव्यवस्था.

तरत्या विनिमय दर व्यवस्थेमध्ये विनिमय दराचे मूल्य बाजारपेठेमुळे ठरते. अर्थशास्त्रात योग्य विनिमय दर निश्चित करण्याचे दोन मार्ग आहेत. पहिला म्हणजे खरेदीशक्ती समानता संकल्पनेच्या आधारे एकिंनि च्या गृहीतकानुसार विनिमय दराचे योग्य मूल्य ठरवण्याचा प्रयत्न करणारा वस्तू-बाजारपेठ दृष्टिकोन. एकिंनि नियमानुसार वाहतूक खर्च आणि जकातीसारख्या इतर खर्चाअभावी सारख्या असणाऱ्या वस्तू एकाच किमतीला विकल्या जातात. दलालांच्या एकत्रित व्यवहारांमुळे वित्तीय साधनांमधील एकसारख्या उत्पादनांची विक्री निरनिराळ्या किमतींना दीर्घकाळात होऊ शकत नाही.

एकजिनसी वस्तूंच्या किमती सामाईक चलनात रूपांतरीत केल्यानंतर क्षेत्रीयदृष्ट्या स्वतंत्र बाजारपेठेत समानच असतील. खरे तर *द इकॉनॉमिस्ट* हे नियतकालिक दोन चलनातील खरेदीशक्ती समानता मोजण्याच्या अनौपचारिक भागाचे बिग मॅक निर्देशांक प्रसिद्ध करत असते. विविध देशांमधील मॅकडोनाल्ड उपाहारगृहाच्या बिग मॅक या नावाने विकल्या जाणाऱ्या हॅमबर्गरवरून या निर्देशांकाचे नाव पडले आहे.

जर एकिंनि नियम किंवा बिग मॅक तत्त्व सत्य ठरत असेल, तर वास्तव विनिमय दर १ असतो. म्हणून जर अमेरिकेतील भाववाढीपेक्षा देशांतर्गत भाववाढ अधिक असेल तर डॉलरच्या तुलनेत रुपयाची घसरणीची अपेक्षा असते.

दुसरा दृष्टिकोन म्हणजे मालमत्ता, बाजारपेठ दृष्टिकोन, ज्यात विनिमय दराचे मूल्य देशांतर्गत अर्थव्यवस्थेच्या आत आणि बाहेर जाणाऱ्या भांडवलाच्या प्रवाहावर अवलंबून असतात? विदेशी चलन विनिमयाच्या बाजारपेठेत अपेक्षा महत्त्वपूर्ण भूमिका बजावतात. मोठ्या प्रमाणातील वित्तीय तूटी आणि अधिक भाववाढीच्या अपेक्षेमुळे देशांतर्गत मालमत्ता (सरकारी रोखे) कमी आकर्षक ठरतात.

या दृष्टिकोनातून विदेशी गुंतवणूकदारांनी देशांतर्गत भांडवली बाजारातून पैसा काढून घेतला की, चलनाच्या मूल्यात घट येते. दर दिवसाआड शेअरबाजारातील घसरण या प्रवृत्तीची निदर्शक असते. ज्या देशांची चालू खात्यावरील तूट मोठी असते, त्यांच्या गुंतवणूक दरात घट होते. म्हणून आपण कोणत्याही दृष्टीने याकडे पाहिले तरी भाववाढीचे कारणीभूत घटक समजून घेणे विनिमय दरातील बदल समजून घेण्यासाठी महत्त्वपूर्ण ठरते.

(नमुना अभ्यास ७.१ पुढे चालू)

* पूर्वप्रकाशित लेखकाद्वारे *द फिनान्शियल एक्स्प्रेस* (३१ ऑगस्ट २०१३)

(नमुना अभ्यास ७.१ पुढे चालू)

भाववाढीला कारणीभूत घटक

भारतातील भाववाढीचे स्पष्टीकरण कसे करायचे? एक विचारधारा असे मानते की, मनरेगाद्वारे होणारे वाढते उत्पन्नाचे हस्तांतरण, शेतकऱ्यांच्या किमान आधारभूत किमतीमधील वाढ आणि अन्नसुरक्षाविधेयकाद्वारे शासनाने १.३ लाख कोटी रुपये खर्च करण्याचे दिलेले आश्वासन या बाबी भारतातील भाववाढीला कारणीभूत आहेत. अन्नसुरक्षा विधेयकातील साठवणुकीच्या क्षमतेतील वाढीशिवाय खर्च केलेला पैसा आणि मनरेगामधील पायाभूत प्रकल्पांच्या पूर्तीशिवाय खर्च झालेल्या पैशांमुळे भाववाढ होणे अटळ आहे.

आरोग्य आणि शिक्षणावरील शासनाच्या परिणामकारक खर्चाबाबत शंका उपस्थित केल्या गेल्या. सार्वत्रिक शिक्षण मोहिमेमुळे साक्षरतेत आणि प्राथमिक पातळीवरील एकूण शाळाप्रवेश प्रमाणात वाढ झाली आहे, हे योजनेचे श्रेय आहे. परंतु याद्वारे शिक्षणाच्या दर्जात सुधारणा झाली आहे की नाही हे सांगता येत नाही.

टीकाकारांच्या मते, जरी विकासाच्या निर्देशांकामध्ये सुधारणा झालेली असली तरी, सेवांच्या दर्जात सुधारणा झालेली नाही. याचा अर्थ शासनाचा पैसा योग्य रीतीने खर्च केला गेलेला नाही. यातच भ्रष्टाचाराची भर पडली की भाववाढ उद्‌भवण्याचे सबळ कारणच तयार होते.

तेलंगणासारख्या नव्या राज्यांच्या निर्मितीमुळे वित्तीय तूट आणि भाववाढ अधिकच वाढेल. कारण सचिवालय, पोलीस, महसूल खाते इत्यादीसारख्या पुरेशा व्यवस्थापकीय पायाभूत सुविधांच्या स्थापनेवर अधिक पैसा खर्च करावा लागेल. या देशांतर्गत घटकांबरोबरच अमेरिकेतील पुनरुज्जीवन ही बाब भाववाढीला पूरक ठरेल.

फेडरल रिझर्व्ह बँक दर महिन्याला १० अब्ज अमेरिकन डॉलर्स शासकीय रोख्यांच्या खरेदीत कपात करून (८५ अब्ज अमेरिकन डॉलर्सवरून ७५ अब्ज अमेरिकन डॉलर्स) कडक संख्यात्मक धोरण अवलंबेल असे सूचित होते आहे.

यामुळे बहुतेक आशियाई चलनांच्या तुलनेत अमेरिकन डॉलर वधारला आहे. सिरियावरील अमेरिकेच्या संभाव्य हल्ल्याच्या अंदाजामुळे क्रूड तेलाच्या किमती अगोदरच प्रती बॅरल ११३ अमेरिकन डॉलर्सपर्यंत भिडल्या आहेत. खरे तर आंतरराष्ट्रीय बाजारपेठेत सोन्याचा भाव प्रति औंस १४०० अमेरिकन डॉलर्स (सुमारे २८.३ ग्रॅम) झाला आहे. भारतात प्रति दहा ग्रॅमला ३४,००० असा सोन्याचा भाव झाला आहे. प्रत्यक्षात तो १ डॉलर = ५० रुपये या विनिमय दराशी सुसंगत असा २४,००० रुपये दर दहा ग्रॅम असा हवा होता.

चालू खात्यातील तुटीचे निर्धारक घटक

रुपयाचे असे अवमूल्यन होणे हे आपल्या निर्यातीसाठी पोषक आहे, असे आशावादी म्हणतात. येथेही प्रत्यक्षातील आकडेवारी निराळेच दर्शवते. आपल्या प्रमुख निर्यात उत्पादनांकडे एक दृष्टिक्षेप

(नमुना अभ्यास ७.१ पुढे चालू)

टाकला असता, असे लक्षात येत की, भारताच्या निर्यातीचे स्वरूप किंमत-संवेदनशील उत्पादनांकडून म्हणजे कातडी पादत्राणे, दुग्धोत्पादने, पेये, वस्त्रोत्पादने आणि कपडे अशा वस्तूंकडून शुद्धिकृत पेट्रोलियम उत्पादने, रसायने, खनिज उत्पादने आणि यंत्रे व वाहतूक उपकरणे अशासारख्या कमी किंमत संवेदनशील वस्तूंकडे बदललेले दिसते. पेट्रोलियम उत्पादनांच्या भारताच्या निर्यात वस्तूंमधील वाटा १९९३ मध्ये २% वरून २०१२ मध्ये २०% असा लक्षणीयरित्या वाढलेला दिसतो. भारताच्या तेलशुद्धीकरण प्रकल्पांच्या क्षमतावाढीमुळे पेट्रोलियम उत्पादनांच्या निर्यातीतील वाढ झालेली आहे.

याउलट भारताच्या आयातीत अजूनही तेल व मौल्यवान धातूंचे प्रमाण प्रचंड असल्याने भारताची चालू खात्यावरील तूट अशीच वाढत राहण्याची शक्यता आहे. स्वतंत्र मूल्यांकनाच्या दृष्टिकोनातून चालू खात्यावरील तुटीचे नियंत्रण करणे हा एक महत्त्वाचा घटक ठरतो. वित्तीय तूट मोठी गुंतवणूकदारांचे आकर्षण सहसा नष्ट होते. मागील वित्तीय वर्षात भारताची केंद्र-राज्य एकत्रित वित्तीय तूट ९% म्हणजे बीआरआयसी देशांच्या गटात सर्वाधिक होती. यात चीन १%, ब्राझिल २.८% आणि रशियाची ऋण १% (किंवा शिल्लक) असे प्रमाण होते. कमी पतमूल्यांकनामुळे विदेशी भांडवलाचा ओघ घटून रुपयाचे मूल्य आणखी घसरू शकते.

ही घसरण थांबवण्याचे मार्ग कोणते? पहिला दीर्घकल्पित भांडवली गुंतवणुकीसाठी योग्य वातावरण निर्माण करा. जपानसारख्या अतिरिक्त भांडवलाचे देश आपल्या पायाभूत क्षेत्रांमध्ये गुंतवलेल्या डॉलरचे मूल्य चीनसह आशियातील अनेक ठिकाणांपेक्षा अधिक आहे. मात्र, गुंतवणुकीसाठी योग्य वातावरण निर्मितीवर हे मूल्य अवलंबून असते. दुसरा, इराणबरोबर व्यापारी संबंधात सुधारणा करा. यामुळे भारताला डॉलर्सच्या साठ्यात घट न करता रुपयाच्या बदल्यात तेलाची आयात करता येईल. तिसरा, शासन पुरस्कृत योजनांची आधिक चांगल्या पद्धतीने अंमलबजावणी करा. थेट रोख हस्तांतरण डीसीटी सारख्या सुधारणा योग्यच आहेत आणि त्यामुळे यंत्रणेतील गळती थांबू शकेल. योजनांमध्ये अधिक लवचिकता आणून त्यांची परिणामकारकता वाढवणे, हा आणखी एक मार्ग आहे. मनरेगामध्ये ग्रामीण पायाभूत सुविधांच्या निर्माणासाठी अकुशल मजूर वापरले जातात. या ऐवजी मनरेगामधील मजुरांना शेतीची मशागत किंवा लघु व मध्यम उद्योग अशा गरजेनुसार पर्यायी रोजगारातही काम दिले पाहिजे. तसेच, कोणत्याही योजनेत मंजूर झालेला पैसा. उदाहरणार्थ, सर्वशिक्षण अभियानातील शाळा बांधणीसाठी गरजेनुसार पर्यायी उत्तम कारणासाठी उदाहरणार्थ, दवाखाने बांधण्यासाठी वापरावा. यामुळे भाववाढ कमी होईल आणि रुपयाची घसरण थांबू शकेल.

चलन आपत्ती आणि त्याची संभाव्य स्पष्टीकरणे

चलन आपत्ती म्हणजेच ज्याला व्यवहारतोल आपत्ती असेही म्हणतात. या स्थितीमध्ये चलनाचे अचानक अवमूल्यन होऊन बहुतेक वेळा त्याची अखेर परकीय चलनाच्या बाजारपेठेत सट्टेबाजीत होते.

व्यवहारतोलाच्या दीर्घकाळ असंतुलनामुळे होणाऱ्या आपत्तीच्या काळात शासनाच्या चलनाला पाठिंबा देण्याच्या क्षमेतवर बाजारपेठेत सट्टा लावण्याच्या पद्धतीमुळे चलन आपत्ती निर्माण होते. जेव्हा शासनाला स्थिर विनिमय दर पद्धतीचा त्याग करून (उदाहरणार्थ, थायलंडमध्ये १९९७ साली) किंवा विनिमय दर श्रेणीचा त्याग (उदाहरणार्थ, १९९४ मध्ये मेक्सिकोत आणि १९९७ मध्ये झेक प्रजासत्ताक) परकीय चलन बाजारपेठेतील सट्टेबाजीच्या आक्रमतेमुळे करावा लागतो, तेव्हा चलन आपत्ती अस्तित्वात येते.

या आपत्तीच्या आणखी एका व्यापक व्याख्येचे इतर दोन प्रकार समाविष्ट आहेत. (१) व्यवस्थापित तरता विनिमय दर पद्धत (उदाहरणार्थ, १९९७ मधील कोरिया) – यात विनिमय दरातील तीव्र बदलांच्या दृष्टीने अधिकृत परकीय चलनसाठा कर्जफेड करण्यासाठी अपुरा पडल्यामुळे ही पद्धती वापरली जाते. मात्र, यात स्थिर विनिमय दर पद्धतीप्रमाणे शासनाला आपत्ती दूर करण्याच्या दृष्टीने चालू व्यवस्था सोडून देता येत नाही आणि (२) अयशस्वी अक्रमक सट्टेबाजीमुळे जरी अवमूल्यन हाते नसले, तरी प्रचंड व्याजदर आणि आंतरराष्ट्रीय चलनसाठ्यात घट होण्याची परिस्थिती.[३]

पहिल्या श्रेणीच्या आपत्ती प्रारूपात तुटीचा अर्थभरणा करणाऱ्या शासनाने विनिमय दराचे संरक्षण करण्यासाठी मर्यादित परकीय चलनसाठा वापरणे गृहीत धरलेले असते.[४] या पद्धतीची अटळ अखेर परकीय चलनसाठ्यातील गंभीर पातळीतील घसरणीमुळे होणाऱ्या आक्रमक सट्टेबाजीत होते. मात्र, या प्रारूपात शासनाचे वर्तन बहिर्जात पद्धतीने अभ्यासले गेले आहे. दुसऱ्या शब्दांत सांगायचे झाल्यास, शासनाने स्थिर विनिमय दर पद्धत का सोडावी किंवा चालू ठेवावी याचे स्पष्टीकरण नाही. दुसऱ्या श्रेणीच्या ऑब्स्टफिल्ड प्रारूपात हे स्पष्टीकरण आहे.[५] स्थिरीकरण केलेल्या विनिमय दराच्या सुरक्षिततेसाठी अल्पकालीन समग्रलक्षी अर्थशास्त्रीय घटकांची लवचिकता आणि दीर्घकाळातील विश्वासार्हता यांच्यात निवड करावी का हे शासनाला ठरवावे लागते. विनिमय दरातील बदलाविषयीची खासगी पातळीवरची अपेक्षा समग्र अर्थशास्त्रीय लवचिकतेवर परिणाम करते. कारण मौद्रिक घटकांमध्ये बदल होत असतो. त्यामुळे भावी काळातील देशांतर्गत चलनाच्या साठ्यातील खासगी अपेक्षांमधील बदलांमुळे विनिमय दर स्थिरीकरणाच्या खर्चात वाढ होत असल्याने विशिष्ट पातळीबाहेर खर्च गेल्यानंतर शासन स्थिरीकरणाच्या धोरणाचा त्याग करते. परकीय व्याजदरातील धक्कादायक बदल किंवा मोठ्या प्रमाणातील बेकारी अशासारख्या घटकांमुळे लोकांच्या अपेक्षांमधील बदलांना वेग येतो. दुसऱ्या क्षेणीच्या आपत्ती प्रारूपातील विविध घटक एकत्रित करून पहिल्या श्रेणीच्या आपत्ती प्रारूपाशी साधर्म्य साधणाऱ्या बाबींची परिस्थिती निर्माण करणे शक्य आहे. देशांतर्गत चलनातील बदलाचे तिसरे स्पष्टीकरण म्हणजे हे बदल साथीच्या रोगासारखे वेगाने पसरत जाऊन शेजारील देशांमध्येही पोहोचू शकतात. विविध देशांमधील विनिमय दरातील आवृत्ती एकाच कालावधीत झाल्याचे व्यावहारिक पुरावे उपलब्ध आहेत. उदाहरणार्थ,

---

[३] ग्रोशिला कामिन्स्की, सॉल लिझोंडो आणि कारमेन एम रेनहार्ट (१९९८), लिडिंग इंडिकेटर्स ऑफ करन्सी क्रायसिस, *आयएमएफ स्टाफ पेपर्स*, खड ४५, क्र. १ मार्च.

[४] पॉल क्रूगमन (१९७९), अ मॉडेल ऑफ बॅलन्स ऑफ बॅलन्स ऑफ पेमेंट्स क्रायसिस, *जर्नल ऑफ मनी क्रेडिट ॲण्ड बँकिंग*, खंड २, नं. ३ (ऑगस्ट) पृ.३११-२५.

[५] मॉरिस ऑब्स्टफिल्ड (१९८६), रॅशनल ॲण्ड सेल्फ फुलफिलिंग बॅलन्स ऑफ पेमेंट्स क्रायसिस, *अमेरिकन इकॉनॉमिक रिव्ह्यू*. खंड ७६, नं. पृ. ७२-८१.

कोरियातील अवमूल्यनामुळे भारतीय निर्याती घटू शकतील आणि त्यामुळे भारतात आपत्तीची स्थिती निर्माण होऊ शकेल. एका प्रदेशातील देश एका गटाप्रमाणे विचारात घेतले जातात. एकदा का परदेशी गुंतवणूकदारांनी पाहिले की, एखाद्या देशांत चलन आपत्ती आहे, तर ते त्याच गटातील इतरही देशांतील भांडवलाचा/गुंतवणुकीचा ओघ घटवतात. १९९७ च्या आशियायी वित्तीय/अर्थिक संकटाच्या कारणाचे स्पष्टीकरण देताना, क्रूगमनने वित्तीय आपत्ती आणि नैतिक अडथळ्यांच्या समस्यांवर भर दिला.[६] नैतिक अडथळ्यांच्या समस्यांमुळे थायलंडमधील स्थावर मालमत्ता व्यवसायात अतिरिक्त गुंतवणूक झाली. तसेच बँकांनी अतिरिक्त कर्जे दिल्यामुळे सट्टेबाजीतील फुगवट्याची सुरुवात झाली. १९९० च्या दशकाच्या सुरुवातीच्या काळात अल्पकालीन विदेशी भांडवलातील अकस्मात वाढीचे कारण म्हणजे या प्रदेशातील उच्च दरातील परतावा होय. १९९० च्या दशकातील अमेरिकेतील कमी पातळीतील व्याजदराने आग्नेय आशियातील उदयोन्मुख बाजारपेठांमध्ये अधिक परतवा मिळण्याच्या उद्देशाने आणि नवीन स्वप्नांना कवेत घेण्यासाठी गुंतवणूकदारांना मोठ्या प्रमाणात भांडवल ओतण्यास प्रोत्साहित केले. वास्तव क्षेत्राचा आधार नसल्यामुळे सट्टेबाजीतील फुगवटे नेहमीच अल्पजीवी असतात. मात्र, अलीकडील आशियायी चलन आपत्तीच्या[७] काही वैशिष्ट्यांचे स्पष्टीकरण करण्यासाठी *सांसर्गिक* आणि *स्वयंपूरक* घटकही महत्त्वाचे आहेत, हे लक्षात घेतले पाहिजे.

आपत्ती निवारणासाठी आंतरराष्ट्रीय समन्वय: जी–२० वरील टिपण

आशियायी वित्तीय संकटाच्या नंतरच्या काळात जी–२० गटाची स्थापना झाली. वित्तीय संकटानंतर लगेचच जागतिक आर्थिक व्यवस्थेची पुनर्मांडणी करण्याची आणि वृद्धी प्रक्रिया सुरळीतपणे चालू ठेवण्याची तातडीने गरज निर्माण झाली. जागतिक नेत्यांना मागणी व्यवस्थापन धोरणामध्ये मौद्रिक आणि वित्तीय समन्वय साधण्याचे महत्त्व उमजले. अधिक रोजगार निर्मितीसाठी वृद्धीच्या ध्येयपूर्तीसाठी आणि त्याचबरोबर समग्र शास्त्रीय धक्क्यांपासून या अर्थव्यवस्थांना संरक्षित करण्यासाठी समन्वयाचे प्रयत्न आवश्यक होते. मात्र, हे सर्व प्रयत्न प्रभावी होण्यासाठी विकसित आणि उदयोन्मुख देशांची एकत्रित मोट बांधण्याचीही गरज होती. अशा प्रकारे विकसनशील आणि औद्योगिक देशांची जी–२० ही संघटना स्थापन झाली. जी–२० गटाचे महत्त्व पुढील वस्तुस्थितीवरून लक्षात येऊ शकेल. या जागतिक सकल राष्ट्रीय उत्पन्नाच्या ८५% उत्पन्न जागतिक व्यापारापैकी ७५% व्यापार आणि जगाच्या लोकसंख्येपैकी दोनतृतीयांश लोकसंख्या या देशांची आहे. आज जी–२० ही संघटना अधिक प्रभावी ठरली आहे. कारण जागतिक पातळीवरील नेते बहुतांश जागतिक लोकसंख्येच्या जीवनावर परिणाम करणाऱ्या घटकांचे प्राधान्यक्रम ठरवण्यात आणि जाहीरपणे चर्चा करण्यास सक्षम बनले आहेत.

वित्तीय संकटानंतरच्या काळात युरोप आणि अमेरिकेतील बेरोजगारीत वाढ झाली. इतरत्र, उदाहरणार्थ, आशियामध्ये चीन व भारतात भाववाढ होत होती. उत्पादनातील चढ–उतारामुळे दोन अटळ दुष्परिणाम

[६] पॉल क्रूगमन (१९९३) *व्हॉट हॅपन्ड टू आशिया,* मिमिओ

७ तत्रैव.

होतात – भाववाढ आणि बेरोजगारी. अल्पकाळातील राष्ट्रीय उत्पादनातील चढउतार किमान ठेवून दीर्घकाळात आर्थिक वृद्धी टिकवून ठेवणे कितपत शक्य आहे?

सध्याच्या दृष्टिकोनातून या परिस्थितीकडे पाहायचे झाल्यास, अमेरिकेची अर्थव्यवस्था पुनरुज्जीवनाच्या अगदी तोंडाशी उभी आहे आणि युरो प्रदेश अजूनही आपत्तीच्या बाहेर पडलेला नाही. २०१२ च्या चौथ्या तिमाहीतील ०.४% वाढीशी आणि संपूर्ण २०१२ मधील २.२% वाढीशी तुलना करता, २०१३ च्या पहिल्या तिमाहीत अमेरिकेच्या राष्ट्रीय उत्पन्नात वार्षिक २.५% वाढ होत होती. युरोपीय संघात २०१२च्या उत्तरार्धात ०.५% वृद्धिदराशी तुलना करता २०१३ च्या उत्तरार्धात ०.५% वाढ होईल असा अंदाज बांधला गेला. युरोपीय संघातील राष्ट्रीय उत्पन्न वार्षिक पातळीच्या आधारे स्थिर राहण्याची आणि युरो प्रदेशात २०१३ मध्ये ०.४% घटण्याची अपेक्षा केली गेली.[८]

मध्यवर्ती बँकेला युरोपीय समूहासाठी सामायिक मागणी व्यवस्थापन धोरण राबवणे शक्य नाही. जर्मनीला सेकोची मागणी व्यवस्थापन धोरणाची तर ग्रीसमध्ये विस्तारवादी धोरणांची गरज असेल. असमान आर्थिक व्यवहारांमुळे दीर्घकाळातील वास्तव उत्पादनातील बदलांचे समन्वयन साधता येत नाही. शिवाय त्यामुळे अंतर्गत आणि बाह्य समग्रलक्षी धोरणांच्या अंमलबजावणीबाबत विरोधाभासही निर्माण होतो. यात एकसमानता आणायची असेल तर संरचनात्मक सुधारणांचा स्वीकार करण्याची आवश्यकता असते. आधुनिक युरोपसाठी तर हे अतिशय उपयुक्त झालेले आहे. युरोपीय नेत्यांनी संरचनात्मक सुधारणांचा कार्यक्रम वेगाने नसला तरी निदान राबवण्याच्या दृष्टीने त्यांचे मन वळवणे जी–२० गटासाठी गरजेचे झाले आहे.

जागतिक नेत्यांनी हे ओळखले आहे, जून २०१० मधील टोरांटो परिषदेमध्ये जी–२० गटातील विकसित आणि तुटीच्या अर्थव्यवस्थांची आपली वित्तीय तूट २०१३ पर्यंत निम्म्यावर आणण्याच्या आणि २०१६ पर्यंत त्यांची राष्ट्रीय कर्जे घटवण्याचा किंवा स्थिर ठेवण्याच्या करारावर भर दिला गेला. ह्या वचनबद्धतेच्या जोडीला जी–२० गटातील सर्व सभासद देशांमध्ये पुनःसमतोलासाठी आणि जागतिक वृद्धी बळकट करण्याच्या दृष्टीने संरचनात्मक सुधारणा चालू राहायला हव्यात. याशिवाय बँकिंग क्षेत्रातील परिवेक्षणासाठी नेमलेल्या बेसिल समितीचे कामकाज पूर्णत्वाला नेण्यावरही नेत्यांनी सहमती दर्शवली. शिवाय २०१३ च्या अखेरीपर्यंत नवीन संरक्षणात्मक निर्बंध लादण्यापासून दूर राहण्याचे आणि जागतिक व्यापार संघटनेच्या दोहा फेरी या यशस्वी पूर्णतेसाठी पाठिंबा देण्यास त्यांनी दुजोरा दिला.

बहुस्तरीय सहाय्य आणि मतसामर्थ्य

जी–२० गटातील नेत्यांनी बहुस्तरीय संघटनांसाठी ३५० अब्ज अमेरिकन डॉलर्स इतके भांडवल पुरवण्याच्या त्यांच्या वचनावर कार्यवाही करण्याच्या आवश्यकतेची गरज ओळखली. हा निधी विकसनशील

---

[८] युरोपियन कमिशन (२०१३), इश्यू इकॉनॉमिक फोरकास्ट; ग्रॅज्युअल रिकव्हरी एक्स्टर्नल रिस्कस्– ५ नोव्हेंबर २०१३. http://ec.europa.eu/news/economy/131105_eu.htm (३१ मार्च २०१४ रोजी संकलित) येथे उपलब्ध.

देशांमध्ये आवश्यक त्या संस्थात्मक सुधारणा सुधारणा करण्यासाठी, विशेषतः व्यापारविषयक सुविधा आणि करवसुलीची यंत्रणा उभी करण्यासाठी गरजेचा आहे. सध्या अमेरिका आणि युरोपियन देशांसह विकसित देशांजवळ आंतरराष्ट्रीय नाणेनिधी आणि जागतिक बँकांमध्ये मताचे सामर्थ्य अधिक प्रमाणात आहे. प्रत्येक देशाच्या या संघटनांमधील योगदानावर मताची सामर्थ्यपातळी अवलंबून असते आणि हे योगदान जितक्या प्रमाणात देश *श्रीमंत* असेल त्यावरून ठरते. देशाच्या वर्गणीनिधीनुसार/समप्रमाणात विशिष्ट कोटा ठरवून दिला जातो, आणि यातून सामर्थ्य निश्चित होते.[१] उदाहरणार्थ, २०१४ मध्ये जागतिक बँकेमध्ये १८८ सभासद देश होते. मात्र युरोपीय समूहाकडे एकतृतीयांश मत सामर्थ्य आहे. तर जी-८ सभासद देशांकडे एकद्वितीयांश मतसामर्थ्य आहे. एखाद्या प्रदेशात किंवा प्रादेशिक समूहात किती बहुस्तरीय निधी मिळेल हे मतसामर्थ्यावरून ठरते.

भारत आणि चीनसारख्या विकसनशील देशांना मतसामर्थ्य पद्धतीत सुधारणा करावयाची आहे, म्हणजे गरजांनुसार मोठ्या प्रमाणात बहुस्तरीय साध्य उपलब्ध होऊ शकेल. मतसामर्थ्याशी त्याचा संबंध राहणार नाही. या व्यतिरिक्त भारताच्या जी-२० गटाच्या कार्यक्रमपत्रिकेवर आंतरराष्ट्रीय वित्तीय संस्थांमध्ये सुधारणा करण्याचीही योजना आहे. डिसेंबर २०१० मधील आंतरराष्ट्रीय नाणेनिधीची १४ व्या कोटा पुनर्निरीक्षणाद्वारे विकसनशील देशांचा मताचा हिस्सा सुधारण्यावर आणि आंतरराष्ट्रीय नाणेनिधी च्या संचालक मंडळात अधिक प्रतिनिधीत्व मिळण्यासंबंधी करार करण्यात आला. या कराराची अंमलबजावणीची प्रक्रिया शक्य तितक्या लवकर करण्यामागे भारत लागला आहे. आंतरराष्ट्रीय नाणेनिधी आणि जागतिक बँकेतील मतसामर्थ्याच्या पद्धतीत सुधारणा करताना विकसित औद्योगिक देश आणि उदयोन्मुख जगामध्ये ऑस्ट्रेलियाला नाजूक संतुलन साधावे लागेल.

विकासाकरता रस्ते, बंदरे आणि वीज बँका अशा पायाभूत सुविधांच्या निर्मितीसाठी गुंतवणूक करण्याची गरज भारताला वाटते आहे. उदयोन्मुख अर्थव्यवस्थेतील बाजारपेठांच्या पायाभूत सुविधांमधील गुतंवणुकीमुळे अत्यावश्यक असलेल्या जागतिक मागणीचे पुनरुज्जीवन करण्याबरोबरच या अर्थव्यवस्थांच्या मध्यमकालावधीतील वृद्धीच्या क्षमतेमध्ये वाढ होऊ शकेल.

ज्याप्रमाणे विकसित औद्योगिक देशांनी अपारंपरिक मौद्रिक धोरणाच्या वापराचा पुरस्कार केला, त्याचप्रमाणे भौतिक आणि सामाजिक पायाभूत सुविधांच्या निर्मितीसाठी 'अपारंपरिक विकास निधी'च्या नवोन्मेषी पद्धतीच्या गरजेला भारताने पाठिंबा दिला आहे. सप्टेंबर २०१३ मधील सेंट पीटर्सबर्ग येथील जी-२० परिषदेत जागतिक बँक आणि आशियाई विकास बँकेसारख्या प्रादेशिक विकास बँकांनी पायाभूत सुविधांच्या गुंतवणुकीसाठी निश्चित निधी मिळण्याच्या दृष्टीने विशेष योजना राबवावी असे भारताने सुचवले. यात भांडवलाच्या अचानक बदललेल्या प्रवाहामुळे चालू स्थितीतील प्रकल्पांना भेडसावणाऱ्या निधीच्या कमतरतेसाठी भांडवल पुरवण्याचीही तरतूद समाविष्ट आहे. या योजनेची सुविधा साधारणपणे ताठर असलेल्या प्रत्येक देशाच्या निधी पातळीच्या मर्यादेबाहेर असली पाहिजे.

---

[१] अधिक माहिती मतांच्या सामर्थ्यासाठी http://web.worldbank.org/WBSITE/ EXTERNAL/ EXTRAABOUTS/ORGANIZATION/BODEXT/0,,content MDK:21429866~pagePk:64020054~piPk:64020408~thesitePk:278036,00 html येथे उपलब्ध.

शाश्वत वृद्धी

खरे तर जानेवारी २०१४ मधील दाओस येथील जागतिक आर्थिक परिषदेच्या बऱ्याच अगोदर जागतिक नेते शाश्वत वृद्धी आणि अधिक रोजगारनिर्मितीच्या दृष्टीने व्यूहरचनांच्या अमलबजावणीसाठी प्रयत्नशील होते. नोव्हेंबर २०१० मधील सेऊलच्या जी-२० परिषदेने 'सेऊल कृती आराखडा' तयार केला, यात सभासद देशांनी वित्तीय बाजारपेठांमधील स्थैर्यवाढीसाठी आणि शाश्वत विकासाच्या पुनरुज्जीवनासाठी चालू असलेल्या प्रक्रियेसाठी समग्रलक्षी धोरणांची अंमलबजावणी करण्याच्या दृष्टीने वचनबद्धता दर्शवली. विशेषतः समर्थ, शाश्वत आणि संतुलित वृद्धीसाठी आणि बेसिल-३ योजनेच्या करारानुसार वित्तीय क्षेत्रामध्ये सुधारणांच्या दृष्टीने महत्त्वपूर्ण पावले टाकण्यासाठी चालू खात्यावरील मोठ्या प्रमाणातील असंतुलन दुरुस्त करण्याच्या दृष्टीने मार्गदर्शक धोरण विकसित करण्यास जी-२० गटाच्या नेत्यांनी सहमती दर्शवली. बेसिल-३ योजनेमुळे तरलतेत वाढ होऊन आणि धोकादायक नफ्यातील घटीद्वारे बँकांच्या भांडवलाची गरज बळकट होण्याची अपेक्षा आहे. दुसरी जागतिक वित्तीय आपत्ती दूर रोखण्यासाठी आणि बँकांया अनियंत्रित कारभाराला चाप लावण्यासाठी हे सर्व उपाय महत्त्वारचे आहेत. शॅडो बँकिंग (छाया बँकिंग) व्यवहारामध्ये नियमित बँकिंग कार्यप्रणालीपेक्षा बाह्य घडामोडींद्वारे कर्जे दिली जातात. एखादी व्यापारी बँक सुरू करण्यासाठी अनेक मंजुऱ्या विशेषतः मध्यवर्ती बँकेकडून मान्यता लागतात, आणि या बँकांना बेसिल-३ सारख्या विविध निकषांच्या अंतर्गत काम करावे लागते. याउलट, छाया बँकिंग व्यवहारासाठी उदाहरणार्थ, निधीला तोंडी हवाला (hedging) अतिशय कमी प्रमाणात मंजुऱ्यांची गरज असते.

छाया बँकिंग आणि वित्तीय आपत्ती

अमेरिकेतील वित्तीय आपत्ती ही वित्तीय क्षेत्र आणि वास्तव क्षेत्र यांच्यामधील दुवा निखळल्याचे उत्तम उदाहरण आहे. घरांचे सातत्याने होणारे अतिरिक्त उत्पादन आणि छाया बँकिंग व्यवहाराद्वारे वित्तीय क्षेत्रातील तज्ज्ञांनी घरे आणि स्थावर मालमत्ता बाजारातील केलेले गैरव्यवहार यातून ही आपत्ती उद्‌भवली. एकविसाव्या शतकाच्या उंबरठ्यावर घरांच्या आणि जमिनींच्या किमतीतील वाढीला सातत्याने वेग आला आणि २००६ मध्ये तिने सर्वोच्च पातळी गाठली व गृहबांधणी क्षेत्रातील फुगवटा दृष्टोत्पत्तीस आला. अमेरिकेत व्याजदर कमी होता. पैसा स्वस्ताईने उपलब्ध होता आणि जमिनी व घरांच्या किमतीत तात्पुरता बदल झाला, तरी त्या सातत्याने वाढतच राहतील असा सर्वसाधारण समज होता.

खरे तर अमेरिकेत दुसऱ्या महायुद्धानंतर सतत सहा दशके जमिनीच्या किमतीत वाढच होत होती. या गृहितानुसार कर्जफेडीची क्षमता किंवा पूर्वीच्या कर्जांचे व्यवहार अशांसारख्या नेहमीच्या अटींकडेही कर्जे देताना दुर्लक्ष केले गेले. सामाजिक सुरक्षेवर अवलंबून असणाऱ्या बेरोजगार व्यक्तींनाही लाखो रुपयांचे कर्जे दिली गेली. यालाच निंजा कर्जे (NINJA) असे म्हणतात. निंजाचे पूर्ण रूप उत्पन्न नसलेले, नोकरी नसलेले व संपत्ती नसलेले लोक. बँकांना आणि इतर वित्तीय संस्थांना असा विश्वास वाटत होता की जरी कर्जदाराने आपले कर्ज फेडले नाही तरी, जमिनी आणि घरांच्या किमतीत भावी काळातही सातत्याने वाढ होत जाईल आणि त्यामुळे कर्जफेड होऊ शकेल. अमेरिकन संघराज्य शासनाने

गृहकर्ज पुनर्वित्त कंपन्यांची स्थापना (फॅनी मे आणि फ्रेडी मे) केली आणि लेहमन ब्रदर्ससारख्या गुंतवणूक बँकांना गृहकर्जांची तारणे विकून टाकली. स्थावर मालमत्तेच्या किमती वाढण्याच्या समजावर आरूढ होऊन वित्तीय बाजारपेठाने तारण कर्जे देयता (Collafaried debt obligations - CDOs) मोठ्या प्रमाणात निर्माण केली. ही तारण कर्जे देयता विविध मुदतीच्या आणि निरनिराळ्या धोका पातळीच्या तारणांच्या साठ्यावर उभे राहिलेली गुंतागुंतीचे रोखे होते. हे वित्तीय बाजार तारणांच्या पुनर्वित्ताचे प्रमुख स्रोत बनले. अशा रोख्यांची पुनर्वित्त प्रक्रिया अतिशय मोठ्या कर्जांसाठी केली गेली. उदाहरणार्थ, ताकदे बाजारपेठेतील एका प्रमुख आघाडीच्या लेहमन ब्रदर्स या बँकेने ही कर्जे ३०:१ या प्रमाणात विकत घेतली. २००५ च्या प्रत्येक तिमाहित या ताकदे मधून सरासरीने ५० अब्ज अमेरिकन डॉलर्स मिळत होते, हे प्रमाण २००६ च्या अखेर तिमाहीत आणि २००७ च्या पूर्वार्धात ७५ अब्ज अमेरिकन डॉलर्सपर्यंत वाढले. विशेषतः आशियातील विदेशी गुंतवणूकदारांनी या ताकदे ना मूल्यांकन संस्थांनी दिलेल्या एएए श्रेणीमुळे मोठ्या प्रमाणशत गुंतवणूक केली. अमेरिकन इंटरनॅशनल ग्रुपने अशा उऊज रोख्यांच्या परतफेड न झालेल्या रोख्यांना कर्ज बिगरकर्ज फेड दुय्यम साधनाद्वारे (derivatives) संरक्षण पुरवले.

मात्र याला एक नकारात्मक धक्का बसला. २००६ मध्ये स्टँडर्ड अॅण्ड पूअरच्या केस शिलर निर्देशांकानुसार घरांच्या किमतींमध्ये अमेरिकेतील प्रमुख २० घरबांधणी बाजारपेठांमध्ये सरासरी १५% ची घट झाली. ही घट सातत्याने होत राहून २००९ मध्ये २९% वर पोहोचली. मालमत्तेच्या किमती याहून अधिक वाढणार नाहीत, असे जेव्हा मालमत्ताधारकांच्या लक्षात आले, तेव्हा आपल्या परतफेड क्षमतेपेक्षा अधिक प्रमाणात कर्जे काढलेल्या कर्जदारांनी कर्जफेड टाळण्यालाच पसंती दिली आणि आपल्या घरांची पुनर्विक्री केली. बाजारपेठेत अगोदरच घरांचा अतिरिक्त पुरवठा होत होता. पुनर्विक्री होणाऱ्या घरांसाठी कोणीही ग्राहक नव्हते. घरांच्या मूल्यात घसरण होत असल्याचे जेव्हा स्पष्ट झाले, तेव्हा कर्ज थकबाकीत वेगाने वाढ झाली. याच वेळी बँका आणि इतर वित्तीय संस्थांनी आपल्याजवळील सब-प्राईम (दुय्यम बिनकिमतीच्या) रोख्यांची विक्री करून त्यापासून सुटका करून घेण्याचा प्रयत्न केला. बाजारपेठेतील अनियंत्रित आशावाद घबराटीत बदलला आणि बाकीचे सारे ज्ञात आहेच.

छाया बँकिंग व्यवहाराचे नियंत्रण करण्याच्या दृष्टीने जी-२० देशाच्या नेत्यांनी कडक वित्तीय नियमनांची गरज ओळखली. अमेरिकेतील वित्तीय संकटाच्या वेळी छाया बँकिंग बाजारपेठेचा विस्तार पारंपरिक बँकिंग क्षेत्राच्या दुपटीपेक्षा अधिक झाला होता. छाया बँकिंग व्यवहारांवर नियंत्रण ठेवण्यासाठी बँकांना बेसिल-३ नियमावलीचे पालन करणे, कर्जे देण्याचे प्रमाण (Leverage) नियंत्रणात ठेवणे (उदाहरणार्थ, लेहमन ब्रदर्सने प्रचंड प्रमाणात कर्जे दिली होती) कर्ज-सीमा प्रमाणाचे नियमन आणि तरलतेच्या गुणोत्तराच्या प्रमाणात पुरेसे भांडवल राखणे गरजेचे बनले आहे.

अनामंत्रित

भांडवल उड्डाण (Capital Flight)

मौद्रिक आणि *वास्तव* क्षेत्राच्या दुर्बल समन्वयातून भांडवल उड्डाण, स्पर्धात्मक अवमूल्यन आणि तुटीचा अर्थभरणा अशा इतर अनेक समस्या निर्माण होऊ शकतात. जर आशिया, आफ्रिका आणि इतर

कुठल्याही प्रदेशातील देशांची वृद्धी एकजिनसी स्वरूपात होत नसेल, तर भांडवल उड्डाण घडू शकते. अमेरिकेत या गोष्टी हळूहळू घडत असताना ज्या देशांची आर्थिक स्थिती बरी नाही आणि तरीही त्यांनी आपले भांडवल खाते खुले ठेवले असेल असे देश याला बळी पडून त्यांना भांडवलाचा बहिर्दिशेने जाणारा प्रवाह अनुभवाला येईल. अमेरिकेतील मौद्रिक संख्यात्मक सुलभतेमुळे (Quantitative Easing – QE) उदयोन्मुख अर्थव्यवस्थांमध्ये अल्पकालीन भांडवलाचा प्रचंड ओघ सुरू होऊन अशा देशातील मालमत्ता, रोखे व समभाग अशा विविध भांडवलामध्ये तेजी आली ह्याचे स्मरण करणे येथे लागू पडेल. ब्राझिल, चीन आणि इंडोनेशिया हे देश उदयोन्मुख अर्थव्यवस्थेमध्ये मालमत्तेच्या मूल्याचा बुडबुडा निर्माण करून त्यांना विदेशी भांडवलाच्या प्रवाहाचा बळी ठरल्याची टीका अमेरिकेच्या फेडरल रिझर्व्ह बँकेवर करू लागले आहेत.

युरोप आणि अमेरिकेतील मौद्रिक संख्यात्मक सुलभतेमुळे विकसनशील/उदयोन्मुख अर्थव्यवस्थेमध्ये केवळ भाववाढच झाली असे नाही तर या देशांच्या चलनाच्या अवमूल्यनालाही ती काही अंशी जबाबदार आहे. कशी? सुरुवातीच्या अमेरिकेतील मौद्रिक संख्यात्मक सुलभतेच्या धोरणामुळे गुंतवणूकदारांनी वेगाने वाढणाऱ्या उदयोन्मुख अर्थव्यवस्थांमधील वास्तव आणि मौद्रिक अशा दोन्ही प्रकारच्या भांडवलात गुंतवणूक करायला सुरुवात केली. यातील बहुतेक देशांचे उच्च उत्पन्न गटातील देशांच्या तुलनेत खाजगी व सार्वजनिक कर्ज अतिशय कमी होते. या उदयोन्मुख अर्थव्यवस्थांमधील वास्तव आणि वित्तीय क्षेत्रातील समन्वय अतिशय दुर्बल असल्याने भांडवलाच्या अतिरिक्त प्रवाहामुळे त्यांची उत्पादकता वाढली नाही, तर याउलट अल्पकाळातील त्यांच्या चलनाचे मूल्य वधारले. कालौघात, चीनसारख्या उदयोन्मुख अर्थव्यवस्थांमध्ये चलनाच्या मूल्यातील वाढीबुळे त्यांच्या निर्यात कामगिरीवर परिणाम झाला. शिवाय, चीनच्या देशांतर्गत अर्थव्यवस्थेत येणाऱ्या डॉलर्सच्या प्रवाहामुळे तेथे भाववाढ झाली आणि त्यामुळे निर्यातीतील स्पर्धात्मकता आणखीनच घटली. विशेषतः इतर कोणत्याही उदयोन्मुख अर्थव्यवस्थांप्रमाणे चीनची निर्यातीची किंमत. लवचिकता अधिक असल्याने हे प्रकर्षाने घडून आले. या साऱ्यामुळे चीनच्या मध्यवर्ती बँकेला आपल्या चलनाचे अवमूल्यन कसे भाग पडले.

चलनाचे अवमूल्यन

चलनाच्या अवमूल्यनाचा एखाद्या देशाच्या निर्यातीमधील कामगिरीशी थेट संबंध असतो. चलनाच्या अवमूल्यनाच्या 'जे' वक्र परिणामावर भरपूर लिखाण झालेले आहे.[१०] चलनाच्या अवमूल्यानंतर लगेचच यापूर्वी केलेल्या व्यापार करारांचा मान राखण्यासाठी आयात आणि निर्यातीमध्ये कदाचित काहीही बदल होणार नाही. शिवाय, अल्पकाळात तेल आणि सोन्यासारख्या महाग वस्तूंच्या आयातीची

---

[१०] पहा, एम बहामनी ओस्की (१९८५) रिव्हॅल्युएशन ॲण्ड द जेकर्ब-सम एव्हिडन्स फ्रॉम एलडीसीज, *द रिव्ह्यू ऑफ इकॉनॉमिक्स ॲण्ड स्टॅटिस्टीक्स*, खंड ६७, क्र. ३ (ऑगस्ट) पृ. ५००-०४. पहा एस हॅकर (२००३) इज द जे-कर्व इफेक्ट ऑब्झर्व्हेबल फॉर स्मॉल नॉर्दन युरोपियन कंट्रीज? *ओपन इकॉनॉमिक्स रिव्ह्यू* खंड १४, क्र.२, पृ. ११९-३४.

मागणी किंमत अलवचिक राहू शकेल आणि परकीय चलनाचा वावर करणाऱ्या विदेशी आयातदारांची निर्यात मागणीही स्वस्त किमतीमुळे अलवचिक असू शकेल. उपभोक्त्याच्या स्वस्त पर्यायी वस्तूंच्या शोधामधील विलंबामुळे हे घडू शकेल. परंतु, प्रत्यक्षात असे घडषलच असे नाही. दीर्घकाळात, विनिमय दरातील घटीमुळे चालू खात्याच्या समतोलात अपेक्षित सुधारणा होऊ शकेल. देशांतर्गत उपभोक्ते महाग आयात वस्तूंच्या/सेवांच्या मागणीऐवजी पर्यायी देशी वस्तूंची मागणी करतील (अशा पर्यायी वस्तूंची उपलब्धता गृहीत धरली आहे). याचबरोबरीने विदेशी चलनाच्या मूल्यात या देशाची निर्यात स्वस्त झाल्यामुळे अनेक परकीय उपभोक्ते आपली मागणी देशांतर्गत उत्पादित वस्तू आणि सेवांच्या ऐवजी अशा निर्यातीच्या खरेदीकडे वळवतील.

यामुळे अवमूल्यनाची प्रेरणा निर्माण होते. मागील वर्षाच्या तुलनेत फेब्रुवारी २०१४ मध्ये चीनच्या निर्यातीतील १८.१% झालेल्या घटीमुळे पीपल्स बँक ऑफ चायना (PBOC) या चीनच्या मध्यवर्ती बँकेने हस्तक्षेप करून चिनी युआनचे अमेरिकन डॉलरमधील मूल्यात कपात केली. मार्च २०१४ पर्यंत रेनमिन्बी चलनात २.८% अवमूल्यन झाले. यामुळे मागील दशकातील सातत्याने होणाऱ्या लाभाचा काळ संपुष्टात येऊन आधीचे सर्व लाभ जवळजवळ नाहीसे झाले.[११]

जे चीनबाबत घडले ते इतर देशांबाबतही घडून आले. खरे तर देशांमधील चलनयुद्ध कसे रोखायचे हाच सध्याचा मुख्य मुद्दा आहे. चीनला याबाबत सबब सांगता येते. मौद्रिक सुलभतेमुळे होणाऱ्या भाववाढीने चीनच्या निर्यातीच्या स्पर्धात्यकतेमध्ये घट झाली आणि त्याचवेळी त्यांच्या आयातीही महाग झाल्या असे चिनी धोरणकर्त्यांचे मत आहे. फेब्रुवारी २०१४ मध्ये चीनच्या आयाती १०% ने वाढल्या व त्यामुळे त्यांची व्यापारतूट मागील दोन वर्षांमधील सर्वांत अधिक म्हणजे २२ अब्ज अमेरिकन डॉलर्स अशी प्रचंड झाली.[१२] जी-२० गटातील इतर देशांनी आश्वासन दिल्याशिवाय पीपल्स बँक ऑफ चायना या बँकेने यापुढे आणखी अवमूल्यन करू नये हे पटवून देणे कठीण आहे.

केवळ चीनलाच का दोष द्यायचा? २०१३ मधील जपानचे आर्थिक पुनरुज्जीवीकरण येनच्या मूल्यातील नाट्यात्मक घसरण आणि मौद्रिक संख्यात्मक सुलभतेमुळेच झाले होते. मे २०१३ मधील दावोस येथील जागतिक आर्थिक परिषदेच्या सुमारास वॉल स्ट्रीट जर्नलमधील एका मुलाखतीमध्ये दक्षिण कोरियाच्या मध्यवर्ती बँकेच्या गव्हर्नररांनी म्हटले होते की, जपानच्या येनमधील याहून जास्त घसरणीमुळे दक्षिण कोरियाच्या निर्यातदारांचे व्यापक नुकसान होईल.[१३] स्पर्धात्मक अवमूल्यनाविरुद्ध होणाऱ्या आर्थिक युक्तिवादानुसार हे अवमूल्यन म्हणजे व्यापारातील सहभागी भागीदार देशांमध्ये स्वस्त वस्तूंचा वर्षाव करून आणि त्यांचे देशांतर्गत उत्पादन आणि रोजगार नष्ट करून एकप्रकारे बेरोजगारी

[११] स्रोतः http://online.wsj.com/news/articles/SB10001424052702303949704579456583465 28674

[१२] स्रोतः http://www.dailyfinance.com/2014/03/15/will-china-devalue-its currency.

[१३] स्रोतः http://online.wsj.com/news/articles/SB100014240527023034482 0457933880064 220782

निर्यात करण्याचे धोरण आहे. जागतिक अर्थव्यवस्था मंदीच्या बाहेर अजून येणार असण्याच्या वेळी असे स्पर्धात्मक अवमूल्यन योग्य ठरत नाही.

विकसित औद्योगिक देशांनी डॉलर, युरो आणि येनच्या मूल्यात कृत्रिम घट करून आपल्याविरुद्ध 'चलनयुद्ध' पुकारल्याची तक्रार ब्राझिलने केली होती. सध्या अर्जेंटिना आणि तुर्कस्तानसारख्या काही देशातील अधिकारी त्यांच्या चलनातील तीव्र घसरणीसाठी विदेशी 'गिधाडे' आणि 'व्याजदर' प्रचार कक्षाला दोष देत असतात.[१४] ऑस्ट्रेलियाच्या इतर धोरणांव्यतिरिक्त चलनयुद्धाचा खेळ कसा थांबवता येईल, यांचा समावेश त्यांच्या कार्यक्रमपत्रिकेत आहे. चीन आणि अमेरिका या दोन प्रमुख मोठ्या व्यापार भागीदार देशांना त्यांना हे धोरण पटवून द्यावे लागेल. अलीकडच्या काळातील चीनच्या चलनातील तीव्र आणि आशियामध्ये चलनयुद्धाच्या संभाव्यतेकडे काम करते आहे.

भारतालाही याचा फटका बसला. तत्कालीन पंतप्रधान डॉ. मनमोहन सिंग यांनी सप्टेंबर २०१३ मधील सेंट पीटर्सबर्गच्या जी-२० परिषदेमध्ये आपल्या भाषणात आंतरसीमा भांडवली प्रवाहातील अकस्मात वाढीमुळे विनिमय दर कर्जाचे आकारमान भाष्य केले होते. भांडवलाच्या या वाढत्या प्रवाहामुळे जागतिक वित्तीय आपत्तीपूर्वी औद्योगिक देशांमध्ये कर्जाच्या प्रमाणात अतिरिक्त वाढ झाली. त्यातून उदयोन्मुख देशांमध्ये शेअरबाजाराला आणि विनिमय दराला प्रचंड हेलकावे बसले. भांडवली बाजारातील चढउतारामुळे उदयोन्मुख अर्थव्यवस्थांच्या लवचिक विनिमय दर प्रणाली स्वीकारण्यावर मर्यादा घेऊन त्यांच्या वृद्धिक्षमतेत नुकसान होऊ शकते.

तुटीच्या अर्थभरणा

या गोष्टीची दुसरीही बाजू आहे. अमेरिकेतील मौद्रिकी-सांख्यिकी सुलभतेमुळे उदयोन्मुख अर्थव्यवस्थांना विकसित अर्थव्यवस्थांमधून अधिक प्रमाणात भांडवलाचा प्रवाह आपल्याकडे वळवता येईल अशा प्रमाणात देशांतर्गत व्याजदरात वाढ करता येऊ शकेल. हे देश कदाचित करसवलती आणि इतर अनावश्यक अनुदाने देण्यास सुरुवात करतील. या दोन्ही बाबी वृद्धीसाठी हानिकारक आहेत. व्याजदरातील वाढीमुळे भविष्यातील विकासाला हानी पोचू शकेल. करसवलती आणि आयोग्य अनुदानांमुळे चालू खात्याचा समतोल बिघडू शकेल. अमेरिका ज्याप्रमाणे तुटीच्या अर्थभरण्यावर तरून जाऊ शकते, त्याप्रमाणे उदयोन्मुख देशांना त्यावर अवलंबून वृद्धी टिकवून ठेवता येणार नाही.

अमेरिकन डॉलर हे आंतरराष्ट्रीय चलन असल्यामुळे अमेरिकेला आपल्या कर्जाची विक्री करणे सोपे जाते, हे उदयोन्मुख अर्थव्यवस्थांना शक्य नाही. चीनसारख्या उदयोन्मुख अर्थव्यवस्थांना अमेरिकन डॉलरला पर्यायी चलन हवे आहे. चीनने आयएमएफच्या महाकर्ज योजनेतील चालू एसडीआर व्यवस्थेतील

---

[१४] स्रोतः http://www.nytimes.com/2014/02/08/opinion/currency-wars-revisited.html?_r=0

आपला सहभाग मर्यादित रीतीने विस्तारला. पीबीओसीच्या (चीनची मध्यवर्ती बँक) मौद्रिक धोरण समितीमधील माजी सभासद श्री. यु यॉगिंग यांनी म्हटले आहे की, असे केल्याने एप्रिल २००९ मधील जी-२० च्या लंडन परिषदेतील पूर्वीच्या प्रस्तावाला बळकटी येईल. हा प्रस्ताव २५० अब्ज अमेरिकन डॉलर्सच्या सममूल्यात एसडीआर प्रचलित करण्याबाबत होता आणि तो ताबडतोब अमलात आणला गेला. खरे तर, चीन १५०-२५० अब्ज मूल्याचे एसडीआर दरवर्षी (साधारणपणे २४०-३९० अब्ज अमेरिकन डॉलर्स) वितरित करण्याच्या बाजूने होता.[१५]

---

[१५] http://www.Project-syndicate.org/commentary/a-modest-proposal-for the g-20.

प्रकरण ८

भारत आणि जागतिक व्यापार संघटना

गॅट आणि जागतिक व्यापार संघटना

बहुस्तरीय व्यापारी कराराच्या विविध फेऱ्याद्वारे जागतिक व्यापार खुला करण्याच्या दृष्टीने द जनरल ॲग्रीमेंट ऑन टॅरीफ्स ॲण्ड ट्रेड (GATT) ची स्थापना १९४७ मध्ये झाली. यातील शेवटून दुसऱ्या कराराची फेरी उरुग्वे फेरी (१९८६–९४) झाली. यातील करारांची अंमलबजावणी १ जानेवारी १९९५ पासून सुरू करण्यात आली. याचवेळी गॅट ऐवजी जागतिक व्यापार संघटनेची सुरुवात झाली. गॅट ही अनेक नियमांची मालिका होती. तर जागतिक व्यापार संघटना ही जागतिक बँक किंवा आंतरराष्ट्रीय नाणेनिधीप्रमाणे वस्तू आणि सेवांच्या जागतिक व्यापारावर देखरेख करण्याची स्वतंत्र संघटना आहे. जागतिक व्यापार करारांची बोलणी करण्यासाठी विविध शासनांचे जागतिक व्यापार संघटना हे एक व्यासपीठ आहे. व्यापार व्यवहारातील वादविवाद मिटवण्याचे ते एक स्थान आहे. यात एखाद्या देशाने विशिष्ट करार केलेला असला तरी, इतर सर्व करारांवर त्या देशाने स्वाक्षरीद्वारे मान्यता दिलेली नसली, तरी त्या देशाला ते करार आपोआप लागू होण्याची तरतूद आहे. जागतिक व्यापार संघटना कराराची शेवटची फेरी म्हणजे दोहा विकास फेरी किंवा दोहा विकास कार्यक्रमपत्रिका होय. जगाच्या व्यापारातील बंधने कमी करण्याच्या उद्देशाने त्या फेरीची सुरुवात २००१ नोव्हेंबरमध्ये झाली. मार्च २०१३ मध्ये दोहा विकास फेरी अजून संपायची बाकी होती. कृषी, औद्योगिक जकाती, बिगर जकात निर्बंध सेवा आणि व्यापारातील अनेक प्रमुख बाबींवर एकमत होत नसल्याने करार स्थगित करण्यात आले होते. सर्वांत महत्त्वपूर्ण मतभेद जपान, अमेरिका आणि युरोपीय समूहातील विकसित देश आणि ब्राझिल, चीन, भारत, दक्षिण कोरिया आणि दक्षिण आफ्रिका या प्रमुख विकसनशील देशांमध्ये होते. शिवाय युरोपीय समूह आणि अमेरिकेदरम्यान व्यापार निर्बंधांचे एक प्रभावी माध्यम असणाऱ्या कृषी अनुदानांबाबतही लक्षणीय वाद होता. या करारांबाबत आणि जागतिक व्यापार संघटनांमधील भारताच्या भूमिकेविषयी आपण अधिक चर्चा नंतर करू. परंतु प्रथम आपण जागतिक व्यापार संघटनांचे कामकाज कसे चालते ते पाहू.

१९४८ मधील गॅटच्या स्थापनेची पार्श्वभूमी १ जानेवारी १९९५ रोजी स्थापन झालेल्या जागतिक व्यापार संघटनेत आहे. दुसऱ्या महायुद्धानंतर लगेचच जागतिक व्यापार व्यवस्थेची पुनर्रचना करण्याची तातडीची गरज भासू लागली होती. या उद्देशाने युनोने अमेरिकेतील ब्रेटन वुड्स येथे एक परिषद आयोजित केली. ऑगस्ट १९४४ मध्ये परिषदेच्या अखेरीस तीन नवीन आंतरराष्ट्रीय संघटना स्थापन

करण्याचे निश्चित करण्यात आले. या तीन संस्थांद्वारे दुर्बल जागतिक व्यापार व्यवस्थेला संजीवनी देण्यात येणार होती. आंतरराष्ट्रीय पुनर्रचना व विकास बँक, जिला सध्या जागतिक बँक या नावाने ओळखले जाते, आंतरराष्ट्रीय नाणेनिधी आणि आंतरराष्ट्रीय व्यापार संघटना (ITO) या त्या संस्था होत. यातील पहिल्या दोन संघटना २७ डिसेंबर १९४५ रोजी स्थापण्यात आल्या, तर अमेरिकेच्या सिनेटच्या विरोधामुळे आंतरराष्ट्रीय व्यापार संघटनेची स्थापना झाली. मात्र या ऐवजी २७ देशांनी एका करारावर स्वाक्षरी केली आणि गॅट अंतर्गत पहिली करार फेरी असे संबोधण्यात आले. अजून स्थापन न झालेल्या आंतरराष्ट्रीय व्यापार संघटनेप्रमाणे गॅट ही जागतिक मान्यतेद्वारे नियमांची आखणी करणारी संपूर्ण स्वतंत्र संघटना होती. भारत हा गॅटचा १९४८ मधील संस्थापक सभासद आहे, हे लक्षात घेतले पाहिजे.

१९४८ पासून १९९४ च्या अखेरीपर्यंत आंतरराष्ट्रीय व्यापाराच्या सुलभतेसाठी नियमावली होती. विविध व्यापार करारांच्या मालिकेद्वारेही यंत्रणा विकसित करण्यात आली होती. सुरुवातीच्या फेऱ्यांमध्ये प्रामुख्याने जकाती कमी करण्यासंबंधी विचार झाला, परंतु नंतरच्या फेऱ्यांमध्ये अवपुंजनविरोधी उपाययोजना, प्रतिक्रियात्मक उपाययोजना, स्वच्छता व आरोग्यविषयक मंजुऱ्या अशासारख्या बिगर जकात निर्बंधांचाही समावेश करण्यात आला. १९८६-९४ या दरम्यान झालेल्या शेवटून दुसऱ्या उरुग्वे फेरीचे पर्यवसान अखेरीस जागतिक व्यापार संघटनेच्या निर्मितीमध्ये झाले.

१ जानेवारी १९४८ रोजी स्थापन झालेल्या गॅटच्या प्रत्येक फेरीमध्ये व्यापारविषयक कराराच्या बोलण्यांनी वेग घेतला. १९६६ मधील केनेडी फेरीपर्यंत विकसित देशांनी कमी केलेल्या जकातींना विकसनशील देशांनी अन्योन्य प्रतिक्रिया देणे शक्य नव्हते. यातील प्रमुख खेळाडू असलेल्या अमेरिकेचे उद्दिष्ट इंग्लंडला भूतकाळातील वसाहतींशी व्यापार करताना प्राधान्यत्मक जकातीचा वापर करण्यासाठी यंत्रणा मोडीत काढण्याचे होते. शिवाय, अमेरिकेला जपानशी व्यापारी संबंध वाढवण्यातही रस होता. गॅटची कामगिरी १९५० ते १९७० दरम्यान अतिशय चांगली झाली. या काळात जागतिक व्यापारात वास्तव पातळीवर सुमारे ८% वाढ झाली. मात्र १९७० च्या दशकातील गॅटच्या टोकियो फेरीदरम्यान हे सलोख्याचे वातावरण संपुष्टात आले. विकसित देशांनी एकतर्फी प्रतिक्रियात्मक व्यवहारांचा शेवट करणे हे यामागचे कारण होते. शिवाय, विकसित देशांना गॅटच्या अखत्यारित व्यापाराबरोबरच सेवांचाही समावेश करायचा होता. टोकियो फेरीमध्ये सर्वप्रथम मांडले गेलेले आणि पूर्णत्वाला न पोचलेले अनेक कार्यक्रम उरुग्वे फेरीमध्ये (१९८६-९४) चर्चिले गेले.

खरे तर १९४८ ते १९९४ या दरम्यान चर्चेच्या आठ फेऱ्या झडून गेल्या होत्या. उरुग्वे फेरीच्या अखेरीस अनेक नवे करार करण्यात आले. उरुग्वे फेरीतील करारांचे स्वरूपानुसार तीन सांकेतिक गटांमध्ये वर्गीकरण करता येईल - बाजारपेठेतील व्यवहार (जकाती, बिगर जकात निर्बंध, वस्त्रे आणि वस्त्रप्रावरणे, कृषिविषयक, प्रादेशिक उत्पादने, नैसर्गिक स्रोताधारित उत्पादने), नियम (अनुदाने आणि प्रतितोलनात्मक उपाययोजना, सुरक्षा यंत्रणा, अवपुंजन विरोधी धोरण, कलह निवारण, गॅट कलमे, एमटीएन करार व व्यवस्था) आणि नवीन विभाग (व्यापारासंबंधी बौद्धिक संपदा हक्क (TRIB), व्यापारासंबंधी गुंतवणूक उपाययोजना, सेवा). हे करार बंधनकारक करण्यासाठी जागतिक व्यापार संघटना ही बहुस्तरीय संघटना निर्माण करण्यात आली.

फेब्रुवारी १९९७ मध्ये ६९ देशांच्या शासनांनी दूरसंचार सेवांविषयक करारांमध्ये उरुग्वे फेरीच्या तुलनेत व्यापक, स्वरूपाचे उदारीकरण करण्याचे धोरण मान्य केले. याचवर्षी ४० देशांच्या सरकारांनी माहिती–तंत्रज्ञानाधारित उत्पादनांमध्ये जकातमुक्त व्यापाराचा करार केला आणि ७० देशांनी बँकिंग, विमा, रोखे आणि वित्तीय माहिती क्षेत्रातील ९५% व्यापारातील वाटा असणाऱ्या वित्तीय सेवांविषयक करार संमत केला. १९९८ मे मध्ये जिनिव्हा येथील मंत्रिस्तरीय परिषदेत जागतिक व्यापार संघटनांच्या सभासद देशांनी जागतिक इलेक्ट्रॉनिक व्यापारातील बाबींचा अभ्यास करणे मान्य केले. सिएटल येथील २००० मधील मंत्रिपरिषदेत कृषी आणि सेवाविषयक करार करण्यात आले. सिएटल फेरीनंतर दोहा (२००१), कॅनकून (२००३), हाँगकाँग (२००५), जिनिव्हा (२००९), जिनिव्हा (२०११) आणि बाली (२०१३) अशा सहा मंत्रिपरिषदा पार पाडल्या. या सर्व मंत्रिपरिषदेमध्ये दोहा विकास फेरीमधील तत्त्वे सामविष्ट होती. दोहा विकास फेरीमध्ये सहभागी देशांनी कृषी व वस्तुनिर्माण बाजारपेठा खुल्या करण्याचे आणि जनरल ॲग्रीमेंट ऑन ट्रेड इन सर्व्हिसेस (GATS) मध्ये सेवाविषयक व्यापारातील सर्वसाधारण करारांचे आणि बौद्धिक संपदा नियमनांचा (TRIPS) विस्तार करण्यास सहमती दर्शवली.

जागतिक व्यापार संघटनेची संरचना

जून २०१४ मध्ये जागतिक व्यापार संघटनामध्ये १६० सभासद देश होते आणि त्यांचा जागतिक व्यापारात ९७% वाटा होता. १५९ सभासद देशांपैकी निर्णयप्रक्रियेतील कोणत्याही २५ देशांना कराराच्या अखेरच्या टप्प्यात समाविष्ट करण्यात येते. हा कराराचा अखेरचा टप्पा 'हरित कक्ष' (Green Room) करार या नावानेही ओळखला जातो. मात्र, या २५ देशांपैकी १८ देश विकसित देशांपैकी असतात, तर उर्वरित ७ देशांमध्ये प्रामुख्याने भारत, ब्राझिल आणि अर्जेंटिना या विकसनशील देशांचा समावेश होतो. म्हणून जागतिक व्यापार संघटनेचे निर्णय बहुतेकवेळा विकसित देशांच्या बाजूने झुकलेले असतात, यात कसलेही आश्चर्य नाही.

जागतिक व्यापार संघटनांमधील बहुतांश निर्णय साधारणतः दर दोन वर्षांनी होणाऱ्या मंत्रिपरिषदेत घेतले जातात (पहा आकृती ८.१). या खालोखाल जिनिव्हातील शिष्टमंडळाचे प्रमुख आणि राजदूत किंवा काही वेळा सभासद देशांच्या राजधानीतील अधिकाऱ्यांनी बनलेली सर्वसाधारण समिति (जनरल कौन्सिल) ही वर्षातून अनेकवेळा जिनिव्हामध्ये भरत असते. शिवाय ही समिती व्यापार धोरणाचा पुनर्विचार करण्यासाठी आणि सभासद देशांमधील कलह निवारणासाठीही घेतली जाते.

सर्वसाधारण समितीच्या निम्न पातळीत वस्तू समिती, सेवा समिती आणि व्यापारविषयक बौद्धिक संपदा हक्क समिती (व्याबौसंहस) या तीन समित्या असतात. त्या सर्वसाधारण समितीला बांधिल असतात. या व्यतिरिक्त, अनेक विशेष समित्या, कार्यगट आणि व्यक्तिगट करार व पर्यावरण, विकास, सभासद अर्ज आणि प्रादेशिक व्यापार करारावर काम करणारे अनेक गट असतात.

१९९६ मध्ये सिंगापूर येथील पहिल्या मंत्रिपरिषदेत या रचनेत तीन नव्या कार्यगटांची भर टाकण्यात आली. यामागे शासकीय खरेदी प्रक्रियेत अधिक पारदर्शकता आणण्याबरोबरच व्यापार आणि

आकृती ८.१ जागतिक व्यापार संघटनेची संरचना

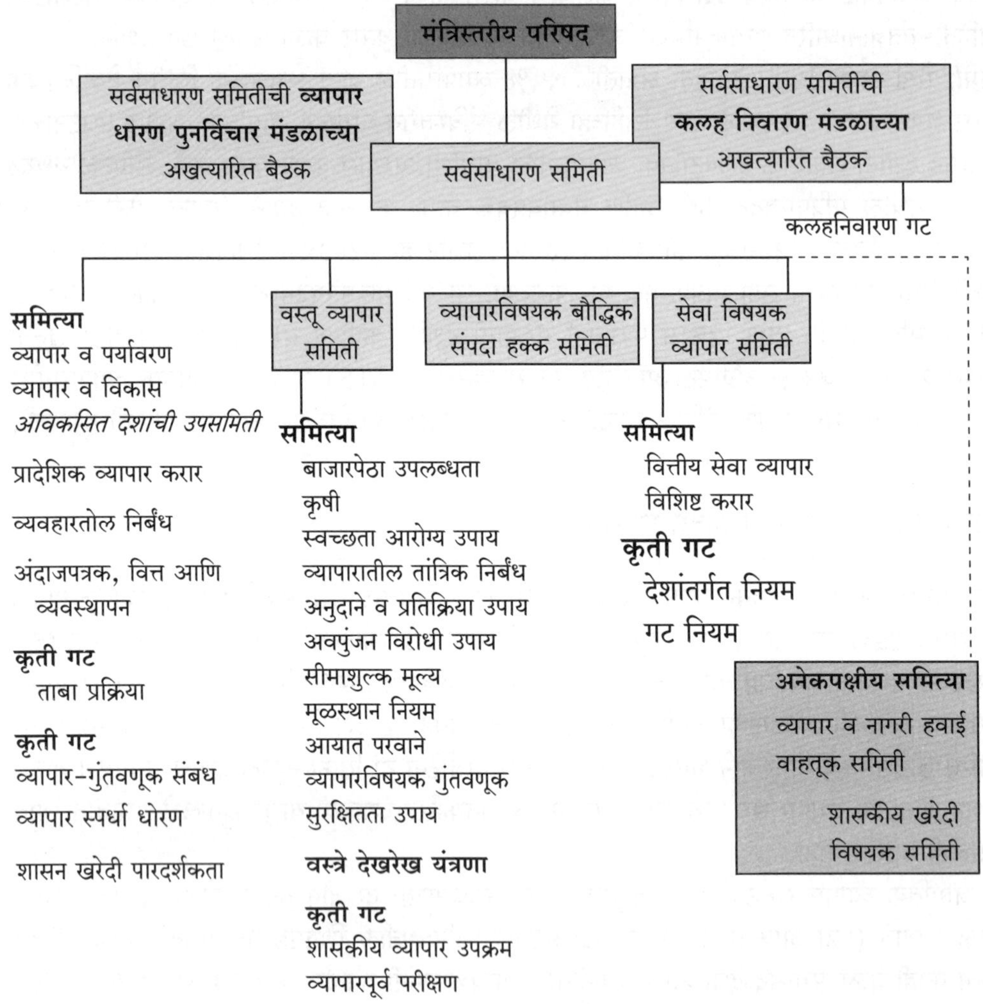

स्रोत: जागतिक व्यापारी संघटना.

गुंतवणुकीतील संबंध, व्यापार व स्पर्धाधोरण निश्चित करणे हे उद्दिष्ट होते. १९९८ च्या जिनिव्हा येथील दुसऱ्या मंत्रिपरिषदेत जागतिक व्यापार संघटनामध्ये इलेक्ट्रॉनिक व्यापारक्षेत्राचाही अभ्यास करण्यास सहमती दर्शवण्यात आली. सहस्रक फेरी या नावाने सुप्रसिद्ध असलेल्या अमेरिकेतील सिएटल येथील मंत्रिपरिषदेत यावर चर्चा होण्याची अपेक्षा वर्तवण्यात आली होती. मात्र, १९९९ मधील सहस्रक फेरी अपयशी ठरली आणि हे करार २००१ मधील दोहा (कतार) येथे होणाऱ्या पुढील मंत्रिपरिषदेखेरीज सुरू होणार नाहीत असे ठरवण्यात आले. यातूनच दोहा विकास फेरीची बीजे रोवली गेली.

जागतिक व्यापार संघटना नियमावली

सभासद हे देशांच्या चर्चेमधून जागतिक व्यापार संघटना नियमावली व करार अस्तित्वात येतात. सध्याची जागतिक व्यापार संघटना रचना ही १९८६-९४ मधील उरुग्वे फेरीच्या चर्चेचा परिपाक आहे आणि मूळच्या गॅटचे ते प्रामुख्याने सुधारित स्वरूप आहे. उरुग्वे फेरीमध्ये सेवाविषयक व्यापारातील नवे नियम, बौद्धिक संपदाविषयक व्यवहार्य पैलू, कलह निवारण आणि व्यापार धोरण आढावा विषयकही नवीन नियम तयार करण्यात आले. हा नियमांचा संपूर्ण संच ३०,००० पृष्ठांचा आहे. यात ६० करार आणि सभासद देशांनी सीमाशुल्कातील कपात आणि सेवाविषयक बाजारपेठा खुल्या करण्याबाबतचे स्वतंत्र वचननामे समाविष्ट आहेत.

या कराराद्वारे जागतिक व्यापार संघटनेला सभासद देशांचे हक्क आणि कर्तव्याबाबत एकसमान व भेदभावविरहित व्यापार यंत्रणा चालवायची इच्छा असते. प्रत्येक देशाला आपली इतर देशांच्या बाजारपेठेत होणारी निर्यात योग्य आणि सातत्यपूर्ण होण्याची हमी दिली जाते. म्हणजेच, प्रत्येक देशाला दुसऱ्या देशाशी व्यापार करताना सर्वाधिक प्राधान्य असलेला देश असा मान मिळतो. याला एकमेव अपवाद म्हणजे कलम चोविसावे (XXIV) होय. यात सभासद देशांनी प्रादेशिक व्यापार गट स्थापण्यास आणि सर्वाधिक प्राधान्य असलेला देशाला धुडकावून लावण्याची परवानगी दिलेली आहे. प्रादेशिक व्यापार करारांचे स्वरूप चार प्रकारचे असते. मुक्त व्यापार प्रदेश (FTSs), सीमा समूह (CUs), समाईक बाजारपेठ (Ms) आणि आर्थिक समूह (EV). मुक्त व्यापार प्रदेश स्थापन करताना सभासद देश परस्परांतील व्यापार निर्बंध काढून टाकतात, परंतु देशाबाहेर व्यापार करताना आपल्या देशाचे स्वतंत्र राष्ट्रीय निर्बंध राखून ठेवतात. जकात संघातील सभासद देश परस्परांमधील व्यापार निर्बंध काढून टाकतातच, शिवाय बाह्य निर्बंधांचा एक समाईक गट स्वीकारतात. समाईक बाजारपेठांतर्गत सभासद देश परस्परांमधील श्रम व भांडवलाच्या मुक्त स्थानांतरास परवानगी देतात शिवाय समाईक बाजारपेठही स्थापन करतात. आर्थिक समूहामध्ये सभासद देश त्यांची सर्व आर्थिक धोरणे एकसमान करतात. यात मौद्रिक, वित्तीय आणि कल्याणकारी धोरणांच्या बरोबरीने समाईक बाजारपेठाही निर्माण करतात.

एखाद्या विशेष व्यापारी गट देशांच्या निर्मितीमुळे व्यापारात अडथळे येण्याऐवजी व्यापार वाढीला चालना मिळेल हे जागतिक व्यापार संघटनेचे उद्दिष्ट असल्याने असे गट स्थापण्याचा अपवाद नियमावलीत केलेला आहे. जेव्हा मुक्त व्यापार प्रदेशातील एखाद्या देशातील कार्यक्षम उत्पादक सभासद इतर देशांमधील कमी कार्यक्षम उत्पादकाचे उच्चाटन करतो, तेव्हा व्यापाराची निर्मिती होते, असे मानले जाते. याउलट मुक्त व्यापार प्रदेशातील अधिक कार्यक्षम उत्पादकांना गटाबाहेर घालवून त्यांचा व्यापारातील वाटा कमी कार्यक्षम उत्पादकांकडे गेला तर व्यापारात द्विधावस्था येतात असे म्हटले जाते. उदाहरणार्थ, दक्षिण आशियायी मुक्त व्यापार प्रदेशातील (SAFTA) भारत आणि बांगलादेश सभासद देश आहेत. म्हणजेच या दोन देशात आयात-कराविना व्यापार होणे अपेक्षित आहे. जेव्हा बांगलादेश भारतीय सिमेंट उत्पादनाची कराविना आयात करतो आणि बांगलादेशातील कमी कार्यक्षम सिमेंट उद्योगाला अधिक कार्यक्षम भारतीय सिमेंट उद्योग स्पर्धेमध्ये व्यापाराबरोबर घालवून देतो, तेव्हा ती व्यापारनिर्मिती होते. या उलट भारतीय टिव्ही उत्पादन आयातकराविना बांगलादेशात जाणे म्हणजे अधिक कार्यक्षम जपानच्या

टीव्ही उत्पादनावर कर असल्याने बाजाराबाहेर घालवले जाते. यामुळे व्यापार-बदल/अडथळे निर्माण होतात.

गॅट/जागतिक व्यापार संघटनामधील करार

वस्तू

सुरुवातीचे करार वस्तूंविषयीचे होते. १९४७ ते १९९४ दरम्यान गॅट हे आयातशुल्कात कपात आणि इतर व्यापार निर्बंधात घट करण्याचे व्यासपीठ होते. गॅटच्या संहितेत/घटनेत विशेषकरून व्यापारात समानता आणण्यासंबंधीचे महत्त्वपूर्ण नियम मांडले गेले. १९९५ पासून सुधारित गॅटमध्ये वस्तूंच्या व्यापारातील 'एकछत्र करार' (Umbrella Agreement) अमलात आणले गेले. यात कृषी, वस्त्रोद्योग अशा विशिष्ट क्षेत्रांविषयी आणि शासकीय व्यापार, उत्पादनाचा दर्जा, अनुदाने आणि अवपुंजनविरोधी कार्यवाही अशा विशेष बाबींचे परिशिष्ट आहे.

सेवा

बँका, विमा कंपन्या, दूरसंचार कंपन्या, सहल आयोजक, उपाहारगृह साखळी आणि वाहतूक कंपन्यांना मुळात केवळ वस्तूंच्या व्यापाराला लागू असणारे मुक्त आणि रास्त व्यापाराची तत्त्वे आंतरराष्ट्रीय व्यवसाय करताना वापरता येऊ शकतात. ही तत्त्वे नव्या गॅटमध्ये दिलेली आहेत. शिवाय जागतिक व्यापार संघटनाच्या सभासद देशांनी गॅटस् अंतर्गत त्यांच्या कोणत्या सेवाक्षेत्राला विदेशी स्पर्धेत उतरावयाचे आणि या बाजारपेठा कितपत खुल्या करायच्या याबाबत वैयक्तिक करारही केलेले आहेत.

बौद्धिक संपदा हक्क (IPRs)

बौद्धिक संपदा हक्क म्हणजे आपले संशोधन आराखडे किंवा इतर निर्मितीचा इतरांना वापर करण्यापासून रोखण्याचा हक्क होय. हे हक्क तीन प्रकारचे असतात – स्वामित्व हक्क, व्यापारी चिन्हे आणि भौगोलिक निदर्शक. लेखक आणि कलावंताची निर्मितीला (उदाहरणार्थ, पुस्तके व इतर लेखन, संगीत रचना, चित्रे, मूर्ती, संगणक प्रणाली आणि चित्रपट) त्या निर्मात्याच्या मृत्यूनंतर किमान ५० वर्षांचे संरक्षण स्वामित्व हक्क कायद्यानुसार मिळते. व्यापारी चिन्हे ही त्या विशिष्ट उत्पादन किंवा सेवेची ओळखून आराखडा किंवा इतर उत्पादनांपासून वेगळी ओळखता येण्याची अभिव्यक्ती असतात. उदाहरणार्थ, कोकाकोला, अमूल इत्यादी भौगोलिक निदर्शक हे स्थानाची नावे (काही देशांमध्ये स्थानाशी निगडित शब्द) असून मूळस्थान, दर्जा, पत आणि उत्पादनाची वैशिष्ट्ये दर्शवतात. (उदाहरणार्थ, शँपेन, तेकिला किंवा रॉकफोर्ट) बौद्धिक संपदा हक्कांमुळे स्वामित्व हक्क, व्यापारचिन्हे, भौगोलिक नावे यांद्वारे उत्पादने, औद्योगिक आराखडे किंवा इलेक्ट्रॉनिक उत्पादनांचे सूत्रात्मक तपशील व्यापारी गुपितांसारख्या गुप्त माहितीचे व्यापारादरम्यान संरक्षण केले आहे.

व्यापारविषयक गुंतवणूक उपाययोजना

व्यापारविषयक गुंतवणुकीच्या उपाययोजना करारांमध्ये व्यापारधोरण राबवताना एखाद्या देशाने परकीय गुंतवणूकदाराला देशांतर्गत नियम लागू करण्याचे नियम असतात. उरुग्वे फेरीमधील व्यापारविषयक गुंतवणूक उपाययोजना करार हे केवळ वस्तूंच्या व्यापाराशी संबंधित करार आहेत. गुंतवणूकविषयक काही करार व्यापारावर बंधने घालू शकतील किंवा अडथळे आणू शकतील हे ओळखून या नियमात असे म्हटले आहे की गॅटच्या कलम तीन – (राष्ट्रीय अंमलबजावणी) किंवा कलम नऊ (संख्यात्मक बंधने) यातील तरतुदींद्वारे मनाई केलेले कोणतेही उपाय सभासद देशांना लागू करता येणार नाहीत.

कलह निवारण

व्यापारातील कलह निवारण्यासाठी जागतिक व्यापार संघटनेच्या प्रक्रियेतील कलह निवारण यंत्रणा व्यापाराचा प्रवाह सुरळीत चालू राहण्याची हमी देणारी महत्त्वपूर्ण नियमावली आहे. जर देशांना बहुस्तरीय करारामध्ये आपले हक्क डावलले गेले आहेत, असे वाटले तर ते जागतिक व्यापार संघटनेमध्ये दाद मागू शकतात. व्यक्तिगत देशांचे वचननामे आणि करारांच्या आधारे स्वतंत्र तज्ज्ञांच्या नेमणुकीद्वारे अशा कलहांवर निर्णय दिले जातात.

या व्यवस्थेद्वारे देशांना आपले मतभेद सल्लामसलतीतून सोडवण्यास प्रोत्साहन दिले जाते. यात यश मिळाले नाही तर, देशांना काळजीपूर्वकरित्या आखलेल्या टप्प्याटप्प्यांतील प्रक्रियेने तज्ज्ञांच्या गटाच्या सहाय्याने आपली कैफियत मांडता येते आणि कायदेशीररित्या दादही मागता येते. १९४७-९४ या एकूण गॅट कालखंडातील साधारण ३०० कलहाच्या तुलनेत जागतिक व्यापार संघटनामध्ये आजवर ४५७ खटले सादर केले गेले. यावरून या व्यवस्थेवरील सभासद देशांचा विश्वास दिसून येते.

व्यापार धोरण आढावा

व्यापार धोरण आढावा यंत्रणेचे उद्दिष्ट विविध देशांनी अमलात आणलेल्या व्यापार धोरणातील पारदर्शकता वाढवणे, या धोरणामधील सामंजस्यात वाढ करणे आणि त्यांच्या परिणामांचे मूल्यमापन करणे हे आहे. अनेक देश आपल्या व्यापार धोरणाची विधायक प्रतिक्रिया या दृष्टीने अशा आढाव्याकडे पाहतात. सर्व जागतिक व्यापार संघटना सभासद देशांना नियमित तपासणी फेरीमधून जावे लागते. प्रत्येक आढाव्यामध्ये विशिष्ट संबंधित देशाचा आणि जागतिक व्यापार संघटना सचिवालयाचा अहवाल सादर केलेला असतो.

जरी जागतिक व्यापार संघटनेसारख्या संस्था मुक्त आणि रास्त व्यापाराची हमी देण्याचा प्रयत्न करीत असल्या, तरी प्रत्यक्षात बिगर जकात निर्बंध आणि व्यापार खर्चामुळे व्यापारात अडथळे येत असतात. पुढील विभागात आपण या दोन महत्त्वाच्या बाबींची चर्चा करूया.

बिगर-जकात निर्बंध

एखाद्या देशाची निर्यात क्षमता पुरेपूर न वापरली जाण्याचे एक प्रमुख कारण बिगर-जकात निर्बंध हे असू शकते. निर्यात घटवू शकणारे बिगर-जकात निर्बंध अनेक प्रकारचे असतात. कोष्टक ८.१ मध्ये प्रमुख बिगर-जकात निर्बंधाचे प्रकार दिले आहेत. बिगर-जकात निर्बंधांचा समावेश प्रामुख्याने गॅटच्या 'नियमावली' भागात होते. प्रत्येक प्रकारच्या बिगर-जकात निर्बंधांचे गॅटच्या विविध चर्चा फेऱ्यांमध्ये विशिष्ट उद्देशाने सांकेतीकरण करण्यात आले आहे. याविषयी आपण नंतर चर्चा करूच. सांकेतीकरण ज्या उद्देशाने करण्यात आले, त्या कारणासाठी न वापरले जाता, जर असे निर्बंध बाजारपेठेतील प्रवेशावरील बंधनासाठी वापरले तर आपण त्यांचा उल्लेख बिगर-जकात निर्बंध असा करतो. जेव्हा जकाती वाढवणे शक्य नसते, तेव्हा अनेक देश जागतिक व्यापार संघटनांच्या चौकटीत संमत असलेले बिगर - जकात निर्बंध वापरून त्यांच्या देशांतर्गत अर्थव्यवस्थेला संरक्षण पुरवतात.

संख्यात्मक निर्बंध (कोटा)

एखादा निर्यातदार आपले उत्पादन विकले न जाण्याची तक्रार करतो आणि याचे कारण ही उत्पादने किमतीच्या बाबत किंवा एकूणच कमी स्पर्धात्मक असतात, असे नसून विदेशी शासन या निर्यातदाराला विशिष्ट प्रमाणाबाहेर उत्पादन विकण्याची परवानगी देत नाहीत हे असते. अशा निर्यातदाराला आपल्या इच्छेपेक्षा अधिक उत्पादन विकण्याची विदेशी शासन मान्यता देत नाही, असे म्हणणे चुकीचे ठरेल. कारण प्रत्यक्षात हे शासन आपल्या आयातदारांना परवाने देऊन आयातीचे प्रमाण मर्यादित ठेवत असते. म्हणून यामागे परकीय आयातदारांचे मागणी फलन व्यवस्थापन निर्णय किंवा मागणीला अल्प प्रतिसाद असे अंतर्गत कारण नसून आयातीच्या प्रमाणावर निर्बंध घालण्याचा त्यांच्या शासनाचा निर्णय असे बहिर्जात कारण असते. या संख्यात्मक प्रमाण बंधनामुळे निर्यातदार उद्योगसंस्थेला बहुतेकवेळा आपल्या क्षमतेपेक्षा कमी निर्यात करावी लागते, आणि आयातदार उद्योगसंस्थेलाही आपल्या उपलब्ध मागणीच्या प्रमाणात आयात करणे शक्य होत नाही. अशा आर्थिक स्वरूपाच्या बंधनाला संख्यात्मक निर्बंध किंवा कोटा असे म्हणतात.

कोष्टक ८.१ प्रमुख बिगर जकात निर्बंध

बिगर जकात निर्बंध	महत्त्वाची साधने
	संख्यात्मक प्रतिबंध
	अवपुंजन विरोधी उपाययोजना
	प्रतिक्रियात्मक उपाययोजना
	स्वच्छता व आरोग्यविषयक मंजुऱ्या
	आयात परवाने
	बौद्धिक संपदा हक्क
	सुरक्षितता उपाय
	मूळ स्थानाविषयक नियम
	व्यापार विषयक गुंतवणूक उपाययोजना
	व्यापारावरील तांत्रिक निर्बंध

कोटाचे विविध प्रकार

कोटा बंधनाचे चार प्रकार आहेत. पहिला प्रकार म्हणजे *जकात* कोटा. यात जकात आणि कोटा याची वैशिष्ट्ये असतात. जकात कोटा अंतर्गत एखाद्या वस्तूची विशिष्ट मर्यादिपर्यंतची आयात शुल्कविरहित किंवा विशेष सवलतदराने करायला मान्यता दिली जाते. परंतु या मर्यादिबाहेरील आयातीवर प्रचंड पातळीत शुल्क लादले जाते. काही वेळा हे शुल्क आयात अशक्य करण्याइतपत मोठे असू शकते. दुसरा प्रकार म्हणजे *एकस्तरीय कोटा* किंवा कोटाच्या अधिक सर्वसाधारण प्रकार होय. यात एखादा देश एकूण आयातीची कमाल पातळी स्वतंत्ररीत्या निश्चित करतो. तिसरा प्रकार *द्विस्तरीय कोटा.* जो आयातदार व निर्यातदार यांच्यातील वाटाघाटींद्वारे निश्चित केला जातो. यात निर्यातीचे प्रमाण राजकीय घटकांवर अवलंबून असते आणि द्विस्तरीय संबंधांवर निश्चित केले जाते आणि चौथा प्रकार म्हणजे *मिश्र कोटा.* ज्यात निर्यातदारांना आपल्या तयार उत्पादनाच्या विशिष्ट प्रमाणात देशांतर्गत कच्चा माल वापरणे बंधनकारक असते.

साधारणतः कोटा नियमन हे आयात परवान्याद्वारे अमलात आणले जाते. या अर्थव्यवस्थेअंतर्गत भावी आयातदारांवर आयात करण्यापूर्वीच आयात परवाने मिळवावे लागतात. अशा प्रकारे परवान्यात संमत झालेल्या प्रमाणात त्याला आयात करता येते. तसेच, कोटा निर्बंध असलेल्या निर्यातदार देशात शासन किंवा तशा प्रकारच्या अशासकीय संस्थेकडून निश्चित केलेल्या प्रमाणात भावी निर्यातदारांना परवाने दिले जातात. उदाहरणार्थ, २००५ पर्यंत भारतीय कपडे उत्पादकांना पश्चिम युरोप आणि अमेरिकेतील बाजारपेठांत कोटा निर्बंधांचा सामना करावा लागला. भारतीय निर्यातदारांना ॲपरेल एक्सपोर्ट प्रमोशन कौन्सिलकडून कोटा मिळवावा लागत असे, तर कापड आणि धाग्यांसाठी कॉटन टेक्स्टाईल एक्सपोर्ट प्रमोशन कौन्सिलकडून परवाने मिळवावे लागत.

कोटा लागू करण्यामागील महत्त्वाचा युक्तिवाद देशाचे आयातीवरील अवलंबन कमी करून व्यवहार तोलातील स्थिती सुधारणे हे आहे. जर देशांनी कोटा निर्बंध आपल्या दुर्बल व्यवहारतोल स्थितीला सुधारण्यासाठी न वापरता इतर देशांना बाजारपेठेत प्रवेश करण्यापासून रोखण्यासाठी वापरले तर ते बिगर-जकात निर्बंध ठरतात. बाजारपेठेतील प्रवेश निर्बधांचे काही नकारात्मक, परिणाम आहेत. पहिला म्हणजे *किंमत परिणाम.* कोटामुळे वस्तूंचा पुरवठा मर्यादित होत असल्याने किमती वाढतात. दुसरा *उपभोग परिणाम* होय. कोटामुळे वाढलेल्या किमतीनी उपभोगात कपात होते, कारण आयातीची किंमत-लवचिकता गृहीत धरलेली असते. तिसरा *संरक्षणात्मक परिणाम* आहे. यात देशांतर्गत उद्योगांना परकीय स्पर्धेपासून संरक्षण मिळते. हे तत्त्व बालोद्योग युक्तिवादातून आले आहे. अननुभवी देशी उद्योगांना संरक्षणाची गरज असते. *पुनर्वितरण परिणाम* हा चौथा परिणाम होय. यात उपभोक्त्यांकडून देशांतर्गत उत्पादकांकडे संसाधने हस्तांतरित होतात. कोटा लादल्यामुळे उपभोक्त्यांना वाढीव किंमत द्यावी लागते आणि देशांतर्गत उत्पादकांना लाभ मिळतो. *महसूल परिणाम* हा शेवटचा परिणाम होय. परवान्यांद्वारे कोटा व्यवस्थापन केले जात असल्याने परवाना शुल्क लागू करून शासनाला महसूल मिळतो.

कोटा विरुद्ध जकाती

कोटा आणि जकातींमधील मुख्य फरक असा आहे की, *जकाती वस्तू आधारित असतात* आणि वसुलीमध्ये *विभेदात्मक नसतात.* जकाती लागू करताना देशाला विशिष्ट पुरवठादाराबाबत भेदभाव करता

येत नाही. परंतु कोटाबाबत असे करता येते. कोटा पद्धतीत अधिक संरक्षण क्षमता आहे. जेव्हा आयात मागणी किंमत अलवचिक असते, तेव्हा जकाती कितीही उच्चदराने असल्या तरी देश आयात करतोच. सोने आणि इंधनतेलाची आयात हे याचे उदाहरण आहे. अशा उदाहरणात कोटामुळे आयात निर्बंध चांगल्या प्रकारे अमलात येऊ शकतात. मात्र, कोटामुळे मृतभार हानी होत असल्याने कोटा पद्धतीला पसंती दिली जात नाही. कोटा निर्बंधांमुळे अधिक कार्यक्षम विदेशी उत्पादकांकडून कमी कार्यक्षम देशी उत्पादकांकडे उत्पादनाच्या हस्तांतरणाला उत्तेजन मिळते व त्यामुळे ही हानी होते.

सुधारणाकाळापूर्वी म्हणजे १९९१ पूर्वी भारतीय आयाती (आणि निर्याती) चार गटात मोडत – मुक्त साधारण परवाने (OGL) बंदी किंवा मनाई असलेले, निर्बंध असलेले आणि विशिष्ट मार्गाने होणारे. सुधारणोत्तर काळाने पाचव्या गटाती भर टाकली – विशेष आयात परवाना (SIL) निर्बंध गटाचाच हा उपप्रकार होय. सुधारणांमुळे अधिकाधिक उत्पादने निर्बंधित गटाकडून मुक्त परवाना गटात आणली गेली. मुक्त साधारण परवाने गटातील उत्पादने कोटा निर्बंधाच्या कक्षेबाहेर असतात. मुक्त परवाना या नावाच्या अर्थाविरुद्ध यात आयातशुल्क द्यावे लागत असले तरी कोणत्याही आयात परवान्यांची गरज नसते. नकारात्मक आयातीच्या यादीत तीन गट पडतात. पहिला गट 'मनाई' प्रकारचा असतो. यात शासनाला देशहिताविरुद्ध वाटणाऱ्या उत्पादनाच्या आयातीला मनाई केली आहे. यात प्राण्यांची चरवी, कच्चे धातू, वन्य प्राणी, संरक्षण आणि हस्तिदंताचा समावेश होतो. दुसरा गट निर्बंधात्मक स्वरूपाचा आहे. यात विशेष आयात परवाने विशेष गटातील निर्यातदारांना वितरित केले जाऊन उत्पादनांच्या आयातीला परवानगी दिली जाते. विलासी मोटारींसारख्या टिकावू उपभोग्य वस्तूंचा समावेश या गटात होतो. आणि म्हणून यासाठी विशेष आयात परवाने आवश्यक ठरतात. तिसरा गट विशिष्ट मार्गाशी निगडित आहे. यात विशिष्ट संस्थांद्वारेच आयात करण्यास परवानगी दिली जाते. उदाहरणार्थ, मोठ्या प्रमाणात सोने आयात भारतीय स्टेट बँक यासारख्या विशिष्ट बँकांमार्फत आणि काही विदेशी बँका किंवा नियुक्त केलेल्या संस्थांमार्फतच केली आहे.

अवपुंजन विरोधी

अवपुंजन विरोधी शुल्क हे विशिष्ट उत्पादन किंवा विशिष्ट स्रोत स्वरूपाचे असते. देशी उद्योगांचे नुकसान करणाऱ्या आणि दुहेरी किमतीद्वारे केलेल्या आयातीविरुद्ध हे लागू केले जाते. टोकियो चर्चा फेरीदरम्यान अवपुंजन विरोधी करायला संमती देण्यामागे भक्षक किंमत धोरण बंद करणे ही होती. दुसऱ्या देशातील उत्पादक स्पर्धाकांना बाजारपेठेतून पळवून लावण्याच्या दृष्टीने आपल्या उत्पादनखर्चापेक्षा किती तरी कमी पातळीत किंमत आकारण्याच्या पद्धतीला भक्षक किंमत धोरण म्हणतात. मात्र, अशा प्रभावी उत्पादकांनी लादलेल्या तळच्या पातळीतील किमती प्रवेश अडथळे ठरतात आणि दीर्घ काळात मात्र परकीय उत्पादक आपला सुरुवातीच्या काळातील तोटा काही प्रमाणात भरून काढण्यासाठी किमती वाढवतात. कलम सहा अनुसार करारातील दोन पक्षांच्या मते 'अवपुंजन म्हणजे एका देशातील उत्पादन दुसऱ्या देशातील व्यापारात वस्तूच्या सर्वसाधारण पातळीतील किमतीपेक्षा कमी किमतीत विकले जाणे असे आहे. यामुळे करारातील एका पक्षाच्या प्रस्थापित उद्योगाला हानी पोहोचत असेल तर याला विरोध केला पाहिजे.' ज्या किमतीला निर्यातदार देशांतर्गत उत्पादन विकतात त्या पातळीला सर्वसाधारण

नमुना अभ्यास ८.१: अवपुंजन विरोधी उपाययोजनांचे समर्थन करता येईल का?*

अवपुंजन विरोधी शुल्क हे उत्पादन विशिष्ट किंवा स्रोत विशिष्ट शुल्क असते. हे शुल्क देशांतर्गत उद्योगाचे नुकसान करणाऱ्या प्रचंड प्रमाणातील आयातीवर लादले जाते. अवपुंजनविरोधी शुल्क लादणे ही समस्या नसून या शुल्कामागचा युक्तिवाद शंकास्पद आहे. अनेक उदाहरणांत हे शुल्क देशी उद्योगांचे हितसंबंध जपण्याच्या एकमेव उद्देशाने आणि अवपुंजनाचे प्रमाण किंवा सातत्य न बघता लादले जाते. व्यापार सिद्धान्त अभ्यासकांनी कल्याणात वाढ करण्यासाठी व्यापार निर्बंधात कपात करण्याविषयी जोरदार मत प्रदर्शित केले आहे. मुक्त व्यापारासाठी जागतिक व्यापार संघटना तीव्र गरजेचे प्रतिपादन करत असताना देशांतर्गत हितसंबंध जपण्याच्या एकमेव हेतूने अवपुंजनविरोधी उपाययोजनांमुळे जागतिक व्यापार संघटनेच्या प्रयत्नांना खीळ बसू शकेल.

अवपुंजनाची अर्थतज्ज्ञांमधील लोकप्रिय व्याख्या म्हणजे सीमान्त उत्पादनखर्चापेक्षा कमी किंमत पातळीत वस्तू विकणे होय. अवपुंजन अंतर्गत उत्पादनसंस्थेला टिकून राहण्यासाठी बाजारपेठेतील अवपुंजनच्या कमी किमतीमुळे होणारा तोटा भरून काढण्यासाठी दुसऱ्या बाजारपेठेत जास्त किंमत आकारावी लागते. मात्र, सध्या बहुतेक बाजारपेठा खुल्या असल्याने आणि भौगोलिक दृष्ट्या विलग नसल्याने हा पर्याय फारसा व्यवहार्य नाही.

कधीही कोणतीही विशिष्ट बाजारपेठ ताब्यात घेण्यासाठी आंतरराष्ट्रीय उद्योगसंस्था स्पर्धात्मक दबाव टाकत असतातच. जागतिक व्यापार संघटनेमुळे कोटा व उच्च जकाती निर्बंधाद्वारे अगदी थोडे देश संरक्षणाखाली आहेत. त्यामुळे, बंदिस्त अर्थव्यस्थेत ज्याप्रमाणे अवपुंजनविरोधी शुल्क यशस्वी झाले असते तसे सध्या असू शकत नाही. म्हणून दीर्घकाळात अवपुंजन टिकू शकणार नाही. त्यानुसार सध्या अनेक ठिकाणी अवपुंजनविरोधी उपाययोजना बिगर-जकात निर्बंधाप्रमाणे वापरल्या जातात.

त्याचा त्रास कोणाला होतो? अर्थात कार्यक्षम उत्पादनकांना! अवपुंजनविरोधी सर्वाधिक प्रभावी क्षेत्रे म्हणजे मूलभूत धातू, रसायने, यंत्रसामग्री व विद्युत उपकरणे, प्लास्टिक आणि वस्त्रोद्योग ही होत.

या उत्पादनांच्या प्रमुख उत्पादक १९९८-९९ (आकडेवारी माहिती सर्वात शेवटची या वर्षाची आहे.) चीन, तैवान आणि कोरिया हे होते. योगायोगाने याच देशांच्या जास्तीतजास्त निर्यातीबाबत अवपुंजनविरोधी कारवाई १९९८ मध्ये सुरू करण्यात झाली.

या देशांचा जागतिक व्यापारातील निर्यातीचा वाटा पाहता या उत्पादनांचे हे देश कार्यक्षम उत्पादक आहेत, असे म्हणता येईल.

या देशांनी अवपुंजन करणे अतार्किक आहे. आपल्या देशांतर्गत किमतीपेक्षा कमी पातळीत किंमत लावण्याची त्यांना काहीही गरज नाही, कारण कार्यक्षम उत्पादनामुळे त्यांची देशांतर्गत किंमत पातळी ही कमीच असते.

येथे इतरही काही नकारात्मक बाबी आहेत. स्पर्धात्मक परिस्थितीत परदेशी निर्यात, अनुदाने किंवा अवपुंजन साधने म्हणजे व्यापारशर्तीतील सुधारणांमुळे आयातदर देशाला एकूण वास्तव उत्पन्न वाढीचा लाभ मिळतो. आयातदर देशातील उपभोक्त्यालाही असा लाभ मिळतो. जरी देशांतर्गत आयात-प्रतिस्पर्धी उद्योगाचे नुकसान होत असले तरी अनुदानांच्या तरतुदीसारख्या अंतर्गत पुनर्वितरण उपाय योजनांमुळे त्यांची नुकसान भरपाई होऊ शकते.

* पूर्वप्रकाशित लेखक *द हिंदू बिझनेस लाईन* (२१ मे २००२)

किंमत पातळी म्हणतात. अवपुंजन विरोधी कृती करण्यासाठी देशांतर्गत उद्योगाला हानी पोहोचवणेही गरजेचे असते. अवपुंजन आणि अशी हानी पोचवण्याची कृती यात एक ढोबळ संबंधही प्रस्थापित केला गेला पाहिजे आणि असा संबंध जोडला गेल्यानंतर अवपुंजनविरोधी शुल्क लागू करता येऊ शकेल. असा संबंध प्रस्थापित करणे तसे सोपे आहे, आणि कोणत्याही शासनाला कोणत्याही विदेशी उत्पादनसंस्थेविरुद्ध अवपुंजन विरोधी उपाययोजना राबवता येऊ शकेल. अवपुंजन विरोधी उपाययोजना जेव्हा बाजारपेठेत प्रवेशबंदी घालण्यासाठी वापरल्या जातात, भक्षक किमतीला विरोध करण्यासाठी नव्हे, तेव्हा त्या उपायांचे स्वरूप बिगर–जकात निर्बंधासारखे होते (पहा नमुना अभ्यास ८.१).

प्रतितोलनात्मक प्रक्रिया

निर्यातीवरील अनुदानांचा परिणाम शिथिल करण्याचे तत्त्व प्रतितोलनात्मक शुल्कामागे आहे. बहुतेकवेळा शासनाने उत्पादन प्रक्रियेत सवलती दिलेल्या असल्या तर उत्पादन कमी किमतीला विकणे शक्य होते. पश्चिम युरोप, अमेरिका आणि जपानमधील बहुतांश कृषी उत्पादनांना मोठ्या प्रमाणात अनुदाने दिली जातात. त्यामुळे या देशातील शेतकऱ्यांना विकसनशील आणि अल्प विकसित देशातील स्पर्धकांना लावण्यासाठी आपली उत्पादने स्वस्त किमतीने विकून जागतिक बाजारपेठेतून हाकलून लावणे शक्य होते. अशा अनुदानांचा परिणाम सौम्य करण्यासाठी जागतिक व्यापार संघटनाच्या चौकटीत दुसरा देश प्रतितोलनात्मक शुल्क लादून अशा विदेशी अनुदानांच्या परिणामाला विरोध करू शकतो. दुर्दैवाने अवपुंजन विरोधी उपाययोजनांप्रमाणे हा उपाय सध्या विदेशी अनुदानांच्या परिणामाला विरोध करण्याऐवजी संरक्षणात्मक उपाय म्हणून अधिकांशरित्या वापरला जात आहे.

स्वच्छता व आरोग्यविषयक उपाययोजना

उपभोक्त्यांच्या आरोग्याचे रक्षण करण्याच्या दृष्टीने शासनाने अन्न सुरक्षा आणि प्राणी व वनस्पतींच्या आरोग्याची उपाययोजना लागू करण्याचा हा करार असतो. अनेक भारतीय निर्यातक्षम उत्पादनांना अशा आरोग्य आणि पर्यावरणविषयक, मंजुऱ्यांकडून निर्माण होणाऱ्या अडथळ्यांना तोंड द्यावे लागत आहे. विशेष म्हणजे, आंतरराष्ट्रीय पातळीवर सूचित झालेल्या पातळीपेक्षा वरच्या पातळीत अनेक देश आपली आरोग्य मानके स्थिर ठेवत आहेत. उदाहरणार्थ, तंबाखू निर्यातीबाबत आंतरराष्ट्रीय डीडीटीची संमत पातळी दर १० लाखांत एककात ४ मात्रा (पीपीएम) इतकी आहे. तर जपान आणि अमेरिकेने ही पातळी १ पीपीएम पेक्षा कमी ठेवली आहे. यामागे भारतासारख्या देशातून होणाऱ्या तंबाखू निर्यातीवर बंदी घालणे हा हेतू आहे.[१] अशाच प्रकारे २००९ मध्ये भारताने इतर जगातून होणाऱ्या प्रक्रिया केलेले मांस, अंडी, डुकरे अशा जिवंत प्राणी उत्पादनांच्या आयातीला ॲव्हिअन इन्फ्युलान्झा (स्वाईन फ्ल्यू)

[१] यावर आणि इतर बिगर–जकात निर्बंधावर माहितीसाठी पहा एन. बानीक (२००१), ॲन ॲनालिसिस ऑफ इंडियन एक्सपोर्टस् ड्यूरिंग द नाईन्टीज, *इकॉनॉमिक ॲण्ड पोलिटिकल वीकली* खंड ३६, क्र. ४४. पृ. ४२२२–३०

विषाणूपासून प्रतिबंधात्मक दृष्टीने बंदी घातली होती.[२] भारताची ही कृती स्वतंत्रपणे पाहिली जाऊ नये. जगभरात शासनाच्या अशा कृतींवर अहवाल तयार केले जाऊन प्रसिद्ध झालेले आहेत. आशिया खंडात चीनने आयरिश डुकराचे मांस बेल्जियम चॉकलेट, इटालियन ब्रँडी, ब्रिटिश सॉसेज, डच अंडी आणि स्पेनच्या दुग्धउत्पादनांच्या आयातीवर बंदी घातली आहे. परकीय व्यापारी हिताविरुद्ध अशी अनेक विभेदात्मक बंधने जागतिक व्यापार संघटना नियमावलीचा भंग करत नाहीत, हे लक्षात घेतले पाहिजे. जागतिक व्यापार संघटना नियमावलीचे पूर्णपणे पालन करून देश आपल्या उपभोक्त्यांच्या आरोग्याचे रक्षण करण्याच्या दृष्टीने बिगर-जकात निर्बंध लादत असतात.

आयात परवाने

कोणत्याही वस्तूंची आयात करण्यापूर्वी संबंधित व्यवस्थापकीय यंत्रणेला अर्ज सादर करण्याची ही व्यवस्थापकीय प्रक्रिया आहे. पूर्वीपेक्षा सध्या याचा वापर कमी प्रमाणात होतो. मात्र, आयात परवान्याच्या गुंतागुंतीच्या प्रक्रियेमुळे भारतीय निर्यातीवर परिणाम होतो, उदाहरणार्थ, जपानमधील बाधकाम क्षेत्राला विस्तृत परवान्यांची आवश्यकता असते. तसेच, चीनच्या परवाना पद्धती त्यांच्या एकूण आयातमूल्याच्या जवळजवळ ५०% इतक्या मोठ्या प्रमाणातील आयातीवर लागू होते. इंडोनेशियाने त्यांच्या केवळ पाच निर्देशित बंदरे आणि विमानतळातून प्रवेश होणाऱ्या आयातीला परवानगी देऊन आयात निर्बंध लादले आहेत. जपान आणि दक्षिण कोरियाने विदेशी आयातदारांना २.२ कोटी अमेरिकन डॉलर्स मूल्यापेक्षा कमी पातळीतील शासकीय प्रकल्पांमध्ये निर्बंध घातले आहेत.[३]

मूळस्थान नियम

उत्पादनाचे मूळ स्थान ओळखण्यासाठी हा निकष वापरला जातो. कारण, इतरांशी केलेल्या काही व्यापार करारांमुळे दोन्ही देशांना मोठ्या प्रमाणात बाजारपेठा उपलब्ध होऊ शकतील. जेव्हा देश एखाद्या प्रादेशिक व्यापार कराराचा भाग असेल किंवा जेव्हा काही विकसित देश अल्प विकसित देशांकडून आयात करत असतील तेव्हा हे घडू शकेल. आयातीच्या स्रोतानुसार जकाती आणि कोट्यावरील सवलतींची विशेष वागणूक बदलू शकते. मात्र, मूळ स्थानाच्या नियमासंबंधी शासनांच्या व्यवहारात व्यापक बदल आढळतात. यात लक्षणीय बदल होण्याची गरज सर्वत्र भासत असतानाच काही शासनयंत्रणा जकात वर्गीकरणातील बदलाचा निकष वापरतात, तर काही सममूल्यातील टक्केवारीचा निषक लावतात. तर इतर काही देश उत्पादन किंवा प्रक्रियेचा निकष वापरतात. जागतिकीकरणात या सर्व व्यवहारांमध्ये

[२] अधिसूचना क्र. एस.ओ.२२०८ (इ) दिनांक २८ ऑगस्ट २००९, पशुसंवर्धन, दुग्धव्यवसाय आणि मत्स्यव्यवसाय विभाग, भारत सरकार.

[३] एन. बानीक (२००९) 'उस द क्रायसेस अल्टर इंडियन ट्रेड प्रायॉरिटी' एन एव्हनेट (संपा.) *द अनरिलेटिंग प्रेशर ऑफ प्रोटेक्शनिझमः तिसरा गॅट अहवाल*, लंडनः सेंटर फॉर इकॉनॉमिक पॉलिसी रिसर्च.

सुसूत्रता येणे अधिकच महत्त्वाचे ठरले आहे. जेव्हा देश मूळस्थानाचा नियम आपल्याला हवा तसा वाळवून इतरांना बाजारपेठ प्रवेशावर बंदी आणण्यासाठी वापरतात, तेव्हा हा नियम बिगर-जकात निर्बंधांप्रमाणे बनतो. उदाहरणार्थ, हे पहा भारत आणि श्रीलंकेने मुक्त व्यापार करार केला आहे. प्रचलित नियमानुसार जर उत्पादन श्रीलंकेत झाले असले किंवा ३५% पेक्षा जास्त मूल्यवर्धन तेथे झाले असेल, तर आदर्श परिस्थितीत असे उत्पादन भारतात आयात केल्यास आयात शुल्क लागू होणार नाही. प्रत्यक्षात मात्र, श्रीलंकेचे वाणिज्य खाते श्रीलंकेहून मालवाहू जहाज सुटल्यानंतरच मूळस्थान नियमाचे प्रमाणपत्र सादर करते. श्रीलंकेहून भारतात जहाज २४ तासांमध्येच येत असल्याने कागदपत्रांपूर्वीच माल भारतात येऊन पोहोचतो. सीमाशुल्क विभागातून माल संमत होऊ शकत नसल्यामुळे विलंब होतो. आयातदारांना जबर विलंब व भरपाई शुल्क भरावे लागते. अनेकदा भारतीय सीमाशुल्क विभाग श्रीलंकेत ३५% मूल्यापेक्षा अधिक मूल्यवर्धन झाले असल्याच्या तपशीलवार खर्चपत्रकाची मागणी करतो.[४] श्रीलंकेच्या निर्यातदारांना साधारणतः खर्चविषयक माहिती द्यायची नसते, कारण ही माहिती स्पर्धकांच्या हाती पडेल ही भीती त्यांना वाटते व ते व्यापार करण्यास नकार देतात.

सुरक्षितता उपाय

वाढत्या आयातीसंबंधीची *तातडीची* कृती म्हणजे सुरक्षितता उपाय होय. यामध्ये वाढत्या आयातीमुळे आयातदार देशाच्या अंतर्गत उद्योगाचे गंभीर नुकसान झालेले असते. अशा उपायात साधारणतः ढोबळमानाने सवलतींचे विलंबन किंवा निर्बंध आणि आयातीवरील संख्यात्मक निर्बंध किंवा बंधित दरापेक्षा वरच्या पातळीतील शुल्क यांचा समावेश असतो.[५] सुरक्षितता उपायांविषयी करारातील प्रमुख मार्गदर्शक तत्त्वे अशी आहेत की, हे उपाय तात्पुरते असावेत, आणि देशांतर्गत स्पर्धक उद्योगाला गंभीर नुकसान पोहोचत असेल तरच लागू केले जावेत. शिवाय ते बिगर-निवडीच्या आधारे (उदाहरणार्थ, सर्वाधिक पसंतीचा देश) लागू केले जावेत आणि ज्या देशाने हे उपाय लादले आहेत, अशा देशाने ज्यांच्या व्यापारावर त्यामुळे परिणाम झालेला आहे, अशा देशांना भरपाई दिली पाहिजे. मात्र, बहुतेकवेळा देशांतर्गत संघटित उद्योगांच्या दबावाला बळी पडून देशाला सुरक्षितता उपाय वापरणे भाग पडते. उदाहरणार्थ, अमेरिकेतील पोलाद उद्योगाने अधिक स्पर्धात्मक असणाऱ्या चीन, युरोपीय समूह आणि जपानमधील पोलाद उत्पादकांविरुद्ध काँग्रेसला सुरक्षितता उपाय वापरण्यास भाग पाडण्यात यश मिळवले. फिलाडेल्फिया परिसरातील पोलाद उद्योग अमेरिकेच्या अध्यक्षीय निवडणूक खर्चातील सर्वांत मोठे योगदान देणारा असल्याने साहजिकच त्याची संघटित दबावाची शक्ती मोठी आहे.

---

[४] मुक्त व्यापार करारांमध्ये उत्पादित वस्तूंचे मूल्यवर्धन ३५% जास्त असले पाहिजे. म्हणजे याचा अर्थ असा की श्रीलंकेबाहेरील देशातून कच्चा माल खरेदी करून श्रीलंकेत जुळणी करून भारतात निर्यात केला जातो. यात मूल्यवर्धनाचे प्रमाण एचएस संहितेच्या चारअंकी पातळीपेक्षा ३५% हून अधिक पाहिजे.

[५] बंधित जकात दर हा सर्वाधिक पसंतीच्या देशाचा जकात दर असतो. मात्र, साधारणपणे कोणताही देश आपले व्यवहार्य जकातीचे दर बंधित जकातदारापेक्षा खालच्या पातळीवर ठेवत असतात.

बौद्धिक संपदा हक्क

अनेक देशांकडे कडक बौद्धिक संपदा हक्क नियमांचा अभाव आहे. दुर्बल बौद्धिक संपदा हक्क नियमांमुळे नकली उत्पादनांपासून संरक्षण करण्यात अपयश आल्यास आपल्या निर्यातीवर परिणाम होतो. उदाहरणार्थ, भारताची संगणकप्रणालीची आग्नेय आशियात निर्यात वाढत झाली नाही, कारण बेकायदेशीर नकली उत्पादने व कॉपी करण्यामध्ये प्रचंड वाढ झाली आहे. दुसऱ्या उदाहरणात टेक्सासमधील एका अमेरिकन उत्पादनसंस्थेने टेक्समती या नावाने भारतीय बासमतीसारखा वास व आकार असणारा तांदूळ विकण्यास सुरुवात केली आहे. बौद्धिक संपदा हक्कांतर्गत हे भौगोलिक निदर्शक नियमांचे उल्लंघन आहे. भारतीय बासमती असल्याच्या समजुतीने लोकांनी टेक्समती तांदूळ विकत घेण्यास सुरुवात केल्याने भारतीय निर्यातीवर परिणाम होऊ लागला.

सेवा निर्बंध

सेवा निर्बंधामुळे भारतीय संगणक व्यावसायिकांच्या स्थलांतराला हानी पोहोचत आहे. प्रत्यक्ष जागेवरील सेवा आणि अप्रत्यक्ष सेवा असे संगणकप्रणालीचे दोन प्रकार आहेत. यातील पहिल्या प्रकारामध्ये अशा निर्बंधांमुळे समस्या येतात. कारण यात संगणकतज्ज्ञांना आपल्या ग्राहकाच्या ठिकाणी म्हणजे उदाहरणार्थ, अमेरिकेत प्रत्यक्ष जाऊन सेवा पुरवावी लागते. भारतीय संगणकप्रणाली तज्ज्ञांना अमेरिकेत जाताना प्रवेश निर्बंधांचा सामना करावा लागतो. विशेषतः एच वन–बी व्हिसाच्या वाढीव मूल्यामुळे आणि कर्मचाऱ्यांच्या (दूरस्थ कर्मचारी) संख्येवरील बंधनामुळे इन्फोसिस, टीसीएस अशांसारख्या कंपन्या जेव्हा कर्मचाऱ्यांना अमेरिकेत कामासाठी पाठवतात, तेव्हा त्यांना अडचणी येतात.

स्थानिक तपशील आवश्यकता

यात आपल्या उत्पादनामध्ये गुंतवणूक दराने विशिष्ट प्रमाणात स्थानिक घटकांचा वापर करणे आवश्यक असते. अशा करारांमध्ये देशांतर्गत स्रोतांमधून विशिष्ट उत्पादने घेण्याची सक्ती असते, आणि निर्यातीतील किंवा उत्पादनाच्या विशिष्ट टक्केवारीत हे घटक घ्यावे लागतात. (निर्यात कामगिरी आवश्यकता) स्थानिक तपशील आवश्यकता नियम विदेशी गुंतवणूकदारासाठी बिगर जकात निर्बंध ठरतात आणि ते व्यापार विषयक गुंतवणूक उपाययोजनाच्या तत्त्वाविषयी आहेत.

व्यापारावरील तांत्रिक निर्बंध

उत्पादनावरील छापील चिठ्ठी आणि दर्जाविषयक तांत्रिक निर्बंधांमुळेही व्यापारावर परिणाम होतो. आंतरराष्ट्रीय व्यापार नियमाद्वारे ग्राहकांना त्या उत्पादनाबाबत माहिती पुरवण्यासाठी लेबल लावणे बंधनकारक आहे. मात्र, उत्पादनाचे छापील चिठ्ठी आणि दर्जा याबाबत व्यापाऱ्यांना त्रास दिला जातो. आयातदारांना आपल्या उत्पादनावरील छापील चिठ्ठीवर उत्पादनाची तारीख, आयातीची तारीख, उत्पादन घटकांची यादी, विशेषतः कृत्रिम घटक, उत्पादन मुदत तारीख, निव्वळ वजन, उत्पादकाचे

व आयातदाराचे नाव आणि पत्ता, हेल्पलाईन नंबर, पोषण घटकांची माहिती आणि कमाल किरकोळ किंमत या गोष्टी नमूद केल्याची खात्री करून घ्यावी लागते. ही सर्व माहिती एकाच वेळी मिळवणे काही वेळा शक्य नसते. उदाहरणार्थ, पोषणमूल्याच्या बाबतीत उत्पादकाने उत्पादनाच्या दर १०० ग्रॅममधील पोषणमूल्याचा तपशील नमूद करावयाचा असतो. शिवाय उत्पादकाने सॅच्युरेटेड, मोनोसॅच्युरेटेड, पॉलीसॅच्युरेटेड आणि ट्रान्स-फॅटी ॲसिडच्या ग्रॅममधील प्रमाणाबरोबरच कोलेस्टेरॉलचे मिलिग्रॅममधील प्रमाणही नमूद करणे आवश्यक असते. यापैकी कोणतीही माहिती नसल्याच्या बाबीवरून आयातदारांना जबाबदार धरले जाऊ शकते. लेबलविषयक नियमही वरचेवर बदलत असतात. उदाहरणार्थ, हे पहा - २००८-२००९ मध्ये आयातदारांना लेबलवर अंतिम मुदत तारीख असल्यास आयात करता येणे शक्य होते. परंतु २००९-१० मध्ये सीमाशुल्क विभागाच्या निवेदनानुसार 'best before' म्हणजे विशिष्ट तारखेपूर्वी खाण्यास योग्य असे अंतिम मुदत तारखेऐवजी लिहिणे बंधनकारक झाले. पुन्हा २००८-०९ मध्ये सीमाशुल्क नियमनात उत्पादन श्रेणी २च्या संरक्षकद्रव्यांबाबत माहिती देणे गरजेचे नव्हते. मात्र २००९-१० पासून ही माहिती देणे आवश्यक झाले.[६]

व्यापार खर्च

बिगरजकात निर्बंधांप्रमाणेच व्यापार खर्चामुळेही निर्यातीवर परिणाम होऊ शकतो. उत्पादने अंतिम उपभोक्त्यापर्यंत पोहोचवताना सीमान्त उत्पादन खर्चाव्यतिरिक्त जे इतर अतिरिक्त खर्च उद्भवतात त्यांना व्यापार खर्च म्हणतात. मालवाहतूक शुल्क आणि वेळेचा खर्च, माहिती खर्च, कराराची अंमलबजावणी करण्याचा खर्च इत्यादी विविध चलने वापरण्याचा खर्च, भाषांच्या वैविध्यतेमुळे येणाऱ्या अडचणी आणि व्यापार सुविधांच्या अभावामुळे उदाहरणार्थ, उत्पादने बंदरापर्यंत नेण्यासाठी वाहतुकीच्या अपुऱ्या सुविधा, सीमाशुल्क विभागातील कागदपत्रांच्या पूर्ततेतील अकार्यक्षमता, मालाच्या दर्जाबाबतची एकजिनसी पातळी इत्यादीचा समावेश व्यापार खर्चात होतो. उदाहरणार्थ, २ अमेरिकन डॉलर्स निर्यात मूल्य असलेल्या बार्बी बाहुल्या हाँगकाँगहून अमेरिकेला निर्यात करताना त्यात ३५ सेंटस चिनी श्रमाचे मूल्य, ६५ सेंटस कच्च्या मालाचे मूल्य आणि उर्वरित मूल्य वाहतूक आणि इतर खर्च उदाहरणार्थ, हाँगकाँगमध्ये मिळवलेला नफा समाविष्ट असतात. अमेरिकेत ही बाहुली साधारणतः १० डॉलर्सला विकली जाते. त्यातून मॅटल या अमेरिकेतील बार्बी बाहुलीच्या किरकोळ विक्रेत्याला किमान एक अमेरिकन डॉलरची कमाई होते आणि बाकी उत्पन्नात वाहतूक, विपणन, घाऊक विक्री आणि किरकोळ विक्री खर्च भरून निघतो.[७] खरे तर किमतीपेक्षा जकात आणि विनिमयदारासारखे इतर घटक व्यापारावर परिणाम करण्यात महत्त्वपूर्ण ठरतात. जकात आणि कोटासारख्या प्रत्यक्ष धोरणात्मक साधनांच्या व्यापारावरील परिणाम व्यापार खर्चाच्या

---

[६] नियम ३२ सी (i) पीएफए रूल्स, १९५५. पहा इकॉनॉमिक टाइम्स (२००९), 'न्युट्रिशन इन्फर्मेशन ऑन फूड लेबल्स', *इकॉनॉमिक टाइम्स*, १४ एप्रिल.

७. जे.इ. अँडरसन आणि इ व्हान विनकूप (२००४), ट्रेड कॉस्टस्, जर्नल ऑफ इकॉनॉमिक लिटरेचर, खंड ४२, क्र.३, पृ.६९१-७५१.

तुलनेत कमी होतो. औद्योगिक विकसित देशांबाबत हा व्यापार खर्च १७०% असतो. याची वर्गवारी पुढीलप्रमाणे - २१% वाहतूक खर्च, ४४% आंतरसीमा व्यापार निर्बंधविषयक आणि ५५% किरकोळ आणि घाऊक वितरणाचा खर्च (२.७ = १.२१ × १.४४ × १.५५)[८] आंतरसीमा व्यापाराच्या ४४% खर्चापैकी ८% खर्च धोरणात्मक निर्बंधांच्या ७% भाषाविषयक अडथळे, १४% विविध चलनातील अडथळे, ६% माहिती मिळवण्यातील अडथळे आणि ३% सुरक्षितता अडथळ्यांवर खर्च होतो.

दक्षिण आशियातील बहुतेक व्यापार खर्चाचे स्रोत व्यापार सुविधांच्या अभावात आणि भौतिक पायाभूत सुविधांच्या अभावात आहेत. उदाहरणार्थ, सन २००८ मध्ये भारतातील वाहतूक खर्च जगात सर्वाधिक होता. (सकल राष्ट्रीय उत्पन्नाच्या १३%) आणि अपुऱ्या पायाभूत सुविधांमुळे राष्ट्रीय उत्पन्नातील वाढ ढोबळमानाने २% ने कमी प्रमाणात झाली. किंवा एकूण वार्षिक आर्थिक प्रगतीमध्ये अंदाजे २० अब्ज अमेरिकन डॉलर्सने घट झाली. व्यापार खर्चातील इतर घटकही मोठ्या प्रमाणात आहेत. भारत-बांगलादेश सीमेवर व्यापार करारासाठी किमान २२ कागदपत्रे, ५५ पेक्षा अधिक स्वाक्षऱ्या आणि किमान अंतिम मंजुरीच्या ११६ प्रती लागतात. लाच देणे ही सर्वसामान्य घटना झाली आहे. दक्षिण आशियात सर्वत्र उत्पादनसंस्थेच्या एकूण विक्रीमूल्यात २.२% ते २.५% लाच देण्याचे प्रमाण असल्याची नोंद आहे. दक्षिण आशियाच्या संदर्भात भारत, श्रीलंका आणि भूतानमध्ये बांगलादेश, पाकिस्तान आणि नेपाळच्या तुलनेत लाचखोरीचे प्रमाण कमी आहे. जर दक्षिण आशियातील देशांनी व्यापार सुविधांच्या निर्मिती क्षमतेत पूर्व आशियाच्या निम्म्या क्षमतेइतकी जरी वाढ केली तरी सरासरी व्यापारात २०६ अब्ज अमेरिकन डॉलर्सची वाढ होईल असा अंदाज आहे. हे प्रमाण दक्षिण आशियाच्या प्रादेशिक व्यापारातील जवळजवळ ६०% इतके आहे. सर्वाधिक लाभ देऊ शकणारी क्षेत्रे म्हणजे सेवा क्षेत्र, पायाभूत सुविधा आणि हवाई व जलवाहतुकीतील वेळेची कार्यक्षमता/बचत होय.[९]

व्यापार खर्च आणि बिगर जकात निर्बंध हे कोणत्याही देशाच्या निर्यातीमध्ये अडथळा ठरण्यातील महत्त्वपूर्ण घटक आहेत. याला पर्याय म्हणजे आर्थिक सहकार्य वाढवणे आणि प्राव्याक(प्रादेशिक व्यापार करार) मध्ये सहभागी होणे. यातील एक करार म्हणजे साफ्ता. गेल्या दोन दशकात स्थापन झालेल्या अनेक प्रादेशिक व्यापार करारांपैकी एक साफ्ता आहे. साफ्ता मध्ये अफगणिस्तान, बांगलादेश, भूतान, भारत, मालदीव, नेपाळ, पाकिस्तान आणि श्रीलंका हे आठ देश आहेत. हा करार १ जुलै २००६ रोजी प्रदीर्घ वाटाघाटींनंतर अस्तित्वात आला. बहुस्तरीय चर्चांच्या पुनरावर्ती फेऱ्या व विशेषतः जागतिक व्यापार संघटनामधील मंत्रिपरिषदामुळे अशा प्रादेशिक करारांच्या संख्येत वाढ झाली आहे.[१०] शिवाय, बाजारपेठांचे वाढते आंतरराष्ट्रीयीकरण (जागतिकीकरण) आणि आपला व्यापार दुसऱ्या अकार्यक्षम

---

[८] तत्रैव.

[९] दक्षिण आशियातील व्यापार खर्चाच्या अधिक माहितीसाठी पहा एन. बानीक आणि जे गिलबर्ट (२०१०), 'ट्रेड कॉस्ट अँण्ड रीजनल इंटिग्रेशन इन साऊथ एशिया. डी. ब्रुक्स (संपा.), *ट्रेड फॅसिलिटेशन अँण्ड रीजनल को-ऑपरेशन इन एशिया*, नॉर्थम्प्टन - एडवर्ड एलगर.

[१०] जानेवारी २०१३ मध्ये ५४६ RTA सूचित केले गेले आणि ३५४ RTAs जागतिक व्यापार संघटनेच्या अधिकारात कार्यरत आहेत. पहा http://www.wto.org/english/tratop-e/region_ehtm (एप्रिल २३,२०१३ रोजी पाहणी)

उत्पादकाकडे जाण्याच्या भीतीमुळे वैयक्तिक देशांवर प्राव्याक मध्ये सहभागी होण्यासाठी दबाव आला. यशस्वी प्रादेशिक करारासाठी अशा करारांविरुद्ध काम करणाऱ्या घटकांवर नियंत्रण ठेवले पाहिजे आणि असे करार होण्यासाठी आणि टिकून राहण्यासाठी आवश्यक घटक जोपासले पाहिजेत. प्रादेशिक करार स्थापनेवर परिणाम करणारे काही घटक खालीलप्रमाणे आहेतः

व्यापाराची व्याप्ती. जर प्रादेशिक व्यापार करारातील एखादा विशिष्ट देश इतर सभासद देशांशी व्यापार करण्यास सक्षम असेल तरच अशा करारात सहभागी होण्याला अर्थ आहे. जेव्हा दुहेरी आंतरउद्योग व्यापार अस्तित्वात येतो, तेव्हा औद्योगिक संघटनांची संरक्षणाची मागणी घटण्याचा संभव असतो. या उदाहरणात, ग्राहकांनी अधिक चांगल्या विदेशी उत्पादकाकडे मागणी वळवल्यामुळे रोजगार कपात झाली असल्यास देशांतर्गत पर्यायी/विभेदात्मक वस्तूंच्या उत्पादनाला परकीय मागणीत वाढ करून भरपाई करता येऊ शकते.

देशाची वैशिष्ट्ये. प्रादेशिक व्यापार करारातील इतर सभासद देशांप्रमाणे आर्थिक वैशिष्ट्ये असतील तर देशाला अधिक लाभ होण्याची शक्यता असते. हे साम्य आर्थिक विकास आणि भौगोलिक समानतेच्या निकषावर मोजले जाते. अर्थव्यवस्थांमध्ये दरडोई एकूण देशांतर्गत उत्पादनपातळीत जितकी समानता असेल, तितकी आंतरउद्योग व्यापाराची शक्यता वाढेल. कारण भौगोलिक साम्य असलेल्या आणि आर्थिक विकास समान पातळीत असलेल्या अर्थव्यवस्थांची तंत्रज्ञानाची उपलब्धताही समान असते. त्याचप्रमाणे असे देश कमी-अधिक प्रमाणात सारख्या वस्तूंचे उत्पादन (मक्तेदारीयुक्त स्पर्धेच्या बाजारपेठ रचनेत विभेदात्मक वस्तू) करत असतात, आर्थिक पातळी आणि साम्यानुसार व्यापारातील सहभागी देशांच्या व्यापारात वाढ होते.

समरूप आर्थिक व्यवहार. सभासद देशांच्या समरूप पातळीतील आर्थिक व्यवहारांमुळे आर्थिक स्वरूपाची एकात्मता वाढण्यास मदत होते. उदाहरणार्थ, सीमाशुल्क किंवा आर्थिक समूह. समरूप आर्थिक व्यवहार याचा अर्थ वास्तव उत्पादनांतील दीर्घकालीन चढ-उतार कालानुक्रमे जुळून येणे. आर्थिक धोरणातील समरूपतेमध्ये अंतर्गत आणि बाह्य समग्र धोरणे ठरवण्यात कमी प्रमाणात तफावत असेल, आणि हा घटक धोरणसहकार्यासाठी महत्त्वाचा मानला जातो.

वर उल्लेख केलेल्या निकषाची चर्चा साधारणतः प्राव्याक स्थापनेसाठी आवश्यक ठरते. साफ्ता यापैकी किती निकषांची पूर्ती करतो हे पाहणे रंजक ठरेल.

आर्थिक वैशिष्ट्ये. आर्थिक संरचनेची तुलना करत असताना, विशेषतः सराउ तुलनेतील बचतीचे प्रमाण लोकसंख्येचे स्वरूप आणि श्रमाची गतिशीलता ही वैशिष्ट्ये पाहताना साफ्ता मधील सभासद देशांमध्ये अनेक साम्ये आढळतात (पहा कोष्टक ८.२). या सर्व देशांतील उद्योगक्षेत्राचा ढोबळमानाने त्यांच्या राष्ट्रीय उत्पन्नातील वाटा एकचर्तुथांश आहे. तर कृषिक्षेत्राचा हिस्सा श्रीलंकेत १२.१% ते नेपाळमध्ये ३१.८% या पातळीत आहे. सेवाक्षेत्रामध्ये मुख्यतः शुश्रुषा रस्त्यावरील उपाहारगृहे अशा निम्न कुशल सेवांचा समावेश आहे आणि राष्ट्रीय उत्पन्नातील मूल्यवर्धनात त्यांचा मोठा वाटा आहे. जरी बहुसंख्य लोकसंख्या अजूनही ग्रामीण भागात राहात असली तरी, या सर्व देशांमध्ये नागरीकरण

कोष्टक ८.२ साफ्ता सभासदांची आर्थिक वैशिष्ट्ये

वैशिष्ट्ये	*अफगणिस्तान*	*बांगलादेश*	*भूतान*	*भारत*	*मालदीव*	*नेपाळ*	*पाकिस्तान*	*श्रीलंका*
कृषि मूल्यवर्धन (रा.उ.%)	२०.८	१८.३	१५.९	१७.५	५.५	३१.८	२१.६	१२.१
उद्योग मूल्यवर्धन (रा. उ. %)	२२.५	२८.२	४३.९	२६.७	१५.३	१५.३	२४.९	२९.९
सेवाक्षेत्र मूल्यवर्धन (रा. उ. %)	५६.६	५३.५	४०.२	५५.७	८१.८	५२.९	५३.४	५८
बालमृत्यूदर (दर १००० जिवंत जन्मामागे)	३७३.६	१५६.६	१५६.६	१६४.४	५७	१५५	१५६	७७
ग्रामीण लोकसंख्या एकूण लोकसंख्येतील (%)	७६.५	७१.६	६४.४	६८.७	५८.९	८३	६३.८	८४.९
भाववाढ	१२.९	७.५	५.७	८.३	४.९	१०.४	१८.३	१२.९

स्रोत: जागतिक बँक, विकास निर्देशक (२०१३), http://data.worldbank.org/indicator येथे उपलब्ध (१७-४-२०१३ रोजी पाहाणी).

वाढते आहे. सर्वसाधारणपणे मालदीव सर्वाधिक विकसित आणि अफगणिस्तान सर्वांत कमी विकसित असल्याचे आढळते. शिवाय या देशातील लोकसंख्येचे स्वरूपही सारखे आहे. अर्थव्यवस्था जितक्या जास्त प्रमाणात समान असतील तितक्या प्रमाणात त्यांच्या निर्यातीचे स्वरूपही सारखे असेल. साफ्ता सभासद देशांमधील मोठ्या प्रमाणातील आर्थिक सहकार्य मोठ्या बाजारपेठा आणि मोठ्या प्रमाणातील उत्पादनाचे फायदे मिळवण्यात महत्त्वपूर्ण ठरते. या घटकांमुळे साफ्ता च्या सुरळीत कामगिरीची प्रेरणा वाढीला लागेल.

व्यापार. साफ्ता विभागातील व्यापार सध्या कमी प्रमाणात आहे. याची अनेक कारणे आहेत. साफ्ता च्या बहुतेक सभासद देशांचे व्यापार राष्ट्रीय उत्पन्न गुणोत्तर कमी आहे आणि त्यांनी नुकतीच १९९० या दशकात त्यांच्या बाह्य क्षेत्रात उदारीकरणाला सुरुवात केली आहे. म्हणजे जकात निर्बंध घटवू लागले आहेत. या प्रदेशात फार मोठ्या प्रमाणात बिगर-जकात निर्बंध अस्तित्वात आहेत. यात अवपुंजन विरोधी उपाययोजना, प्रक्रियात्मक आवश्यकता, स्वच्छता आणि आरोग्यविषयक मानके अणि प्रमाणपत्र व तांत्रिक मानकांचा समावेश आहे.[११] यात उत्साहित करणारी बाब म्हणजे यापैकी बहुतेक देशांनी उदारीकरणाला सुरुवात केली आहे आणि त्यांच्या राष्ट्रीय उत्पन्नातही भक्कम वाढीची नोंद झालेली आहे. २००७-०८ मध्ये नेपाळ वगळून सर्व साफ्ता देशांनी ५ ते ९% पातळीत आर्थिक वृद्धी आणि ४-५% दरडोई राष्ट्रीय उत्पन्नात वाढ अनुभवली. मोठ्या आर्थिक वृद्धीमुळे आधिक खुल्या व्यापार स्थितीला उत्तेजन मिळाले. देशांच्या निर्यातीचे स्वरूप सारखे असल्यास कमी निर्बंध असताना व्यापारातील दुसऱ्या सहभागी देशांचेही भले होते. साफ्ता गटातील देशांच्या निर्यातीचे स्वरूप सारखे असल्याने त्यांना सारख्याच प्रकारच्या बिगर जकात निर्बंधांचा सामना करावा लागतो. म्हणून या निर्बंधांविरुद्धची त्यांची भूमिकाही सारखीच असते. अलीकडील काळातील व्यापाराची सांख्यिकी माहितीवरून आंतर साफ्ता व्यापार वाढीला लागल्याचे सूचित होते.[१२] साफ्तामधील बहुतेक शासनांनी आपल्या बाह्यक्षेत्रात लक्षणीयरित्या उदारीकरण आणले आहे. त्यामुळे सध्याच्या खालच्या पातळीतील आंतर साफ्ता व्यापार भविष्यात भरभराटीला येऊ शकेल अशी चिन्हे आहेत.

आर्थिक व्यवहारातील समरूपता. दक्षिण आशियायी देशाच्या आर्थिक व्यवहारांमध्ये समरूपता आढळते.[१३] आर्थिक व्यवहारांमध्ये समरूपता असणे म्हणजे दीर्घकाळातील वास्तव उत्पादनातील बदल समरूप असणे होय. उत्पादनाच्या बदलातील हे साम्य भौगोलिक साम्य आणि उद्योगक्षेत्रांच्या स्वरूपातील सारखेपणा अशा सामाईक घटकांवर अवलंबून असू शकते. जेव्हा देशांचे औद्योगिक स्वरूप सारखे असते आणि त्यांचे स्थानही जवळजवळ असते, तेव्हा एका देशाच्या मागणीतील बदल त्या गटातील दुसऱ्या देशांवरही परिणाम करतो. जर हे देश प्रमुख आयात बाजारांमध्ये समाईक व्यापार धोरण अनुभवत असतील तर यात आणखीनच वाढ होईल. उदाहरणार्थ, जर हे सर्व देश युरोपीय

---

[११] बानीक, 'डझ द क्रायसिस अल्टर इंडियन ट्रेड प्रायॉरिटीज'.

[१२] तत्रैव.

[१३] तत्रैव.

समूहाशी व्यापार करत असतील तर युरोपीय समूहाच्या आर्थिक कामगिरीतील बदलांचा परिणाम या सर्व देशांवर सारख्याच स्वरूपाचा होईल आणि त्यांचे वर्तनही सारखे असेल, या उदाहरणात आर्थिक प्रवृत्तीं अधिक सारख्या असतील कारण सर्व देशांमधील सर्व क्षेत्रांवर सारखाच परिणाम झालेला असेल. समाईक आर्थिक प्रवृत्ती आणि त्यामुळे उत्पादनातील सारखे बदल होण्याचे आणखी एक कारण आंतरउद्योग व्यापाराद्वारे स्पष्ट करता येऊ शकेल. जोवर व्यापार रचना ही उत्पादन रचनेचे प्रतिनिधित्व करत असते, तोपर्यंत बदल अधिक सारखे स्वरूपाचे असतील. कारण सामाईक बदलांमुळे ते निर्माण झालेले असतील. जेव्हा देशांचा व्यापार एकसारख्या वस्तूंचा असेल तेव्हा उत्पादनातील बदल सारखे असण्याचे प्रमाण मोठे असेल. दक्षिण आशियातील देशांमध्ये सर्वसाधारणपणे निर्यातीचे स्वरूप सारखे आहे. आर्थिक व्यवहारातील समरूपता याचा आणखी एक अर्थ म्हणजे या देशांच्या अंतर्गत आणि बाह्य समग्रलक्षी धोरणांच्या अंमलबजावणीत कमीतकमी विरोधाभास असेल. खरे तर दक्षिण आशियाई देशांची यापूर्वी उल्लेखलेली वैशिष्ट्यांमुळे या देशांना मुक्त व्यापार कराराच्या चौकटीबाहेर जाऊन अधिकाधिक आर्थिक एकात्मता उदाहरणार्थ, समाईक बाजारपेठा आणि आर्थिक समूह साधण्याचा प्रयत्न करणे शक्य आहे.

आव्हाने

दुर्दैवाने आर्थिक क्षमता असूनही साफ्ता गट यशस्वी प्रादेशिक व्यापार गट म्हणून अस्तित्वात येणे बाकी आहे. यात अनेक आव्हाने आहेत आणि सध्याच्या स्थितीतील साफ्ता गट हा अधिक तर संपूर्णतः मुक्त व्यापार गट असण्यापेक्षा अशा कराराच्या चौकटीसारखा आहे. दक्षिण आशियातील सखोल आर्थिक एकात्मतेच्या मार्गातील आव्हाने या प्रदेशातील व्यापारयोग्य उत्पादनांमधील पूरकतेच्या अभावाच्या वस्तुस्थितीमधून निर्माण झाली आहेत. बाह्य क्षेत्रात सुधारणा केल्या गेल्या असल्या तरी दक्षिण आशियायी देशांमधील व्यापार अजूनही निर्बंधित आहे. विशेषतः ज्या क्षेत्रात व्यापाराची संधी असेल अशाबाबत विचार केल्यास हे आढळते. या देशांचा तौलनिक लाभ कमी तंत्रज्ञानप्रधान वस्तू उदाहरणार्थ, शेतमाल, कातडी पादत्राणे, कापड आणि कपडे अशा उत्पादनांत आहे. या गटातील नेपाळ (दरडोई उत्पन्न २०१२ मध्ये ७४२ अमेरिकन डॉलर) आणि बांगलादेश (२०१२ मध्ये दरडोई उत्पन्न ८४८ अमेरिकन डॉलर) या देशांचा आर्थिक विकास अजूनही खालच्या पातळीत असल्याने विभेदात्मक वस्तूंवर खर्च होणाऱ्या उत्पन्नाचे प्रमाण कमी आहे; आणि आंतरउद्योग व्यापारात अजून वाढ व्हायची आहे. शिवाय भारताची बांगलादेश आणि पाकिस्तानची सीमा विस्कळीत असल्याने सीमाबाह्य तस्करीचे प्रमाण मोठे आहे. याशिवाय साफ्ता च्या सुरळीत कार्यासाठीची पुढील सुधारणा केली जात नाही. कारण सध्याच्या नियमावलीमध्ये सेवांमधील व्यापाराचा समावेश होत नाही. दुर्दैवाने, भारत आणि इतर दक्षिण आशियायी शेजारी देशांमध्ये सेवाक्षेत्रातील व्यापाराला उत्तेजन मिळू शकेल असा कोणताही विस्तृत आर्थिक सहकार्य करार (विआसक) अस्तित्वात नाही. दक्षिण आशियातील सकल राष्ट्रीय उत्पन्नाच्या एकूण मूल्यवर्धनापैकी सुमारे ५०% प्रमाणाचे मूळ सेवाक्षेत्रात आहे, या वस्तुस्थितीचा विचार करता अशा आर्थिक कराराची गरज तीव्रतेने जाणवते.

आणखी एक महत्त्वाचा मुद्दा लक्षात घेतला गेला पाहिजे, तो म्हणजे भारत आणि पाकिस्तानने राजकीय वैर संपुष्टात आणण्याचा. दक्षिण आशियातील दुसऱ्या क्रमांकाचा मोठा देश असलेल्या पाकिस्तानने अगदी अलीकडेच भारताला 'सर्वाधिक पसंतीचा देश', अशी मान्यता दिलेली असली तरी त्यानुसार अजून संपूर्ण व्यवहार होत नाहीत. भारताने १९९६ मध्ये पाकिस्तानला सर्वाधिक प्राधान्य असलेला देश हा दर्जा दिल्यानंतर अखेरीस २०११ मध्ये पाकिस्तानने भारताला हा दर्जा देण्यास सहमती दर्शवली. दोन्ही देशांमधील उच्चस्तरीय भेटीनंतर फेब्रुवारी २०१२ मध्ये पाकिस्तानच्या संसदेने भारताला सर्वाधिक प्राधान्य असलेला देश दर्जा दिला आणि २०१३ पासून तो लागू होईल असे जाहीर केले. सर्वाधिक प्राधान्य असलेला देश दर्जा देण्यापूर्वी पाकिस्तानचा भारताशी मुक्त व्यापार होत नसे आणि तो १०८ उत्पादनांच्या 'सकारात्मक यादी' वर आधारित होता. हे जाणून घेतले पाहिजे. खरे तर साफ्ता च्या स्थापनेनंतर लगेचच तत्कालीन पाकिस्तानच्या पंतप्रधानांनी म्हटले होते, ''दोन्ही देशांदरम्यान काश्मिर मुद्द्यांसह राजकीय विषयांवर दृश्य स्वरूपात जोवर प्रगती होणार नाही, तोपर्यंत पाकिस्तान भारताबरोबर मुक्त व्यापार करणार नाही.''[१४] भारताने स्वतंत्रपणे आपल्या बाजूने एकतर्फी पाकिस्तानला दिलेल्या जकात सवलती काढून घेतल्या आहेत. या कठोर धोरणांच्या पार्श्वभूमीवर यातील कोणत्याही देशाने दुसऱ्या देशाबाबत जागतिक व्यापार संघटनेच्या कलह निवारण समितीकडे बहुस्तरीय व्यापार पद्धतीच्या सुस्थापित नियमाचा भंग केल्याविरुद्ध दाद मागितलेली नाही. व्यापारामधील आर्थिक उदारीकरण चालू करण्यासाठी आणि कायम ठेवण्यासाठी राजकीय स्थिरतेची अतिशय आवश्यकता असते. ही अट दक्षिण आशियातील देश पूर्ण करू शकेलेले नाहीत. दक्षिण आशियातील व्यापार मुक्त असण्यापासून बराच दूर आहे. दुर्दैवाने आर्थिक क्षमता असूनही साफ्ता गट यशस्वी प्रादेशिक व्यापार करार होऊ शकलेला नाही (पहा नमुना अभ्यास ८.२).

नमुना अभ्यास ८.२: सार्क व्यापार वादळात सापडला आहे*

जेव्हा भारताची व्यापारविषयक आकडेवारी फारशी उल्लेखनीय कामगिरी दाखवत नव्हती. (मागील दोन वर्षांत निर्यातीत सर्वांत मंद गतीने वाढ आणि व्यापार तूट गेल्या चार वर्षांतील सर्वाधिक असताना) मालदीव येथील सार्क परिषद म्हणजे पुनरुज्जीवित व्यापाराचे निदर्शक असल्याचे मानले गेले.

अफगणिस्तान, बांगलादेश, भूतान, भारत, मालदीव, नेपाळ, पाकिस्तान आणि श्रीलंका या देशांमधील आंतर-सार्क व्यापाराचे उर्वरित जागतिक व्यापारातील टक्केवारी प्रमाण केवळ सुमारे ५% च्या आसपास आहे. ही पातळी वाढवण्याची संधी निर्माण झाली होती. यातच भर म्हणजे, पाकिस्तानने भारताला सर्वाधिक पसंतीचा देश असे स्थान देण्याविषयी बोलणी सुरू केली.

आंतर-सार्क सभासद देशांमधील व्यापाराचे उर्वरित जागतिक व्यापारातील प्रमाण आसिआन सभासद देशांमधील व्यापाराच्या प्रमाणाच्या तुलनेत (जागतिक व्यापारात २४% वाटा) आणि

(नमुना अभ्यास ८.२ पुढे चालू)

* पूर्वप्रकाशित लेखक *द हिंदू बिझनेस लाईन* (१० नोव्हेंबर २०११)

[१४] हे उद्गार United News from Inida मधून घेतले आहेत. http:// www.bilaterals.org/ article php3?id_aticle=3908 येथे उपलब्ध (पाहणी २१ ऑगस्ट २००९).

(नमुना अभ्यास ८.२ पुढे चालू)

आशिया-प्रशांत आर्थिक सहकार्य (अपेक) (जगातिक व्यापारात ७०% वाटा) तुलना करता खरोखरच कमी आहे.

व्यापार सुविधांचा अभाव आणि भौतिक पायाभूत सुविधांच्या अनुपलब्धतेमुळे आंतर-सार्क व्यापाराचे प्रमाण कमी आहे. यामुळे सहभागी देश जोडले जाण्यात अडथळे येतात. त्यामुळे धोरणकर्त्यांनी सार्क परिषदेसाठी 'कनेक्टिव्हिटी' - जोडले जाणे हेच मुख्य सूत्र ठेवण्यात योग्य तेच केले आहे.

मात्र, अशा चर्चांमधील यश वास्तवातील अडचणी दूर करण्याच्या प्रयत्नावर अवलंबून असेल.

असंख्य अडथळे

दक्षिण आशियायी प्रदेशात व्यापार सुविधांच्या अंतर्गत तीन बाबींची अतिशय गरज आहे. बंदरांची कार्यक्षमता, सीमाव्यापार, अनुकूल वातावरण आणि इलेक्ट्रॉनिक नोंदण्यासारखी सेवा क्षेत्रीय पायाभूत सुविधा उदाहरणार्थ, चेन्नई बंदराकडे जाणारा रस्ता अतिशय अरुंद आहे. बंदरावर प्रवेश करण्यासाठी केवळ एकच प्रवेशद्वार असल्याने मालवाहू वाहनांची बंदरात प्रवेश करण्यासाठी अगदी ८ किमीपर्यंत लांबीची लांबलचक रांग वरचेवर लागत असते.

बंदरावरील जहाजे समुद्रात सोडली जाण्यापूर्वी किमान दोन दिवस या मालवाहू वाहनांना प्रतीक्षा करावी लागते. मालाच्या चढ-उतारातील अकार्यक्षमतेमुळे बंदरावर कोंडी होऊन जहाजांच्या फेऱ्या करण्याचा वेळ वाढतो. ह्युंदाई, नोकिया, लोटे अशा काही आंतरराष्ट्रीय कंपन्यांचे चेन्नई हे उत्पादनासाठीचे निवडलेले प्राधान्य दिलेले स्थान आहे, हे लक्षात घेतले पाहिजे. याचे कारण उत्पादन घटकांचा कमी खर्च आणि कामगारविषयक कमी समस्या हे आहे.

मात्र, शहर नियोजनाच्या अभावी (शहरी हद्दीत बंदर असणे इत्यादी) आणि योग्य पायाभूत सुविधांच्या अभावी उद्योग करण्याच्या खर्चावर परिणाम होतो आहे आणि यामुळे व्यापार करण्यावरही परिणाम होत आहे.

पायाभूत सुविधांच्या 'मृदू' बाजूकडेही लक्ष देण्याची गरज आहे. उदाहरणार्थ, भारतीय सीमाशुल्क अधिकाऱ्यांनी त्यांची संगणक प्रणाली सुधारित केल्यामुळे निर्यात आणि आयातविषयक कागदपत्रे भारतात कुठेही उपलब्ध होऊ शकतात. हा अतिशय स्वागतार्ह बदल आहे. मात्र मेमरी कमी असल्याकारणाने संगणक बरेचदा बंद पडतात. वाहतूक बिल आणि B/L निर्यात व आयातीसाठीची आवश्यक कागदपत्रे सादर करण्यातील विलंबामुळे व्यापार खर्चात अप्रत्यक्षपणे वाढ होते. व्यापाऱ्यांचा मनस्ताप इथेच संपत नाही. दक्षिण आशियातील कागदपत्र नोंदीची प्रक्रिया अजूनही बऱ्यापैकी वेळखाऊ आहेत. जागतिक बँकेचा व्यवसायातील सुकरता (इझ ऑफ डुईंग बिझनेस) अहवालात (२०११) म्हटले आहे की, भारत, बांगलादेश, पाकिस्तान आणि श्रीलंका या देशातून

(नमुना अभ्यास ८.२ पुढे चालू)

(नमुना अभ्यास ८.२ पुढे चालू)

वस्तूंची निर्यात करण्याच्या प्रक्रियेला अनुक्रमे १६ दिवस, २५ दिवस, २१ दिवस आणि २१ दिवस लागतात. दक्षिण आशियायी देशांमधील सरासरी ७ दिवसांच्या तुलनेत हे प्रमाण अतिशय मोठे आहे.

राजकीय बाबी

या देशात दळणवळणाची समस्या आहेच. जरी दक्षिण आशियायी देशांना ब्रिटिशांकडून एकात्म वाहतूक सुविधांचा वारसा मिळाला असला तरी भारताच्या फाळणीमुळे ही सुविधा मोडकळीला आली. दक्षिण आशियाई देशांनी क्वचितच दुसऱ्या देशांना आपल्या हद्दीतील जमिनीवरून माल पाठवण्यासाठी मान्यता दिलेली आहे. पाकिस्तानने भारताला आपल्या हद्दीतून अफगाणिस्तानला माल पाठवण्यास नकार दिला आहे.

बांगलादेश भारताला ईशान्येतून माल नेण्या-आणण्यासाठी आपल्या हद्दीचा वापर करण्याची परवानगी देईल अशी सर्वांचीच अपेक्षा होती, मात्र तसे घडले नाही. भारत आणि बांगलादेश दरम्यान तिस्ता नदीच्या पाणीवाटपावरून झालेला अलीकडील काळातील गोंधळ हे त्यामागचे कारण आहे. भारत आणि श्रीलंका दरम्यानची दळणवळणही फारसे कार्यक्षम नाही.

अतिशय गाजावाजा झालेल्या सेतू समुद्रम् प्रकल्पावर वाढत्या खोदाई खर्चामुळे परिणाम झाला आहे. आणि पाल्क सामुद्रधुनी आणि मन्नारच्या आखातादरम्यानच्या सागरी प्रवासाचा कालावधी कमी करणे हे दूरचे स्वप्न झाले आहे.

केवळ नेपाळ आणि भूतान या देशांनी बांगलादेशाशी व्यापार करण्यासाठी भारतीय हद्दीचा वपार करण्याची सुविधा आहे. मात्र, या देशांचे एकूण सार्क व्यापारातील योगदान नगण्य आहे.

अलीकडच्या काळात पाकिस्तानने भारताला सर्वाधिक प्राधान्य असलेला देश असा दर्जा देण्याची इच्छा प्रकट करणे हाच एक आशेचा किरण आहे. पाकिस्तानचा भारताशी होणारा व्यापार खुला नाही आणि तो १९४६ च्या 'पॉझिटिव्ह लिस्ट' वर आधारित आहे.

या पॉझिटिव्ह यादीव्यतिरिक्त (प्रामुख्याने धातू, रसायने आणि इलेक्ट्रॉनिक वस्तू) सर्वाधिक प्राधान्य असलेला देश दर्जा मिळाल्यास दोन्ही देशांमधील व्यापार इतर वस्तूंबाबतही होऊ शकेल.

मात्र, यातही एक कळीचा मुद्दा आहे. पाकिस्तानचे आघाडीचे वृत्तपत्र डॉनने असा दावा केला आहे की, पाकिस्तान भारताला सर्वाधिक प्राधान्य असलेला देश दर्जा देण्याबाबत अजूनही गोंधळलेला आहे. पाकिस्तानच्या वाणिज्य मंत्रालयाने जाहीर केलेल्या माध्यमांसाठीच्या निवेदनात पाकिस्तानने भारताला सर्वाधिक प्राधान्य असलेला देश हा दर्जा दिल्याचा उल्लेख नाही.

वास्तवापासून फारकत घेऊन केवळ योजना आखणे उपयुक्त होणार नाही. सार्कच्या भूतानमधील अखेरच्या परिषदेचे सूत्र 'पर्यावरण' होते. आपण किती स्वच्छ पर्यावरण घडवू शकलो आहे हे आपणा सर्वांनाच ठाऊक आहे. तसेच, राजकीय शक्यतेकडे न बघता दळणवळणाबाबत बोलणे हे तितकेच गैरलागू वाटते.

एक पर्याय: उत्तर–दक्षिण चर्चाविनिमय आणि जागतिक व्यापार संघटनेमधील भारताची भूमिका

जेव्हा समविचारी समान आर्थिक हितसंबंध आणि वैशिष्ट्ये असणारे देश आपापल्या समस्या सोडवतात तेव्हा प्रादेशिक व्यापार करार यशस्वी होऊ शकतात. या बाबींमध्ये सीमा–व्यापार प्रक्रियेतील एकसमानता आणि बिगर–जकात निर्बंधांचे निर्मूलन अशा अल्पकाळातच करण्यासारख्या गोष्टींचा समावेश होतो. मात्र, मागील विभागात पाहिल्याप्रमाणे व्यापारनिर्मितीच्या दृष्टीने साफ्ता लाभ उठवण्यात अजून पुरेसा परिपक्व झालेला नाही. सध्याच्या परिस्थितीत, भारताने आसिआन सारखे प्रादेशिक गट व इतर देशांशी आर्थिक सहकार्य वाढवण्याचा प्रयत्न म्हणजे दुसरे तिसरे काही नसून 'स्पागेती बाऊल' परिणाम घडवणे होय. भगवती व इतरांनी प्रादेशिक व्यापार कराराच्या विविध आणि गुंतागुंतीच्या नियमांच्या हानीकारक परिणामांचे स्पष्टीकरण करताना 'स्पागेती बाऊल' (शेवयांचा वाडगा) ही संकल्पना मांडली आहे. हे दुष्परिणाम प्रामुख्याने एकापेक्षा जास्त प्रादेशिक व्यापार गटातील सभासदांच्या निरनिराळ्या प्रादेशिक व्यापार गटामुळे होणारे असतात.[१५] त्यामुळे दक्षिण आशियातील अर्थव्यवस्थांच्या दृष्टिकोनातून निदान अल्प ते मध्यम कालावधीमध्ये दोहा विकास चर्चा फेरीची यशस्वी पूर्तता करणे अधिक लाभदायक होईल.

यापूर्वी केलेल्या चर्चेनुसार जागतिक व्यापार संघटनेची स्थापना १९८६–९४ दरम्यानच्या गॅटमधील उरुग्वे फेरीच्या पूर्ततेनंतर १ जानेवारी १९९५ रोजी झाली. जागतिक व्यापार संघटनेच्या स्थापनेनंतर जागतिक व्यापार संघटनेच्या अस्तित्वात असलेल्या रचनेमध्ये तीन नव्या कृतिगटांची भर घालण्यात आली. यात वस्तू व सेवा व्यापार समिती आणि व्याबौसंहस यांचा १९९६ मधील सिंगापूर परिषदेदरम्यान समावेश झाला. यामागील कल्पना व्यापार आणि गुंतवणुकीतील संबंध स्पष्ट करणे आणि व्यापार आणि स्पर्धा धोरण आखण्याबरोबरच शासकीय खरेदी प्रक्रियेत अधिक पारदर्शकता आणणे ही होती. अमेरिकेतील सिएटल येथील सहस्रक फेरी या नावाने ओळखल्या जाणाऱ्या मंत्रिपरिषदेत याविषयी चर्चा सुरू करण्याची योजना होती. मात्र १९९९ मधील सहस्रक फेरी अयशस्वी झाली आणि कतारमधील दोहा येथील २००१ मध्ये होणाऱ्या पुढील मंत्रिपरिषदेअगोदर यावर चर्चा न करण्याचे ठरवण्यात आले. यातूनच दोहा विकास फेरीचा नोव्हेंबर २००१ मध्ये उगम झाला आणि सहमतीच्या अभावी याची सांगता अजून व्हायची आहे.

डिसेंबर २०११ मधील जिनिव्हा येथील मंत्रिपरिषदेतील चर्चा प्रामुख्याने कृषी आणि सुरक्षितता याविषयांवरील वादामुळे अयशस्वी झाली. डिसेंबर २०१३ मधील बाली येथील मंत्रिपरिषदेत १९८६–८८ दरम्यानच्या एकूण मौद्रिक पातळीच्या २०% प्रमाणात दिल्या जाणाऱ्या कृषिक्षेत्राच्या देशांतर्गत अनुदानात कपात करण्यासाठी कोणती उपाययोजना स्वीकारावयाची हा मुख्य मुद्दा होती. भारतासारख्या देशात उत्पादनमूल्याच्या १०% पेक्षाही कमी पातळीत अनुदाने (विशेष उत्पादन आणि बिगर–विशेष उत्पादन आधारे) दिली जातात. या देशांना भविष्यात ही पातळी १०% पेक्षा जास्त न ठेवण्याचे बंधन घातले गेले. बाजार किंमत धोरण आधार योजना राबवणाऱ्या सभासद देशांचे विशिष्ट वर्षातील अनुदान स्थिर बाह्य

[१५] जे. भगवती डी. ग्रीनअवे आणि ए. पनगदिया (१९९८) 'ट्रेडिंग प्रिफरन्शिॲलिटी: थिअरी ॲण्ड पॉलिसी, *द इकॉनॉमिक जर्नल*, खंड १०८, क्र. ४४९, पृष्ठ ११२८–४८.

संदर्भ किंमत (१९८६–८८ वर्षांवर आधारित) आणि त्या वर्षातील उपयोजित व्यवस्थापकीय किंमत यांच्या फरकानुसार मोजले जाते.[१६]

याशिवाय विकसित आणि विकसनशील देशांमध्ये बिगर–कृषी बाजारपेठ उपलब्धता (बिकृबाउ) व्याबौसंहस, व्यापारविषयक गुंतवणूक उपाययोजना आणि गॅटविषयक एकमताचा अभाव होता. या सर्व बाबींचा विचार करूया.

कृषी. साधारणतः जी–२० आणि जी–३३ ह्या विकसनशील देशांच्या संघटनाने[१७] विकसित देश त्यांच्या शेतकऱ्यांना देत असलेल्या प्रक्रिया कृत अन्न उत्पादनावरील (मांस, कुक्कुटपालन उत्पादने इत्यादी) अनुदानात कपात केली जाण्याची मागणी केली आहे. अगोदर उल्लेख केल्याप्रमाणे विशिष्ट (MPS) आणि स्थिर किंमत (ERP) (१९८६–८८) यातील फरकानुसार केले जाते. अमेरिका आणि युरोपीय समूहाला त्यांच्या कृषी अनुदानातील कपातीच्या बदल्यात चीन व भारतासारख्या मोठ्या विकसनशील देशांनी आपल्या औद्योगिक वस्तूंच्या बाजारपेठा खुल्या करायला हव्या आहेत. भारत आणि इतर विकसनशील देशांनी किमान आधार किमतीद्वारे शेतकऱ्यांकडून कृषी उत्पादने खरेदी करण्यास हे देशही अनुकूल नाहीत. याउलट जी–३३ गटाने कृषी करारामध्ये (कृक) दोन गटातील सुधारणांचा समावेश करण्याबाबत चर्चा केली आहे. त्यांच्या मते, या सुधारणा त्यांच्या देशातील अन्नसुरक्षिततेच्या यशासाठी आवश्यक आहेत. यातील पहिल्या सुधारणेचे उद्दिष्ट कृषी करारातील नमूद केलेल्या कोणत्याही नियमावलीत न अडकता विकसनशील देशांनी ग्रामीण विकास आणि दारिद्र्य निर्मूलनासाठी विशिष्ट कृतींवर मूल्या लादावे हे होते. सुधारणांचा जी–३३ गटाचा दुसरा संच अन्नसुरक्षा मिळवण्याच्या हेतूने सार्वजनिक अन्नसाठ्याविषयक प्रचलित तरतुदींमध्ये सुधारणा करण्याविषयी होता. यातील पहिल्या सुधारणाद्वारे विकसनशील देशांनी गरीब शेतकऱ्यांना सहाय्य देण्याच्या दृष्टीने अन्नधान्य साठा त्यांच्याकडून खरेदी करण्याला परवानगी द्यावी आणि तसेच हा खर्च त्यांच्या एकूण अनुदान खर्चात धरला जाऊ नये अशी मागणी केली होती.

दुसरे जेव्हा विकसनशील देश ग्रामीण दारिद्र्याचे निर्मूलन करण्यासाठी गरीब शेतकऱ्यांकडून अन्न उत्पादने खरेदी करतात आणि ग्रामीण व शहरी गरिबांना सवलतीच्या दराने पुरवतात. तेव्हा किमान आधारभूत किमती आणि प्रशासकीय किमती यांच्यातील फरक एकूण अनुदानात धरला जाऊ नये. यामुळे गरीब शेतकऱ्यांना उपजीविका पुरवणे आणि त्याच वेळी अन्नसुरक्षाविषयक बाबींकडे लक्ष देणे विकसनशील देशांना शक्य होईल.[१८]

---

[१६] त्या वेळची विचारसरणी अशी होती की, प्रमुख औद्योगिक देशांच्या उच्च पातळीतील अनुदानांमुळे भाववाढीचा सर्वसाधारण दराने एकूण मौद्रिक पातळीतील आधार नाहीसे होतील व त्यामुळे निश्चित केलेल्या २०% पातळीपेक्षा अनुदानांमध्ये अधिक प्रभावी पातळीत घट होईल.

[१७] जी–२० गटात आफ्रिका, आशिया, दक्षिण अमेरिका आणि युरोपीय समूहातील २० विकसनशील देशांचा समावेश होतो. याची स्थापना सप्टेंबर २००३ मध्ये कॅनकून मंत्रिपरिषदेत झाली. जी–३३ या गटाची स्थापना २०१३ मध्ये झाली. यात भारत आणि इंडोनेशियासह ४६ सभासद देशांचा समावेश आहे.

[१८] स्वस्त खते, बँक कर्जे अशा स्वरूपातील शासकीय अनुदाने भारतातील शेतकऱ्यांना दिली जातात. आणि प्रत्येक पिकावरील उत्पादनमूल्याच्या १०% पेक्षा कमी पातळीतील अनुदाने कृषी करारांतर्गत संमत केलेली आहेत, हे लक्षात घेतले पाहिजे.

आपली कृषी अनुदाने सध्याच्या १५ अब्ज अमेरिकन डॉलर्सवरून १४.५ अब्ज अमेरिकन डॉलर्सपर्यंत कमी करण्यास अमेरिका तयार असली तरी भारताच्या नियोजित ४०% पातळीतील आयातीपेक्षा कमी पातळीत होणाऱ्या मागणीची समस्या अमेरिकेला भेडसावते आहे. ('फार्म टॅरिफ्स सिंक वर्ल्ड ट्रेड टॉक्स', *द वॉशिंग्टन टाइम्स*, ३० जुलै २००८)[११] मागील तीन वर्षांच्या सरासरीच्या २०% पेक्षा आयाती अधिक झाल्यास सुरक्षितता उपाय योजण्याबाबत भारत वादविवाद करत आहे. म्हणून अनुदानांमध्ये आणखी कपात झाल्याशिवाय पुढील बोलणी थांबली आहेत.

बिकृबाउ. उत्पादित वस्तू, इंधने आणि खाण उत्पादने मासे आणि मत्स्य उत्पादने आणि जंगल उत्पादने अशा कृषी करारात समाविष्ट नसलेल्या परंतु बिकृबाउ अंतर्गत वर्गीकरण झालेल्या उत्पादनांबाबत विकसनशील देशांनी स्वीस सूत्रामध्ये सुधारणा करण्याबाबत अनेक प्रस्ताव सादर केले आहेत. या सूत्रानुसार जकाती प्रमाणशीर पद्धतीने कमी झाल्या पाहिजेत. उच्च पातळीतील जकातींमध्ये कमी दरातील जकातीपेक्षा अधिक कपात झाली पाहिजे. उच्च उत्पन्न गटातील देशांपेक्षा बहुतेक विकसनशील देशातील जकातीची बंधनकारक पातळी अधिक असल्याने अर्जेंटिना, भारत आणि ब्राझिल हे विकसनशील देश स्वीस सूत्राला विरोध करत आहेत.

व्याबौसंहस. – विकसनशील देशांना व्याबौसंहस तरतुदींबाबत त्या भेदभावात्मक असल्याच्या आणि कल्याणकारी नसल्याच्या कारणावरून समस्या आहेत. भेदभावाबाबत बोलायचे झाल्यास व्याबौसंहस करारात वाईन आणि स्पिरीटला, बासमती तांदूळ, तेकिला, झात्मार प्लम्स अशा इतर निर्यातीच्या संरक्षणाच्या पातळीच्या तुलनेत अधिक मात्रेने संरक्षणाची तरतूद आहे. भारताला 'भौगोलिक निदर्शकांचा निकष वाईन आणि स्पिरीट उत्पादनांबरोबर इतर वस्तूंबाबतही विस्ताराने लागू व्हायला हवा आहे. शिवाय, विकसनशील देशांनी पारंपरिक ज्ञानालाही 'पेटंट' तरतूद असण्याची मागणी केली आहे. कल्याणाबाबत सांगायचे झाल्यास पेटंट सुरक्षेविषयी असणाऱ्या मानधनामुळे क्वचितच खर्चात कपात आणि नवप्रवर्तन होताना आढळते. १५० वर्षांमधील ६० देशांतील १७७ पेटंट धोरणाचा अभ्यास करून पेटंट सुरक्षेमुळे नवप्रवर्तन आणि खर्च कपात होतेच असे नाही असे लर्नर (२००१) यांना आढळले.

व्यापार विषयक गुंतवणूक उपाययोजना. व्यापारविषयक गुंतवणूक उपाययोजनेमुळे औद्योगिकीकरणाच्या प्रक्रियेत आणि व्यवहारतोल स्थैर्यामध्ये अडचणी येत असल्याच्या कारणावरून विकसनशील देशांनी व्यापारविषयक गुंतवणूक उपाययोजनेला बऱ्याच काळापासून विरोध केलेला आहे. शिवाय मजबूत प्रचारकक्ष असणाऱ्या संघटित उद्योगसंस्था या तरतुदी स्वार्थासाठी वापरत असल्याचीही समजूत आहे आणि त्यामुळे परिणामकारक स्पर्धा धोरणाची गरज भासते आहे.

सेवा. साधारणतः विकसनशील देशांना कार्यालयीन कामकाजामध्ये बाह्यसेवा अशासारख्या मोड १ गटात आणि व्यक्तींचे स्थलांतर अशा मोड ४ प्रकारच्या सेवांमध्ये लाभ मिळतो. विकसित देशांना

---

[११] http://www.washinglontiones.com/news/2008/jul/30/formtariffssinl-world-trade-talks (१९ ऑगस्ट २००९ रोजी पाहणी)

वित्तीय आणि व्यावसायिक सेवांसारख्या मोड ३ प्रकारच्या सेवांमध्ये लाभ मिळतो. मोड ४ गटामध्ये विकसनशील देशांना अल्पकालीन व्हिसा अल्पावधीत मिळणे सामाजिक सुरक्षा वर्गणीमध्ये सूट, व्यक्तींचे स्थलांतर आणि विदेशात उद्योगसंस्था किंवा कार्यालय स्थापनेतील संबंध काढून टाकणे, व्हिसावरील संख्यात्मक निर्बंध काढून टाकणे आणि आर्थिक गरजा चाचणी (ENTs) काढून टाकणे अशा तरतुदी हव्या आहेत. मोड-१ मध्ये बाह्यसेवांवरील कोणत्याही प्रकारच्या शासकीय निर्बंधांचे उच्चाटन, केंद्र आणि राज्य पातळीवरील संरक्षणात्मक कायद्यांचे उच्चाटन आणि व्यक्तीच्या ओळख पटवण्याच्या नियमांचे उच्चाटन अशा मागण्या होत आहेत.

त्यामुळे अशा बाबींवर संघर्ष करत राहणे उपयुक्त ठरू शकेल. या कोंडीतून मार्ग कसा काढायचा यावर पुढे काही सूचना दिल्या आहेतः

शेतीबाबत, सीमान्त शेतकऱ्यांचे हित जोपासणे समर्थनीय आहेच, त्याच बरोबर विकसनशील देशांनी देशांतर्गत अडथळे दूर करण्याचे मनःपूर्वक प्रयत्न केले पाहिजेत. भारतातील सीमान्त शेतकऱ्यांच्या बाबतीत बाजारातील अपूर्णतेमुळे बहुतांश उत्पादकांचे अधिक्य नष्ट होऊन जाते. अपूर्ण बाजारपेठेत शेतकरी आणि कृषिमालाचे किरकोळ विक्रेते यांच्यातील मध्यस्थांनाच कृषिउत्पन्नाचा बहुतांश वाटा मिळतो. तसेच, अनुदानांमुळे मोठ्या प्रमाणात आर्थिक अकार्यक्षमता निर्माण होतात आणि जागतिक बाजारपेठेतील कृषिमालाच्या किमतीही उचित पातळीपासून दूर राहतात. विकसित देशांच्या धोरणकर्त्यांनी अनुदानांत कपात करण्याचा प्रयत्न केला पाहिजे. अनुदानांच्या स्वरूपातील पुनर्वितरण धोरणाचा अनुकूल परिणाम नेहमीच सार्वजनिक कृषी संशोधन गुंतवणुकीसाठी निधी वळवण्याच्या धोरणाच्या परिणामापेक्षा कमी प्रभावी ठरतो, हे उघड आहे. या गुंतवणुकीमुळे उत्पादकता वाढीला महत्त्वपूर्ण चालना मिळू शकते. अमेरिकेतील संकरित मक्याच्या बियाण्यांचे तंत्रज्ञान हे याचे एक उत्तम उदाहरण आहे. सार्वजनिक कृषी संशोधन गुंतवणुकीच्या उच्च पातळीतील परतावा असूनही विकसित आणि विकसनशील देशांमध्ये या क्षेत्रातील गुंतवणूक सातत्याने कमी होते आहे.[२०] त्यामुळे धोरणात्मक अर्थशास्त्राच्या दृष्टिकोनातून देशांतर्गत अडचणी दूर करण्यासाठी प्रयत्न केले पाहिजेत.

बिकृबाउ विषयी बोलायचे झाल्यास बाजारपेठांमधील प्रवेशावर निर्बंध घालायची खरेच जरुरी आहे का, याची कारणे समजून घेण्याचा प्रयत्न करण्याची गरज आहे. उदाहरणार्थ, जागतिकीकरणाच्या काळात भक्षक किंमत धोरण अमलात आणणे अवघड आहे. त्यामुळे भक्षक किंमत धोरणाला खीळ घालण्याच्या समजुतीने अवपुंजनविरोधी उपाययोजना अमलात आणण्याला काहीच अर्थ नाही.

व्याबौसंहस विषयी सांगायचे तर विविध देशांमधील बौद्धिक संपदा हक्काच्या संरक्षणामध्ये सुसूत्रता आणण्याची गरज आहे. अनेक विकसनशील देशांमध्ये कागदोपत्री अनेक पर्याप्त नियम आहेत, परंतु त्यांच्या अंमलबजावणीचा अभाव आहे. पेटंट संरक्षण आणि नवप्रवर्तनासंदर्भात पुराव्यांचा अभाव

[२०] डब्ल्यू इ हाफमन आणि आर इ एव्हन्सन (१९९२) कॉन्ट्रिब्युशन्स ऑफ पब्लिक ॲण्ड प्रायव्हेट सायन्स ॲण्ड टेक्नॉलॉजी युएस ॲग्रीकल्चरल प्रॉडक्टिव्हिटी, *अमेरिकन जर्नल ऑफ ॲग्रिकल्चरल इकॉनॉमिक्स*, खंड ७४, क्र. ३, पृष्ठ ७५१–५६.

असला तरी बौद्धिक संपदा हक्काच्या कडक अंमलामुळे थेट परकीय गुंतवणुकीत वाढ झाल्याचे दाखले आहेत.[२१]

व्याबौसंहस संबंधित बाबींवर विचारविनिमय करताना सहभागी देशांना क्षेत्रनिहाय दृष्टिकोनाची गरज आहे, असे वाटते. व्याबौसंहस बाबतच्या यंत्रणेत प्रभावी स्पर्धा धोरणाची गरज आहे. श्रीमंत देशातील उद्योगसंस्थांना बाजारपेठेत प्रवेशाची परवानगी देण्यापूर्वी खाजगी क्षेत्राकडून होणाऱ्या अडथळ्यांचा बंदोबस्त केला पाहिजे. समग्रलक्षी पातळीवर पाहायचे झाल्यास मालमत्ता/संपत्ती हक्क असणे गरजेचे आहे. मालमत्ता हक्काच्या आणि प्रभावी स्पर्धा धोरणाच्या अभावी अनेक विकसनशील देशांच्या संसाधन वितरणावर थेट परिणाम झालेला आहे. उदाहरणार्थ, सिएरा लिओन या देशाजवळ विपूल नैसर्गिक संसाधने असूनही १९९८ मध्ये जगातील सर्वात गरीब देश म्हणून तो गणला गेला. रिव्होल्युशनरी युनायटेड फ्रंट या सिएरा लिओनमधील संघटनेकडे हिऱ्यांच्या व्यापाराचे नियंत्रण होते आणि या संघटनेचा शस्त्रास्त्रे आणि अंमली पदार्थांच्या तस्करीत उघडपणे सहभाग होता. त्या देशातील जनता मात्र जगातील सर्वाधिक गरीब होती.

सेवांबाबत सांगताना आरोग्य, शिक्षण, पाणीपुरवठा व स्वच्छता अशा मूलभूत सेवांचे खासगीकरण होण्यास विशेषकरून अल्पविकसित देशांमध्ये मोठा विरोध होईल. अल्पविकसित देशांतील नागरिक या मूलभूत सोयीसाठी पैसे मोजण्यास नाखूश असतात. या सेवा हा त्यांना त्यांच्या लोकशाहीतील हक्क वाटतो. म्हणून या क्षेत्रात विकसित देशांच्या प्रवेशाला काहीच अर्थ उरणार नाही आणि कल्याणकारी दृष्टिकोनातून ते योग्यही नाही. याऐवजी, मोड १ आणि मोड ४ प्रकारच्या सेवांवरील बंधनाच्या उच्चाटनाच्या बदल्यात त्यांना वित्त, दूरसंचार अशा सेवांच्या बाजारपेठेत प्रवेश मिळवता येऊ शकेल.

---

२१. पी नुननकँक आणि जे स्पॅट्झ (२००४) इंटलेक्चुअल प्रॉपर्टी राईट्स ॲण्ड फॉरेन डायरेक्ट इन्व्हेस्टमेंट: अ डिसॲग्रीगेटेड ॲनालिसिस, *रिव्ह्यू ऑफ वर्ल्ड इकॉनॉमिक्स,* खंड १४०, क्र.३, पृष्ठ ५२५–३३

लेखकाविषयी

नीलांजन बानीक यांनी उताह स्टेट युनिव्हर्सिटी येथून अर्थशास्त्रातील विद्यावाचस्पती (पीएचडी) ही पदवी, तर दिल्ली स्कूल ऑफ इकॉनॉमिक्स येथून एमए ही पदवी प्राप्त केली. आंतरराष्ट्रीय व्यापार, बाजार संरचना, आणि विकासाचे अर्थशास्त्र यांच्याशी संबंधित समस्यांचे कालमानानुसार विश्लेषण यावर त्यांच्या संशोधनाचा मुख्य भर आहे. नीलांजन यांना ऑस्ट्रेलियाच्या शासनाचा परराष्ट्र व्यवहार आणि व्यापार विभाग; लॅफर असोसिएट्स, अमेरिका; वाणिज्य मंत्रालय, भारत सरकार; विकसनशील देशांची संशोधन आणि माहिती संस्था (आरआयएस), नवी दिल्ली; आंतराराष्ट्रीय आर्थिक संबंध आणि संशोधनविषयक भारतीय परिषद (आयसीआरआयईआर), नवी दिल्ली; सेंटर फॉर इकॉनॉमिक पॉलिसी रिसर्च, युके; एशियन डेव्हलपमेंट बँक इन्स्टिट्यूट, टोकियो; एशियन डेव्हलपमेंट बँक, मनिला; साउथ एशिया नेटवर्क ऑफ इकॉनॉमिक रिसर्च इन्स्टिट्यूट (एसएएनईआयई); युएनईएससीएपी-एआरटीनेट, थायलंड, आणि जागतिक व्यापार संघटना, जिनिव्हा या संस्थांच्या प्रकल्पांवर काम करण्याचा अनुभव आहे.

मागील काही दिवसांपर्यंत, ते इन्स्टिट्यूट फॉर फायनान्शियल मॅनेजमेंट ॲण्ड रिसर्च (आयएफएमआर), चेन्नई येथे प्राध्यापक आणि कार्यक्रम अधिकारी म्हणून कार्यरत होते. सध्या ते महिंद्र इकोले सेन्त्राले येथे कार्यरत आहेत आणि कट्स इंटरनॅशनल आणि केपीएमजी, इंडिया यांचे सल्लागार आहेत. ते उताह स्टेट युनिव्हर्सिटी, अमेरिका; डूऱ्हाम विद्यापीठ, युके; ग्रीनलॅण्ड विद्यापीठ, नूक; इन्स्टिट्यूट फॉर फायनान्शियल मॅनेजमेंट ॲण्ड रिसर्च (आयएफएमआर), चेन्नई; इंडियन इन्स्टिट्यूट ऑफ मॅनेजमेंट (इन्दोर, रोहतक आणि रांची); मद्रास स्कूल ऑफ इकॉनॉमिक्स; आणि रिझर्व्ह बँक स्टाफ कॉलेज, चेन्नई येथे विषयतज्ज्ञ म्हणून कार्यरत आहेत. त्यांनी संघ लोकसेवा आयोग आणि आयसीआयसीआय बँक येथे नियुक्त झालेल्या उमेदवारांना प्रशिक्षण दिले आहे.

संपादित नियतकालिकां व्यतिरिक्त अनेक आघाडीच्या संशोधनपत्रिकांमध्ये त्यांचे लेखन प्रकाशित झाले आहे. भारतातील सर्व इंग्रजी दैनिकांमध्ये १५० पेक्षाही अधिक संपादकीय लेख लिहिण्याचा सन्मान लाभला आहे.